AF758838

ഹ്യൂഗോ ഷാവേസ്
ഓർമപ്പുസ്തകം

hugo chavez
ormmappusthakam

•

editor
k e n

•

first edition
july 2013

•

typesetting & published
chintha publishers, thiruvananthapuram

•

•

cover
midas

•

Rights reserved

വിതരണം

ദേശാഭിമാനി ബുക്ക് ഹൗസ്

H O തിരുവനന്തപുരം–695 035
phone: 0471-2303026, 6063026
www.chinthapublishers.com
chinthapublishers@gmail.com

ബ്രാഞ്ചുകൾ

ഹെഡ്ഡാഫീസ് ബ്രാഞ്ച് കുന്നുകുഴി • ഓവർബ്രിഡ്ജ് തിരുവനന്തപുരം • കെ എസ് ആർ ടി സി ബസ് സ്റ്റേഷൻ ആലപ്പുഴ • കെ എസ് ആർ ടി സി ബസ് സ്റ്റേഷൻ എറണാകുളം • മച്ചിങ്ങൽ ലെയ്ൻ തൃശൂർ • ഐ ജി റോഡ് കോഴിക്കോട് • മാവൂർ റോഡ് കോഴിക്കോട് • എൻ ജി ഒ യൂണിയൻ ബിൽഡിങ് കണ്ണൂർ • സെൻട്രൽ ബസ് ടെർമിനൽ കോംപ്ലക്സ് താവക്കര കണ്ണൂർ

CO - 1952 / 3310

ഹ്യൂഗോ ഷാവേസ്
ഓർമപ്പുസ്തകം

എഡിറ്റർ:

കെ ഇ എൻ

ചിന്ത പബ്ലിഷേഴ്സ്

തിരുവനന്തപുരം-695 035

കെ ഇ എൻ

ഇടതുപക്ഷ സാംസ്കാരിക വിമർശകൻ, പ്രഭാഷകൻ, പുരോഗമനകലാ സാഹിത്യസംഘത്തിന്റെ സംസ്ഥാന സെക്രട്ടറിമാരിൽ ഒരാൾ. ഫറൂഖ് കോളേജിൽനിന്ന് മലയാളം അധ്യാപകനായി വിരമിച്ചു. *കാക്കഫോണികൾക്കും ഒരു കാലമുണ്ട്, പ്രണയം കവിത സംസ്കാരം, ശ്മശാനങ്ങൾക്ക് സ്മാരകങ്ങളോട് പറയാനാവാത്തത്, സമരോത്സുകമായ മതേതരത്വം, ഖുത്ബുദീൻ അൻസാരി ചിരിക്കുന്നു, സംസ്കാരത്തിന്റെ സംഘർഷങ്ങൾ, ഇരകളുടെ മാനിഫെസ്റ്റോ, മധ്യവർഗത്തിന്റെ ശീർഷാസനങ്ങൾ* (സാംസ്കാരിക വിമർശനങ്ങൾ), *കെ ഇ എന്നിന്റെ തെരഞ്ഞെടുത്ത പ്രബന്ധങ്ങൾ ഗുജറാത്തിൽ സംഭവിച്ചത്, മതരഹിതരുടെ രാഷ്ട്രീയം, അവർ ക്രിസ്ത്യാനികളെ തേടിയെത്തി, വിവാദകാലങ്ങളിലെ ആൾമാറാട്ടം, സ്വത്വം വർഗം മൃദുഹിന്ദുത്വം* (രാഷ്ട്രീയവിമർശനങ്ങൾ), *തീ പിടിച്ച ആത്മാവുകൾക്കൊരാമുഖം, വേർതിരിവ്, സമൂഹം സാഹിത്യം സംസ്കാരം, കറുപ്പിന്റെ സൗന്ദര്യശാസ്ത്രം, ചെമ്മീനിലെ സംഘർഷങ്ങൾ* (സാഹിത്യ വിമർശനങ്ങൾ), *സ്വർഗം നരകം പരലോകം, ലൗ സിന്ദാബാദ് ലൗജിഹാദ് മൂർദാബാദ്* (എഡിറ്റർ) തുടങ്ങിയവ പ്രധാനകൃതികൾ. ശ്രീനാരായണഗുരുവിന്റെ പേരിലുള്ള ഗുരുദർശന അവാർഡ്, തായാട്ട് അവാർഡ്, അബുദാബി ശക്തി അവാർഡ്, പ്രൊഫ. എ സുധാകരൻ അവാർഡ്, കേരള സാഹിത്യ അക്കാദമി എൻഡോവ്മെന്റ് അവാർഡ് എന്നിവ ലഭിച്ചു.

ഭാര്യ : എ പി സബിത

മകൻ : മെനിനോ ഫ്രൂട്ടൊ

വിലാസം : കൂട്, പി ഒ ഫറോക്ക്
കോഴിക്കോട് 673 631

ഫോൺ : 9446448814

ഉള്ളടക്കം

പ്രസാധകക്കുറിപ്പ്

അമേരിക്കൻ സാമ്രാജ്യത്വത്തെ വെല്ലുവിളിച്ച് വെനസ്വേല എന്ന രാജ്യത്തെ സ്വയംപര്യാപ്തതയിലേക്കു നയിച്ച ഹ്യൂഗോ ഷാവേസ് ലോകത്തെമ്പാടുമുള്ള മനുഷ്യസ്നേഹികളുടെ ആവേശമായി മാറി. സൈമൺ ബൊളീവർ എന്ന ലാറ്റിനമേരിക്കൻ വിപ്ലവകാരിയുടെ ചിന്തകൾക്കുമേൽ പടുത്തുയർത്തിയ പ്രസ്ഥാനത്തിന് വിപ്ലവവും വിശ്വാസവും തമ്മിൽ സമന്വയിപ്പിക്കാൻ കഴിഞ്ഞു.

അമേരിക്കൻ സാമ്രാജ്യത്വത്തെ അതിന്റെ തട്ടകത്തിൽത്തന്നെ വെല്ലുവിളിച്ച് ബൊളിവേറിയൻ വിപ്ലവം നിലനിർത്തുകയും ചുറ്റുമുള്ള രാജ്യങ്ങളെ പ്രതിരോധത്തിന്റെ ഭാഗമായി സംഘടിപ്പിക്കുകയും ചെയ്തു. ഷാവേസ് അന്തരിച്ചു. എന്നാൽ ഷാവേസിന്റെ വിപ്ലവ സ്മരണ മുന്നോട്ടുതന്നെ.

ഷാവേസിനെ അനുസ്മരിച്ച്, അദ്ദേഹത്തിന്റെ വിപ്ലവപാരമ്പര്യത്തെ ഉയർത്തിപ്പിടിച്ച് ധൈഷണികമണ്ഡലത്തിൽ ഉയർന്നുവന്ന ചിന്തകളാണ് *ഹ്യൂഗോ ഷാവേസ് ഓർമപ്പുസ്തക*ത്തിൽ ഉൾപ്പെടുത്തിയിട്ടുള്ളത്. കെ ഇ എൻ എഡിറ്റു ചെയ്തിട്ടുള്ള ഈ പുസ്തകം അഭിമാനത്തോടെ വായനക്കാർക്കു മുമ്പിൽ അവതരിപ്പിക്കുന്നു.

ചിന്ത പബ്ലിഷേഴ്സ്

എഡിറ്ററുടെ കുറിപ്പ്

'ഷാവേസ്,' ഷാവേസ് മാത്രമല്ല

കെ ഇ എൻ

ഒന്ന്
ഇതൊരു വെറും മരണമല്ല

ബുഷിനെ 'ചെകുത്താൻ' എന്നു വിളിച്ച, ബരാക് ഒബാമയെ എല്ലാ മറിയുമെന്ന് നടിക്കുന്ന വെറുമൊരു 'പൊങ്ങൻ' എന്ന് പ്രഖ്യാപിച്ച, ഇസ്രയേലിനെ വെറുമൊരു വംശഹത്യാ രാഷ്ട്രമെന്ന് വ്യക്തമാക്കിയ, ഫിദൽ കാസ്ട്രോയെ സ്വന്തം രാഷ്ട്രീയ പിതാവെന്ന് തിരിച്ചറിഞ്ഞ, അഹമദ് നജാദിനെ അടുത്ത സുഹൃത്തായി ആദരിച്ച, ഇറാൻ ക്യൂബ സിറിയ ലിബിയ എന്നീ രാഷ്ട്രങ്ങളോടുള്ള ബന്ധുത്വം തുറന്ന് പ്രഖ്യാപിച്ച യു എൻ ഒ എന്നോ മരിച്ച മൃതദേഹം മാത്രമായി മാറിയിരിക്കുന്നുവെന്ന് യു എൻ ജനറൽ അസംബ്ലിയിൽ തുറന്നടിച്ച, സാമ്രാജ്യത്വ മേൽക്കോയ്മയല്ല, ബൊളിവേറിയൻ തുല്യതയാണ് ലോകം ആവശ്യപ്പെടുന്നതെന്ന് നിരന്തരം ആവർത്തിച്ച, ഞങ്ങളെ അമേരിക്കക്കും അമേരിക്കയ്ക്ക് ഞങ്ങളെയും വേണമെന്ന് തുല്യതയുടെ തലത്തിൽ തീർച്ചപ്പെടുത്തിയ, യു എസ് സാമ്രാജ്യത്തോടുള്ള എതിർപ്പ് പ്രകടിപ്പിക്കുമ്പോഴും, അമേരിക്കൻ ജനതയോടുള്ള അടുപ്പം പങ്കുവെച്ച അവരുടെ ആയുധശക്തിയെ വിമർശിക്കുമ്പോഴും അവിടത്തെ സംഗീതത്തെയും സ്പോർട്സിനെയും ഇഷ്ടപ്പെട്ട, മാർക്സ്, ചെ ഗുവേര, ട്രോട്സ്കി, കാസ്ട്രോ, ബൊളിവർ എന്നിവരോടൊപ്പം പാട്ടുകാരനായ അലിപ്രമേറയെക്കൂടി തന്നോടൊപ്പം ചേർത്തുപിടിച്ച ഹ്യൂഗോ ഷാവേസ് ഇനി നമ്മോടൊപ്പമില്ല എന്നുള്ളത് സത്യമാണ്. എന്നാൽ, അദ്ദേഹം നേതൃത്വം നൽകിയ സാമ്രാജ്യത്വവിരുദ്ധ സമരത്തിന്റെ ഊർജം എന്നും ഉയിർത്തെഴുന്നേൽക്കുകതന്നെ ചെയ്യുമെന്നുള്ളത് അതിനേക്കാളും വലിയ സത്യമാണ്. "നമ്മുടെ ഗ്രഹത്തെ സാമ്രാജ്യത്വ ഭീഷണിയിൽനിന്ന് രക്ഷിക്കാൻ നമുക്ക് ആശ

യങ്ങൾ ആവശ്യമാണ്" എന്ന കാഴ്ചപ്പാട് ആഴത്തിൽ സ്വാംശീകരിച്ച ഷാവേസ്, ഇനിമുതൽ ജ്വലിച്ച് പറക്കുന്ന ഒരാശയമായി പൊരുതുന്ന സമൂഹത്തിൽ ജീവിക്കും. "അന്യന്റെ കവിളിൽ തല്ലു വീഴുമ്പോൾ, സ്വന്തം കവിൾത്തടം നോവുന്നവനാണ് യഥാർഥ മനുഷ്യൻ" എന്ന ജോസ് മാർട്ടിയുടെ വാക്കുകൾ, ചെ ഗുവേരയെ എന്നപോലെ ഷാവേസിനെയും ഇളക്കിമറിച്ചു. ഇടറലെന്തെന്നറിയാതിരുന്ന വെനസ്വേലയുടെ ആ ഇടിനാദം അതിനാൽ ഇനിയും ശബ്ദിക്കും! "Those who die for life cannot be called dead."

തെക്കെ അമേരിക്കയിലെ ഒരു 'സാധാരണ' രാജ്യത്തെ ലോകത്തിന്റെ ശ്രദ്ധാകേന്ദ്രമാക്കി മാറ്റുന്നതിൽ ഹ്യൂഗോ ഷാവേസ് അവിസ്മരണീയമായ നേതൃത്വമാണ് നൽകിയത്. ആഗോളവൽക്കരണാനന്തര ലോകത്തിന്റെ മുഴുവൻ കാര്യപരിപാടിയും ഞങ്ങൾ തീരുമാനിക്കുമെന്ന സാമ്രാജ്യത്വത്തിന്റെ അഹന്തയുടെ 'കൊമ്പി'ൽ തന്നെയാണദ്ദേഹം കടന്നു പിടിച്ചത്. അങ്ങനെയാണ്, വെനസ്വേലയുടെ പ്രസിഡണ്ട്, വെനിസ്വലയുടെ 'മാത്രം' പ്രസിഡണ്ടല്ലാതായി തീർന്നത്. പുരോഹിതനാവാൻ പഠിച്ച് പട്ടാളക്കാരനായി മാറി, സംഭ്രമജനകവും നാടകീയവും സൈനികവും ജനകീയവുമായ വൻചുവടുവെപ്പുകളിലൂടെ, സമകാലീനലോകത്തിലെ സാമ്രാജ്യത്വവിരുദ്ധ മഹാസമരത്തിന്റെ മുന്നണിപ്പോരാളികളിൽ ഒരാളായി മാറിയ ഹ്യൂഗോ ഷാവേസിന്റെ ജീവിതം "ജീവിക്കണമെങ്കിൽ ഇന്ന് നാം സമരം ചെയ്യണം" എന്ന വിക്ടർ ഹ്യൂഗോവിന്റെ 'കനലെരിയും കാഴ്ച'യുടെ തുടർച്ചയിൽ വെച്ചത്രെ തിരിച്ചറിയേണ്ടത്. എന്നാൽ, അതിനുപകരം, ഷാവേസിനെതിരെ സാമ്രാജ്യത്വം അഴിച്ചുവിട്ട വമ്പൻ നുണപ്രചാരണങ്ങൾക്കു ചുറ്റുമാണ് മുഖ്യധാരാ മാധ്യമങ്ങൾ കറങ്ങുന്നത്. ഷാവേസിന്റെ നയങ്ങളും നിലപാടുകളും പ്രഭാഷണങ്ങളും പ്രസ്താവനകളും മാത്രമല്ല, രോഗവും എന്തിന് മരണംപോലും അവരെ അസ്വസ്ഥരാക്കുകയാണ്. ആദ്യം അവർ ആരോഗ്യമുള്ള ഷാവേസിനെ വേട്ടയാടി കൊല്ലാൻ ശ്രമിച്ചു. പിന്നീടവർ ഷാവേസിന്റെ രോഗത്തെ ജനാധിപത്യത്തെ തകർക്കാനുള്ള ഉപാധിയാക്കി, ഒടുവിലവർ ഷാവേസിന്റെ മരണവും ആഘോഷിക്കുകയാണ്!

രണ്ട്
കേരളവും ഷാവേസും

ഇടതുപക്ഷ രാഷ്ട്രീയത്തിന് അഭിമാനിക്കാൻ കഴിയുന്ന മൂല്യങ്ങൾ, 'മുഷ്ടിചുരുട്ടി' നിൽക്കുന്ന ആവേശകരമായ അനുസ്മരണങ്ങളാണ് ഹ്യൂഗോ ഷാവേസിന്റെ മരണത്തെ തുടർന്ന് മലയാള മാധ്യമങ്ങളിൽ പൊതുവിൽ പ്രത്യക്ഷപ്പെട്ടത്. ആഗോളവൽക്കരണമെന്ന 'നവസാമ്രാജ്യാധിപത്യത്തെ' ആജീവനാന്തം സ്തുതിക്കാൻ, കരാറെടുത്തവർ പോലും, ഹ്യൂഗോ ഷാവേസിനെ, സാമ്രാജ്യത്വ വിരുദ്ധ സമരത്തിന്റെ

മഹാസാന്നിധ്യങ്ങളിലൊന്നായി വിശേഷിപ്പിക്കാനുള്ള ആർജവം അദ്ദേഹത്തിന്റെ മരണാനന്തര വാർത്തകളിൽ പ്രകടിപ്പിച്ചു എന്നുള്ളത്, ഏതർഥത്തിലും ആവേശകരമായിരുന്നു. 'ഷാവേസ് ഇനി രക്തനക്ഷത്രം,' 'ചരിത്രമായി ഷാവേസ്,' 'അസ്തമിച്ചു ചെന്താരകം', 'ലോകം ഞെട്ടിയ പ്രസംഗം', 'കാൻസർ യു എസ് ആയുധമോ', 'വെനസ്വേലയുടെ ആകാശത്തേക്കുവന്ന കൊള്ളിമീൻ' എന്നിങ്ങനെയുള്ള തലക്കെട്ടുകളോടെയാണ് *മലയാള മനോരമ* ആ മരണം അടയാളപ്പെടുത്തിയത്. 'നക്ഷത്രം മാഞ്ഞു', 'വ്യവസ്ഥാപിതത്വത്തെ വെല്ലുവിളിച്ച ജനനായകൻ', 'വിപ്ലവത്തിന്റെ ഉഴവുകാരൻ', 'ക്ഷേമസങ്കൽപ്പം ബദൽ ദർശനം', 'ക്രിസ്തുവിനെ വാഴ്ത്തി: സഭകളോട് ഏറ്റുമുട്ടി', 'നമ്മുടെ കാലത്തെ സോഷ്യലിസ്റ്റ്', 'അടിമുടി സാമ്രാജ്യവിരോധി' എന്നിങ്ങനെയാണ് *മാതൃഭൂമി* ആ മരണം റിപ്പോർട്ട് ചെയ്തത്.

'മായില്ല ചാവെസ്', 'നിലയ്ക്കാത്ത ഇടിനാദം', 'ചാവേസ് നീണാൾ വാഴട്ടെ', 'ലോകത്തിന് നഷ്ടപ്പെട്ട പോരാട്ടവീര്യം', 'വിങ്ങിപ്പൊട്ടി വെനസ്വേല', 'കാസ്ട്രോയുടെ വാത്സല്യത്തിൽ', 'ചാവേസ് ധീരരക്തസാക്ഷി', 'പോരാട്ട ജീവിതം' എന്ന് *മാധ്യമം* പത്രവും; 'അന്ന് പ്രതിനായകൻ, പിന്നെ ജനനായകൻ', 'ദാരിദ്ര്യമറിഞ്ഞ് ദരിദ്രരോടൊപ്പം', 'കാലത്തിന് മുമ്പേ നടന്ന ഷാവേസ്', 'നിത്യവിസ്മയം, ഈ ജനനായകൻ' എന്നിങ്ങനെ *കേരളകൗമുദി*യും ആ മരണത്തോട് പ്രതികരിച്ചു.

'വിട കമാൻഡർ', 'സംശയനിഴലിൽ അമേരിക്ക', 'അണിചേരാം ഇതിഹാസത്തിനു പിന്നിൽ', 'നിലച്ചത് ഇടിമുഴക്കം', 'ചെകുത്താനെ വിറപ്പിച്ച പോരാളി', 'ലാറ്റിനമേരിക്ക, മാറ്റിമറിച്ച വിപ്ലവസൗഹൃദം', 'ഷാവേസിന്റെ ആശയങ്ങൾക്ക് മരണമില്ല' എന്ന് *ദേശാഭിമാനി*യും; 'ഹ്യൂഗോ ഷാവേസ് അന്തരിച്ചു', 'ഓർമ്മയിലേക്ക് ഷാവേസ്', 'ഷാവേസിന്റെ അർബുദരോഗത്തിന് കാരണം അമേരിക്കയുടെ ജൈവ ആക്രമണമെന്ന് വെനസ്വേല' എന്ന് *വീക്ഷണ*വും സാക്ഷ്യപ്പെടുത്തി.

'ഷാവേസ് ഇനി ഓർമയിലെ രക്തതാരകം', 'ഷാവേസ് തളരാത്ത പോരാട്ടവീര്യം', 'ലാറ്റിനമേരിക്കയെ മാറ്റിപ്പണിത രണ്ടാം ബൊളിവർ', 'അമേരിക്കയെ വെല്ലുവിളിച്ച വിപ്ലവകാരി' എന്ന് *മംഗളം. ചന്ദ്രിക, സിറാജ്, തേജസ്* തുടങ്ങിയ പത്രങ്ങളും കേരളത്തിൽ പ്രചാരമുള്ള *ഹിന്ദു, ഇന്ത്യൻ എക്സ്പ്രസ്* തുടങ്ങിയ ഇംഗ്ലീഷ് പത്രങ്ങളും ഷാവേസിന്റെ മരണവാർത്തയോടൊപ്പം, എഡിറ്റോറിയലും ഒന്നിലധികം അനുബന്ധവാർത്തകളും നൽകി. എന്നാൽ, അത്ഭുതകരമായി തോന്നിയത്, *ജന്മഭൂമി* ആ മരണത്തിൽ സ്വീകരിച്ച 'വേറിട്ട' നിലപാടാണ്. ഒന്നാം പുറത്തിൽ 'ഷാവേസ് അന്തരിച്ചു' എന്ന ഒരൊറ്റ ഔപചാരികവാർത്തയിൽ അവരന്ന് ആ മരണത്തെ ഒതുക്കുകയാണ് ചെയ്തത്. അന്നത്തെ *ജന്മഭൂമി*യുടെ എഡിറ്റ്പേജിൽ 'പരീക്ഷകൾ പരീക്ഷണമാകുന്നോ?' എന്ന ഒരു പതിവ് ചർച്ചാപ്രബന്ധമാണുണ്ടായിരുന്നത്. ഒരു മൂന്നുമാസം മാറ്റിവെച്ചാലും ആ പ്രബന്ധത്തിനോ നമ്മുടെ പരീക്ഷക്കോ *ജന്മഭൂമി*ക്ക്

തന്നെയോ ഒരു കുഴപ്പവും പറ്റുമായിരുന്നില്ല. ഒരു നാടോടി ബാലികയെ പീഡിപ്പിച്ചതിനെതിരെയുള്ള 'തിരൂരിലെ മൃഗങ്ങൾ' എന്ന ജന്മഭൂമി എഡിറ്റോറിയൽ, അന്ന് അനിവാര്യംതന്നെയായിരുന്നു. എന്നാൽ, ഷാവേസിനെ എഡിറ്റ്പേജിൽനിന്നും, എഡിറ്റോറിയലിൽ നിന്നും മറ്റ് അനുബന്ധ വാർത്തകളിൽനിന്നുമെല്ലാം എന്തുകൊണ്ട് 'ജന്മഭൂമി' പത്രം മാത്രം മാറ്റി നിർത്തി എന്ന ചോദ്യം, ഇന്നത്തെ നിലയിൽ മതനിരപേക്ഷ മാനസികാവസ്ഥ പ്രതിസന്ധിയിലായാൽ, നാളെ ഇന്ത്യ ഭരിക്കാൻ സാധ്യതയുള്ളൊരു സംഘടനയുടെ മുഖപത്രം എന്ന നിലയിൽ, അവർക്ക് അഭിമുഖീകരിക്കേണ്ടിവരും. സാമ്രാജ്യത്വത്തെ, തത്വത്തിലും പ്രയോഗത്തിലും പിന്തുണക്കുന്നവർപോലും, 'സാമ്രാജ്യത്വവിരുദ്ധ'വാർത്ത നൽകാനുള്ള ഒരു സന്ദർഭമായി ഷാവേസിന്റെ മരണം തെരഞ്ഞെടുത്തപ്പോൾ; അപ്പോൾപ്പോലും, അതിന് തുനിയാതെ, സ്വന്തം സാമ്രാജ്യത്വാനുകൂല കാഴ്ചപ്പാടിൽ, 'വെള്ളം' ചേർക്കാതിരിക്കുകയായിരുന്നു *ജന്മഭൂമി* എന്നാവുമോ അതിന്നർഥം!

മൂന്ന്
കാസ്ട്രോയും ഷാവേസും

കാസ്ട്രോയുടെയും ചെ ഗുവേരയുടെയും നേതൃത്വത്തിൽ അമേരിക്കൻ പാവയായ ബാത്തിസ്റ്റക്കെതിരെ നടന്ന കലാപവും ക്യൂബൻ വിമോചനവും ലാറ്റിനമേരിക്കയുടെ വിമോചന ചരിത്രത്തിലെ 'തീ പടർത്തുന്ന' അധ്യായങ്ങളാണ്. എഴുപതുകളിലെ ചിലിയിൽ അധികാരത്തിൽ വന്ന ജനകീയ പ്രസിഡണ്ട് സാൽവദോർ അലൻഡെ ചിലിയൻ ജനതയുടെ ചോരയൂറ്റിയ ബഹുരാഷ്ട്ര കുത്തകകളുടെ ചെമ്പ്ഖനികൾ ദേശസാൽക്കരിക്കാൻ നടത്തിയ ശ്രമങ്ങളെ തുടർന്നാണ്, കൊല്ലപ്പെടുന്നത്. പാബ്ലോ നെരൂദ മുതൽ ഗബ്രിയോ ഗാർഷ്യാ മാർകേസ് വരെയുള്ള സർഗപ്രതിഭകൾ, ഇതിനെതിരെ നടത്തിയ പ്രതികരണങ്ങൾ സാമ്രാജ്യത്വഭക്തരെ, കിടിലം കൊള്ളിച്ചതും, സാമ്രാജ്യത്വ വിരുദ്ധ സമരചരിത്രത്തിന്റെ ഭാഗമാണ്. 2002 ൽ സി ഐ എയും വെനസ്വേലയിലെ സാമ്രാജ്യത്വ ശിങ്കിടികളായ പട്ടാളമേധാവികളും ഷാവേസിന്റെ 'ജനാധിപത്യ ഭരണത്തെ' അട്ടിമറിച്ചതും, ഷാവേസ് അതിനെ ജനശക്തി കൊണ്ട് പരാജയപ്പെടുത്തിയതും വെനസ്വേലയുടെ മാത്രമല്ല, ലോകമെങ്ങുമുള്ള സാമ്രാജ്യത്വവിരുദ്ധരെ കോരിത്തരിപ്പിച്ച, സമീപകാല സ്മരണകളാണ്.

"ജനങ്ങളുടെ കൂട്ടായ്മക്കുനേരെ സാമ്രാജ്യത്വം എപ്പോഴും പ്രയോഗിക്കുന്ന ആയുധം സത്യത്തിൽ സാംസ്കാരികബോംബാണ്. ഒരു ജനതയുടെ വിശ്വാസം, ഭാഷ, ഐക്യം, സമരപാരമ്പര്യം എന്നിവയിൽ തുടങ്ങി ഒടുവിൽ അവരെത്തന്നെ ഇല്ലാതാക്കുകയാണ് ലക്ഷ്യം." (എൻഗുഗി). സ്പെയിൻ, പോർട്ടുഗീസ് അധിനിവേശങ്ങൾ ലാറ്റിനമേരിക്കക്ക് നൽകിയത് 'സ്വത്വനാശ'മാണ്. സ്വന്തം ഭാഷയടക്കം, സ്വന്തമായ

തെല്ലാം അവർക്കന്ന് നഷ്ടപ്പെടുകയാണുണ്ടായത്. ഇന്നറിയപ്പെടുന്ന 'വെനസ്വേല'യെന്ന പേരുപോലും, 1499ൽ അമെരിഗോവെസ്പൂജി നൽകിയതാണത്രേ. എന്നാൽ സ്വന്തം സ്വത്വത്തെക്കുറിച്ചുള്ള ശിഥിലമായ ഓർമകൾ, ലാറ്റിനമേരിക്കയിൽ സാമ്രാജ്യത്വവിരുദ്ധ സമരങ്ങളുടെ ശക്തിസ്രോതസ്സായി മാറുകയാണുണ്ടായത്.

1999 മുതൽ വെനസ്വേലയുടെ രാഷ്ട്രീയചരിത്രം സാമ്രാജ്യത്വവിരുദ്ധ കാഴ്ചപ്പാടുകൾ ശക്തമായി അവതരിപ്പിക്കുകയും ആവിഷ്കരിക്കുകയും ചെയ്ത ഷാവേസ്, ലോകമെങ്ങുമുള്ള മനുഷ്യസ്നേഹികളുടെ ആവേശമായി ലാറ്റിനമേരിക്കയുടെ വീരപുത്രനായി മാറിയ ചരിത്രം കൂടിയാണ്. 'യുണൈറ്റഡ് ഫ്രൂട്ട്സ് കമ്പനി' എന്ന വൻ ബഹുരാഷ്ട്രയുടെ കൽപ്പനകൾക്കനുസരിച്ചു മാത്രം ഭരണം നടത്തുന്ന വെറും പാവകൾ മാത്രമായി ലാറ്റിനമേരിക്കൻ ഭരണാധികാരികൾ ചുരുങ്ങിയപ്പോഴാണ്, ജനകീയ റിപ്പബ്ലിക്കുകൾ വെറും വാഴപ്പഴ റിപ്പബ്ലിക്കുകളായത്! 'വാഴപ്പഴകമ്പനി'ക്ക് കോഴകൊടുത്ത് വാങ്ങാൻ കഴിയുന്ന ഭരണാധികാരികളെ ലാറ്റിനമേരിക്കയിൽ കാലാകാലങ്ങളായി നിലനിർത്തിക്കൊണ്ടാണ്, സാമ്രാജ്യത്വം ലാറ്റിനമേരിക്കയെ യൂറോപ്പിന്റെ മാലിന്യക്കൊട്ടയാക്കിയത്. എന്നാൽ 1950 കൾ മുതൽ ലാറ്റിനമേരിക്കൻ ചരിത്രം സമരോത്സുകമായ സാമ്രാജ്യത്വവിരുദ്ധതയിലേക്ക് വികസിക്കുകയാണുണ്ടായത്. അതിന് ഗ്വാട്ടിമാലക്കും ക്യൂബക്കും ചിലിക്കും വെനസ്വേലക്കും നൽകേണ്ടിവന്ന വില വലുതാണ്. പതിനായിരങ്ങളെ കൊന്നും, ലക്ഷങ്ങളെ വേട്ടയാടിയും, രാഷ്ട്രത്തിന്റെ സമ്പദ്ഘടന തകർത്തും, മാധ്യമങ്ങൾവഴി നുണപേമാരികൾ വർഷിച്ചും ജനാധിപത്യത്തിന്റെ എല്ലൊടിച്ചും, പ്രതികരണങ്ങളുടെയും പ്രതിരോധങ്ങളുടെ വായടച്ചും സാമ്രാജ്യത്വം നടത്തിയ ക്രൂരതകൾക്ക് അതിരില്ല. ഗ്വാട്ടിമാലയുടെ ജനാധിപത്യവാദിയായ പ്രസിഡണ്ട് കേണൽ യാക്കോബോ അർബെൻഡിനെ 1953 ൽ സി ഐ എ അട്ടിമറിച്ചത്, യുണൈറ്റഡ് ഫ്രൂട്സ് കമ്പനി ദേശസാൽക്കരിക്കാൻ നടത്തിയ ശ്രമത്തിന്റെ തുടർച്ചയിൽ വെച്ചാണ്.

മധുരമുള്ള വാഴപ്പഴങ്ങളെ സാമ്രാജ്യത്വം 'കയ്പുള്ള' പഴങ്ങളാക്കി തീർത്തത് വളരെ വേഗത്തിലായിരുന്നു. അതിനെ ചെറുത്ത കർഷകരെ കൊന്നുതള്ളുകയാണവർ ചെയ്തത്. ആ ക്രൂരത അന്നറിയപ്പെട്ടത് 'വാഴപ്പഴ കൂട്ടക്കൊല' എന്ന പേരിലാണ്! എന്തൊരു പേര്? പാവം ആടുകളെ മുതലാളിത്തം ചെന്നായകളാക്കി മാറ്റിയതിനെക്കുറിച്ച് തോമസ്മൂർ *ഉട്ടോപ്യയിൽ* പറയുന്നതിനെ ഓർമിപ്പിക്കും വിധമാണ്, ലാറ്റിനമേരിക്കയിൽ പാവം വാഴപ്പഴം കൊലയാളിയായത്! കൊളംബിയായിലും ഗ്വാട്ടിമാലയിലും 'പഴക്കമ്പനി' നടത്തിയ സമാനതകളില്ലാത്ത ആ പാതകങ്ങൾ കണ്ട് നടുങ്ങിയപ്പോഴാണ്, 'I left the path of reason' എന്ന് 1954 ൽ ചെ ഗുവേര അമ്മക്കെഴുതിയത്. 1960 ൽ "ക്യൂബ ഗ്വാട്ടിമാലയല്ലെന്ന്" കാസ്ട്രോ സാമ്രാജ്യത്വത്തെ ഓർമിപ്പിക്കാൻ ഇടവരുത്തിയതും ബഹുരാഷ്ട്രപഴക്കമ്പനിയുടെ ഇടപെടലുകളാണ്. ചെ ഗുവേരയും കാസ്

ട്രോയും നയിച്ച സാമ്രാജ്യത്വവിരുദ്ധസമരത്തിൽ ഷാവേസ് ധീരമായി പങ്കുചേരുന്നതോടെയാണ്, വെനസ്വേലയുടെ ചരിത്രം മാറുന്നത്. സൈമൺ ബൊളിവറും, മിരാൻഡയും മാർട്ടിയും, ചെ ഗുവേരയും, കാസ്ട്രോയും, നോംചോംസ്കിയും, ക്രിസ്തുമതവും, മാർക്സിസവും, ഷാവേസിന്റെ ഊർജസ്രോതസ്സുകളാണ്. എന്നാൽ ഹ്യൂഗോ ഷാവേസ് കമ്യൂണിസ്റ്റോ, കമ്യൂണിസ്റ്റ് വിരുദ്ധനോ അല്ല. ഒരഭിമുഖത്തിൽ അദ്ദേഹം വ്യക്തമാക്കിയത് ഇങ്ങനെ: 'I am not a Marxist, I am not Anti Marxist.'

ഇന്ന് വെനസ്വേലയിലെ ഏറ്റവും ജനപിന്തുണയുള്ള പാർട്ടി ഷാവേസ് നേതൃത്വം നൽകുന്ന മൂവ്മെന്റ് ഫിഫ്ത്ത് റിപ്പബ്ലിക്കാണ്. ഷാവേസിന്റെ നേതൃത്വത്തിൽ സാമ്രാജ്യത്വ വേട്ടയെ നേരിടാൻ രൂപം കൊണ്ടിട്ടുള്ള 'ടെലിസൂർ' എന്ന ലാറ്റിനമേരിക്കൻ ചാനലും 'ഹലോ പ്രസിഡണ്ട്' എന്ന പേരിലുള്ള, ഷാവേസിന്റെ ജനസമ്പർക്ക പരിപാടികളും, മാധ്യമചരിത്രത്തിലെ 'സാമ്രാജ്യത്വവിരുദ്ധ' മുന്നേറ്റത്തിന്റെ മാതൃകകളാണ്.

നാല്
'നരഭോജി' ഷാവേസ്!

ലാറ്റിനമേരിക്കയിൽ, അഫ്ഗാനിസ്ഥാനിൽ, ഇറാഖിൽ, ഇസ്രയേൽ നേതൃത്വത്തിൽ മധ്യപൂർവ ദേശങ്ങളിൽ, കൊടിപറത്തുന്ന 'സാമ്രാജ്യത്വ ഭീകരതക്കെതിരെ നിർഭയം പ്രതികരിച്ച 'ലോകനേതാക്കളിൽ ഒരാളായി ഹ്യൂഗോ ഷാവേസ് മാറിയത്, സാമ്രാജ്യത്വ മാധ്യമങ്ങൾ പ്രചരിപ്പിച്ചതുപോലെ, ശ്രദ്ധപിടിച്ചെടുക്കും വിധമുള്ള പത്രതലക്കെട്ടുകൾ കൊണ്ടല്ല, വിട്ടുവീഴ്ചയില്ലാത്തൊരു സാമ്രാജ്യത്വവിരുദ്ധ സമീപനം വെനസ്വേലക്ക് ഉയർത്തിപ്പിടിക്കാൻ കഴിഞ്ഞതുകൊണ്ടാണ്. മുഖ്യധാരാ മാധ്യമങ്ങൾ 'കുട്ടികളെ തിന്നുന്ന നരഭോജിയാണ് ഷാവേസ്' എന്ന അസംബന്ധംവരെ, നിരന്തരം ആവർത്തിച്ചു എന്ന് കേൾക്കുമ്പോൾ, സാമ്രാജ്യത്വപ്രചാരണങ്ങളുടെ രസതന്ത്രം അറിയുന്നവരാരും അമ്പരക്കുകയില്ല. എന്നാൽ സമരഭൂമിയിൽനിന്ന് ഷാവേസ് പ്രഖ്യാപിച്ചത്, "വെനസ്വേലയുടെ ഉയിർത്തെഴുന്നേൽപ്പ് ആരംഭിച്ചുകഴിഞ്ഞു, ആർക്കുമിനി അതിനെ തടഞ്ഞുനിർത്താനാവില്ല" എന്നാണ്. സാമ്രാജ്യത്വത്തിന്റെ സർവ ഇടംകോലിടലുകളെയും അതിജീവിച്ച് കുതിക്കുന്ന വെനസ്വേലയെയാണ് പിന്നീട് ലോകം കണ്ടത്.

'ഐക്യരാഷ്ട്രസഭ'യെ അമേരിക്കൻ സാമ്രാജ്യത്വം 'നാറ്റോ' എന്ന സ്വന്തം സൈനികസംഘടനയുടെ ഫോട്ടോകോപ്പിയാക്കുന്നതിനെതിരെ, ഐക്യരാഷ്ട്രസഭയിൽ ഷാവേസ് നിരന്തരം പൊട്ടിത്തെറിച്ചു. സാമ്രാജ്യത്വം ബഹിരാകാശത്തെപ്പോലും ആയുധപ്പുരയാക്കുന്നതിനെതിരെയും മരവിച്ചുപോയ നിരവധി യു എൻ പ്രമേയങ്ങളെക്കുറിച്ചും, ഇസ്രായേൽ ഇപ്പോഴും തുടരുന്ന വംശഹത്യയെക്കുറിച്ചും, അഫ്ഗാനിസ്ഥാനിലും ഇറാഖിലും അമേരിക്ക നടത്തിയ നരനായാട്ടിനെക്കുറിച്ചും, ബുഷ് മുതൽ

ഒബാമവരെയുള്ളവരുടെ രാഷ്ട്രീയ അൽപ്പത്തരങ്ങളെക്കുറിച്ചും സാമ്രാജ്യത്വ സിൽബന്ധികളെ മുറിപ്പെടുത്തുംവിധം ഷാവേസ് സംസാരിച്ചുകൊണ്ടേയിരുന്നു. എന്നാൽ അപ്പോഴും 'ഞങ്ങൾ അമേരിക്കാവിരുദ്ധരല്ല, സാമ്രാജ്യത്വവിരുദ്ധരാണ്, അമേരിക്കൻ ജനതയെ ഞങ്ങൾ സ്നേഹിക്കുന്നു' എന്നദ്ദേഹം ആവർത്തിച്ചു. അമേരിക്കയിലും ഒരു 'ലിങ്കണസ്ക്' ബൊളിവിയർ പ്രസ്ഥാനം പിറവിയെടുക്കുകതന്നെ ചെയ്യുമെന്നും അമേരിക്കൻ ഭരണാധികാരികൾ തുടരുന്ന ക്രൂരത അമേരിക്കൻ ജനത എന്നും വെച്ചുപൊറുപ്പിക്കില്ലെന്നും, സാമ്രാജ്യത്വശക്തികളെ കിടിലം കൊള്ളിക്കുംവിധം അദ്ദേഹം പറഞ്ഞുകൊണ്ടേയിരുന്നു. ആ തുളഞ്ഞുകയറുന്ന വാക്കുകളുടെ മൂർച്ച ഷാവേസിന്റെ മരണത്തോടെ തേഞ്ഞുപോകുമെന്നാണ് സാമ്രാജ്യത്വം കരുതുന്നതെങ്കിൽ,അവർക്ക് തെറ്റി, കാരണം ഷാവേസ് സൂചിപ്പിച്ചപോലെ ഇന്ന് വെനസ്വേല സർവരും പഠിക്കുന്ന വലിയൊരു വിദ്യാലയമാണ്. സാമ്രാജ്യത്വം ലോകത്തെ കൊലക്കളമാക്കുമ്പോൾ ജനാധിപത്യം അതേ ലോകത്തെ ഒരു പാഠശാലയാക്കി മാറ്റാനാണ് ശ്രമിക്കുന്നതെന്ന്, തെളിയിക്കുകയാണ് ഷാവേസ് ചെയ്തത്. 2011 സെപ്തംബർ 28 നു ഷാവേസ് നടത്തിയ ഐക്യരാഷ്ട്ര സഭയിലെ പ്രഭാഷണം അദ്ദേഹം അവസാനിപ്പിച്ചത്, ഗായകനായ അലിപ്രമേറയുടെ വരികളുദ്ധരിച്ചാണ്. അതൊരൊറ്റ വരിയിൽ സംഗ്രഹിക്കാം:

> ഈ ലോകത്തെ, സാമ്രാജ്യത്വം ആഗ്രഹിക്കുംവിധം ഇങ്ങനെത്തന്നെ നിലനിൽക്കാൻ വിട്ടാൽ, ലോകത്തിൽ പിന്നെന്തു സമാധാനം?

കോളിളക്കം സൃഷ്ടിച്ച 2006 സെപ്തംബർ 20 ലെ പ്രഭാഷണത്തിലും, ഇതേ ആശയം തന്നെയാണ് നാടകീയമായി അദ്ദേഹം ആവിഷ്കരിച്ചത്. ഐക്യരാഷ്ട്രസഭയെ സാമ്രാജ്യത്വവിരുദ്ധസമരത്തിന്റെ പ്രചാരവേദിയാക്കി മാറ്റുന്നതിൽ ഏറെ മുന്നിൽനിന്നു ഷാവേസ്. നോംചോംസ്കിയുടെ "ഒന്നുകിൽ മേൽക്കോയ്മ, അല്ലെങ്കിൽ അതിജീവനം" എന്ന സാമ്രാജ്യത്വവിരുദ്ധ പുസ്തകം, കയ്യിലേന്തിക്കൊണ്ടാണ്, അന്ന് ഐക്യരാഷ്ട്രസഭയുടെ, 'ഉറക്കംതൂങ്ങിനയതന്ത്ര' മാഞ്ഞാലങ്ങളെ അദ്ദേഹം തകിടം മറിച്ചത്. "നിങ്ങളുടെ വീട്ടിൽത്തന്നെയാണ് പിശാചുള്ളത്. ഇന്നലെ പിശാച് ഇവിടെ വന്നു. ഇപ്പോഴും ഇവിടെ വെടിമരുന്ന് മണക്കുന്നു..." "ലോകത്തിന്റെ ഉടമയെപ്പോലെ ഇന്നലെ അവൻ ഇവിടെവന്നു" എന്ന് തുടങ്ങി അമേരിക്കൻ പ്രസിഡണ്ടിനെതിരെ, ഷാവേസ് നടത്തിയ കടുത്ത പ്രയോഗങ്ങൾ സൃഷ്ടിച്ച 'പൊള്ളൽ പാടുകൾ' ഇന്നും ബുഷിന്റെ ശരീരത്തിലുണ്ടാവും! ബുഷിന്റെ പ്രസംഗത്തെ 'ചെകുത്താന്റെ പാചകവിധി'യോടാണദ്ദേഹം തുല്യപ്പെടുത്തിയത്. "നിങ്ങളാണ് യഥാർഥ ഭീകരവാദികൾ, പക്ഷേ നിങ്ങൾ മറ്റുള്ളവരെ മുഴുവൻ ഭീകരവാദികളാക്കി മുദ്ര ചാർത്തുകയാണ്. ബോംബു

കൾകൊണ്ട് എന്തുതരം ജനാധിപത്യമാണ് നിങ്ങളുണ്ടാക്കാൻ പോകുന്നത്?" ബുഷിനെ എന്നപോലെ ഒബാമയേയും ഷാവേസ് തൊലിയുരിച്ചു. 2009 ൽ സി എൻ എന്നിനുവേണ്ടി ലാരികിങ് നടത്തിയ അഭിമുഖത്തിൽ അദ്ദേഹം പറഞ്ഞു: "രണ്ട് ഒബാമമാരുണ്ട്. സമാധാനത്തെക്കുറിച്ച് ചുമ്മാ സംസാരിക്കുന്ന ഒബാമ, തുടരെതുടരെ സൈനികത്താവളങ്ങൾ സ്ഥാപിക്കുന്നതിന് സമ്മതം നൽകുന്ന ഒബാമ, യുദ്ധം സ്പോൺസർ ചെയ്യുന്ന ഒബാമ, ആയുധംകൊണ്ടും ഉപരോധംകൊണ്ടും ലാറ്റിനമേരിക്കയെ തകർക്കാൻ ശ്രമിക്കുന്ന ഒബാമ- ഇവനെ ഞാൻ വെറും 'പൊങ്ങൻ' എന്നു വിളിക്കാനാണ് ഇഷ്ടപ്പെടുന്നത്." ഇത്തരം പ്രയോഗങ്ങൾക്കെതിരെ വിമർശനം ഉയർന്നപ്പോൾ ഷാവേസ് പറഞ്ഞു: "സമാധാനമുണ്ടാവുമെങ്കിൽ, ഞങ്ങളിത് പിൻവലിക്കാൻ തയ്യാറാണ്. പക്ഷേ ആക്ഷേപിക്കലും അപവാദം പ്രചരിപ്പിക്കലും, ജനനേതാക്കളെ വധിക്കുന്നതും ജനാധിപത്യ ഭരണകൂടങ്ങളെ അട്ടിമറിക്കുന്നതും അവസാനിപ്പിക്കാൻ നിങ്ങൾ തയ്യാറാവുമോ?" "ജനാധിപത്യത്തെക്കുറിച്ച് അർഥശൂന്യമായ വിഡ്ഢിത്തങ്ങൾ, പടിഞ്ഞാറൻ സംവാദവേദികൾ മറ്റൊരു വാക്കിനേക്കാളും രാഷ്ട്രീയ കാഴ്ചപ്പാടിനേക്കാളും അധികമായി പുലമ്പുന്നുണ്ട്. സമീപകാലത്തെ അമേരിക്കൻ പ്രസംഗങ്ങളിൽ വാക്കുകൾക്ക് യാഥാർഥ്യവുമായുള്ള എല്ലാ ബന്ധങ്ങളും നഷ്ടമായിരിക്കുന്നു." (ഹോബ്സ്).

അമേരിക്ക മറ്റുരാജ്യങ്ങളെ ഭീതിക്കടിമപ്പെടുത്തുന്നതോടൊപ്പം, സ്വന്തം രാജ്യത്തിലെ ജനങ്ങളെയും ഭീതിപ്പെടുത്തുകയാണ്. "കാൻസർ അവർ എനിക്കെതിരെ പ്രയോഗിക്കുന്ന ആയുധമാണ്" എന്ന് ഷാവേസ് പറഞ്ഞത് മറക്കാനാവില്ല.' "എനിക്കെന്തെങ്കിലും സംഭവിച്ചാൽ നിങ്ങൾ 'മിസ്റ്റർ ഡെയിഞ്ചറെ' സൂക്ഷിച്ചുകൊള്ളുക" എന്ന ഷാവേസിന്റെ മുന്നറിയിപ്പോടൊപ്പമല്ലാതെ ഇന്ന് ആ മരണത്തെയും കാണാനാവില്ല.

അഞ്ച്
കൊടികൾക്കു മുകളിൽ 'കോടികൾ!'

നല്ല വായനക്കാരെല്ലാം നല്ല നേതാക്കളാവണമെന്നില്ല, എന്നാൽ, 'നല്ല നേതാക്കളെല്ലാം' നല്ല വായനക്കാർ കൂടിയായിരിക്കുന്നത്, നാട്ടിന്നും നാട്ടാർക്കും നന്നാവും. കോടീശ്വരന്മാർക്ക് മാത്രം 'സ്ഥാനാർഥിക്കുപ്പായം' തയ്ച്ചുനൽകുന്ന 'കോർപ്പറേറ്റ്' പശ്ചാത്തലത്തിൽ, കോടികൾക്കല്ലാതെ മറ്റൊന്നിനും പ്രാധാന്യം കിട്ടുകയില്ല. ഇപ്പോൾതന്നെ ഇന്ത്യയിൽ കൊടികൾക്കുമേൽ കോടികൾ പറക്കാൻ തുടങ്ങിക്കഴിഞ്ഞിരിക്കുന്നു. 'വേദപുസ്തകം' പോലും കണ്ടിട്ടില്ലെങ്കിലും 'ചെക്ക് പുസ്തകം' കയ്യിലുണ്ടെങ്കിൽ ഇപ്പോൾ ആരും രക്ഷപ്പെടുമെന്നായിരിക്കുന്നു! തിരഞ്ഞെടുപ്പ് വിജയം 'കോടികൾ' തമ്മിലുള്ള ഏറ്റുമുട്ടലാവുകയാണ്! 5 കോടിക്കാരെ പത്തു കോടിക്കാർ തോൽപ്പിക്കുന്നതിന്റെ പേരാണോ ജനാധിപത്യം?! വിസ്തരിച്ചുള്ള വായന വേണ്ട ചെക്കുലീഫിലൊരൊപ്പുമതി, എന്നൊര

വസ്ഥയിലേക്കാണ്, ഇപ്പോൾ ചിലർ വളരുന്നത്!

വായനയെ വെറും പുസ്തകവായനയെന്ന പരിമിതമായ അർഥത്തിലേക്ക് വെട്ടിച്ചുരുക്കേണ്ടതില്ല. മനുഷ്യരുടെ ചങ്കിടിപ്പിന്റെ താളവും അവരുടെ കണ്ണീരിന്റെ ഉപ്പും തിരിച്ചറിയുന്നൊരു വായന മതിയാവും. ജനശത്രുക്കളുടെ തേറ്റയും കൊമ്പും കാണാനുള്ള കണ്ണുണ്ടായാൽ മതിയാവും. ഹ്യൂഗോ ഷാവേസിന് ഇത് രണ്ടുമുണ്ടായിരുന്നു. 'പുസ്തകങ്ങൾ' അദ്ദേഹത്തിന് സ്വന്തം വീടലങ്കരിക്കാനുള്ള അസംസ്കൃതവസ്തുക്കളായിരുന്നില്ല. മറിച്ചത് പൊരുതാനുള്ള ആയുധങ്ങളായിരുന്നു. ഒരുപക്ഷേ ലോകരാഷ്ട്രീയത്തിൽ നല്ല അർഥത്തിൽ പുസ്തകങ്ങൾകൊണ്ട്, 'നാടകം കളിച്ച' ഭരണാധികാരി ഷാവേസാണ്.

വഴിയോരക്കച്ചവടക്കാരൻ, അൾത്താരബാലൻ, സ്പോർട്സ് താരം ഗായകൻ, പ്രഭാഷകൻ, സൈനികൻ, പോരാളി, ഭരണാധികാരി എന്നീ നിലകളിലുള്ള ഷാവേസിന്റെ ജീവിതം 'പുസ്തകങ്ങളിൽനിന്നും' പറിച്ചുമാറ്റാനാവില്ല. തുടക്കം അമ്മയുടെ പുസ്തകശേഖരത്തിൽനിന്നും കിട്ടിയ ദൈവവിജ്ഞാനകോശത്തിലെ, 'ജീവിതത്തിൽ എങ്ങിനെ വിജയിക്കാം' എന്നുള്ളതിൽ നിന്നായിരുന്നു. 'എങ്ങനെ കോടീശ്വരനാകാം', 'എങ്ങിനെ സുഹൃത്തുക്കളെ നേടുന്നതിൽ വിജയിക്കാം', 'എങ്ങിനെ സന്തുഷ്ടരാവാം' തുടങ്ങിയ ഉപഭോക്തൃപുസ്തക പരമ്പരയിലേക്ക്, ഇതിനെ ചേർക്കരുത്. അസ്തിത്വത്തെക്കുറിച്ചുള്ള ആഴത്തിലുള്ള അന്വേഷണം, ഭൗതികവാദത്തിന്റെ അടിസ്ഥാനത്തിലായാലും, ആശയവാദത്തിന്റെ അടിസ്ഥാനത്തിലായാലും 'അന്ധവിശ്വാസമല്ല' എന്ന് തിരിച്ചറിയാനാവാത്തവർക്ക്, ഷാവേസിനെപ്പോലുള്ള പ്രക്ഷോഭകാരികളെ ഉൾക്കൊള്ളാനാവില്ല. 'വിശ്വാസംതന്നെ അന്ധവിശ്വാസമാണെന്നും' അതിനാൽ അന്ധവിശ്വാസം പ്രത്യേകമായി നിലനിൽക്കുന്നില്ലെന്നും വാദിക്കുന്നവർ നാളിതുവരെയുള്ള സാമൂഹ്യചരിത്രത്തിനൊപ്പം മതചരിത്രത്തെയും നിഷേധിക്കുന്നവരാണ്.

'വിശ്വാസം' സൂക്ഷ്മാർഥത്തിൽ ഓരോ വ്യക്തിയും, സ്വാംശീകരിക്കുന്ന കാഴ്ചപ്പാടിന്റെ വിജയമാണ്. 'സാമാന്യബോധ'മായി മാറുന്ന 'തത്വചിന്ത'തന്നെയാണ് വിശ്വാസങ്ങളായി വികസിക്കുന്നത്. തത്വചിന്തകരല്ലാത്തവരുടെ, തത്വചിന്തയെന്ന് 'സാമാന്യബോധ'ത്തെ ഗ്രാംഷി വിശദീകരിക്കുന്നത്, ഓർത്താൽ ഇക്കാര്യം എളുപ്പം വ്യക്തമാകും. അതുകൊണ്ട്, ഒരർഥത്തിൽ മതവിശ്വാസവും, മതരഹിതവിശ്വാസവും യഥാക്രമം ആശയവാദ ഭൗതികവാദ തത്വചിന്തയുടെ വ്യത്യസ്ത പ്രയോഗങ്ങളാണ്. അവയുടെ ശരി/തെറ്റുകളെക്കുറിച്ചുള്ള സൈദ്ധാന്തിക സംവാദങ്ങൾ സാധ്യമാണ്, അനിവാര്യവുമാണ്. എന്നാൽ, 'അന്ധവിശ്വാസ'ത്തിന് ഒരു സൈദ്ധാന്തിക അടിത്തറയുമില്ല. തത്വചിന്തയുടെ നിഴൽപോലും വീഴാത്ത, പ്രജ്ഞയുടെയും ചിന്തയുടെയും ശ്മശാനങ്ങളിൽവെച്ചാണ്, 'അന്ധവിശ്വാസങ്ങൾ' വികസിക്കുന്നത്. എന്നാൽ വിശ്വാസത്തിന്റെയും അന്ധവിശ്വാസത്തിന്റെയും അതിർത്തി നിർണയിക്കുക

അത്ര എളുപ്പമല്ല. ഒരു പ്രത്യേക മതത്തിലെ വിശ്വാസിക്ക് മറ്റ് മതവിശ്വാസങ്ങളൊക്കെയും, വെറും അന്ധവിശ്വാസങ്ങളായി തോന്നാവുന്നതാണ്. ഒരു മതത്തിലെ നവോത്ഥാനവാദികൾ, ആ മതത്തിലെതന്നെ ഭൂരിപക്ഷംപേരുടെ വിശ്വാസങ്ങളെത്തന്നെ അന്ധവിശ്വാസത്തിന്റെ ഭാഗമായിട്ടാവും കാണുന്നത്. ഇങ്ങനെ വിശ്വാസ, അന്ധവിശ്വാസ വിഭജനങ്ങൾ സൈദ്ധാന്തികവും, പ്രായോഗികവുമായി നിരവധി പ്രയാസങ്ങൾ നേരിടുന്നുണ്ടെങ്കിലും, സാമാന്യമായി 'തത്വചിന്ത'യുടെ പിൻബലമില്ലാത്തതും, പ്രായോഗികമായി എളുപ്പം അസംബന്ധമാണെന്ന് തെളിയിക്കാവുന്നതും വിശ്വസിക്കുന്നതിനാൽ അപകടങ്ങൾ ഉണ്ടാകുന്നതുമായ വിശ്വാസങ്ങളെ, അന്ധവിശ്വാസങ്ങൾ എന്ന് കൃത്യമായി വിളിക്കാൻ കഴിയും.

ഷാവേസിന്റെ ജീവിതം "ജീവിക്കണമെങ്കിൽ ഇന്ന് നാം സമരം ചെയ്യണമെന്ന" വിക്ടർ ഹ്യൂഗോവിന്റെ സമീപനത്തിന്റെ ധീരമായ പ്രയോഗമായിരുന്നു. ഒരധികാരി എന്ന നിലയിൽ 'പാവങ്ങളുടെ ക്രിസ്തുവിനെ'ക്കുറിച്ചുള്ള സ്വപ്നം അദ്ദേഹത്തെ എന്നും പ്രചോദിപ്പിച്ചു. അമ്മയുടെ ഗ്രന്ഥശേഖരത്തിൽനിന്നും കുട്ടിക്കാലത്ത് കണ്ടെടുത്ത 'ആശയങ്ങൾ' കാലമേറെ കഴിഞ്ഞപ്പോഴും ആ മനസ്സിൽ പച്ചപിടിച്ചുതന്നെ നിന്നിരിക്കണം. 'തടവറ'യെ എല്ലാ പ്രക്ഷോഭകാരികളെയുംപോലെ ഷാവേസും സാംസ്കാരികകേന്ദ്രമാക്കി മാറ്റിത്തീർത്തത് വായനയിലൂടെയാണ്. മാർക്സ് മുതൽ ഇസ്ത്വാൻ മൊറസിന്റെ *മൂലധനത്തിന്നപ്പുറം* മുതൽ നിരവധി പുസ്തകങ്ങൾ തടവറയിലെ ഇരുട്ടിലും തീനാളങ്ങളായി അദ്ദേഹത്തിന് കൂട്ടായി! വെനസ്വേലയുടെ പ്രസിഡണ്ടെന്ന നിലയിൽ, സാമ്രാജ്യത്വത്തെ കിടിലംകൊള്ളിക്കുന്ന ധീരമായ രാഷ്ട്രീയ ഇടപെടലുകൾക്കൊപ്പം ഗംഭീരമായ സാംസ്കാരിക നയങ്ങൾക്കും അദ്ദേഹം നേതൃത്വം നൽകി. അതിലൊന്നാണ് *ഡോൺക്വിക്സോട്ട്* എന്ന ഇതിഹാസ കൃതിയുടെ പത്തുലക്ഷം കോപ്പി, വെനസ്വേലയുടെ സാംസ്കാരിക വകുപ്പിന്റെ നേതൃത്വത്തിൽ അച്ചടിച്ച് നവസാക്ഷരർക്ക് സൗജന്യമായി വിതരണം ചെയ്ത സംഭവം. 'ക്വിക്സോട്ടിക്' എന്നുതന്നെ പ്രത്യക്ഷത്തിൽ തോന്നാവുന്ന ഇത്തരമൊരു ദൗത്യത്തിന്റെ പിറകിലെ 'തത്വം' ആഴത്തിലുള്ള അപഗ്രഥനം ആവശ്യപ്പെടുന്നു. കുലീന സങ്കൽപ്പങ്ങൾക്കെതിരെയുള്ള ആക്രമണമാണ്, ഷാവേസ് ആഘോഷിച്ചത്. സെർവാന്റിസിന്റെ *ഡോൺക്വിക്സോട്ടി*ന്റെ 400-ാം വാർഷികം ഗംഭീരമായി ആഘോഷിച്ച സ്പെയിൻപോലും വെനസ്വേലൻ ആഘോഷത്തിനുമുമ്പിൽ സ്തംഭിച്ചു പോയിരിക്കണം. "ജീവിതമെന്നും ഇങ്ങിനെത്തന്നെയായിരിക്കുമെന്ന്" കരുതുന്ന 'ഭ്രാന്തി'നെതിരെ വെനസ്വേലയിൽ മിനിമം പത്തുലക്ഷം 'ക്വിക്സോട്ടു'മാരെങ്കിലും ഒരു കലാപം തുടങ്ങട്ടെ എന്ന് ഷാവേസ് അപ്പോൾ നിനച്ചിരിക്കണം. എന്നാൽ ഷാവേസിന്റെ 'പുസ്തകപ്രക്ഷോഭത്തിലെ' സാർവദേശീയ അധ്യായം എഴുതപ്പെട്ടത്, 2006 ൽ ഐക്യരാഷ്ട്രസഭയുടെ പൊതുവേദിയിൽ വെച്ചായിരുന്നു.

നോംചോംസ്കിയുടെ *ആധിപത്യമോ അതിജീവനമോ.....* (Hegemony or Survival...) എന്ന സാമ്രാജ്യത്വവിരുദ്ധ പുസ്തകം ഉയർത്തിപ്പിടിച്ചുകൊണ്ടുള്ള ആ പ്രസംഗം, ഷേക്സ്പിയർ *ജൂലിയസ് സീസർ* എന്ന കൃതിയിൽ, അനശ്വരനാക്കിയ 'മാർക്ക് ആന്റണിയുടെ' ചരിത്രപ്രസിദ്ധമായ പ്രസംഗത്തിന്റെ നേർ എതിർമാതൃകയെന്ന നിലയിൽ, ചരിത്രത്തിലെന്നും ശിരസുയർത്തി നിൽക്കും! സീസറെ അഗാധമായി സ്നേഹിക്കുകയും, കൊലയാളിയായ ബ്രൂട്ടസിനെ വെറുക്കുകയും ചെയ്തിട്ടും ബ്രൂട്ടസിന് അനുകൂലമായ സാഹചര്യം മനസിലാക്കി മാർക്ക് ആന്റണി പ്രസംഗം ആരംഭിച്ചതും ആ പ്രസംഗത്തിലുടനീളം ആവർത്തിച്ചതും, 'ബ്രൂട്ടസ് ബഹുമാന്യനാണ്' എന്നായിരുന്നു. ഒടുവിൽ 'കൊലയാളിയായ നീചനാണ് ബ്രൂട്ടസ്' എന്നുറപ്പിക്കാൻ കഴിഞ്ഞെങ്കിലും!

എന്നാൽ ഷാവേസ് 'ബുഷിനെ' ഒരു ഔപചാരികതയും തന്ത്രവും കൂടാതെ ചെകുത്താൻ എന്ന് നേരിട്ട് വിളിക്കുകയാണുണ്ടായത്. ഒരർഥത്തിൽ ആ വിളി വിമോചനദൈവശാസ്ത്രത്തിലേക്കാണ്, പലരും കരുതുന്നതുപോലെ ഷാവേസിന്റെ 'വൈകാരികപ്രകൃത'ത്തിൽ അല്ല വേരാഴ്ത്തിയിരിക്കുന്നത്! കുരിശും ഭരണഘടനയും ഒരേ കുപ്പായക്കീശയിൽ എന്നും സൂക്ഷിച്ച സോഷ്യലിസ്റ്റായിരുന്നു ഷാവേസ്! ബുഷിനെ മാത്രമല്ല, ഒബാമയേയും വിചാരണ ചെയ്യാൻ ഷാവേസ് മറ്റു പലതിനുമൊപ്പം പുസ്തകങ്ങളെയും ആയുധമാക്കിയതാണ് 2009 ൽ സംഭവിച്ചത്! അന്നാണ്,എഡ്വാർഡോ ഗലീനയുടെ (Eduardo Galeano) പ്രശസ്തമായ അധിനിവേശ ശക്തികളുടെ ലാറ്റിനമേരിക്കൻ ചൂഷണത്തിന്റെ ആഴം വ്യക്തമാക്കുന്ന *ചോര ഊറ്റിയെടുക്കപ്പെട്ട ലാറ്റിനമേരിക്ക......... (Open veins of Latin America.....)* എന്ന പുസ്തകം, ഒബാമക്ക്, ഷാവേസ് സ്നേഹസമ്മാനമായി സമർപ്പിച്ചത്. 1888 ൽ ശ്രീനാരായണഗുരു നിർവഹിച്ച 'കണ്ണാടിപ്രതിഷ്ഠ'യോട് വിദൂരസാദൃശ്യമുള്ള ഒരു സൗമ്യസ്ഫോടനം എന്തായാലും ഇതിലുണ്ട്. സാമ്രാജ്യത്വത്തിന്റെ ചോരപുരണ്ട മലിനപ്രതിഛായയുടെ മുമ്പിലേക്ക് ഒബാമയെ ഉന്തിയിടുകയാണ്, ഈ പുസ്തകംതന്നെ നൽകുന്നതിലൂടെ ഷാവേസ് ചെയ്തത്. അതല്ലെങ്കിൽ ആ സാമുവൽ ഹണ്ടിംഗ്ടന്റെയോ മിൽട്ടൻ ഫ്രീഡ്മാന്റേയോ വല്ല കൃതികളും കൊടുത്താൽ മതിയാകുമായിരുന്നല്ലോ. 'ഹലോ പ്രസിഡണ്ട്' എന്ന ഷാവേസിന്റെ പ്രതിവാര ടി വി പരിപാടി, പുസ്തകപരിചയത്തിന്റെ വസന്തകാലം കൂടിയായി. വിറ്റ്മാൻ മുതൽ നെരൂദവരെ ആ വാക്കുകളുടെ ഊർജമായി!

ചിലർക്ക് ഉറക്കമില്ലാതിരിക്കുന്നതുപോലും നല്ലതാണ്. വായിച്ചുതീർത്ത പുസ്തകത്തെക്കുറിച്ച് അർധരാത്രി കഴിഞ്ഞ് ഫോണിൽ പരസ്പരം ചർച്ച ചെയ്യുന്ന ഷാവേസും കാസ്ട്രോയുമെല്ലാം പുസ്തകലോകത്തെ വിസ്മയങ്ങളാണ്. സ്വന്തം മരണത്തിന് കൊടുക്കാൻപോലും ഷാവേസ് ഏതോ ഒരു പുസ്തകം കരുതിവെച്ചിരുന്നിരിക്കണം. വ്യക്തി

കൾ മരിക്കുമെങ്കിലും, പോരാട്ടങ്ങൾ തുടരുമെന്ന് അധികാരശക്തികളെ അസ്വസ്ഥപ്പെടുത്തുന്ന ഏതോ ഒരു പുസ്തകം!

ആറ്
ഇതൊരോർമപുസ്തകം

'ജനങ്ങളുടെ പ്രസിഡണ്ട്', 'പാവപ്പെട്ടവരുടെ ക്രിസ്തു' എന്നിങ്ങനെയുള്ള പ്രശംസകളും, 'ഏകാധിപതി', 'നരഭോജി' എന്നിപ്രകാരമുള്ള അധിക്ഷേപങ്ങൾക്കുമിടയിൽ ഹ്രസ്വമെങ്കിലും സംഭവബഹുലമായ ഒരു ജീവിതമാണ് ഷാവേസ് നയിച്ചത്. കാസ്ട്രോയുമായുള്ള ഷാവേസിന്റെ സൗഹൃദംപോലും, ഉടമ–അടിമ ബന്ധമാണെന്ന് വരുത്തിത്തീർക്കാൻ, കോർപ്പറേറ്റ് മാധ്യമങ്ങൾ പരസ്പരം മത്സരിച്ചു എന്നറിയുമ്പോൾ, ലാറ്റിനമേരിക്കൻ ജനകീയ മുന്നേറ്റം അവരെ എത്രമാത്രം അസ്വസ്ഥമാക്കുന്നുണ്ടെന്ന്, വലിയ അപഗ്രഥനമൊന്നും കൂടാതെ ആർക്കും മനസിലാവും.

ഷാവേസിന്റെ ശബ്ദം അനുകരിക്കാൻ വാടകയ്ക്ക് മിമിക്രി കലാകാരന്മാരെ ഏർപ്പെടുത്തുകയും, അദ്ദേഹം പറയാത്ത വാക്യങ്ങൾ അദ്ദേഹത്തിന്റെ പ്രസംഗങ്ങൾക്കിടയിൽ എടുത്തുവെക്കുകയും ചെയ്തു. അതേക്കുറിച്ച് ഷാവേസ് പറയുന്നു:

> എന്റെ ശബ്ദം അനുകരിക്കാൻ അവർ ഒരു നടനെ വാടകയ്ക്കെടുത്തു. അയാൾ അതിഭംഗിയായി അതു ചെയ്തു. സ്റ്റുഡിയോവിൽ കൊണ്ടുപോയി പ്രസംഗം ചെയ്യുന്നത് റിക്കോർഡു ചെയ്തു. അയാളെക്കൊണ്ട് എന്റെ ശബ്ദം അനുകരിച്ചു പറയിച്ചു. 'ഞാൻ ഈ തലകൾ എണ്ണയിൽ പൊരിച്ചെടുക്കും'. എന്നിട്ട് എവിടെയോ പ്രസംഗിക്കുന്ന ദൃശ്യത്തിൽ ഈ വാചകം ഞാൻ പറയുന്നതായി അവർ കാണിച്ചു. അതുകണ്ടപ്പോൾ എനിക്കുതോന്നി, 'ഏയ്! എന്റെ ശബ്ദംതന്നെയാണല്ലോ ഇത്. പക്ഷേ ഇങ്ങനെയൊരു കാര്യം ഞാൻ പറഞ്ഞിട്ടേയില്ല. എന്റീശ്വരാ! ഈ ശബ്ദം എന്റേതുപോലെതന്നെ. ഞാനങ്ങനെ പറഞ്ഞിട്ടില്ല, അത്ര ഭ്രാന്ത് എനിക്കില്ല. ഞാനിതു പറഞ്ഞില്ല!' ഞാൻ തന്നെയാണ് ഇതു പറഞ്ഞതെന്നു എല്ലാവരും വിശ്വസിച്ചു. ഞാൻ നിഷേധിച്ചിട്ടും എന്റെ അനുയായികളിൽ ചിലർപോലും അതു വിശ്വസിച്ചു. അപ്പോൾ ആ നടൻതന്നെ പറഞ്ഞു. അയാളെ കള്ളം പറഞ്ഞു പറ്റിച്ചതാണെന്ന്. അവർ ഒരു ഹാസ്യചിത്രം നിർമിക്കുകയാണെന്ന് അയാളോട് പറഞ്ഞു. എത്രലക്ഷം ബൊളിവാർ പ്രതിഫലമായി കൊടുത്തു എന്നറിയില്ല. പക്ഷേ അവരുടെ വഞ്ചനയെ ആ നടൻ അധിക്ഷേപിച്ചു. എന്റെ ശബ്ദത്തിന്റെ മിമിക്രി അയാളെക്കൊണ്ടു ചെയ്യിച്ചതു വലിയ ചതിയായിപ്പോയി എന്നു അയാൾ പറഞ്ഞു. നമ്മുടെ ശത്രുക്കൾക്ക് ഇതൊരു കനത്ത അടിയായി.

ചിന്ത പുറത്തിറക്കുന്ന *ഹ്യൂഗോ ഷാവേസ് ഓർമപ്പുസ്തകം* ഷാവേസിനെക്കുറിച്ചും ലാറ്റിനമേരിക്കൻ വിമോചനശ്രമങ്ങളെക്കുറിച്ചും, സാമ്രാജ്യത്വ വിരുദ്ധ സമരത്തിന്റെ അനിവാര്യതയെക്കുറിച്ചും, പ്രതിപാദിക്കുന്ന, ശ്രദ്ധേയമായ ഷാവേസ് പ്രബന്ധ സമാഹാരമാണ്. പ്രകാശ് കാരാട്ട്, എം എ ബേബി, ബിനോയ് വിശ്വം, പി രാജീവ്, പി പി സത്യൻ, ഡോ. എൻ ആർ ഗ്രാമപ്രകാശ്, ഐജാസ് അഹമ്മദ്, താരീഖ് അലി, ജയതി ഘോഷ്, വിജയ്പ്രസാദ്, വി ബി പരമേശ്വരൻ, എൻ എസ് സജിത്, വെങ്കിടേഷ് രാമകൃഷ്ണൻ, എൻ ഇ സുധീർ, ജോൺ ചെറിയാൻ, രാജേഷ് ചിറപ്പാട്, നളിനി രാജൻ, വി സുകുമാരൻ, ഡോ. പി കെ പോക്കർ, എ ശ്യാം, ഡോ. അനിൽ ചേലേമ്പ്ര എന്നിവരുടെ ഷാവേസ് പ്രബന്ധങ്ങൾ പലതലങ്ങളിലും വ്യത്യസ്തമായിരിക്കുമ്പോഴും മൗലികമായി പങ്കുവെക്കുന്നത് രാഷ്ട്രീയപ്രബുദ്ധതയും സാംസ്കാരിക ധീരതയുമാണ്. ഷാവേസിന്റെ സുപ്രസിദ്ധങ്ങളായ രണ്ടു പ്രസംഗങ്ങൾ അനുബന്ധമായി ചേർത്തിരിക്കുന്നു. പ്രസ്തുത പ്രസംഗങ്ങൾ പരിഭാഷപ്പെടുത്തിയിട്ടുള്ളത് യഥാക്രമം സി പി അബൂബക്കർ, എ കെ രമേശ് എന്നിവരാണ്. ഇംഗ്ലീഷ് ലേഖനങ്ങളുടെ പരിഭാഷ നിർവഹിച്ചിരിക്കുന്നത് നാരായണൻ ചെമ്മലശ്ശേരി, കെ എ വേണുഗോപാലൻ, ജി വിജയകുമാർ എന്നിവരാണ്. ഷാവേസിന്റെ സാധ്യതകളെന്നപോലെ പരിമിതികളും പൊതുവിൽ പരിശോധിക്കപ്പെടുന്നുണ്ട്. എന്നാൽ ഷാവേസിന്റെ പ്രസക്തമായ അനുസ്മരണത്തെപ്പോലും ഇടതുപക്ഷവിരുദ്ധതയാക്കിത്തീർക്കും വിധമുള്ള സങ്കുചിതത്വം ഇതിലൊരു പ്രബന്ധവും പങ്കുവെക്കുന്നില്ല. ഷാവേസ് 'വെനസ്വേല'യിൽ ചെയ്തതുപോലും, കേരളത്തിൽ ഇടതുപക്ഷം ചെയ്യുന്നില്ലെന്ന തരത്തിലുള്ള രാഷ്ട്രീയതമാശകൾ ഇതിൽ കണ്ടെത്താൻ ശ്രമിക്കുന്നവർ നിരാശരാവും. പരമാധികാര സ്വതന്ത്ര രാഷ്ട്രമായ വെനസ്വേലയേയും, ഇന്ത്യ എന്ന പരമാധികാര സ്വതന്ത്രരാഷ്ട്രത്തിലെ വെറുമൊരു സംസ്ഥാനം മാത്രമായ കേരളത്തെയും; അവ തമ്മിലുള്ള പ്രാഥമികമായ മൗലിക രാഷ്ട്രീയ വ്യത്യാസംപോലും പരിഗണിക്കാതുള്ള, താരതമ്യങ്ങളുടെ വ്യാജഇടതുപക്ഷമുദ്രപേറുന്ന വലതുപക്ഷഗുട്ടൻസിന്റെ പൊള്ളത്തരം *ഷാവേസ് ഓർമപ്പുസ്തകം* നന്നായി തുറന്നുകാട്ടും! സാമ്രാജ്യത്വവിരുദ്ധ പ്രക്ഷോഭപ്രചാരണത്തിന് സഹായകമാവുന്ന ഒരു പുസ്തകമെന്ന നിലയിൽ, ഹ്യൂഗോ *ഷാവേസ് ഓർമപ്പുസ്തകം* ജനാധിപത്യവാദികൾക്കിടയിൽ നിരന്തരം ചർച്ചാവിധേയമാവുമെന്നത് നിസ്തർക്കമാണ്.

ഭാഗം 1
ജീവിതം

സ്വയം വിപ്ലവം നടത്തിയ ഒരു മനുഷ്യൻ

ജോൺ ചെറിയാൻ

മാർച്ച് 8 ന് വെനസ്വേലൻ ജനത തങ്ങളുടെ പ്രിയപ്പെട്ട സേനാനായകനും നേതാവുമായ ഹ്യൂഗോ റാഫേൽ ഷാവേസ് ഫ്രയസിന് അന്തിമാഭിവാദ്യങ്ങൾ അർപ്പിച്ചു. ലാറ്റിനമേരിക്ക ഇതുവരെ കണ്ടതിൽ ഏറ്റവും വലിയ അന്തിമാഭിവാദ്യച്ചടങ്ങുകളിൽ ഒന്നായിരുന്നു ആ സംസ്കാരച്ചടങ്ങ്. കഴിഞ്ഞ 15 വർഷക്കാലമായി സ്വന്തം ജീവിതത്തിന്റെ അവിഭാജ്യഘടകവും മൂന്നുതവണ പ്രസിഡണ്ടായി തിരഞ്ഞെടുക്കപ്പെട്ടവനുമായ ആ മനുഷ്യന് അഞ്ജലി അർപ്പിക്കുന്നതിനായി കാരക്കസിലെ തിളയ്ക്കുന്ന സൂര്യന്റെ ചൂടേറ്റ് രണ്ടുദശലക്ഷത്തോളം പേർ ക്ഷമാപൂർവം കാത്തുനിന്നു. ആശുപത്രി മുതൽ കാരക്കസിലെ സൈനിക അക്കാദമി വരെ പ്രസിഡണ്ടിന്റെ ശവപ്പെട്ടിയും വഹിച്ചുകൊണ്ടു നടന്ന എട്ടു കിലോമീറ്റർ ദൂരം വരുന്ന മാർച്ചിൽ ചുവപ്പുവസ്ത്രം ധരിച്ച ആയിരക്കണക്കിന് ഷാവിസ്റ്റുകൾ (ഷാവേസ് അനുയായികൾ) പങ്കെടുത്തു. 19–ാം നൂറ്റാണ്ടിൽ ലാറ്റിനമേരിക്കയുടെ സ്വാതന്ത്ര്യപ്പോരാട്ടത്തിന് നേതൃത്വംകൊടുത്ത സൈമൺ ബൊളിവറെപ്പോലുള്ള ദേശസ്നേഹികൾക്കുവേണ്ടി സമർപ്പിക്കപ്പെട്ടിട്ടുള്ളതാണ് ഹീറോസ് അവെന്യൂവിൽ സ്ഥിതിചെയ്യുന്ന സൈനിക അക്കാദമി. മൃതശരീരം ഒരുനോക്കു കാണുന്നതിനുവേണ്ടി അണിനിരന്നവരുടെ എണ്ണം വളരെ കൂടുതലായതിനാൽ സമയം ഏഴുദിവസമായി നീട്ടിക്കൊടുക്കേണ്ടതായിവന്നു. വെനസ്വേലയിലും ലോകത്തിന്റെ ബാക്കി ഭാഗങ്ങളിലും ഉയർന്നുകേട്ട വാഴ്ത്തലുകളും മനോവേദനയും ഒരു സൂചനയായെടുത്താൽ ഷാവേസ് വിപ്ലവനേതാവായ ചെ ഗുവേരയുടേയും ലാറ്റിനമേരിക്കൻ ചരിത്ര പ്രതീകമായ ബൊളിവറുടെയും നിരയിൽ എത്തിച്ചേർന്നിരിക്കുന്നതായി പറയാം. തന്റെ നായകനായ ബൊളിവറെപ്പോലെ ഷാവേസിനും സ്വന്തം കടമകൾ പൂർത്തീകരിക്കാനായില്ല.

എന്നാൽ ഏകീകൃത ലാറ്റിനമേരിക്ക എന്ന ബൊളിവറുടെ സ്വപ്നത്തിനെ പുനരുജ്ജീവിപ്പിക്കാനും അതിന് അടിത്തറയിടാനും അദ്ദേഹത്തിന് കഴിഞ്ഞു.

വെനസ്വേലയുടെ കാലയവനികയ്ക്കുള്ളിൽ മറഞ്ഞ പ്രസിഡണ്ടിന്റെ ധീരനായകനായിരുന്ന ഫിദൽ കാസ്ട്രോ പറഞ്ഞത്, "ക്യൂബെൻ ജനതയ്ക്ക് അവരുടെ എക്കാലത്തെയും നല്ല സഖാവിനെയാണ് നഷ്ടമായത്" എന്നാണ്. വെനസ്വേലൻ പ്രസിഡണ്ടിന്റെ ആരോഗ്യനില മോശമാണെന്നറിയാമായിരുന്നിട്ടും ഷാവേസിന്റെ മരണമെന്ന "കയ്പേറിയ വാർത്ത" തനിക്കൊരു കനത്ത ആഘാതമായിരുന്നുവെന്നാണ് മാർച്ച് രണ്ടാം വാരത്തിൽ കാസ്ട്രോ എഴുതിയത്. "അദ്ദേഹം എത്രമാത്രം മഹാനാണെന്ന് അദ്ദേഹത്തിനുപോലും അറിയില്ലായിരുന്നു" എന്ന് കാസ്ട്രോ നിരീക്ഷിച്ചു. "സാമൂഹ്യ നീതിയുടെയും അടിച്ചമർത്തപ്പെട്ടവർക്ക് പിന്തുണനൽകലിന്റെയും കാര്യത്തിൽ ബൊളിവേറിയൻ നേതാവിന്റെ അതേ ആശയങ്ങൾ തന്നെയാണ് താനും പങ്കിട്ടിരുന്നതെന്ന ബഹുമതി" തനിക്കുമുണ്ടെന്ന് കാസ്ട്രോ ഊന്നിപ്പറഞ്ഞു. "മരണത്തിനെതിരായി ധീരോദാത്തവും അക്ഷീണവുമായ പോരാട്ടമാണദ്ദേഹം നടത്തിയത്. വിപദിധൈര്യത്തിന്റേതായ അതിശയകരമായ ഒരു ഉദാഹരണമാണത്." കഴിഞ്ഞ രണ്ടുവർഷക്കാലമായി കാൻസർ ചികിത്സയ്ക്കായി ക്യൂബൻ ആശുപത്രികളിലും പുറത്തുമായി കഴിയുകയായിരുന്നു. ക്യൂബയ്ക്ക് ബുദ്ധിമുട്ടനുഭവിക്കേണ്ടിവന്നിരുന്ന സമയങ്ങളിൽ ഷാവേസ് കാണിച്ച അത്യപൂർവമായ ഉദാരമനസ്കതയ്ക്ക് ക്യൂബൻ ഗവൺമെന്റ് അഞ്ജലികളർപ്പിക്കുകയും മേഖലയുടെ ഉദ്ഗ്രഥനം, വിപ്ലവകരമായ ഐക്യം എന്നീ ലക്ഷ്യങ്ങൾ നേടിയെടുക്കുന്നതിനുവേണ്ടി 'ശാശ്വതമായ കൂറ്' പ്രഖ്യാപിക്കുകയും ചെയ്തു. ദക്ഷിണ അമേരിക്കയിൽ ഐക്യപ്പെട്ട 'മഹത്തായ സ്വരാജ്യം' എന്ന ബൊളിവറുടെ സ്വപ്നം ഷാവേസ് പുനരുജ്ജീവിപ്പിക്കുകയും ഉയർത്തിപ്പിടിക്കുകയും ചെയ്തതായി പ്രസ്താവനയിൽ പറഞ്ഞു.

വെനസ്വേലയിലെ അനുയായികൾക്കിടയിലും വിപുലമായ മേഖലയിലും ഷാവേസ് അറിയപ്പെട്ടിരുന്നത് 'ജനങ്ങളുടെ പ്രസിഡന്റ്' എന്നും 'പാവപ്പെട്ടവരുടെ ക്രിസ്തു' എന്നുമായിരുന്നു. അദ്ദേഹം ആവേശംകൊണ്ടിരുന്നത് ക്രിസ്ത്യൻ വിമോചന ദൈവശാസ്ത്രത്തിൽനിന്നും സോഷ്യലിസ്റ്റ് തത്വശാസ്ത്രത്തിൽനിന്നുമായിരുന്നു. അദ്ദേഹം പറയാനിഷ്ടപ്പെട്ടിരുന്നത് "എല്ലാറ്റിലുമുപരി ഞാനൊരു ക്രിസ്ത്യാനിയും പിന്നെ ഞാനൊരു സോഷ്യലിസ്റ്റു"മാണെന്നായിരുന്നു. ഒരു കൊച്ചുകുരിശും ബൊളിവേറിയൻ സോഷ്യലിസ്റ്റ് ഭരണഘടനയുടെ ഒരു പതിപ്പും എപ്പോഴും അദ്ദേഹത്തിന്റെ കുപ്പായക്കീശയിൽ ഉണ്ടാവുമായിരുന്നു.

വെനസ്വേലയുടെ ഉൾപ്രദേശത്ത് 58 വർഷം മുമ്പ് ജനിച്ച ഷാവേസ് ഒരു മൺകുടിലിലാണ് ദരിദ്രനായി വളർന്നത്. കഠിനാധ്വാനത്തിന്റെ ബലത്താലും സ്വന്തം മേധാശക്തിയാലും സൈനിക വിദ്യാലയത്തിൽ ചേരു

ന്നതിനുള്ള യോഗ്യത അദ്ദേഹം നേടി. 1992 ൽ നടന്നതും പരാജയപ്പെട്ട തുമായ ഒരു അട്ടിമറിശ്രമത്തിന് നേതൃത്വംകൊടുത്ത പാരട്രൂപ്പ് റെജിമെന്റിന്റെ ലെഫ്റ്റനന്റ് കേണൽ എന്ന നിലയിലാണ് അദ്ദേഹം ആദ്യമായി ദേശീയ ശ്രദ്ധനേടുന്നത്. വെനസ്വേല തിളച്ചുമറിയുകയായിരുന്നു; കാർലോസ് ആൻഡ്രസ് പെരസ് ഗവൺമെന്റ് നടപ്പാക്കിയ നവലിബറൽ സാമ്പത്തിക നയങ്ങൾക്കെതിരായ പ്രതിഷേധവുമായി ജനങ്ങൾ തെരുവിലിറങ്ങി. അന്തർദേശീയ നാണയനിധിയുടെ നിർദേശാനുസരണം സ്ഥാപിക്കപ്പെട്ട 'കാരക്കസോ' നയങ്ങൾക്കെതിരായ മുന്നേറ്റത്തിൽ 3000 വരുന്ന വെനസ്വേലക്കാർ കൊലചെയ്യപ്പെട്ടു.

രാഷ്ട്രീയ ജീവിതം

പരാജയപ്പെട്ട അട്ടിമറിശ്രമത്തിൽ പിടിക്കപ്പെട്ട ഷാവേസും അദ്ദേഹത്തിന്റെ സഖാക്കളും ദീർഘകാലത്തേക്ക് ശിക്ഷിക്കപ്പെടുകയും ജയിലിലടയ്ക്കപ്പെടുകയും ചെയ്തു. ജയിലിലേക്ക് പോകുന്നതിന് മുമ്പ് തന്റെ മുദ്രയെന്ന് വിശേഷിപ്പിക്കാവുന്ന ചുവപ്പുകുപ്പായം ധരിച്ചുകൊണ്ട് അദ്ദേഹം പറഞ്ഞു: "ദൗർഭാഗ്യവശാൽ തൽക്കാലം പ്രസ്ഥാനത്തിന് അതിന്റെ ലക്ഷ്യം നേടിയെടുക്കാനായില്ല. എന്നാൽ പുതിയ സാധ്യതകൾ ഉയർന്നുവരികയും രാജ്യത്തിന് ഒരു പുതിയ ഭാവിയിലേക്ക് മുന്നേറാനാവുകയും ചെയ്യും." 1994 ലെ തിരഞ്ഞെടുപ്പിൽ പ്രതിപക്ഷത്തിനുണ്ടായ വിജയത്തെത്തുടർന്ന് രണ്ടുവർഷത്തിനുശേഷം അദ്ദേഹം സ്വതന്ത്രനാക്കപ്പെട്ടു. ഷാവേസ് അപ്പോൾ തന്റെ സ്വന്തം പാർട്ടിയായ ഫിഫ്ത്ത് റിപ്പബ്ലിക് രൂപീകരിക്കുകയും രാജ്യമൊട്ടും സഞ്ചരിച്ച് ബൊളിവേറിയൻ ആശയങ്ങളും സോഷ്യലിസ്റ്റ് സന്ദേശവും പ്രചരിപ്പിക്കുകയും ചെയ്തു. 1950 കൾ മുതൽ മാറിമാറി അധികാരത്തിൽ വന്നിരുന്ന ഡെമോക്രാറ്റിക് ആക്ഷനേയും കോപ്പെയേയും തള്ളിമാറ്റിക്കൊണ്ട് 1998 ൽ അദ്ദേഹം തിരഞ്ഞെടുപ്പിൽ വിജയംകൊയ്തു. അതിനുശേഷം 16 പ്രാവശ്യം അദ്ദേഹം സമ്മതിദായകരുടെ പിന്തുണ തേടി. ഒരു തിരഞ്ഞെടുപ്പിലൊഴികെ മറ്റെല്ലായ്പ്പോഴും വൻഭൂരിപക്ഷത്തോടെ അദ്ദേഹം വിജയംകണ്ടു. ഈയടുത്ത കാലത്തെ ലോകചരിത്രമെടുത്തു പരിശോധിച്ചാൽ 'ഏറ്റവും കൂടുതൽ പ്രാവശ്യം തിരഞ്ഞെടുക്കപ്പെട്ട പ്രസിഡന്റ്' അദ്ദേഹമായിരുന്നു. ലോകത്തിൽ തന്നെ ഏറ്റവും സുതാര്യവും നീതിപൂർവകവുമായ തിരഞ്ഞെടുപ്പായാണ് വെനസ്വേലയിലെ തിരഞ്ഞെടുപ്പു പ്രക്രിയ കണക്കാക്കപ്പെടുന്നത്. മുൻ അമേരിക്കൻ പ്രസിഡണ്ടായ ജിമ്മികാർട്ടർ "ലോകത്തിലെ ഏറ്റവും നല്ലത്" എന്നാണതിനെ പരിഗണിച്ചത്.

ഒരിക്കൽ അധികാരം കിട്ടിയപ്പോൾ തന്നെ വെനസ്വേലൻ സമൂഹത്തെ പരിവർത്തിപ്പിക്കുന്നതിനുള്ള തന്റെ കാഴ്ചപ്പാട് അദ്ദേഹം ശ്രദ്ധാപൂർവം നടപ്പാക്കാൻ തുടങ്ങിയിരുന്നു. 1999 ഡിസംബറിൽ വെനസ്വേലൻ ജനതതിയെക്കൊണ്ട് പുതിയ ഭരണഘടന അംഗീകരിപ്പിക്കാൻ അദ്ദേഹത്തിന് കഴിഞ്ഞു. അത് പാർശ്വവൽക്കരിക്കപ്പെട്ട തദ്ദേശീയർക്കും സ്ത്രീ

കൾക്കും കൂടുതൽ പ്രാതിനിധ്യം നൽകി. ഷാവേസ് ഒരിക്കൽ സ്വയം വിശേഷിപ്പിച്ചത് 'ഫെമിനിസ്റ്റ് സോഷ്യലിസ്റ്റ്' എന്നായിരുന്നു. ബൊളിവേറിയൻ റിപ്പബ്ലിക് ഓഫ് വെനസ്വേല എന്ന് രാഷ്ട്രം പുനർനാമകരണം ചെയ്യപ്പെട്ടു – ബൊളിവേറിയനിസം എന്ന പ്രത്യയശാസ്ത്രം ഐക്യലാറ്റിനമേരിക്ക എന്ന ബൊളിവറുടെ സ്വപ്നത്തെ പ്രചോദിപ്പിക്കുകയും ഒപ്പം ഷാവേസിന്റെ മാറ്റം നൂറ്റാണ്ടിലെ സോഷ്യലിസം എന്ന് അദ്ദേഹം പേരിട്ടുവിളിക്കുകയും ചെയ്തു. ആശയങ്ങളെ ഉൾക്കൊള്ളുകയും അത് രാഷ്ട്രത്തിന്റെ തന്നെ മാർഗനിർദേശക തത്വങ്ങളായി മാറുകയും ചെയ്തു. പുതിയ ഭരണഘടന അംഗീകരിക്കപ്പെട്ടതിനുശേഷം 2000 ൽ നടത്തിയ തിരഞ്ഞെടുപ്പിൽ ഷാവേസ് വിജയിച്ചു. ഈ വർഷം തന്നെയാണ് ക്യൂബയുമായി ഉഭയകക്ഷി ബന്ധങ്ങൾ ശക്തിപ്പെടുത്തിയത്. വെനസ്വേല ക്യൂബയ്ക്ക് പ്രത്യേക നിരക്കിൽ എണ്ണ നൽകി. പകരം ക്യൂബ അധ്യാപകരെയും ഡോക്ടർമാരെയും വെനസ്വേലയ്ക്ക് നൽകി. ഇരുപതാം നൂറ്റാണ്ടിൽ ലാറ്റിനമേരിക്കയെ ഒരു പുരോഗമനപരവും സാമ്പത്തികമായി ചടുലവുമായ ഒരു മേഖലയാക്കിമാറ്റാൻ ശ്രമിച്ച് കാസ്ട്രോ പരാജയപ്പെട്ടെങ്കിൽ 21–ാം നൂറ്റാണ്ടിൽ ഷാവേസിന് വിജയിക്കാനായി.

അദ്ദേഹം സംസാരിക്കാനിഷ്ടപ്പെട്ടു

സാമ്പത്തിക വ്യവസ്ഥയുടെ ഉന്നതങ്ങളിൽ പിടിമുറുക്കിയിരിക്കുന്ന സമ്പന്നവിഭാഗത്തിന്റെ സ്വന്തം കാലിനടിയിൽനിന്ന് രാഷ്ട്രീയമായുണ്ടാകുന്ന മണ്ണൊലിപ്പുകണ്ടു ദയാപുരസ്സരം നോക്കിയിരിക്കാനാവുമായിരുന്നില്ല. അച്ചടിമാധ്യമങ്ങളും ഇലക്ട്രോണിക് മാധ്യമങ്ങളും സമ്പന്നരുടെ കുത്തകയായിരുന്നു. അവർ ഗവൺമെന്റിനെ വിമർശിക്കുകയും അവമതിപ്പുണ്ടാക്കുകയും ചെയ്തു. തീർച്ചയായും 95 ശതമാനം മാധ്യമങ്ങളും സ്വകാര്യ ഉടമസ്ഥതയിലായിരുന്നു. 'അലൊ പ്രസിഡന്റ്' എന്ന ആഴ്ചയിലൊരിക്കൽ നടത്തുന്ന പരിപാടിയിലൂടെ ഷാവേസ് പ്രതികരിക്കാൻ തുടങ്ങി. അതിന് പെട്ടെന്നുതന്നെ വൻതോതിൽ കാണികളെ ആകർഷിക്കാനായി. ദേശീയ ശ്രോതാക്കളോട് അദ്ദേഹം മണിക്കൂറുകളോളം സംസാരിച്ചു. അവരെ ചോദ്യങ്ങൾ ചോദിക്കാൻ അനുവദിച്ചു. നിർണായക വിഷയങ്ങളെ സംബന്ധിച്ച് നടക്കുന്ന ചർച്ചയിൽ പങ്കെടുക്കാനനുവദിച്ചു. ഷാവേസ് സംസാരിക്കാനിഷ്ടപ്പെട്ടു. ഓരോ ആഴ്ചയിലും ശരാശരി 45 മണിക്കൂർ വീതം അദ്ദേഹം സംസാരിച്ചു. ഇതെഴുതുന്നയാൾക്ക് 2006–ൽ കാരക്കസിൽ ഷാവേസ് നടത്തിയ ഒരു അഞ്ചുമണിക്കൂർ സംഭാഷണത്തിന് സാക്ഷിയാവാൻ കഴിഞ്ഞിട്ടുണ്ട്.

അദ്ദേഹത്തിന്റെ നർമബോധം, വിനയം, അന്തർദേശീയ വിഷയങ്ങളിലുള്ള അഗാധജ്ഞാനം എന്നിവ ഒരു ഹാൾ മുഴുവൻ നിറഞ്ഞിരിക്കുന്ന വിദേശ പ്രതിനിധികളുമായി നടക്കുന്ന ചർച്ചയിൽ മതിമറന്നിരിക്കുമ്പോൾ കാണാനാവും. അദ്ദേഹം മിതമായി ഭക്ഷിക്കുകയും കുറച്ചുറങ്ങുകയും നിരന്തരം കാപ്പികുടിച്ചുകൊണ്ടിരിക്കുകയും പാതിരാവരെ ജോലിചെയ്

തുകൊണ്ടിരിക്കുകയും ചെയ്യും. അദ്ദേഹം കുടിക്കുകയോ പുകവലിക്കുകയോ ചെയ്യില്ല. 2005 ൽ ഇന്ത്യ സന്ദർശിച്ചപ്പോൾ തന്റെ പ്രഭാഷണമികവുകൊണ്ടും മനുഷ്യത്വംകൊണ്ടും അദ്ദേഹം എല്ലാവരെയും വശീകരിക്കുകയുണ്ടായി. കൊൽക്കത്ത സന്ദർശിച്ചപ്പോൾ തന്റെ ജീവിതത്തിലെ ഏറ്റവും വലിയ സ്വീകരണങ്ങളിൽ ഒന്നായിരുന്നു അദ്ദേഹത്തിന് ലഭിച്ചത്. പശ്ചിമബംഗാളിലെ ഒരു പ്രാഥമിക വിദ്യാലയം സന്ദർശിക്കവെ അവിടത്തെ കുട്ടികൾ അരിയും പയറും കൊണ്ടുണ്ടാക്കിയ തങ്ങളുടെ ഉച്ചഭക്ഷണം കഴിക്കുന്നതുകണ്ട് അദ്ദേഹം തരളിതചിത്തനായി. ഷാവേസിന് വീണ്ടും ഇന്ത്യ സന്ദർശിക്കണമെന്ന് വിശിഷ്യാ കേരളത്തിൽ പോകണമെന്നും ആഗ്രഹമുണ്ടായിരുന്നു. എന്നാൽ ഇന്ത്യാഗവൺമെന്റിന്, ഒരുപക്ഷെ അദ്ദേഹത്തിന്റെ സാമ്രാജ്യത്വവിരുദ്ധ വാഗ്മിത്വം കൊണ്ടാവാം, അദ്ദേഹത്തിന് ആതിഥേയത്വം വഹിക്കുന്നതിന് വലിയ താൽപ്പര്യമൊന്നും ഉണ്ടായിരുന്നില്ല. എന്തായാലും ഷാവേസ് ഇന്ത്യയുമായി ഉഭയകക്ഷിബന്ധമുണ്ടാക്കുന്നതിന് വലിയ ഊന്നൽനൽകി. ഇപ്പോൾ വൻതോതിൽ അമേരിക്കൻ വിപണിയെ ആശ്രയിച്ചു നിൽക്കുന്ന ഊർജബന്ധങ്ങൾ വൈവിധ്യവൽക്കരിക്കുക എന്ന ലക്ഷ്യത്തോടെയാണ് അദ്ദേഹം ഇന്ത്യയിലും ചൈനയിലും എത്തിയത്. ഇന്ത്യൻ പെട്രോളിയം കമ്പനികൾ വെനസ്വേലയുമായി വലിയ കരാറുകളിലേർപ്പെട്ടു. എന്നാൽ ചൈന വലിയ നിക്ഷേപകനായി ഉയർന്നുവരികയും രാജ്യത്തിന്റെ വലിയ വ്യാപാരപങ്കാളിയായി മാറുകയും ചെയ്തു.

അസ്വാഭാവിക മരണമോ?

ഷാവേസിന്റെ നിയുക്ത രാഷ്ട്രീയ പിൻഗാമിയായ നിക്കോളാസ് മഡൂറോ തന്റെ വികാരനിർഭരമായ ശവസംസ്കാര പ്രഭാഷണത്തിൽ ഷാവേസിന്റെ “ശരീരത്തിന് കൈകാര്യം ചെയ്യാനാവാത്തവിധം ശക്തമാണ് അദ്ദേഹത്തിന്റെ പ്രാണനും ആത്മാവുമെന്നും ഇപ്പോഴദ്ദേഹത്തിന്റെ ആത്മാവും പ്രാണനും നമ്മളിൽ അനുഗ്രഹവും സ്നേഹവും പരത്തിക്കൊണ്ടും ചൊരിഞ്ഞുകൊണ്ടും ലോകമാകെ ചുറ്റിക്കറങ്ങിക്കൊണ്ടിരിക്കുകയാണെന്നും” പറഞ്ഞു. അദ്ദേഹം കൂട്ടിച്ചേർത്തു: “ഷാവേസ് നമ്മെ വിട്ടുപിരിഞ്ഞത് അദ്ദേഹം തുടങ്ങിവെച്ച ജനാധിപത്യ സോഷ്യലിസ്റ്റ് മാതൃക കെട്ടിപ്പടുക്കുന്നത് തുടരണം എന്ന കാര്യം ഏൽപ്പിച്ചുകൊണ്ടാണ്.” അതിനുമുമ്പ് രാഷ്ട്രത്തിന്റെ ടെലിവിഷനിലൂടെ ഷാവേസിന്റെ മരണത്തിനിടയാക്കിയ കാര്യങ്ങളെ കുറിച്ച് ഒരു അന്വേഷണം നടത്തുമെന്ന് അദ്ദേഹം പ്രതിജ്ഞയെടുത്തു. “ഇത്തരത്തിലുള്ള നിഗൂഢമായ കൊലപാതകങ്ങളുടെതായി ചരിത്രത്തിൽ നിരവധി സംഭവങ്ങളുണ്ട്.” മഡൂറോ പറഞ്ഞു. തന്നെ കൊലപ്പെടുത്താൻ ആസൂത്രണം നടത്തിയതിന് ഷാവേസ് തന്നെ അമേരിക്കയെ കുറ്റപ്പെടുത്തിയിരുന്നു. 2005 ൽ അദ്ദേഹം പറഞ്ഞു: “അവർ എന്നെ കൊന്നാൽ അതിനുത്തരവാദിയായ വ്യക്തിയുടെ പേര് ജോർജ് ബുഷ് എന്നായിരിക്കും.” മഡൂറോ ഏതെ

ങ്കിലും രാജ്യത്തിനെ കുറ്റപ്പെടുത്തിയില്ല. എന്നാൽ 1940 കളിൽ തന്നെ അമേരിക്ക പരീക്ഷണശാലകൾ സ്ഥാപിക്കുകയും 'കാൻസറിന് കാരണമാകാവുന്ന പരീക്ഷണങ്ങൾ നടത്തുകയും ചെയ്തിരുന്നു. എഴുപതു കൊല്ലം കഴിഞ്ഞു. അവർ അവിടെ നിന്നും പുരോഗമിച്ചുവോ' എന്ന് പറയുകയും ചെയ്തു. ഫിദൽ കാസ്ട്രോവിനെ കൊലപ്പെടുത്തുന്നതിന് വേണ്ടി അമേരിക്ക നിരവധി ശ്രമങ്ങൾ നടത്തിയിരുന്നു. അതിൽ ഒന്ന് റേഡിയേഷൻ ഉപയോഗപ്പെടുത്തിയായിരുന്നു. ബൊളീവിയൻ പ്രസിഡന്റ് ഇവോ മൊറേത്സ് ഷാവേസിന്റെ 'സംശയകരമായ' മരണത്തോട് പ്രതികരിച്ചുകൊണ്ട് പറഞ്ഞു: "സാമ്രാജ്യത്വവാദികൾക്ക് ഒരു ജനാധിപത്യപരമായ തിരഞ്ഞെടുപ്പിലൂടെയോ അട്ടിമറിയിലൂടെയോ അവരുടെ ലക്ഷ്യം നേടാനായില്ലെങ്കിൽ - അവർ വ്യത്യസ്ത മാർഗങ്ങളുപയോഗിക്കും - അവർ ഒരാളുടെ ജീവിതമവസാനിപ്പിക്കും." ചിറ്റോവിൽപ്പെട്ട പത്രപ്രവർത്തകരോട് സംസാരിക്കവെ മോറേത്സ് പറഞ്ഞു. "ഷാവേസിന് 58 വയസ്സ് മാത്രമെ ആയിട്ടുള്ളൂ." എന്നിട്ട് കൂട്ടിച്ചേർത്തു: "അതിവേഗമോ അല്ലെങ്കിൽ പിന്നീടോ അദ്ദേഹത്തിന്റെ ജീവനെടുക്കാൻ ഒരു ശ്രമമുണ്ടായിരുന്നുവെന്ന് തെളിയിക്കപ്പെടും. വെനസ്വേലൻ ഗവൺമെന്റ് മരണത്തിന് കാരണമായ രോഗത്തെക്കുറിച്ച് അന്വേഷിക്കുന്നതിന് ഒരു കമ്മീഷൻ രൂപീകരിക്കുമെന്ന് പ്രഖ്യാപിച്ചിട്ടുണ്ട്. വിവിധ രാജ്യങ്ങളിൽനിന്നുള്ള പ്രമുഖ ശാസ്ത്രജ്ഞർ അന്വേഷണത്തെ സഹായിക്കും.

സൗഹൃദ സമൃദ്ധം

ഇറാനും നൈജീരിയയുമടക്കമുള്ള നിരവധി രാജ്യങ്ങൾ ഷാവേസിന് വേണ്ടി നിരവധി ദിവസങ്ങൾ ദുഃഖാചരണം നടത്തി. ശവസംസ്കാരച്ചടങ്ങിൽ ലോകമെമ്പാടുംനിന്ന് നിരവധി ഭരണാധികാരികളും നേതാക്കളുമെത്തി. അമ്പത്തഞ്ച് രാജ്യങ്ങൾ ഔദ്യോഗിക പ്രതിനിധിസംഘങ്ങളെ അയച്ചു. അതിൽ മുപ്പത്തിയഞ്ച് പ്രതിനിധിസംഘങ്ങളെ നയിച്ചിരുന്നത് ഭരണത്തലവന്മാരായിരുന്നു. ഷാവേസിനെ സ്ഥിരമായി പിശാചായി ചിത്രീകരിക്കപ്പെട്ടിരുന്ന പടിഞ്ഞാറൻ രാജ്യങ്ങളിൽനിന്ന് കുറഞ്ഞ പ്രാതിനിധ്യമാണുണ്ടായിരുന്നത്. ലാറ്റിനമേരിക്കയിൽനിന്ന് എല്ലാ പ്രസിഡണ്ടുമാരുമുണ്ടായിരുന്നു. ലാറ്റിനമേരിക്കൻ ആന്റ് കരീബിയൻ സ്റ്റേറ്റ്സ് (CELAC) എന്ന പുതിയ കൂട്ടായ്മ രൂപപ്പെടുത്തുന്നതിന് കാരണക്കാരനായ മനുഷ്യന് നൽകിയ ബഹുമതി തന്നെയായിരുന്നു അത്. ഈ സംഘംചേരൽ വ്യക്തമായും അമേരിക്കയെയും കാനഡയെയും ഒഴിവാക്കിക്കൊണ്ടായിരുന്നു. ഈ ഭൂഖണ്ഡത്തിൽ നിലനിൽക്കുന്ന അമേരിക്കയുടെ രാഷ്ട്രീയവും സാമ്പത്തികവുമായ മേധാവിത്വത്തിനുള്ള ബദലായി പ്രവർത്തിക്കുന്നതിനുദ്ദേശിച്ചാണ് സി ഇ എൽ എ സി രൂപപ്പെടുത്തിയത്. ഈ യോഗത്തിൽ അധ്യക്ഷതവഹിക്കുന്നത് ക്യൂബൻ പ്രസിഡന്റ് റൗൾകാസ്ട്രോയാണ്. ഈ മേഖലയുമായി ആ രാജ്യത്തിന്റെ പൂർണമായ ഉദ്ഗ്രഥനത്തിന്റെ സന്ദേശമാണത് നൽകുന്നത്.

യൂറോപ്യൻ യൂണിയന്റെ രൂപീകരണത്തിന് ശേഷം 2008 ൽ യൂണിയൻ ഓഫ് സൗത്ത് അമേരിക്കൻ നാഷൻസ് (യു എൻ എ എസ് യു ആർ) എന്ന സംഘടനയുടെ രൂപീകരണത്തിനും നിമിത്തമായത് ഷാവേസ് ആണ്. മറ്റൊരു ചെറിയ പ്രാദേശിക സംഘാടനത്തിന് 2004 –ൽ ബൊളിവേറിയൻ ആൾട്ടർനേറ്റീവ് ഫോർ ദി അമേരിക്കാസ് (എ എൽ ബി എ) രൂപീകരിച്ചതിന്, പിന്നിലെ പ്രചോദനകേന്ദ്രവും അദ്ദേഹമാണ്. ഈ മേഖലയെ ഒരു സ്വതന്ത്ര വിപണിയാക്കി മാറ്റുകയും അതുവഴി വിഭവങ്ങൾ വലിച്ചെടുക്കുകയും ചരക്കുകൾ വിറ്റഴിക്കുകയും ചെയ്യുന്ന ലോകബാങ്കിനും വാഷിങ്ടൺ കോൺസെൻസസിനും ബദലായി ബാങ്ക് ഓഫ് ദി സൗത്ത് ഉണ്ടാക്കിയത് വെനസ്വേലയായിരുന്നു. 2005 ൽ അദ്ദേഹം പെട്രോകാരിബെ സ്ഥാപിക്കുകയും ഈ മേഖലയിൽ ഇന്ധനക്ഷാമം അനുഭവിക്കുന്ന 18 രാജ്യങ്ങൾക്ക് കുറഞ്ഞ വിലയ്ക്ക് ഇന്ധനങ്ങൾ നൽകുകയും ചെയ്തു. അമേരിക്കയിൽ ഏറ്റവും കൂടുതൽ കഷ്ടപ്പാടനുഭവിക്കുന്ന സമുദായങ്ങൾക്ക് വെനസ്വേല കുറഞ്ഞ വിലയ്ക്ക് ഇന്ധനം നൽകി വരുന്നുണ്ടെന്ന് അധികമാർക്കും അറിയാത്ത കാര്യമാണ്.

പരിണമിപ്പിക്കുന്ന പങ്ക്

ഷാവേസ് രംഗത്തുവരുന്നതിന് മുമ്പ് വാഷിങ്ടണിന്റെ മേധാവിത്വമുള്ള ഓർഗനൈസേഷൻ ഓഫ് അമേരിക്കൻ സ്റ്റേറ്റ് (ഒ എ എസ്) എന്ന സംഘടനയാണ് ഈ മേഖലയിൽ നിർണായക സ്ഥാനംവഹിച്ചിരുന്നത്. ഷാവേസ് വെനസ്വേലയുടെ നേതൃത്വം ഏറ്റെടുത്തതോടെ ഒരു വിഭാഗം മാധ്യമങ്ങൾ വിശേഷിപ്പിച്ചതുപോലെ ഈ ഭൂഖണ്ഡത്തിൽ 'പിങ്ക് വിപ്ലവത്തിന്റെ' വേലിയേറ്റമുണ്ടായി. കഴിഞ്ഞ ദശകത്തിൽ മിക്കവാറും ലാറ്റിനമേരിക്കൻ രാജ്യങ്ങൾ വാഷിങ്ടണിൽ നിന്ന് അകലംപാലിക്കാൻ തയാറായി. ലാറ്റിനമേരിക്കയിൽ നടന്നുകൊണ്ടിരിക്കുന്ന വിപ്ലവകരമായ മാറ്റങ്ങളുടെ പതാകവാഹകൻ ഷാവേസ് ആയിരുന്നു. ഈ മേഖലയിലെ ഇടതുപക്ഷ നേതാക്കളായ ബ്രസീൽ, ഇക്വഡോർ, ബൊളീവിയ, അർജന്റീന എന്നിവിടങ്ങളിലെ പ്രസിഡണ്ടുമാരും ഈ കടമ നിർവഹിക്കുന്നതിൽ അദ്ദേഹത്തെ നന്നായി സഹായിച്ചിട്ടുണ്ട്. കൊളംബിയൻ പ്രസിഡന്റായ ജൂവാൻ മാനുവൽസാന്റോസ്, എഫ് എ ആർ സി ഗറില്ലകളുമായി നടന്നുവരുന്ന സമാധാന ചർച്ച ത്വരിതപ്പെടുത്തുന്നതിൽ ഷാവേസ് വഹിച്ച നിർണായകമായ പങ്കിനെ ഉയർത്തിക്കാണിച്ചിട്ടുണ്ട്. ഏതാനും വർഷങ്ങൾക്കു മുമ്പ് കൊളംബിയയും വെനസ്വേലയും ഒരു യുദ്ധത്തിന്റെ വക്കിലായിരുന്നു.

ലാറ്റിനമേരിക്കയെ സാമ്പത്തികവും രാഷ്ട്രീയവുമായി ഉദ്ഗ്രഥിക്കുന്നതിൽ ഷാവേസ് വഹിച്ച നിർണായകമായ പങ്കിനെ ചരിത്രം 'ന്യായീകരിച്ച് ഉറപ്പിക്കു'മെന്ന് ബ്രസീലിന്റെ മുൻ പ്രസിഡന്റ് ലൂയിസ് ഇനാഷ്യോ ലുല ഡ സിൽവ എഴുതി. ഷാവേസ് ഉയർത്തിപ്പിടിക്കുന്ന പ്രത്യയശാസ്ത്രത്തോട് വിയോജിക്കുന്നവർക്കു പോലും, "വെനസ്വേല

യിലെ ദരിദ്രരോടും ലാറ്റിനമേരിക്കൻ ഉദ്ഗ്രഥനത്തോടും അദ്ദേഹം കാണിക്കുന്ന സൗഹൃദം, വിശ്വാസം, സ്നേഹം എന്നിവ നിഷേധിക്കാനാവില്ലെന്ന്" ലുല പറഞ്ഞു. ഷാവേസിന്റെ മുഖ്യമായ മുൻഗണനകൾ ലാറ്റിനമേരിക്കൻ, ആഫ്രിക്കൻ, ഏഷ്യൻ ഭൂഖണ്ഡങ്ങളുടെ ബന്ധം മെച്ചപ്പെടുത്തലായിരുന്നു. ചേരിചേരാ പ്രസ്ഥാനത്തിന്റെയും ഗ്ലോബൽവികസനത്തിന്റെയും നേതാക്കളിൽ പലരും ശീതയുദ്ധാനന്തരം പടിഞ്ഞാറൻ മേധാവിത്വത്തിന് വഴങ്ങിയപ്പോൾ ഷാവേസ് സാമ്രാജ്യത്വവിരുദ്ധതയ്ക്ക് നേതൃത്വം കൊടുത്തുകൊണ്ട് ഒരു മേധാവിത്വവിരുദ്ധ ജ്വാലയായി തിളങ്ങിനിന്നു. 2002 ൽ ഷാവേസിനെ അധികാരഭ്രഷ്ടനാക്കിയ സി ഐ എ പിന്തുണയോടെയുള്ള പട്ടാളഅട്ടിമറി പൊളിക്കാനായത് വെനസ്വേലൻ ജനതയുടെ സഹായത്തോടെയായിരുന്നു. നിർണായകമായ ആ നിമിഷം വെനസ്വേലയുടെയും ലാറ്റിനമേരിക്കയുടെയും ചരിത്രംതന്നെ മാറ്റിത്തീർത്തു.

അട്ടിമറി ഉരുവംകൊണ്ടതിന് പിന്നിലെ നിർണായകമായ ഒരു ഘടകം 2001 ൽ പാസാക്കിയ 'ഹൈഡ്രോ – കാർബൺ നിയമം' ആയിരുന്നു. ഒറിനോകോ സമതലത്തിൽനിന്ന് കുഴിച്ചെടുക്കുന്ന ഹെവിക്രൂഡിന് പാശ്ചാത്യഎണ്ണക്കമ്പനികൾ അതുവരെ നൽകിവന്നിരുന്നത് ഒരു ശതമാനം റോയൽറ്റിയായിരുന്നു. അത് 16 ശതമാനമാക്കി വർധിപ്പിക്കുകയാണ് പുതിയ നിയമം ചെയ്തത്. രാജ്യത്തിന്റെ എണ്ണക്കമ്പനിയായ പെട്രോലസ് ഡി വെനസ്വേലയുടെ (പി ഡി വി എസ് എ) മാനേജ്മെന്റ് നടത്തിയിരുന്നത് അമേരിക്കൻ ശിക്ഷണം ലഭിച്ച സാങ്കേതിക വിദഗ്ധരായിരുന്നു. അവർ ഷാവേസ് പെട്രോളിയം വ്യവസായത്തിൽ നടത്തിയ വിപുലമായ പരിഷ്കരണങ്ങൾ അട്ടിമറിക്കാൻ ഒരു ശ്രമം നടത്തി. 2002 ലും 2003 ലും പണിമുടക്കുകളും അട്ടിമറിശ്രമങ്ങളും നടന്നു. വെനസ്വേലൻ എണ്ണകയറ്റുമതിയെ ഇത് ബാധിച്ചു. എന്നാൽ അവസാനം പി ഡി വി എസ് എയുടെ പ്രവർത്തനത്തിനുമേൽ പൂർണ നിയന്ത്രണം കൊണ്ടുവരുന്നതിന് ഗവൺമെന്റിന് കഴിഞ്ഞു.

സാമൂഹിക പദ്ധതികൾ

എണ്ണവില കയറിക്കൊണ്ടിരിക്കെ ദരിദ്രരെ ശാക്തീകരിക്കുന്നതിനുള്ള സാമൂഹിക മോഹപദ്ധതികൾക്ക് ഷാവേസ് തുടക്കം കുറിച്ചു. 2007 ൽ ഹൈഡ്രോ കാർബൺ മേഖല ദേശസാൽക്കരിച്ചു. ഗവൺമെന്റിന്റെ നിബന്ധനകൾക്ക് വഴങ്ങാൻ തയാറാവാതിരുന്ന പടിഞ്ഞാറൻ എണ്ണക്കമ്പനികളായ കൊണോക്കോഫിലിപ്സ്, എക്സൺമൊബീൽ എന്നിവരോട് രാജ്യം വിടാനാവശ്യപ്പെട്ടു. യൂറോപ്പ്, ഏഷ്യ, ആഫ്രിക്ക എന്നിവിടങ്ങളിൽ നിന്നുള്ള വിദേശകമ്പനികൾ ഈ ശൂന്യത നിറയ്ക്കാനായി ഓടിയെത്തി.

സാമൂഹിക പദ്ധതികൾക്ക് മേലുള്ള ഗവൺമെന്റ് ചെലവ് 66 ശതമാനത്തിലധികം വർധിച്ചു. ഏതാണ്ട് മൂന്നു ദശലക്ഷം ഹെക്ടർ ഭൂമി പുനർവിതരണം ചെയ്തതിന്റെ ഫലമായി ആയിരക്കണക്കിന് കർഷ

കർക്ക് സ്വന്തമായി ഭൂമി കിട്ടി. ദരിദ്രർ തിങ്ങിത്താമസിക്കുന്ന നഗര – ഗ്രാമ പ്രദേശങ്ങളിൽ ആശുപത്രികൾ, വിദ്യാലയങ്ങൾ, സഹകരണ സ്ഥാപനങ്ങൾ എന്നിവ ആരംഭിച്ചു. സഹായഹസ്തവുമായി ക്യൂബയിൽനിന്ന് ഡോക്ടർമാരും ആരോഗ്യപ്രവർത്തകരും വന്നുചേർന്നു. എല്ലാ വെനസ്വേലക്കാർക്കും സൗജന്യമായി ആരോഗ്യപരിരക്ഷാ സംവിധാനം ലഭ്യമാക്കുന്നതിന് ഒരു ദേശീയ പൊതുജന ആരോഗ്യസംവിധാനം രൂപപ്പെടുത്തി. പോഷകാഹാരക്കുറവ് നിരക്ക് 1998–ൽ 21 ശതമാനമായിരുന്നത് 2012–ൽ മൂന്നുശതമാനത്തിൽ താഴെയായി കുറഞ്ഞു. 1999 ൽ ശൈശവ മരണനിരക്ക് ആയിരത്തിന് 19.1 ശതമാനമായിരുന്നത് 2012–ൽ പത്തുശതമാനമായി കുറഞ്ഞു. ഇതേ കാലയളവിൽ ദാരിദ്ര്യനിരക്ക് 42.8 ശതമാനമായിരുന്നത് 26.5 ശതമാനമായി കുറഞ്ഞു. ഐക്യരാഷ്ട്രസഭയുടെ വികസനപദ്ധതി (യു എൻ ഡി പി) അനുസരിച്ച് ലാറ്റിനമേരിക്കയിലെ സാമ്പത്തിക അസമത്വം ഏറ്റവും കുറഞ്ഞരാജ്യം വെനസ്വേലയാണ്. 2008 ൽ സാർവത്രികമായ വിദ്യാഭ്യാസ അഭിഗമ്യത അവതരിപ്പിച്ചു.

2005 ൽ ഡിസംബറിൽ യുനെസ്കോ വെനസ്വേല നിരക്ഷരത അവസാനിപ്പിച്ചതായി പ്രഖ്യാപിച്ചു. നഗരങ്ങളിലും ഗ്രാമങ്ങളിലുമായി നാൽപ്പതിനായിരം കമ്യൂണൽ കൗൺസിലുകൾ രൂപീകരിച്ചു. നഗരപ്രദേശങ്ങളിലെ കമ്യൂണൽ കൗൺസിലുകളിൽ 150 മുതൽ 400 വരെയും കുടുംബങ്ങളാണുണ്ടായിരിക്കുക. അവയ്ക്ക് ആവശ്യമായ ധനസഹായം ഗവൺമെന്റ് സ്ഥാപനങ്ങൾ നേരിട്ടുനൽകും. ഇത്തരത്തിൽ ഷാവേസിന്റെ ഭരണകാലത്ത് നിരവധി തിളങ്ങുന്ന നേട്ടങ്ങളുണ്ടാക്കിയിട്ടുണ്ട്. വിസ്തരഭയംകൊണ്ട് ഇവിടെ എല്ലാം എടുത്തുപറയുന്നില്ല.

സാർവദേശീയ രംഗത്ത് ഷാവേസ്

വേർപിരിഞ്ഞ നേതാവിന് അഞ്ജലികൾ അർപ്പിക്കുന്നതിൽ ഉദാര സമീപനം കാണിച്ച അപൂർവം അമേരിക്കൻ നേതാക്കളിലൊരാളാണ് കാർട്ടർ. അദ്ദേഹത്തിന്റെ ഫൗണ്ടേഷൻ മിക്കവാറും എല്ലാവർഷവും ഷാവേസ് സംഘടിപ്പിക്കുന്ന തിരഞ്ഞെടുപ്പുകളിലേക്കും റെഫറണ്ടങ്ങളിലേക്കും നിരീക്ഷകരെ അയയ്ക്കാറുണ്ടായിരുന്നു. ഷാവേസിന്റെ ഭരണകാലത്ത് "ദരിദ്രർക്കും ദുർബലർക്കും ഉണ്ടാക്കാനായ നേട്ടങ്ങൾ" അദ്ദേഹം ഉയർത്തിക്കാട്ടി. മറുവശത്ത് പ്രസിഡന്റ് ബരാക്ക് ഒബാമ ഷാവേസിന്റെ കുടുംബത്തിനോ വെനസ്വേലൻ ജനതയ്ക്കോ അനുശോചനം അറിയിക്കാൻപോലും തയാറായില്ല. "വെനസ്വേലൻ ഗവൺമെന്റുമായി ക്രിയാത്മകബന്ധം വികസിപ്പിക്കുന്നതിനുള്ള താൽപ്പര്യം പ്രകടിപ്പിക്കുന്ന" ഒരു സന്ദേശവും ജനാധിപത്യത്തിന്റെയും നിയമവ്യവസ്ഥയുടെയും ഒരു ധർമോപദേശവുമാണ് ആകെ നൽകപ്പെട്ടത്. പശ്ചിമാർധ രാജ്യത്തിലെ ഏറ്റവും ജനാധിപത്യപരമായ രാജ്യമായിരുന്ന ഷാവേസിന് കീഴിലെ വെനസ്വേല എന്ന വസ്തുത അവഗണിക്കുകയാണ് ഒബാമ ചെയ്തത്.

ജോർജ് ഡബ്ല്യു ബുഷിന്റെ ഭരണകാലത്ത് നടന്ന യുദ്ധക്കുറ്റങ്ങളോട് ഷാവേസിനുള്ള ആന്തരികമായ എതിർപ്പ് യു എസ് പ്രസിഡന്റിനെ 'പിശാചി'നോട് ഉപമിച്ചുകൊണ്ട് അദ്ദേഹം ഐക്യരാഷ്ട്രസഭാ സമിതിയിൽ നടത്തിയ പ്രസ്താവനയിൽ സംഗ്രഹിക്കപ്പെട്ടിരുന്നു. ബുഷ് ജനറൽ അസംബ്ലിയിൽ പ്രസംഗിച്ച് ഏതാനും മണിക്കൂറുകൾക്കുള്ളിൽ പ്രസംഗിച്ച ഷാവേസ് "ഇന്നും ഇവിടെ ഗന്ധകം മണക്കുന്നു"വെന്ന് കളിയാക്കുകയും ചെയ്തിരുന്നു. ബുഷിന്റെ പിൻഗാമിയുമായി ബന്ധങ്ങൾ മെച്ചപ്പെടുത്തുന്നതിനുള്ള ശ്രമം ഷാവേസ് നടത്തിയിരുന്നു. 2009 ൽ ട്രിനിഡാഡിൽ നടന്ന ഒ എ എസ് ഉന്നതതലത്തിൽ അദ്ദേഹം പുതിയ പ്രസിഡന്റിന്റെ അടുത്തുപോകുകയും "എനിക്ക് താങ്കളുടെ സുഹൃത്തായാൽ കൊള്ളാം" എന്ന് പറയുകയും ചെയ്തിരുന്നു. *ഓപ്പൺ വെയിൻസ് ഓഫ് ലാറ്റിനമേരിക്ക: ഫോർ സെഞ്ചുറീസ് ഓഫ് ദി പില്ലേജ് ഓഫ് ദി കോൺടിനെന്റ്* എന്ന എഡ്വാർഡോ ഗല്ലിനോയുടെ പുസ്തകം ഷാവേസ് ഒബാമയ്ക്ക് സമ്മാനിക്കുകയും ചെയ്തിരുന്നു.

ആദ്യമായി പ്രസിഡന്റായി തിരഞ്ഞെടുക്കപ്പെട്ട് രണ്ടുവർഷം കഴിഞ്ഞപ്പോൾ ഷാവേസ് ഇറാഖിൽ പോയി. ഇറാനും സന്ദർശിച്ചു. ഈ രണ്ടു രാജ്യങ്ങളും അദ്ദേഹം സന്ദർശിച്ചത് പെട്രോളിയം കയറ്റുമതി രാജ്യങ്ങളുടെ സംഘടന (ഒപെക്) യുമായി ബന്ധപ്പെട്ട വിഷയങ്ങൾ ചർച്ച ചെയ്യാനായിരുന്നു. ഒന്നാം ഗൾഫ് യുദ്ധത്തിനും ഇറാൻ – ഇറാഖ് യുദ്ധത്തിനും ശേഷം പ്രവർത്തനക്ഷമമല്ലാതിരുന്ന ഒപെകിനെ ശക്തിപ്പെടുത്തുന്നതിൽ ഷാവേസ് നിർണായക പങ്കുവഹിച്ചു. 1991 ലെ ഗൾഫ് യുദ്ധത്തിനു ശേഷം ഇറാഖ് സന്ദർശിച്ച ആദ്യത്തെ രാഷ്ട്രത്തലവനായിരുന്നു ഷാവേസ്. അമേരിക്ക അതിനെതിരായി അദ്ദേഹത്തിന് താക്കീതുനൽകുകയും ചെയ്തിരുന്നു. വാഷിങ്ടണോട് ഷാവേസ് പ്രതികരിച്ചത് വെനേസ്വല ഒരു സ്വതന്ത്രപരമാധികാര രാഷ്ട്രമാണെന്നായിരുന്നു.

അതുമുതൽ സാർവദേശീയ രംഗത്ത് ഷാവേസ് തന്നെ സ്വതന്ത്രപ്രയാണമാരംഭിച്ചു. താൻ ന്യായമാണെന്ന് കരുതുന്ന യാതൊന്നിനെക്കുറിച്ചും തുറന്നുപറയാൻ അദ്ദേഹം യാതൊരു മടിയും കാണിച്ചില്ല. അഫ്ഘാനിസ്ഥാനിൽ അമേരിക്ക നടത്തിയ കടന്നാക്രമണത്തെയും ഇറാനോട് അമേരിക്കയെടുക്കുന്ന നയങ്ങളേയും വിമർശിക്കാൻ തയാറായ അപൂർവം ലോകനേതാക്കളിലൊരാളായിരുന്നു അദ്ദേഹം. കാരക്കസിൽ നടന്ന ശവസംസ്കാരച്ചടങ്ങിൽ പ്രകടമായും വികാരവിക്ഷുബ്ധനായ മഹ്മൂദ് അഹ്മദി നെജാദ് എന്ന പ്രസിഡന്റിനെയാണ് നമുക്ക് കാണാനായത്. ഇറാൻ പ്രസിഡണ്ട് ഒരു പ്രസ്താവനയിൽ പറഞ്ഞത് ഷാവേസ് പ്രതീകാത്മകമായി മാത്രമേ മരിച്ചിട്ടുള്ളൂ എന്നാണ്. "പ്രവാചകനായ യേശുക്രിസ്തുവിനോടും എല്ലാ നല്ലവരായ ആൾക്കാരോടുമൊപ്പം അദ്ദേഹം വീണ്ടും വരുമെന്നതിൽ എനിക്ക് സംശയമില്ല."

2008 ൽ ഗാസയിൽ ഇസ്രയേലിസേന ആക്രമണം നടത്തിയതിനെ തുടർന്ന് ഇസ്രയേലിലേക്കുള്ള അംബാസഡറെ വെനസ്വേല തിരിച്ചുവി

ളിച്ചു. ഇനി മുതൽ ഇസ്രയേലുമായുള്ള നയതന്ത്രബന്ധങ്ങൾ ഏറ്റവും താഴ്ന്ന നിലവാരത്തിൽ മാത്രമായിരിക്കുമെന്നും "ആ രാജ്യവുമായി യാതൊന്നും കൈകാര്യം ചെയ്യാനില്ല" എന്നുമാണ്. നാറ്റോയുടെ പിന്തുണയോടെ ലിബിയയിൽ നടത്തിയ ഭരണമാറ്റത്തിന്റെയും ഇപ്പോൾ സിറിയയിൽ അതേ രീതിയാവർത്തിക്കുന്നതിന്റെയും ശക്തനായ വിമർശകനായിരുന്നു ഷാവേസ്. കാരക്കസിലെ മതിലുകളിൽ മുവമ്മർ ഗദ്ദാഫിയുടെയും അദ്ദേഹത്തിന്റെ സ്ഥാനനഷ്ടത്തിനിടയാക്കിയ കാരണങ്ങളുടെയും വിശദാംശങ്ങൾ പ്രചരിപ്പിക്കുന്ന പോസ്റ്ററുകൾ ഈ ലേഖകൻ കണ്ടിട്ടുണ്ട്.

മഹത്തായ പാരമ്പര്യം സുരക്ഷിതമായ കൈകളിൽ

തൽക്കാലത്തേക്കെങ്കിലും ഷാവേസിന്റെ മഹദ് പാരമ്പര്യം സുരക്ഷിതമായ കൈകളിലാണ് ഏൽപ്പിക്കപ്പെട്ടിരിക്കുന്നത് എന്നതിൽ ഒട്ടും സംശയമില്ല. താൽക്കാലിക പ്രസിഡന്റായി ചുമതലയേറ്റെടുത്തുകൊണ്ട് മഡൂറോ പറഞ്ഞു: "കമാണ്ടർ സ്വതന്ത്രരായിരിക്കാൻ നിശ്ചയദാർഢ്യത്തോടെ നീങ്ങുന്ന ജനങ്ങളെ മുറുകെപ്പിടിച്ചുകൊണ്ട് നാം ബൊളിവേറിയൻ ഭരണഘടനയെ അനുസരിക്കുകയും അതിനെപ്രതി പ്രതിഷേധിക്കുകയും ചെയ്യും" എന്ന് കമാണ്ടർ ഹ്യൂഗോ ഷാവേസിനോടുള്ള അചഞ്ചലമായ കൂറിന്റെ പേരിൽ ഞാൻ പ്രതിജ്ഞചെയ്യുന്നു. ഒരു തൊഴിലാളി യൂണിയൻ നേതാവായി തന്റെ രാഷ്ട്രീയജീവിതം ആരംഭിച്ച മഡുറോ ഷാവേസിന്റെ അടുത്ത വിശ്വസ്തരിൽ ഒരാളായിരുന്നു. 1992 ലെ പരാജയപ്പെട്ട സൈനിക അട്ടിമറി ഷാവേസിന്റെ അറസ്റ്റിലേക്ക് നയിച്ച കാലം മുതൽ അദ്ദേഹത്തിന്റെ അഭിഭാഷകയായിരുന്ന സിലിയ ഫ്ളോറെഡ് ആണ് മഡൂറോയുടെ ഭാര്യ. മഡൂറോയെ തിരഞ്ഞെടുപ്പിൽ സഹായിക്കുന്നതിനായി രാജിവയ്ക്കും വരെ അവരായിരുന്നു രാജ്യത്തിന്റെ അറ്റോർണി ജനറൽ.

1990 കളുടെ മധ്യത്തിൽ ഷാവേസ് പ്രസിഡന്റ് പദത്തിലേക്കുള്ള പ്രയാണമാരംഭിച്ചതു മുതൽ മഡൂറോ ഷാവേസിന്റെ പക്ഷത്തുണ്ടായിരുന്നു. 2012 ഒക്ടോബറിൽ വൈസ് പ്രസിഡന്റാക്കപ്പെടുന്നതുവരെ, 2006 മുതൽ അദ്ദേഹം രാജ്യത്തിന്റെ വിദേശകാര്യമന്ത്രിയായിരുന്നു. കഴിഞ്ഞ വർഷം സെപ്തംബറിൽ ഈ ലേഖകൻ ന്യൂഡൽഹിയിൽ വെച്ച് മഡുറോയെ കണ്ടിരുന്നു. തന്റെ മാർഗനിർദേശിയായിരുന്ന ഷാവേസിനെപ്പോലെ മഡൂറോയും തന്റെ വീക്ഷണങ്ങൾ പ്രചരിപ്പിക്കുകയും വെട്ടിത്തുറന്ന് പറയുകയും ചെയ്തിരുന്നു. സി ഇ എൽ എ സി രൂപീകരിച്ചതോടെ ലാറ്റിനമേരിക്കയ്ക്ക് "സാമ്രാജ്യത്വത്തിന്റെ (അമേരിക്ക) സ്വാധീനത്തിൽനിന്ന് വിമുക്തമായ ഒരു ബഹുധ്രുവലോകം" കെട്ടിപ്പടുക്കുന്നതിനാവശ്യമായ സമതുലിതാവസ്ഥ സൃഷ്ടിക്കുന്ന ഒരു പുതിയ സഖ്യം ഉണ്ടാക്കാൻ കഴിഞ്ഞതായി അദ്ദേഹം *ഫ്രന്റ്ലൈനി*നോട് പറഞ്ഞു. തോന്നുമ്പോഴൊക്കെ ബാക്കിവരുന്ന ലോകത്തെയാകെ 'യുദ്ധത്തിന്റെ തുറുപ്പ്

ചീട്ട്' കാട്ടാൻ അമേരിക്കയെ അനുവദിക്കരുതെന്ന് അദ്ദേഹം പറഞ്ഞു. 15 കൊല്ലം മുമ്പ് ഷാവേസ് അധികാരത്തിൽ വരുമ്പോൾ അമേരിക്ക വെന സ്വേലയെ ഒരു 'എണ്ണക്കമ്പനി'യെപ്പോലെയാണ് കരുതിയിരുന്നത്. '21-ാം നൂറ്റാണ്ടിലെ സോഷ്യലിസം' കെട്ടിപ്പടുക്കുന്നതെങ്ങനെയെന്ന് വെനസ്വേല സാക്ഷ്യം വഹിച്ചുകൊണ്ടിരിക്കുകയാണെന്ന് അദ്ദേഹം കൂട്ടിച്ചേർത്തു. ഈ മേഖലയിലെ രാജ്യങ്ങളെ ഒരു മാതൃകയെന്ന നിലയിൽ ആദ്യം ആവേശംകൊള്ളിച്ചത് ക്യൂബയാണ്. എന്നാൽ വെനസ്വേല സോഷ്യലിസത്തിന്റെ സ്വന്തം മാതൃകയാണ് സൃഷ്ടിക്കുന്നത്. "വെനസ്വേലയുടെയും ബൊളിവറിസത്തിന്റെയും സവിശേഷതകളുള്ള സോഷ്യലിസമായിരിക്കും അത്" മഡുറോ പറഞ്ഞു.

മഡൂറോയുടെ നേതൃത്വത്തിന് പിറകിൽ ഗവൺമെന്റും സൈന്യവും ഭരിക്കുന്ന യുണൈറ്റഡ് സോഷ്യലിസ്റ്റുപാർട്ടിയും ഒക്കെ ഒറ്റക്കെട്ടായി നിൽക്കുകയാണ്. എന്നാൽ ഭിന്നിപ്പിന്റെ വിത്തുവിതയ്ക്കുവാൻ തൽപ്പര കക്ഷികൾ ശ്രമിക്കുന്നുണ്ട്. ഷാവേസിന്റെ മരണത്തിന് തൊട്ടുമുമ്പ് രണ്ട് അമേരിക്കൻ സൈനികോദ്യോഗസ്ഥരെ രാജ്യത്തിന്റെ ആഭ്യന്തര കാര്യങ്ങളിൽ ഇടപെട്ടതിന് വെനസ്വേലൻ ഗവൺമെന്റ് പുറത്താക്കിയിരുന്നു. മാർച്ച് രണ്ടാം വാരത്തിൽ 'പകരം പ്രവർത്തനം' എന്ന നിലയിൽ അമേരിക്ക വെനസ്വേലയുടെ രണ്ട് നയതന്ത്ര ഉദ്യോഗസ്ഥരെയും പുറത്താക്കി. ഇന്നത്തെ സ്ഥിതിവിശേഷത്തിൽ വെനസ്വേലൻ സൈന്യത്തിന്റെ 'നിർണായക' സ്ഥാനത്തെക്കുറിച്ച് പശ്ചാത്യമാധ്യമങ്ങൾ കഥകൾ പ്രചരിപ്പിക്കാനാരംഭിച്ചിട്ടുണ്ട്. മഡൂറോയുടെ ഭാവി നിലകൊള്ളുന്നത് അവരുടെ സൗമനസ്യത്തിന്മേലാണെന്നാണവ അവകാശപ്പെടുന്നത്.

ഒരു പുതിയ പ്രസിഡന്റിനെ തിരഞ്ഞെടുക്കുന്നതിനായി ഏപ്രിൽ 14 ന് ഒരു പ്രത്യേക തിരഞ്ഞെടുപ്പ് പ്രഖ്യാപിക്കപ്പെട്ടിട്ടുണ്ട്. ഏകീകൃത വലതുപക്ഷ പ്രതിപക്ഷത്തിന്റെ സ്ഥാനാർഥിയായ ഹെൻറിസ് കാപ്രിലെസിനെ നേരിട്ടുകൊണ്ട് മഡൂറോ വൻഭൂരിപക്ഷത്തോടെ വിജയിക്കുമെന്നാണ് പ്രതീക്ഷിക്കുന്നത്. കാപ്രിലെസിന് മേൽ ഷാവേസ് നേടിയ ഭൂരിപക്ഷം വർധിപ്പിക്കാൻ ഒരു സഹതാപതരംഗം അദ്ദേഹത്തെ സഹായിക്കും. കഴിഞ്ഞ വർഷം ഒക്ടോബറിൽ നടന്ന തിരഞ്ഞെടുപ്പിൽ ഷാവേസ് വിജയിച്ചത് 10 ശതമാനത്തിൽ ഏറെ ഭൂരിപക്ഷം നേടിക്കൊണ്ടാണ്.

"മരിച്ച പ്രസിഡന്റിന്റെ ശരീരം തിരഞ്ഞെടുപ്പുപ്രചാരണത്തിനായി ഉപയോഗിക്കുന്നു" എന്ന് കാപ്രിലസ് തന്റെ എതിരാളിയെ കുറ്റപ്പെടുത്തിയിട്ടുണ്ട്. ഷാവേസിന്റെ "മരണവും ശവസംസ്കാരവും വളരെ ആസൂത്രിതമായിരുന്നു - ആർക്കറിയാം എപ്പോഴാണദ്ദേഹം മരിച്ചത്" എന്ന ദുസ്സൂചനയും അദ്ദേഹം നൽകുന്നുണ്ട്. ഷാവേസിന്റെ മൃതശരീരം എംബാം ചെയ്ത് സൂക്ഷിക്കുവാൻ തീരുമാനിച്ചപ്പോഴാണ് അദ്ദേഹത്തിന്റെ അവസാനത്തെ കുറ്റപ്പെടുത്തൽ വന്നത്! പ്രസിഡന്റിന്റെ ശരീരം അവർക്ക് പ്രചരണത്തിന് ആവശ്യമുണ്ട് എന്നു പറഞ്ഞ ആക്ഷേപത്തെ മഡൂറോ വിശേഷിപ്പിച്ചത് "ജുഗുപ്സാവഹം" എന്നാണ്. ക്രാപിലസും

അദ്ദേഹത്തിന്റെ 'ജസ്റ്റീസ് ഫസ്റ്റ്' പാർട്ടിയുമായിരുന്നു 2002–ൽ ഷാവേസിനെതിരെ നടന്നതും പരാജയപ്പെട്ടതുമായ സൈനിക അട്ടിമറിയിലെ മുഖ്യപങ്കാളികൾ.

ധ്രുവീകരിക്കപ്പെട്ട വ്യവസ്ഥയും മറ്റു വെല്ലുവിളികളും

വെനസ്വേലയുടെ വ്യവസ്ഥ ഇപ്പോഴും ധ്രുവീകരിക്കപ്പെട്ടുതന്നെയാണ് നിൽക്കുന്നത്. ഒരു നിർണായക ന്യൂനപക്ഷത്തിന് ഇപ്പോഴും ഷാവേസിന്റെ സാമ്പത്തിക – സാമൂഹിക പദ്ധതികളോട് പൊരുത്തപ്പെടാനായിട്ടില്ല. ശവസംസ്കാരച്ചടങ്ങിൽ മുഖ്യപ്രതിപക്ഷ പാർട്ടികളുടെ പ്രതിനിധികളൊന്നും തന്നെ ഉണ്ടായിരുന്നില്ല. വാസ്തവത്തിൽ ഷാവേസിന്റെ മരണം പ്രഖ്യാപിക്കപ്പെട്ടതിനെ തുടർന്ന് കാരക്കസിലെ അവരുടെ ചില സ്വാധീന മേഖലകളിൽ ആഘോഷങ്ങളും വെടിക്കെട്ടുകളുമൊക്കെയുണ്ടായിരുന്നു. അതേസമയം തന്നെ ഭൂരിപക്ഷം വരുന്ന വെനസ്വേലക്കാർക്ക് പഴയ രാഷ്ട്രീയ രീതിയിലേക്ക് പോകുന്നതിൽ താൽപ്പര്യമില്ല. കാപ്രിലെസ് തന്നെ കഴിഞ്ഞ തിരഞ്ഞെടുപ്പിൽ താൻ പ്രസിഡന്റായി വിജയിച്ചുവന്നാൽ ഷാവേസിന്റെ നയങ്ങൾ തന്നെ തുടരുമെന്ന് വാഗ്ദാനം നൽകിയിരുന്നു.

അതികായനായിരുന്ന ഷാവേസിന്റെ അസാന്നിധ്യത്തിൽ തീർച്ചയായും മഡുറോയ്ക്ക് ഭയാനകമായ ഒരു കടമയെയാണ് അഭിമുഖീകരിക്കാനുള്ളത്. ഷാവേസിന്റെ സ്വപ്നമായ 21–ാം നൂറ്റാണ്ടിലെ സോഷ്യലിസം യാഥാർഥ്യമാക്കണമെങ്കിൽ ഇനിയും ഒരുപാടു കാര്യങ്ങൾ പൂർത്തീകരിക്കേണ്ടതുണ്ട്. ഷാവേസ് രൂപപ്പെടുത്തിയ യുണൈറ്റഡ് സോഷ്യലിസ്റ്റ് പാർട്ടി എന്ന ഭരണകക്ഷിയിൽ നിരവധി പ്രവണതകളുണ്ട്. പഴയ ഇടതുപക്ഷ പാർട്ടികളുണ്ട്; പുതിയ ബൊളിവേറിയൻ വർഗമുണ്ട്; ബിസിനസ്സുകാരുണ്ട്; സൈനിക താൽപ്പര്യങ്ങളും സാമൂഹിക പ്രസ്ഥാനങ്ങളുമുണ്ട്. ഭരണകൂട ഉപകരണങ്ങളുടെ നിയന്ത്രണത്തിനും ദേശീയ ബജറ്റിലെ വൻനീക്കിവെക്കലുകൾക്കും വേണ്ടി കടിപിടികളുണ്ടാവാം. സോഷ്യലിസ്റ്റ് വിപ്ലവത്തെ അട്ടിമറിക്കുന്നതിനായി ഷാവിസ്റ്റുകൾ (ഷാവേസിന്റെ അനുയായികൾ)ക്കിടയിൽ അനൈക്യത്തിന്റെ വിത്തുവിതയ്ക്കാൻ അമേരിക്ക കിണഞ്ഞു പരിശ്രമിക്കും. 2002 മുതൽ പ്രതിപക്ഷ ഗ്രൂപ്പുകൾക്കായി 100 ദശലക്ഷം ഡോളറിലേറെ വാഷിങ്ടൺ ഒരുക്കിക്കൊടുത്തിട്ടുണ്ട്. ഈ മേഖലയിൽ അമേരിക്കൻ സ്വാധീനം പുനഃസ്ഥാപിക്കുന്നതിനായി സിറിയയിലേതുപോലെ ഒരു ആഭ്യന്തരകലാപം അവർ പ്രോത്സാഹിപ്പിക്കാനിടയുണ്ടെന്ന് ചില വെനസ്വേലക്കാരെങ്കിലും കരുതുന്നു. സമ്പദ് വ്യവസ്ഥയുടെ 70 ശതമാനവും ഇപ്പോഴും നിയന്ത്രിക്കുന്നത് സ്വകാര്യമേഖല തന്നെയാണ്.

രാജ്യത്തിലെ പൊതുവായ ക്ഷേമം, ഇപ്പോഴും കൃത്യമായും ആശ്രയിച്ചിരിക്കുന്നത് ഹൈഡ്രോ കാർബൺ മേഖലയുടെ പ്രകടനവും അന്തർദേശീയ വിപണിയുടെ ഉയർന്ന എണ്ണവിലയുമാണ്. വെനസ്വേലയ്ക്ക്

കുറഞ്ഞ കടവും ഉയർന്ന പെട്രോളിയം കരുതൽശേഖരവും ഉയർന്ന സമ്പാദ്യവുമാണുള്ളത്. ലോകത്തിൽ തന്നെ ഏറ്റവും ഉയർന്ന 500 ബില്യൺ ബാരൽ എണ്ണശേഖരം അവർക്കുള്ളതായി തെളിഞ്ഞിട്ടുണ്ട്. കഴിഞ്ഞ 14 വർഷങ്ങളിൽ ഗവൺമെന്റ് നിരവധി വൻകിട വ്യവസായിക – കാർഷിക പ്രോജക്ടുകളിൽ പണം നിക്ഷേപിച്ചിട്ടുണ്ട്. ഇത് ബഹുജനങ്ങൾക്കാകെ വേഗത്തിൽ നേട്ടങ്ങളുണ്ടാക്കിക്കൊടുക്കും. എണ്ണ വരുമാനത്തിൽനിന്ന് കിട്ടുന്ന അത്രതന്നെ പണം ഇന്ന് രാഷ്ട്രത്തിൽ ആഭ്യന്തര നികുതിപിരിവിൽ നിന്ന് കിട്ടുന്നുണ്ട്.

അഴിമതിയുടെയും കുറ്റകൃത്യങ്ങളുടെയും പ്രശ്നങ്ങൾ ഇനിയും പരിഹരിക്കപ്പെടേണ്ടതായാണിരിക്കുന്നത്. കഴിഞ്ഞവർഷം നടന്ന തിരഞ്ഞെടുപ്പിൽ ഈ രണ്ട് വിഷയങ്ങളും ഉയർത്തിക്കാണിക്കുന്നതിൽ ചെറിയതോതിൽ വിജയിച്ചിട്ടുണ്ട്. പ്രസിഡന്റ് ഷാവേസിന് നൈതിക വിഷയങ്ങളിൽ വ്യക്തിപരമായി ഉണ്ടായിരുന്ന ഉയർന്ന നിലവാരം ഗവൺമെന്റിന്റെയോ ഭരണകക്ഷിയുടേയോ ഉന്നത നിലവാരത്തിൽ ഉണ്ടായിക്കൊള്ളണമെന്നില്ല. ഷാവേസിന്റെ സാമൂഹിക പദ്ധതികൾ ആഴത്തിലാക്കുമെന്നും ഉയർന്ന കുറ്റകൃത്യനിരക്കിനെതിരെ ശക്തമായ നീക്കം നടത്തുമെന്നും മഡുറോ പ്രതിജ്ഞയെടുത്തിട്ടുണ്ട്.

ജാഗ്രതയോടെ ലോകം അത് ഉറ്റുനോക്കുകയാണ്.

(വിവർത്തനം: കെ എ വേണുഗോപാലൻ)

മരണത്തിനും പരാജയപ്പെടുത്താനാവാത്തയാൾ

താരിഖ് അലി

താങ്കൾ ചെയ്യുന്നതെന്തെന്ന് അറിഞ്ഞിട്ട് താങ്കളെ വെറുക്കുന്ന ശത്രുക്കളെയാണോ അതോ അജ്ഞതമൂലം താങ്കൾക്കെതിരെ ജൽപ്പനങ്ങൾ നടത്തുന്നവരെയാണോ കൂടുതൽ ഇഷ്ടപ്പെടുന്നത് എന്ന് ഞാൻ ഒരിക്കൽ ഷാവേസിനോട് ചോദിച്ചു. അദ്ദേഹം പൊട്ടിച്ചിരിച്ചു. ആദ്യത്തെ കൂട്ടരാണ് തമ്മിൽ ഭേദം. കാരണം താൻ ശരിയായ വഴിയിലൂടെയാണ് മുന്നോട്ടു പോകുന്നതെന്ന് അവർ തന്നെ ബോധ്യപ്പെടുത്തുകയാണെന്നതായിരുന്നു അദ്ദേഹത്തിന്റെ വിശദീകരണം. ഹ്യൂഗോ ഷാവേസിന്റെ മരണം യാദൃച്ഛികമായി വന്നതല്ല; എന്നാൽ അതിനോട് പൊരുത്തപ്പെടാൻ അത്ര എളുപ്പമല്ല. കമ്യൂണിസ്റ്റ് അനന്തരകാലഘട്ടത്തിലെ ഒരു രാഷ്ട്രീയ അതികായനെയാണ് നമുക്ക് നഷ്ടപ്പെട്ടത്. വെനസ്വേലയിലെ പ്രമാണിവർഗം അഴിമതിയുടെ ചെളിക്കുണ്ടിൽ പുതഞ്ഞുകിടക്കുകയായിരുന്നു; അത് ഒരുവശത്ത് വാഷിങ്ടണിന്റെയും മറ്റേ വശത്ത് സോഷ്യലിസ്റ്റ് ഇന്റർനാഷണലിന്റെയും സുരക്ഷിതതാവളമായാണ് വെനസ്വേല കരുതപ്പെട്ടിരുന്നത്. ഷാവേസിന്റെ വിജയത്തിനു മുൻപ് ഈ രാജ്യത്തെക്കുറിച്ച് അധികമാരും ചിന്തിച്ചിരുന്നില്ല. 1999 നുശേഷം പ്രമുഖ പാശ്ചാത്യമാധ്യമങ്ങളെല്ലാം വെനസ്വേലയിലേക്ക് തങ്ങളുടെ പ്രതിനിധികളെ അയച്ചുതുടങ്ങി. അവരെല്ലാംതന്നെ പറഞ്ഞുകൊണ്ടിരിക്കുന്നത് ഒരേകാര്യം തന്നെയാണ്. (കമ്യൂണിസ്റ്റ് ശൈലിയിലുള്ള ഒരു സർവാധിപത്യത്തിന്റെ വക്കിലാണ് ആ രാജ്യം എന്ന സങ്കൽപ്പത്തിലാണ് അവരെല്ലാം റിപ്പോർട്ടുകൾ തയാറാക്കിയിരുന്നത്); എങ്കിലും പരമാവധി വിവരങ്ങൾ സമാഹരിക്കാനാണ് അവർക്കു ലഭിക്കുന്ന നിർദേശം.

വാഷിങ്ടണിൽനിന്നും മാഡ്രിഡിൽനിന്നുമുള്ള പ്രേരണമൂലം നടത്തിയ പട്ടാള അട്ടിമറി പരാജയപ്പെട്ട ഉടൻ 2002 ലാണ് ഞാൻ ആദ്യ

മായി അദ്ദേഹത്തെ സന്ദർശിച്ചത്; അതിനുശേഷം അനവധിതവണ സന്ദർശിക്കുകയുണ്ടായി. ബ്രസീലിലെ പോർട്ടോ അലേഗ്രെയിൽ ചേർന്ന ലോകസോഷ്യൽ ഫോറത്തിനിടയ്ക്ക് എന്നെ കാണണമെന്ന് അദ്ദേഹം ആവശ്യപ്പെടുകയുണ്ടായി. അദ്ദേഹമന്വേഷിച്ചു: "താങ്കൾ എന്തുകൊണ്ടാണ് വെനസ്വേലയിലേക്ക് വരാതിരിക്കുന്നത്? ഉടൻ വരണം." അതനുസരിച്ച് ഉടൻ ഞാൻ വെനസ്വലേയിലേക്ക് പോയി. എന്നെ ആകർഷിച്ചത് അദ്ദേഹത്തിന്റെ വെട്ടിത്തുറന്ന് പറയുന്ന രീതിയും ധൈര്യവുമാണ്. പലപ്പോഴും എടുത്തുചാട്ടമായി തോന്നാവുന്ന കാര്യങ്ങൾ എല്ലാംതന്നെ സുചിന്തിതമായി കൈക്കൊണ്ട നടപടികളാണ്; അവയാകട്ടെ പ്രതികരണങ്ങൾകൂടി കണക്കിലെടുത്തും പെട്ടെന്ന് അദ്ദേഹത്തിനുണ്ടാകുന്ന ഉൾവിളികൾക്കനുസരിച്ച് ആവശ്യമായ മാറ്റം വരുത്തി വിപുലീകരിച്ചുമാണ് നടപ്പാക്കിയിരുന്നത്. ലോകം നിശ്ശബ്ദതയിൽ ആണ്ടുകഴിയുകയും മധ്യഇടതിനും മധ്യവലതിനും തമ്മിൽ എന്തെങ്കിലും വ്യത്യാസമുണ്ടോ എന്ന് അറിയാൻ വല്ലാതെ പണിപ്പെടേണ്ടിവരികയും അവയുടെ രാഷ്ട്രീയക്കാർ പണമുണ്ടാക്കുക എന്ന ഏകലക്ഷ്യത്തോടെ ചലിക്കുന്ന യന്ത്രങ്ങളായിമാറുകയും ചെയ്തിരിക്കുന്ന അവസ്ഥയിൽ രാഷ്ട്രീയ ഭൂമണ്ഡലത്തിലെ വെളിച്ചമായി മാറിയിരിക്കുകയാണ് ഷാവേസ്.

പോർക്കളത്തിലെ അപരാജിതനായ കാളയെപ്പോലെയാണ് അദ്ദേഹം പ്രത്യക്ഷപ്പെട്ടിരുന്നത്. മണിക്കൂറുകൾ നീണ്ട, ആവേശമുണർത്തുന്ന മന്ത്രമധുരമായ ശബ്ദത്തിലുള്ള തീപ്പൊരിപ്രസംഗം അദ്ദേഹത്തിന്റെ ശ്രോതാക്കളെ നിഷ്ക്രിയത്വത്തിൽനിന്ന് തട്ടിയുണർത്തിയിരുന്നു. അദ്ദേഹത്തിന്റെ വാക്കുകൾക്ക് വല്ലാത്ത വശീകരണശക്തിയുണ്ടായിരുന്നു. ധാർമികചിന്തകൾ, ഭൂഖണ്ഡത്തിന്റെയും ദേശത്തിന്റെയും ചരിത്രം, 19–ാം നൂറ്റാണ്ടിലെ വിപ്ലവനേതാവും വെനസ്വേലയുടെ പ്രസിഡന്റുമായിരുന്ന സൈമൺ ബൊളിവറിൽ നിന്നുള്ള ഉദ്ധരണികൾ, പാട്ടുകൾ എന്നിവയെല്ലാം നിറഞ്ഞവയായിരുന്നു അദ്ദേഹത്തിന്റെ പ്രസംഗങ്ങൾ. "ഞാൻ പൊതുവേദികളിൽ പാട്ടുപാടുന്നതിൽ നമ്മുടെ ബൂർഷ്വാകൾക്ക് വല്ലാത്ത അസ്വസ്ഥതയാണ്. നിങ്ങൾക്ക് എന്തെങ്കിലും പ്രശ്നമുണ്ടോ?" അദ്ദേഹം സദസ്യരോട് ചോദിക്കുന്നു. "ഇല്ല" എന്നായിരിക്കും അത്യുച്ചത്തിലുള്ള പ്രതികരണം. തന്നോടൊപ്പം പാടാൻ പിന്നീട് അദ്ദേഹം അവരോട് പറയും; എന്നിട്ട് മെല്ലെ പറയും: "ഉറക്കെ, നഗരത്തിന്റെ കിഴക്കൻ ഭാഗത്ത് കഴിയുന്ന അവർക്ക് കേൾക്കാൻ പാകത്തിൽ ഉറക്കെയാകട്ടെ പാട്ട്." ഒരിക്കൽ ഇത്തരം ഒരു റാലിക്ക് തൊട്ടുമുൻപ്, അദ്ദഹം എന്നെ നോക്കിയിട്ട് പറഞ്ഞു: "ഇന്ന് താങ്കൾ വല്ലാതെ ക്ഷീണിച്ചിരിക്കുന്നല്ലോ, വൈകുന്നേരം വരെ താങ്കൾ ഇവിടെ കാണില്ലേ?" ഞാൻ ഇങ്ങനെ മറുപടിപറഞ്ഞു: "താങ്കൾ എത്രനേരം പ്രസംഗിക്കും എന്നതിനെ അനുസരിച്ചായിരിക്കും അത്." ഹ്രസ്വമായ പ്രസംഗമായിരിക്കും

എന്നദ്ദേഹം വാക്കുതന്നു. അന്ന് പ്രസംഗം മൂന്ന് മണിക്കൂറിൽ അധികം നീണ്ടുനിന്നില്ല.

ബൊളിവേറിയന്മാർ എന്നാണ് ഷാവേസ് അനുകൂലികൾ അറിയപ്പെടുന്നത്. ആഭ്യന്തരരംഗത്ത് നവഉദാരവൽക്കരണവും വിദേശത്ത് യുദ്ധവും എന്നത് വാഷിങ്ടൺ സമവായത്തിനെതിരെ വെല്ലുവിളി ഉയർത്തുന്ന ഒരു രാഷ്ട്രീയപരിപാടിയാണ് ബൊളിവേറിയന്മാർ മുന്നോട്ടുവയ്ക്കുന്നത്. അദ്ദേഹത്തിന്റെ മരണാനന്തരം ദീർഘകാലം കഴിഞ്ഞാലും ഷാവോസിനോട് ശത്രുത തുടരാനുള്ള മുഖ്യകാരണം ഇതാണ്.

അദ്ദേഹത്തെപ്പോലെയുള്ള രാഷ്ട്രീയക്കാർ അസ്വീകാര്യരായി മാറിയിരിക്കുന്നു. അദ്ദേഹം ഏറ്റവുമധികം വെറുത്തിരുന്നത് തങ്ങളുടെ സ്വന്തം ജനങ്ങളോട് ദക്ഷിണ അമേരിക്കയിലെ മുഖ്യധാര രാഷ്ട്രീയക്കാർ പുലർത്തിയിരുന്ന ജുഗുപ്സാവഹമായ ഉദാസീനതയെയാണ്. വെനസ്വേലയിലെ വരേണ്യവർഗം കുപ്രസിദ്ധമാംവിധം വംശീയ വിദ്വേഷം പുലർത്തുന്നവരാണ്. തങ്ങളുടെ രാജ്യത്തെ തിരഞ്ഞെടുക്കപ്പെട്ട പ്രസിഡന്റിനെ അപരിഷ്കൃതനും സംസ്കാരശൂന്യനുമായാണ് അവർ കരുന്നത് – വിശ്വസിക്കാൻ കൊള്ളാത്തവനും ആഫ്രിക്കൻ അമേരിന്ത്യൻ ശങ്കരജാതിക്കാരനായ ഒരു സാംബോ എന്നാണ് അവർ അദ്ദേഹത്തെ വിശേഷിപ്പിക്കുന്നത്. അദ്ദേഹത്തെ പിന്തുണയ്ക്കുന്നവരെ സ്വകാര്യ ടെലിവിഷൻ നെറ്റ്‌വർക്കുകളിൽ കുരങ്ങന്മാരായാണ് ചിത്രീകരിക്കുന്നത്. ഒരു വിരുന്ന്സൽക്കാരത്തിനിടയിൽ ഷാവേസിനെ ഒരു ഗോറില്ല ആയി അവതരിപ്പിച്ചതിന് കാരക്കസിലെ അമേരിക്കൻ എംബസിയെ കോളിൻ പവലിനു പോലും പരസ്യമായി ശാസിക്കേണ്ടതായിവന്നു. ഇത്തരം സംഭവങ്ങൾ അദ്ദേഹത്തെ അത്ഭുതപ്പെടുത്തിയോ? നല്ല ഗൗരവം നിറഞ്ഞ മുഖഭാവത്തോടെ തന്നെ അദ്ദേഹം എന്നോട് പറഞ്ഞു: “ഞാൻ ഇവിടെയാണല്ലോ ജീവിക്കുന്നത്. എനിക്ക് അവരെയെല്ലാം നന്നായി അറിയാം. മറ്റെല്ലാ വഴികളും അടയ്ക്കപ്പെട്ടിരിക്കുന്നതിലാണ് ഞങ്ങൾ ഏറെ പേരും സൈന്യത്തിൽ ചേരുന്നത്.” ഇനിയും അങ്ങനെയായിരിക്കില്ല. അദ്ദേഹത്തിന് കുറെ മിഥ്യാധാരണകളുണ്ട്. പ്രാദേശിക ശത്രുക്കൾ ശൂന്യതയിൽനിന്ന് ഗൂഢാലോചനനടത്തുകയും ആവേശം കൊള്ളുകയും ചെയ്യില്ല എന്ന് അദ്ദേഹത്തിന് അറിയാം. അവർക്കു പിന്നിൽ ലോകത്തിലെ ഏറ്റവും ശക്തമായ ഭരണകൂടമാണുള്ളത്. ഒരുനിമിഷത്തേക്കെങ്കിലും അദ്ദേഹം ചിന്തിച്ചുപോയത് ബറാക്ക് ഒബാമ വ്യത്യസ്തനായിരിക്കും എന്നായിരുന്നു. പക്ഷേ ഹോണ്ടുറാസിലെ സൈനിക അട്ടിമറി അത്തരത്തിലുള്ള എല്ലാ തെറ്റിദ്ധാരണകളിൽനിന്നും അദ്ദേഹത്തെ മുക്തനാക്കി. ജനങ്ങളോടുള്ള വിട്ടുവീഴ്ചയില്ലാത്ത പ്രതിബദ്ധത ആയിരുന്നു അദ്ദേഹത്തിന്റെ പ്രത്യേകത. അദ്ദേഹം എന്നും അവരിൽ ഒരാളായിരുന്നു. യൂറോപ്യൻ സോഷ്യൽ ഡെമോക്രാറ്റുകളെപ്പോലെ വൻകിട കോർപ്പറേറ്റുകളോ ബാങ്കുകളോ മാനവരാശിയുടെ അഭിവൃദ്ധി സാധ്യമാക്കുമെന്ന് അദ്ദേഹം വിശ്വസിച്ചിരുന്നില്ല. മാത്രമല്ല 2008 ലെ

വാൾസ്ട്രീറ്റ് തകർച്ചയ്ക്കും വളരെ മുമ്പുതന്നെ അദ്ദേഹം ഇക്കാര്യം ലോകത്തോട് വിളിച്ചു പറയുകയും ഉണ്ടായി. അദ്ദേഹത്തിനുമേൽ എന്തെങ്കിലും വിശേഷണം ചാർത്തണമെന്നുണ്ടെങ്കിൽ നിശ്ചയമായും അദ്ദേഹം ഒരു സോഷ്യലിസ്റ്റ് ജനാധിപത്യവാദി എന്നായിരിക്കും ഞാൻ പറയുക. എല്ലാവിധ വിഭാഗീയ ഉൾവിളികളിൽനിന്നും അകന്ന് ഒഴിഞ്ഞുമാറിയും സ്വയം പ്രഖ്യാപിതരായ വിവിധ തീവ്ര ഇടതുവിഭാഗങ്ങളുടെ മുൻവിധികളോടുകൂടിയ നിലപാടുകളിൽനിന്നും അവയുടെ അന്ധമായ പതിവ് ചെയ്തികളിൽ നിന്നും വേറിട്ടതുമായിരുന്നു അദ്ദേഹത്തിന്റെ നിലപാട്. ഞങ്ങളുടെ ആദ്യത്തെ കൂടിക്കാഴ്ചയുടെ സമയത്തുതന്നെ അത്രയേറെ കാര്യങ്ങൾ അദ്ദേഹം എന്നോട് പറഞ്ഞിരുന്നു.

തൊട്ടടുത്ത വർഷം കാരക്കസിൽവെച്ച് ഞാൻ അദ്ദേഹത്തോട് ബൊളിവേറിയൻ പദ്ധതികൾ സംബന്ധിച്ച ചോദ്യങ്ങൾ ഉന്നയിച്ചു. ഇതിലൂടെ എന്തുനേടാൻ കഴിയും? അമിതാവേശക്കാരായ തന്റെ ചില അനുയായികളേക്കാൾ അദ്ദഹത്തിനും ഇതുസംബന്ധിച്ച് തികഞ്ഞ വ്യക്തതയുണ്ടായിരുന്നു.

> മാർക്സിസ്റ്റ് വിപ്ലവത്തിന്റെ സൈദ്ധാന്തികമായ അംഗീകൃത തത്വങ്ങളിലൊന്നും ഞാൻ വിശ്വസിക്കുന്നില്ല. തൊഴിലാളിവർഗ വിപ്ലവങ്ങളുടേതായ ഒരു കാലഘട്ടത്തിലാണ് നാം ജീവിക്കുന്നതെന്നും ഞാൻ വിശ്വസിക്കുന്നില്ല. അതെല്ലാം തന്നെ പുനഃപരിശോധിക്കപ്പെടണം. യാഥാർഥ്യങ്ങൾ നിത്യവും അതാണ് നമ്മോട് പറഞ്ഞു കൊണ്ടിരിക്കുന്നത്. സ്വകാര്യസ്വത്തിന്റെ നിർമാജനമോ വർഗരഹിതസമൂഹം സൃഷ്ടിക്കലോ ആണോ ഇന്നത്തെ വെനിസ്വേലയിൽ നാം ലക്ഷ്യമിടുന്നത്. അങ്ങനെ ഞാൻ കരുതുന്നില്ല. യാഥാർഥ്യം അതായതുകൊണ്ട് കഠിനാധ്വാനം ചെയ്ത് രാജ്യത്തെ സാമ്പത്തികമായി വളർച്ചയിലെത്തിച്ച (പലപ്പോഴും അവർക്ക് അടിമപ്പണിപോലും ചെയ്യേണ്ടതായി വരുന്നു എന്ന് വിസ്മരിക്കരുത്) പാവപ്പെട്ട തൊഴിലാളികളെ സഹായിക്കാനായി നിങ്ങൾക്ക് ഒന്നും ചെയ്യാൻ പറ്റില്ല എന്നാണ് നിങ്ങൾ പറയുന്നതെങ്കിൽ "നമുക്ക് ഇവിടെ വച്ച് വഴിപിരിയാം" എന്നായിരിക്കും ഞാൻ പറയുന്നത്.
>
> സമൂഹത്തിലെ സ്വത്ത് പുനർവിതരണംചെയ്യാനാവില്ലെന്ന വാദം എനിക്ക് അംഗീകരിക്കാനേ കഴിയില്ല. നമ്മുടെ ഉപരിവർഗങ്ങളിൽപ്പെട്ടവർ നികുതി നൽകാൻപോലും താൽപ്പര്യപ്പെടുന്നില്ല. അവർ എന്നെ വെറുക്കുന്നതിനുള്ള കാരണം അതാണ്. ഞങ്ങൾ പറഞ്ഞു: "നിങ്ങൾ നികുതി അടച്ചേ മതിയാകൂ." തികഞ്ഞ വിപ്ലവകാരിയുടേതായ പരിശുദ്ധബാനറും ഉയർത്തിപ്പിടിച്ച് നിഷ്ക്രിയനായി നിൽക്കുന്നതിനെക്കാൾ യുദ്ധംചെയ്ത് മരിക്കുന്നതാണ് കൂടുതൽ നല്ലത് എന്നാണ് ഞാൻ കരുതുന്നത്.........ആ നിലപാട്

> വളരെ സൗകര്യപ്രദമായ ഒരൊഴികഴിവാണെന്നാണ് ഞാൻ കരുതുന്നത്....... ഉട്ടോപ്യകളെക്കുറിച്ച് സ്വപ്നം കണ്ടിരിക്കുന്നതിനു പകരം ശരിയായ ദിശയിൽ ഒരു കടുകിടെ എങ്കിലും മുന്നോട്ടു നീങ്ങാൻ പറ്റുന്ന ഒരു വിപ്ലവം സൃഷ്ടിക്കാൻ ശ്രമിച്ചുനോക്കൂ.

ഒരിക്കൽ അദ്ദേഹത്തിന്റെ പൊതുസമ്മേളനങ്ങളിൽ ഒന്നിൽ എന്റെ അടുത്തിരുന്ന മുതിർന്ന മാന്യമായി വസ്ത്രം ധരിച്ചിരുന്ന ഒരു സ്ത്രീയെ ഞാൻ ഓർമിക്കുന്നു. അവർ അദ്ദേഹത്തെക്കുറിച്ച് എന്നോട് ചോദിച്ചു "ഞാൻ എന്താണ് കുതുന്നത്? അദ്ദേഹത്തിന് സുഖം തന്നെയല്ലേ? ഇടയ്ക്കിടെ മുൻപിൻനോക്കാത്ത സ്വഭാവം അദ്ദേഹത്തിനുണ്ടോ?" ഞാൻ അദ്ദേഹത്തെ ന്യായീകരിച്ചു. അതോടെ അവർക്ക് ആശ്വാസമായി. അത് അദ്ദേഹത്തിന്റെ അമ്മയായിരുന്നു. താൻ നേരായവിധംതന്നെയല്ലേ തന്റെ മകനെ വളർത്തിയതെന്ന ചിന്ത അവരെ അലട്ടിയിരുന്നു "ഒരു കുട്ടിയെപ്പോലെ തന്നെയല്ലേ അവൻ പുസ്തകം വായിച്ചിരുന്നതെന്ന് ഞങ്ങൾ സദാ ഉറപ്പാക്കിയിരുന്നു." വായിക്കുന്നതിനുള്ള അദമ്യമായ ആവേശം എന്നും അദ്ദേഹത്തിനുണ്ടായിരുന്നു.

ചരിത്രം, ഫിക്ഷൻ, കവിത എന്നിവയായിരുന്നു അദ്ദേഹത്തിന്റെ ജീവിതത്തിൽ കൂടുതൽ ഇഷ്ടപ്പെട്ടിരുന്നത്. "എന്നെപ്പോലെ തന്നെ ഫിദൽകാസ്ട്രോയ്ക്കും ഉറക്കം വളരെ കുറവാണ്. ചിലപ്പോൾ ഞങ്ങൾ ഇരുവരും വായിക്കുന്നത് ഒരേ നോവലായിരിക്കും. പുലർച്ചെ മുന്നു മണിക്കായിരിക്കും അദ്ദേഹം എന്നെ വിളിക്കുന്നത്; എന്നിട്ട് ചോദിക്കും: "താങ്കൾ അത് വായിച്ച് തീർത്തോ? എന്തു തോന്നുന്നു?" ഒരുമണിക്കൂറെങ്കിലും ഞങ്ങൾ അതിനെക്കുറിച്ചുള്ള സംവാദത്തിലേർപ്പെടും.

സാഹിത്യത്തോടുള്ള അത്യാസക്തി

2005 ൽ സെർവാന്റീസിന്റെ മഹത്തായ നോവലിന്റെ 400–ാം വാർഷികം അനുപമമായ വിധത്തിൽ ആഘോഷിക്കാൻ അദ്ദേഹത്തെ പ്രേരിപ്പിച്ചത് സാഹിത്യത്തോടുള്ള അദ്ദേഹത്തിന്റെ അത്യാസക്തി ആയിരുന്നു. സാംസ്കാരികമന്ത്രാലയം *ഡോൺകിക്സോട്ടി*ന്റെ 10 ലക്ഷം കോപ്പി അച്ചടിക്കുകയും ദരിദ്രകുടുംബങ്ങളിൽ അത് സൗജന്യമായി വിതരണം ചെയ്യുകയുമുണ്ടായി. ഇതൊരു കിക്സോട്ടിക്സമീപനത്തിന്റെ സൂചനയല്ലേ? അല്ല. കലയുടെ മായാജാലത്തിന് ലോകത്തെ മാറ്റിമറിക്കാനാവില്ല, പക്ഷേ, അതിന് ഒരാളുടെ മനസ്സ് തുറക്കാൻ കഴിയും. ഇന്നല്ലെങ്കിൽ നാളെ എപ്പോഴെങ്കിലും ആ പുസ്തകം വായിക്കപ്പെടുമെന്ന് അദ്ദേഹത്തിന് നല്ല ഉറപ്പുണ്ടായിരുന്നു.

കാസ്ട്രോയുമായുള്ള ഉറ്റബന്ധം പിതൃപുത്രബന്ധം എന്ന നിലയിലാണ് ചിത്രീകരിക്കപ്പെട്ടത്. ഇത് അവരുടെ ബന്ധത്തിന്റെ ഒരുവശം മാത്രമേ ആകുന്നുള്ളൂ. കഴിഞ്ഞവർഷം, ഷാവേസ് കാൻസർരോഗമുക്തി നേടുന്നതിനുള്ള ചികിത്സതേടിയിരുന്ന കാരക്കസിലെ ആശുപത്രിക്കു

മുന്നിൽ വൻജനാവലി തടിച്ചുകൂടി. അദ്ദേഹത്തിനായുള്ള അവരുടെ മുറ വിളികൾ അവിടെയെങ്ങും അത്യുച്ചത്തിൽ മുഴങ്ങി. റൂഫ്ടോപ്പിൽ ഒരു ലൗഡ്സ്പീക്കർ കൊണ്ടുവരാൻ ഷാവേസ് ഉത്തരവിട്ടു. എന്നിട്ടദ്ദേഹം അതിലൂടെ ജനക്കൂട്ടത്തെ അഭിസംബോധനചെയ്തു. ഹവാനയിലിരുന്ന് ടെലിസൂറിലൂടെ രംഗം കണ്ട കാസ്ട്രോ ഞെട്ടിപ്പോയി. അദ്ദേഹം ഉടൻ തന്നെ ആശുപത്രിഡയറക്ടർക്ക് ഫോൺ ചെയ്തു. "ഇത് ഫിദൽ കാസ്ട്രോയാണ് സംസാരിക്കുന്നത്. നിങ്ങളെ പുറത്തുചാടിക്കും, അദ്ദേ ഹത്തെ ഉടൻതന്നെ തിരിച്ച് കിടക്കയിലെത്തിക്കൂ. എന്നിട്ട് ഞാൻ അങ്ങനെ ചെയ്യാൻ പറഞ്ഞതായി അദ്ദേഹത്തോട് പറയൂ."

സൗഹൃദത്തിനുപരിയായി ചരിത്രപരമായ ചട്ടക്കൂടിലാണ് ഷാവേസ് കാസ്ട്രോയെയും ചെ ഗുവേരയെയും കണ്ടത്. ബൊളിവറിന്റെയും അദ്ദേ ഹത്തിന്റെ സുഹൃത്ത് അന്റോണിയോ ഹോസെ ഡി സുക്രയുടെയും ഇരുപതാം നൂറ്റാണ്ടിലെ പിന്തുടർച്ചക്കാരാണ് അവർ അദ്ദേഹത്തെ സംബ ന്ധിച്ചിടത്തോളം. അവർ ഈ ഭൂഖണ്ഡത്തെ ഒന്നിപ്പിക്കുന്നതിനാണ് ശ്രമി ച്ചത്;പക്ഷേ സമുദ്രത്തെ ഉഴുതുമറിക്കുന്നതുപോലെ ആയിരുന്നു അത്. താൻ വളരെയേറെ ആരാധിക്കുന്ന ഈ നാലുപേരെക്കാൾ അവരുടെ ആശയങ്ങൾ സാക്ഷാൽക്കരിക്കുന്നതിന് ഷാവേസ് കൂടുതൽ അടുത്തെ ത്തിയിരുന്നു.

വെനസ്വേലയിലെ അദ്ദേഹത്തിന്റെ വിജയങ്ങൾ ഭൂഖണ്ഡത്തിലുട നീളം അനുകൂല പ്രതികരണങ്ങൾക്കിടയാക്കി. ബൊളീവിയയും ഇക്വ ഡോറും ഈ വിജയത്തിന് സാക്ഷ്യംവഹിച്ചു. ബ്രസീലിൽ ലൂയിസ് ഇനാഷ്യോ ലുല ഡ സിൽവയുടെയും ദിൽമവനാഡ റുസെഫിന്റെയും നേതൃത്വത്തിൽ ഈ സാമൂഹ്യമാതൃക പിന്തുടർന്നില്ലെങ്കിലും തമ്മിലടി പ്പിക്കാനുള്ള പാശ്ചാത്യതന്ത്രത്തിൽ അവർ വീണില്ല. ഷാവേസിനെക്കാൾ ഭേദം ലുലതന്നെ എന്നെഴുതിയ പാശ്ചാത്യമാധ്യമപ്രവർത്തകരും തങ്ങ ളുടേതായ പങ്കുവഹിച്ചു. കഴിഞ്ഞവർഷം മാത്രമാണ് താൻ ഷാവേസിനെ പിന്തണയ്ക്കുന്നതായി ലുല പരസ്യമായി പ്രഖ്യാപിച്ചത്; "നമ്മുടെ ഭൂഖ ണ്ഡത്തെ സംബന്ധിച്ചിടത്തോളം അദ്ദേഹത്തിന്റെ പ്രാധാന്യത്തെ ഒരി ക്കലും വിലകുറച്ചു കാണരുത്" എന്നും ലുല പറയുകയുണ്ടായി.

സ്വേച്ഛാധിപതിയായ ഭരണാധികാരി എന്ന പ്രതിച്ഛായയാണ് പശ്ചാ ത്യരാജ്യങ്ങളിൽ അധികാരം അദ്ദേഹത്തിനുണ്ടായിരുന്നത്. ഇത് അവരെ സംബന്ധിച്ചിടത്തോളമാണ് കൂടുതൽ യോജിക്കുക എന്നാണ് എന്റെ പക്ഷം. വെനിസ്വേലയിലെ പ്രതിപക്ഷവും അവരുടെ പത്രങ്ങളും ടിവി ചാനലുകളും പ്രാദേശിക സി എൻ എന്നും സർവോപരി അവരുടെ പാശ്ചാത്യ പിന്തുണക്കാരുമെല്ലാം നഖശിഖാന്തം എതിർക്കുന്ന ബൊളി വേറിയൻ ഭരണഘടന ജനങ്ങളിൽ മഹാഭൂരിപക്ഷത്തിന്റെയും പിന്തു ണനേടിയതാണ്. തിരഞ്ഞെടുക്കപ്പെട്ട പ്രസിഡന്റിനെ ഹിതപരിശോധ നയിലൂടെ അധികാരത്തിൽ നിന്നു പുറത്താക്കാൻ അവസരം നൽകുന്ന ലോകത്തിലെ ഒരേയൊരു ഭരണഘടനയാണിത്. ജനങ്ങളിൽ ഒരു

നിശ്ചിത ശതമാനത്തിന്റെ ഒപ്പുശേഖരിച്ച് ആവശ്യപ്പെട്ടാൽ മതി ഹിത പരിശോധന നടക്കും. ഷാവേസിനോടുള്ള വെറുപ്പുകൊണ്ട് കണ്ണുകാണാതായ പ്രതിപക്ഷം 2004 ൽ അദ്ദേഹത്തെ നീക്കം ചെയ്യാൻ ശ്രമിച്ചത് സംവിധാനത്തെ ഉപയോഗപ്പെടുത്തിയാണ്. പ്രതിപക്ഷം ശേഖരിച്ച ഒപ്പുകളിൽ ഏറെയും മരിച്ചവരുടേതായിരുന്നെങ്കിലും വെനസ്വേലയിലെ സർക്കാർ ആ വെല്ലുവിളി ഏറ്റെടുക്കുകയാണുണ്ടായത്.

ഹിതപരിശോധനയ്ക്കായുള്ള വോട്ടെടുപ്പ് നടക്കുന്നതിന് ഒരാഴ്ച മുൻപ് ഞാൻ കാരക്കസിലുണ്ടായിരുന്നു. മിറാഫ്ളോറെസ് കൊട്ടാരത്തിൽ വെച്ച് ഞാൻ ഷാവോസിനെ കണ്ടപ്പോൾ അഭിപ്രായസർവകളെക്കുറിച്ചുള്ള വിശദമായ പരിശോധനയിൽ ഏർപ്പെട്ടിരിക്കുകയായിരുന്നു അദ്ദേഹം. അത് തുല്യംതുല്യമായി നിൽക്കുകയായിരുന്നു. "താങ്കൾ പരാജയപ്പെടുകയാണെങ്കിലോ" ഞാൻ ചോദിച്ചു. "എങ്കിൽ ഞാൻ രാജിവെച്ച് ഒഴിയും" അൽപ്പവും മടികൂടാതെയുള്ള അദ്ദേഹത്തിന്റെ മറുപടി ആയിരുന്നു ഇത്. എന്നാൽ അദ്ദേഹം അതിൽ വിജയിച്ചു.

എപ്പോഴെങ്കിലും അദ്ദേഹം ക്ഷീണിക്കുകയോ ദുർബലനാവുകയോ അദ്ദേഹത്തിന്റെ ആത്മവീര്യം ചോർന്നുപോവുകയോ ചെയ്തിട്ടുണ്ടോ? "അതേ" എന്നായിരുന്നു അദ്ദേഹത്തിന്റെ മറുപടി. പക്ഷേ അത് അട്ടിമറി ശ്രമമോ ഹിതപരിശോധനയോ ആയി കരുതുന്നില്ല. അഴിമതിയിൽ മുങ്ങിയ എണ്ണക്കമ്പനിയൂണിയനുകൾ മധ്യവർഗത്തിന്റെ പിന്തുണയോടെ സംഘടിപ്പിച്ച പണിമുടക്കായിരുന്നു അദ്ദേഹത്തെ അസ്വസ്ഥനാക്കിയത്. ആ പണിമുടക്ക് ജനങ്ങളെ ഒന്നടങ്കം, വിശിഷ്യാ ദരിദ്രജനവിഭാഗങ്ങളെ പ്രതികൂലമായി ബാധിക്കുമായിരുന്ന ഒന്നായിരുന്നു. എന്റെ മനോവീര്യം നിലനിർത്താൻ സഹായിച്ചത് രണ്ട് ഘടകങ്ങളാണ്. ഒന്നാമത്തേത് രാജ്യത്തുടനീളം ഞങ്ങൾക്ക് ലഭിച്ച ജനപിന്തുണയാണ്. ആപ്പീസിൽ ചടഞ്ഞുകൂടിയിരിക്കുന്നത് എന്നെ അസ്വസ്ഥനാക്കി. അതുകൊണ്ട് ഒരു സെക്യൂരിറ്റി ഗാർഡിനെയും രണ്ടു സഖാക്കളേയും കൂട്ടി ജനങ്ങൾ എന്താണ് പറയുന്നതെന്ന് ശ്രദ്ധിക്കുന്നതിനായി ഞാൻ പുറത്തേക്കിറങ്ങി; ഒപ്പം തുറന്ന അന്തരീക്ഷത്തിൽ ശുദ്ധവായു ശ്വസിച്ചു. ജനങ്ങളുടെ പ്രതികരണം എന്നെ വല്ലാതെ സ്പർശിച്ചു. ഒരു സ്ത്രീ എന്നെ സമീപിച്ച് ഇങ്ങനെ പറഞ്ഞു: "ഷാവേസ് എന്നോടൊപ്പം വരൂ; താങ്കളെ ചില കാര്യങ്ങൾ ഞാൻ ബോധ്യപ്പെടുത്തിത്തരാം." അവരുടെ കൊച്ചുകുടിലിലേക്ക് ഞാൻ അവരോടൊപ്പം പോയി. ആ കുടിലിനുള്ളിൽ അവരുടെ ഭർത്താവും കുട്ടികളും കഞ്ഞിവേകുന്നതും കാത്തിരിപ്പാണ്. "തീകത്തിക്കാനായി ഞാൻ എന്താണ് ഉപയോഗിക്കുന്നതെന്ന് നോക്കൂ......... ഞങ്ങളുടെ കിടക്കയുടെ പിൻഭാഗമാണത്. നാളെ ഞാൻ കട്ടിലിന്റെ കാല് തന്നെ കത്തിക്കും. അതിനടുത്തദിവസം മേശയുടെ ഊഴമായിരിക്കും; പിന്നീട് കസേരകളും വാതിൽപ്പാളികളുമെല്ലാം ഉപയോഗിക്കും. ഞങ്ങൾ മുട്ടുമടക്കില്ല; ഇതിനെ അതിജീവിക്കുകതന്നെചെയ്യും."

അദ്ദേഹത്തിന്റെ ജീവിതത്തിന്റെ അകംപൊരുൾ എന്തായിരുന്നു? ഒരു നിശ്ചിത ധൈഷണികനിലവാരവും സ്വഭാവഗുണവും സാംസ്കാരിക നിലവാരവും ഉള്ള ഏതൊരാളെ സംബന്ധിച്ചിടത്തോളവും അയാളുടെ അഥവാ അവളുടെ വൈകാരികവും ധൈഷണികവുമായ സ്വാഭാവികമായ ഇഷ്ടം എന്തെന്ന് എപ്പോഴും എല്ലാപേർക്കും ഒന്നുപോലെ കാണാനാവില്ല. അദ്ദേഹം വിവാഹമോചിതനായിരുന്നു; പക്ഷേ തന്റെ മക്കളോടും കൊച്ചുമക്കളോടുമുള്ള അദ്ദേഹത്തിന്റെ സ്നേഹവായ്പ് സംശയാതീതമാണ്. അദ്ദേഹം പ്രണയിച്ച സ്ത്രീകളിൽ ഏറെപ്പേരും (കുറച്ചുപേരെ അദ്ദേഹം പ്രണയിച്ചിരുന്നു.) അവർ തമ്മിൽ പിരിഞ്ഞ് വളരെക്കാലത്തിനുശേഷവും അദ്ദേഹം ഉദാരമതിയായ കാമുകനാണെന്ന് വിശേഷിപ്പിച്ചിരുന്നു.

അദ്ദേഹം ഇവിടെ അവശേഷിപ്പിച്ചിട്ടുപോയത് എന്തുതരത്തിലുള്ള ഒരു രാജ്യത്തെയാണ്? അത് ഒരു സ്വർഗരാജ്യമാണോ നിശ്ചയമായും അല്ലതന്നെ. നിലവിലുള്ള പ്രശ്നങ്ങൾ കണക്കിലെടുക്കുമ്പോൾ എങ്ങനെയാണ് അതിന് അങ്ങനെയാകാൻ കഴിയുക? പക്ഷേ, ഗവൺമെന്റിൽ തങ്ങൾക്കും സുപ്രധാനമായ ഒരു പങ്കുണ്ടെന്ന് ദരിദ്രജനവിഭാഗങ്ങൾക്കാകെ തോന്നിത്തുടങ്ങിയ വളരെയേറെ മാറിയ ഒരു സമൂഹത്തെയാണ് അദ്ദേഹം വിട്ടുപോയത്. അദ്ദേഹത്തിന്റെ ജനസമ്മതിക്ക് ഇതിനപ്പുറം മറ്റു വിശദീകരണമൊന്നും ആവശ്യമുണ്ടെന്ന് തോന്നുന്നില്ല.

അദ്ദേഹത്തിന്റെ പക്ഷത്തുനിൽക്കുന്നവരെന്നും എതിർക്കുന്നവരെന്നും വെനസ്വേല രണ്ടായി പിരിഞ്ഞിരിക്കുകയാണ്. അപരാജിതനായാണ് അദ്ദേഹം മരണത്തിന് കീഴടങ്ങിയത്; പക്ഷേ ഇനിയും പരീക്ഷണഘട്ടങ്ങൾ പിന്നിടേണ്ടതുണ്ട്. അദ്ദേഹം കരുപ്പിടിപ്പിച്ച ഒരു വ്യവസ്ഥിതി, ജനകീയ പങ്കാളിത്തതോടെ അദ്ദേഹം രൂപംനൽകിയ സോഷ്യൽ ഡെമോക്രസി ഇനിയും ഏറെ മുന്നോട്ടുപോകേണ്ടതുണ്ട്. അദ്ദേഹത്തിന്റെ പിൻഗാമികൾ ആ കടമ ഏറ്റെടുക്കുമോ? ബൊളിവേറിയൻ പരീക്ഷണം നേരിടാൻ പോകുന്ന ആത്യന്തികമായ മാറ്റുരയ്ക്കലും ഇതുതന്നെയാവും: ഒരു കാര്യം നമുക്ക് ഉറപ്പിക്കാം അദ്ദേഹത്തിന്റെ ശത്രുക്കൾ മരിച്ചുകഴിഞ്ഞിട്ടും അദ്ദേഹത്തിന് സമാധാനം നൽകില്ല. അദ്ദേഹത്തിന്റെ അനുയായികളോ? ആ ഭൂഖണ്ഡത്തിലുടനീളവും മറ്റെല്ലായിടത്തുമുള്ള ദരിദ്രരായ ആളുകളാണ് അദ്ദേഹത്തിന്റെ അനുയായികൾ. തങ്ങൾക്കു സാമൂഹ്യനീതി വാഗ്ദാനം ചെയ്യുകയും എല്ലാ എതിർപ്പുകളും അവഗണിച്ച് അത് നടപ്പാക്കുകയും ചെയ്ത, തങ്ങൾക്കായി പൊരുതിവിജയിച്ച ഒരു രാഷ്ട്രീയനേതാവായി എക്കാലവും അവർ അദ്ദേഹത്തെ വാഴ്ത്തും.

(വിവർത്തനം: ജി വിജയകുമാർ)

സ്വപ്നാടകൻ

ബിനോയ് വിശ്വം

'**വീ**വാ ഷാവേസ്' എന്ന് മനസ്സ് വിളിച്ചുപറയുന്നു. വെനിസ്വേലയുടെ ചരിത്രം തിരുത്തിക്കുറിച്ച ധീരനായ വിപ്ലവകാരിയാണ് വിടപറഞ്ഞത്. എന്നും പൊരുതുവാനിഷ്ടപ്പെട്ട ആ പോരാളി കാൻസറിനോടും ധീരമായിത്തന്നെ പൊരുതി. ഈ വിയോഗവേള കണ്ണുനീരിനാൽ അടയാളപ്പെടുത്തിയതാകണമെന്ന് അദ്ദേഹം ചിന്തിച്ചിട്ടുണ്ടാകില്ല. വെനസ്വേലയിൽ താൻ തുടങ്ങിവച്ച 'ബൊളിവേറിയൻ വിപ്ലവ'ത്തിന്റെ കൊടി താഴരുതെന്നും സമരം തുടരണമെന്നുമാണ് ഷാവേസ് ചിന്തിച്ചത്. ശസ്ത്രക്രിയയ്ക്കായി ഒടുവിൽ ക്യൂബയിലേക്ക് പുറപ്പെടുംമുമ്പ് തനിക്ക് എന്തെങ്കിലും സംഭവിച്ചാൽ പിൻഗാമി ആരായിരിക്കണമെന്ന് അദ്ദേഹം നിർദേശിച്ചു. തുടരാനിരിക്കുന്ന സമരങ്ങളെപ്പറ്റിയും ഉയർത്തിപ്പിടിക്കാനുള്ള ആദർശങ്ങളെക്കുറിച്ചുമുള്ള ദീർഘവീക്ഷണമാണ് അതിൽ പ്രതിഫലിച്ചത്.

ഹ്യൂഗോ ഷാവേസ് സ്വപ്നാടകനായിരുന്നു; തന്റെ ഭൂഖണ്ഡത്തിന്റെ മുഴുവൻ വിമോചനം സ്വപ്നം കണ്ട ഏണസ്റ്റോ ചെ ഗുവേരയെപ്പോലെ. അദ്ദേഹം വിപ്ലവനായകനായിരുന്നു. സ്വപ്നങ്ങൾ യാഥാർഥ്യമാക്കാൻ കരുത്തു കാണിച്ച ഫിദൽ കാസ്ട്രോയെപ്പോലെ. ലാറ്റിനമേരിക്കയുടെ എക്കാലത്തെയും മോചനപ്രതീകമായ സൈമൺ ബൊളിവറെ ചരിത്രത്തിന്റെ പ്രകാശഗോപുരമായി അദ്ദേഹം കണ്ടു. ഫിദലും ചെ ഗുവേരയും അതേ കണ്ണോടുകൂടിയാണ് പത്തൊമ്പതാം നൂറ്റാണ്ടിന്റെ ചരിത്രപുരുഷനായ സൈമൺ ബൊളിവറെ കണ്ടത്. ഷാവേസിന്റെ ഹൃദയത്തിൽ ക്രിസ്തുവിനും സ്ഥാനമുണ്ടായിരുന്നു. മതമേധാവിത്വം ചില്ലുമേടകളിൽ അടച്ചുപൂട്ടിയ ക്രിസ്തുവിനല്ല, നിന്ദിതരെയും പീഡിതരെയും

തന്റെ അടുത്തേക്ക് വിളിച്ച വിമോചകനായ ക്രിസ്തുവിനാണ് ഷാവേസ് ഹൃദയത്തിൽ സ്ഥാനംനൽകിയത്.

ആജാനുബാഹുവായിരുന്നു ഷാവേസ്. ഇടയ്ക്കിടെ തന്റെ പാർട്ടിയുടെ നിറമായ കടുംചുവപ്പ് യൂണിഫോമിലും ഇടയ്ക്കിടെ തന്റെ പച്ച പട്ടാള യൂണിഫോമണിഞ്ഞും അദ്ദേഹം ജനങ്ങളുടെ നടുവിലേക്ക് ചെന്നു. പട്ടിണിക്കാരോടും പാവങ്ങളോടുമുള്ള പക്ഷപാതിത്വമായിരുന്നു അകത്തും പുറത്തും കരുത്തനായിരുന്ന ആ നേതാവിന്റെ ദർശനം. ഇഹലോകത്തിലെ തന്റെ നേതാവ് ഫിദൽ കാസ്ട്രോയാണെന്നു പറഞ്ഞ ഹ്യൂഗോ ഷാവേസ് പരലോകത്തിലെ തന്റെ വഴികാട്ടിയായി ചൂണ്ടിക്കാട്ടിയത് യേശുക്രിസ്തുവിനെയാണ്.

എണ്ണ അടക്കമുള്ള പ്രകൃതിവിഭവങ്ങളാൽ സമ്പന്നമായിരുന്നിട്ടും വെനിസ്വേല സാമ്പത്തികപ്രതിസന്ധിയിലേക്കും ജീവിതദുരിതങ്ങളിലേക്കും വഴുതിവീഴുന്നത് എങ്ങനെയെന്ന് സ്വയം ചോദിച്ചപ്പോൾ ഹ്യൂഗോ ഷാവേസ് സൈന്യത്തിലെ ഒരു ജൂനിയർ ഓഫീസർ മാത്രമായിരുന്നു. കഷ്ടപ്പാടിന്റെ കണ്ണുനീർ കുടിച്ചുവളർന്ന ആ യുവസൈനികന്റെ മനസ്സ് സദാ അസ്വസ്ഥമായിരുന്നു. രാഷ്ട്രീയവ്യവസ്ഥയിൽ മാറ്റമുണ്ടാക്കിക്കൊണ്ടേ ജനങ്ങളുടെ ജീവിതദുരിതങ്ങൾക്ക് മാറ്റമുണ്ടാക്കാൻ കഴിയൂ എന്നു മനസിലാക്കാൻ പോന്ന വായനയും സാമൂഹികബോധവും അദ്ദേഹത്തിനുണ്ടായിരുന്നു. എന്നാൽ പട്ടാള അട്ടിമറിയിലൂടെ ആ രാഷ്ട്രീയ മാറ്റം സാധ്യമാകുമെന്ന് ഷാവേസ് കണക്കുകൂട്ടി. പിഴച്ചുപോയ ആ അട്ടിമറിശ്രമത്തിനും പിന്നാലെ വന്ന തടവുജീവിതത്തിനും ശേഷമാണ് ബഹുജനങ്ങളെ അണിനിരത്തിയുള്ള രാഷ്ട്രീയമുന്നേറ്റത്തിന്റെ വഴിയിലേക്ക് ഹ്യൂഗോ ഷാവേസ് വരുന്നത്.

പശ്ചിമാർധഗോളത്തിന്റെ മുഖച്ഛായ തിരുത്തിക്കുറിച്ച ഫിദൽ കാസ്ട്രോയുമായി ഈ വെനിസ്വേലൻ വിപ്ലവകാരിയുടെ അഗാധബന്ധം ആരംഭിക്കുന്നത് ഇവിടം മുതലാണ്. ഉള്ളടക്കത്തിലും സ്വഭാവത്തിലും വിപ്ലവകരവും അഗാധവുമായ ഒരു ബന്ധമായി അതു വളർന്നു. ഫിദലുമായുള്ള ഓരോ കൂടിക്കാഴ്ചയും തന്റെ സമരവീര്യവും കർമശേഷിയും വളർത്തിയെന്ന് ഷാവേസ് പറയുമായിരുന്നു. സാമ്രാജ്യത്വത്തിന്റെ നെഞ്ചിൽ തറച്ചു കയറുന്ന നിശിതവിമർശനത്തിന്റെ പ്രസംഗശൈലി ലാറ്റിനമേരിക്കയെ പഠിപ്പിച്ചത് ഫിദലാണ്. സ്പാനിഷ് ഭാഷയുടെ ശക്തിസൗന്ദര്യങ്ങൾ സമ്മേളിച്ച ആ വാക്പ്രവാഹത്തിന്റെ മായാജാലത്തിൽ ശ്രോതാക്കൾ മണിക്കൂറുകളോളം കാതുകൂർപ്പിച്ച് കേട്ടിരിക്കുമായിരുന്നു. തത്വചിന്തയും ധനശാസ്ത്രവും നയതന്ത്രവും സംഗീതവും പ്രകൃതിശാസ്ത്രവും വിദ്യാഭ്യാസവും ഫിദലിന്റെ പ്രസംഗത്തിന് വിഷയങ്ങളാകും. ആ ശൈലിയുടെ നേരവകാശിയായാണ് ലാറ്റിനമേരിക്ക ഹ്യൂഗോ ഷാവേസിനെ കണ്ടത്. 2004 ൽ മെക്സിക്കോയിൽ നടന്ന ലാറ്റിനമേരിക്കൻ ഉച്ചകോടിയുടെ വേദിയിൽ ഷാവേസ് ചോദിച്ചു: "നാസ (NASA) പുറത്തുവിട്ട ചൊവ്വയുടെ ചിത്രം നിങ്ങൾ കണ്ടുവോ?" വരണ്ടുണങ്ങിയ

പാറകൾ മാത്രമുള്ള ആ ചിത്രത്തിലേക്ക് ചൂണ്ടി അദ്ദേഹം കൂട്ടിച്ചേർത്തു: "എനിക്കു തോന്നുന്നു, ഐ എം എഫ് അവിടെ നേരത്തെ എത്തിയിട്ടുണ്ടാകുമെന്ന്!"

നയതന്ത്രമര്യാദകളുടെ പൊങ്ങച്ചശീലങ്ങൾക്ക് വഴങ്ങാത്തതായിരുന്നു ആ പോരാളിയുടെ പ്രകൃതം. ഉള്ളിൽ തിങ്ങുന്ന വികാരം - അതു സ്നേഹമാകട്ടെ, രോഷമാകട്ടെ - പ്രതിഫലിപ്പിക്കാനുള്ളതാണ് ഭാഷ എന്ന് ഷാവേസ് വിശ്വസിച്ചു. ഐക്യരാഷ്ട്രസഭയുടെ ചരിത്രത്തിൽ ഒരിക്കലും കേൾക്കാത്ത ചിലത് അദ്ദേഹം ജനറൽ അസംബ്ലിയുടെ വേദിയിൽ കേൾപ്പിച്ചു. 2006 ൽ അതു കേട്ടിരുന്ന രാഷ്ട്രത്തലവന്മാരുടെ നടുക്കം മാറാൻ ദിവസങ്ങൾ വേണ്ടിവന്നിരിക്കും. "ഇന്നലെ ഇവിടെ സാത്താൻ വന്നിരുന്നു. ഞാൻ നിൽക്കുന്ന ഇതേ വേദിയിൽ. ഇവിടെ ഇപ്പോഴും ഗന്ധകത്തിന്റെ മണം അടിക്കുകയാണ്." അമേരിക്കൻ പ്രസിഡന്റ് ജോർജ് ബുഷിനെയാണ് ഷാവേസ് ചെകുത്താനോടു താരതമ്യപ്പെടുത്തിയത്. നയതന്ത്ര വിമർശനത്തിന്റെ ചായം തേച്ച പുസ്തകങ്ങളിലൊന്നും നയതന്ത്രജ്ഞർ സ്വപ്നം കണ്ടിട്ടില്ലാത്ത വാക്ക്! പക്ഷേ, രാജ്യങ്ങളെ വെട്ടിപ്പിടിക്കാനും യുദ്ധങ്ങൾ കുത്തിപ്പൊക്കാനും സമ്പദ്ഘടനകളെ വിഴുങ്ങാനുമുള്ള പൈശാചികമായ ആർത്തിയുമായി ജോർജ് ബുഷ് ലോകത്തെ വെല്ലുവിളിക്കുമ്പോൾ ഇതിൽ കുറഞ്ഞതൊന്നും മതിയാകില്ലെന്നാണ് 'സൈമൺ ബൊളിവറുടെ സന്തതി'ക്കു തോന്നിയത്.

ലാറ്റിനമേരിക്കയുടെ വിമോചന നക്ഷത്രമായാണ് സൈമൺ ബൊളിവർ ആ ഭൂഖണ്ഡത്തിലാകെ ആദരിക്കപ്പെടുന്നത്. അദ്ദേഹം പിറന്ന മണ്ണാണ് തങ്ങളുടേത് എന്നതിൽ വെനിസ്വേലക്കാർ അഭിമാനംകൊള്ളുന്നു. തന്റെ വിപ്ലവത്തിന് ബൊളീവേറിയൻ വിപ്ലവം എന്നു ഹ്യൂഗോ ഷാവേസ് നാമകരണം ചെയ്തപ്പോൾ ലാറ്റിനമേരിക്ക മുഴുവൻ അതു തലകുലുക്കി ശരിവച്ചു. മിക്കവാറും പ്രസംഗങ്ങളിൽ ഷാവേസ് പറയുമായിരുന്നു: "നമ്മൾ സൈമൺ ബൊളീവറുടെ ആൺമക്കളും പെൺമക്കളുമാണ്. നമുക്ക് പൊരുതാനേ അറിയൂ; പരാജയപ്പെടാൻ അറിയില്ല." സമ്പത്തും അധികാരവും നഷ്ടപ്പെട്ട വെനിസ്വേലയിലെ വലതുപക്ഷം അമേരിക്കൻ പിന്തുണയോടെ 2008 ൽ അട്ടിമറി സംഘടിപ്പിച്ചപ്പോൾ അവർ ഒരു പുതിയ പദം കണ്ടുപിടിച്ചു. "ഷാവേസ്നകൾ" എന്നതായിരുന്നു പുച്ഛവും വൈരവും നിറഞ്ഞ ആ ശകാരപദം. ഒന്നിനും വഴങ്ങാത്ത ഷാവേസ്നകൾക്കെതിരെ തങ്ങൾ വിജയം നേടിയെന്ന് അമേരിക്കൻ നാവിലൂടെ അവർ വിളിച്ചുകൂവി. അന്ന് കാരക്കസിലെ തെരുവുകളിലൂടെ ഇരമ്പിയാർത്ത ജനക്കൂട്ടം തിരമാലകൾപോലെ അലറി: "അതെ, ഞങ്ങൾ ഷാവേസ്നകളാണ്. ഷാവേസിന്റെ സഖാക്കൾ! അതിനെന്തുവേണം? നാൽപ്പത്തിയെട്ടു മണിക്കൂറേ വലതുപക്ഷ അഹങ്കാരത്തിന് ആയുസുണ്ടായിരുന്നുള്ളൂ. ജനങ്ങൾ ഷാവേസിനെ തിരിച്ചുകൊണ്ടുവന്നു. ആ ജനങ്ങളാണ് ബൊളിവേറിയൻ വിപ്ലവത്തിന്റെ യഥാർഥ ശക്തി എന്ന് ഹ്യൂഗോ ഷാവേസിന് എന്നേ അറിയാമായിരുന്നു.

സോഷ്യലിസത്തിന്റെ 'അവസാനത്തെ ഔട്ട് പോസ്റ്റാ'യ ക്യൂബയുടെ പതനം ആസന്നമാണെന്ന് 1991 മുതൽ ആഗോള വലതുപക്ഷം പറഞ്ഞുകൊണ്ടേയിരുന്നു. ചരിത്രത്തിന്റെ അന്ത്യം പ്രവചിച്ചവർ അവർക്ക് പ്രത്യയശാസ്ത്ര പരിവേഷവും പകർന്നു. എന്നാൽ കാറ്റുവീശിയത് അവരുടെ കൽപ്പനപ്രകാരമല്ലായിരുന്നു. 1998 ആയപ്പോൾ ലാറ്റിനമേരിക്കയിൽ അമേരിക്കയുടെ പിന്നാമ്പുറത്തുതന്നെ ക്യൂബയോട് ചങ്ങാത്തം പ്രഖ്യാപിക്കാൻ രാജ്യങ്ങൾ ഒരുങ്ങിവന്നു. വെനിസ്വേലയായിരുന്നു അതിന്റെ മുമ്പിൽ. ഇപ്പോൾ മുക്കാൽ ഡസൻ രാജ്യങ്ങൾ അമേരിക്കൻ ഏകധ്രുവ സങ്കൽപ്പത്തെ വെല്ലുവിളിച്ചുകൊണ്ട് ക്യൂബയോടും വെനിസ്വേലയോടും കൈകോർത്ത് നീങ്ങാൻ സന്നദ്ധമായി ലാറ്റിനമേരിക്കയിൽ നിലകൊള്ളുന്നു.

'There is no alternative' (മറ്റൊരു ബദലില്ല) എന്ന വിധിവാക്യത്തെ ചോദ്യം ചെയ്തുകൊണ്ട് 'മറ്റൊരു ലോകം സാധ്യമാണ്' എന്ന് ആ രാജ്യങ്ങൾ പ്രഖ്യാപിക്കുകയാണ്. സാമ്പത്തിക അധീശത്വത്തിന്റെ ഉത്തരപക്ഷത്തെ ഭയപ്പെടുത്തിക്കൊണ്ട് ദക്ഷിണപക്ഷ ഉയർത്തെഴുന്നേൽപ്പിന്റെയും സഹകരണത്തിന്റെയും കൊടിക്കൂറയാണ് ആ രാജ്യങ്ങൾ പാറിക്കുന്നത്. അതിന്റെ സൈദ്ധാന്തിക – രാഷ്ട്രീയ നേതൃത്വത്തിൽ നിലകൊണ്ട്. പെട്രോ സൗത്ത്, ബാങ്ക് ഓഫ് സൗത്ത്, ടെലിസൗത്ത്, യൂണിവേഴ്സിറ്റി ഓഫ് സൗത്ത് – ഇതെല്ലാം 'ഏകധ്രുവ ലോകവാദ'ത്തിനെതിരായ ലാറ്റിനമേരിക്കയുടെ മറുപടികളാണ്.

ഇരുപത്തൊന്നാം നൂറ്റാണ്ടിലെ സോഷ്യലിസത്തിന്റെ രൂപഭാവങ്ങളും ഉള്ളടക്കവും എന്തായിരിക്കും? ലോകത്തെവിടെയും കമ്യൂണിസ്റ്റുകാരും മറ്റു പുരോഗമനശക്തികളും ഈ ചോദ്യത്തിന്റെ ഉത്തരം തേടുകയാണ്. മുതലാളിത്തം ഒന്നിന്റെയും പരിഹാരമല്ല. പ്രതിസന്ധികൾ അതിന്റെ കൂടെപ്പിറപ്പാണ്. മഹാഭൂരിപക്ഷത്തെ ചവിട്ടിയരച്ചുകൊണ്ടാണ് അത് സമ്പന്നർക്കു സ്വർഗം ചമയ്ക്കുന്നത്. ഈ ചുറ്റുപാടിൽ സോഷ്യലിസമാണ് പരിഹാരമെന്ന് ആർജവത്തോടെ പ്രഖ്യാപിക്കാനും അതിന്റെ വഴികളിലൂടെ ജനങ്ങൾക്കാകെ മെച്ചപ്പെട്ട ജീവിതം നൽകാനും കഴിയുമെന്ന് ഹ്യൂഗോ ഷാവേസ് തെളിയിച്ചു. സ്വേച്ഛാധിപതി എന്ന് ആഗോള വലതുപക്ഷം മുദ്രകുത്തിയപ്പോഴും സോഷ്യലിസത്തിൽ ജനാധിപത്യത്തിന്റെ സ്ഥാനം അനിഷേധ്യമാണെന്ന് ഷാവേസ് തെളിയിച്ചു. അധികാരം കൈയാളിയ 14 വർഷവും അദ്ദേഹം പ്രതിപക്ഷത്തിന്റെ പ്രവർത്തന സ്വാതന്ത്ര്യത്തിനുവേണ്ടി നിലകൊണ്ടു. ജനാധിപത്യപരമായി നടന്ന നാലു തിരഞ്ഞെടുപ്പുകളിലും നിരവധി അഭിപ്രായ വോട്ടെടുപ്പുകളിലും അദ്ദേഹം ജയിച്ചുകയറി. സോഷ്യലിസവും ജനാധിപത്യവും വിരുദ്ധ ധ്രുവങ്ങളിലായിരിക്കില്ല ഇരുപത്തൊന്നാം നൂറ്റാണ്ടിൽ നിലകൊള്ളുക എന്ന പ്രത്യയശാസ്ത്രമാനമുള്ള രാഷ്ട്രീയ സത്യം ഹ്യൂഗോ ഷാവേസ് ലോകത്തെ പഠിപ്പിച്ചു.

മതവിശ്വാസിക്ക് വിപ്ലവകാരിയാകാൻ കഴിയുമോ എന്നതിന് തന്റെ ജീവിതംകൊണ്ടാണ് ഷാവേസ് ഉത്തരം പറഞ്ഞത്. പ്രപഞ്ചസൃഷ്ടിയെക്കുറിച്ചുള്ള സങ്കൽപ്പം എന്തുതന്നെയായാലും ഇഹലോകത്തിലെ മനുഷ്യന്റെ ശത്രു മുതലാളിത്ത ചൂഷണവും സാമ്രാജ്യത്വ ദുർമോഹങ്ങളുമാണെന്ന് ഹ്യൂഗോ ഷാവേസിന് സംശയമില്ലായിരുന്നു. ഫിദലും ഷാവേസും തമ്മിൽ പലപ്പോഴായി നടന്ന ദീർഘസംഭാഷണങ്ങളിൽ മതവും മാർക്സിസവും ചർച്ചാവിഷയമായിട്ടുണ്ടാകുമെന്ന് ഞാൻ വിശ്വസിക്കുന്നു. അതേപ്പറ്റിയുള്ള കുറിപ്പുകൾ എന്നെങ്കിലും പുറത്തുവന്നിരുന്നെങ്കിൽ എന്ന് ആശിച്ചുപോകുന്നു. വിപ്ലവത്തിലും ക്രിസ്തുവിലും വിശ്വസിച്ച ഷാവേസ് വിമോചന ദൈവശാസ്ത്രത്തിന്റെ വ്യാഖ്യാതാവായി അറിയപ്പെടുന്നതിനേക്കാൾ പ്രയോക്താവായി മുന്നോട്ടുപോകുന്നതിലാണ് അഭിമാനംകൊണ്ടത്. വിശ്വാസവൈവിധ്യങ്ങളും വിപ്ലവ ലക്ഷ്യവും തമ്മിലുള്ള ജൈവബന്ധത്തിന്റെ സമവാക്യം കണ്ടെത്താൻ ശ്രമിക്കുന്നവർക്ക് ലോകത്തെവിടെയായാലും ഷാവേസിന്റെ പങ്കിനെ അവഗണിക്കാനാവില്ല. 2002 ൽ ഷാവേസ് ഭരണകൂടം വലതുപക്ഷ അട്ടിമറി നേരിട്ടപ്പോൾ വെനിസ്വേലയിലെ വത്തിക്കാൻ അംബാസഡറായിരുന്ന ആർച്ച് ബിഷപ്പ് മാർ കുര്യാക്കോസ് ഭരണികുളങ്ങരയുടെ വാക്കുകൾ ശ്രദ്ധിക്കുക:

> ഇടത്തരക്കാർക്കിടയിൽനിന്നും ഉയർന്നുവന്ന വെനിസ്വേലയിലെ ആദ്യ ഭരണാധികാരിയാണ് ഷാവേസ്. രാജ്യത്തിന്റെ എണ്ണസമ്പത്ത് അതുവരെ കൈയടക്കിവച്ച വരേണ്യ ഭരണവർഗത്തിന് ഷാവേസിനോട് എതിർപ്പുണ്ടാവുക സ്വാഭാവികം മാത്രമാണ്... അദ്ദേഹം വെനിസ്വേലയിലെ മാത്രമല്ല മുഴുവൻ ലാറ്റിനമേരിക്കയിലെയും അസമത്വവും അനീതിയും അവസാനിപ്പിക്കാൻ തന്റെ ജീവിതം ഉഴിഞ്ഞുവച്ച യഥാർഥ ദൈവപുത്രനായിരുന്നു.... കൊള്ളപ്പലിശക്കാർക്കും കരിഞ്ചന്തക്കാർക്കുമെതിരെ യേശുക്രിസ്തുവിനെപ്പോലെ പൊരുതിയ യഥാർഥ ക്രിസ്ത്യാനിയായിരുന്നു ഷാവേസ്.

ആ ഷാവേസ് തന്റെ എല്ലാ പോരാട്ടങ്ങൾക്കും ഊർജം കണ്ടെത്തിയതും കൈകൾ കോർത്തുപിടിച്ചതും മാർക്സിസ്റ്റായ ഫിദൽ കാസ്ട്രോയുമായാണെന്നുള്ളത് യാദൃച്ഛികമല്ല. ഉയർത്തെഴുന്നേറ്റ ലാറ്റിനമേരിക്കയുടെയും മാറുന്ന ലോകത്തിന്റെയും മുമ്പിൽ അത് വിലപ്പെട്ട സന്ദേശം അവതരിപ്പിക്കുന്നു. പരലോകത്തിലെ സ്വർഗത്തിനുവേണ്ടിയല്ല ഈ ലോകത്തിലെ മനുഷ്യമോചനത്തിനുവേണ്ടി മതവും മാർക്സിസവും തമ്മിൽ നിന്ദിതരെയും പീഡിതരെയും മുൻനിർത്തി ഊട്ടിവളർത്തേണ്ട ബന്ധങ്ങളെക്കുറിച്ചാണ് ആ സന്ദേശം.

ലാൽ സലാം

എം എ ബേബി

ഹ്യൂഗോ റഫേൽ ഷാവേസ് റിയസ് എന്ന വെനസ്വേലൻ ഭരണാധികാരി 58–ാം വയസിൽ യാത്രയായപ്പോൾ കുടുംബനാഥൻ നഷ്ടപ്പെട്ട തീരാദുഃഖത്തോടെയാണ് ആ രാജ്യത്തെ ജനത ആ വേർപാട് ഏറ്റുവാങ്ങിയത്. ലാറ്റിനമേരിക്കയിലെ ഇതര രാജ്യങ്ങളിലും ലോകത്തിന്റെ മറ്റു പല കോണുകളിലും കടുത്ത ദുഃഖവും വേദനയും പടർത്തിയ മരണം കൂടിയായിരുന്നു ഷാവേസിന്റേത്. കുറെനാളായി അദ്ദേഹം കടുത്ത രോഗബാധയെത്തുടർന്ന് നാലു ശസ്ത്രക്രിയകൾക്കും ഇടവിട്ട ചികിത്സയ്ക്കും വിധേയനായി വരികയായിരുന്നു എന്നത് ലോകത്തിന് അറിയാമായിരുന്നു. എന്നിട്ടും എന്തുകൊണ്ട് താങ്ങാനാവാത്ത ഒരു മരണമായി അനുഭവപ്പെട്ടു എന്ന ചോദ്യം പ്രസക്തമാണ്. സമീപകാലത്ത് ഒരു ജനതയുടെ ആത്മാഭിമാനത്തിന്റെയും വിമോചന സ്വപ്നങ്ങളുടെയും പ്രതീകമായി മറ്റൊരു രാഷ്ട്രത്തലവനും ഉയരാൻ കഴിഞ്ഞിട്ടില്ലെന്നതാണ് വികാര വിക്ഷോഭത്തോടുകൂടി ഷാവേസിന്റെ മരണത്തെ അഭിമുഖീകരിക്കാൻ ജനങ്ങളെ പ്രേരിപ്പിച്ചത്.

ഫിദൽ കാസ്ട്രോയും ചെ ഗുവേരയും ഒരു ഭൂഖണ്ഡത്തിന്റെയും ലോകത്തിന്റെ തന്നെയും സമരതീക്ഷ്ണതയായി എങ്ങനെ വളർന്നോ, അതിനു സമാനമായ ചരിത്രമാണ് ഹ്യൂഗോ ഷാവേസിന്റെ രാഷ്ട്രീയ ജീവിതത്തിനുമുള്ളത്. മൊങ്കാദ സൈനികത്താവളം ആക്രമിച്ച സംഭവത്തോടെയാണ് ഫിദൽ കാസ്ട്രോ ക്യൂബയുടെ രാഷ്ട്രീയജീവിതത്തിലും ലോകശ്രദ്ധയിലും വരുന്നത്. ആ ശ്രമം പരാജയപ്പെട്ടു. ഒളിവിലിരുന്ന ഫിദലിനെ ബാത്തിസ്തയുടെ സൈനികർ പിടികൂടി തടവിലാക്കി. പിന്നീട് വിചാരണ വേളയിൽ "ചരിത്രം എന്നെ കുറ്റക്കാരനല്ലെന്നു വിധിക്കും" എന്നുറക്കെ പറഞ്ഞ് കോടതിയിൽ പ്രതിരോധം തീർത്തു

ഫിദൽ. അതു തള്ളിക്കളഞ്ഞുകൊണ്ട് കുറ്റവാളിയെന്ന മുദ്രകുത്തി ഫിദലിനെ തടവിലാക്കി ബാത്തിസ്ത. എന്നാൽ ക്യൂബൻ ജനതയുടെ പ്രതിഷേധത്തെത്തുടർന്ന് ഫിദലിനെ മോചിപ്പിച്ച് നാടുകടത്തി.

ഇതിനു സമാനമായ സംഭവപരമ്പരകളാണ് ഷാവേസിന്റെ ജീവിതത്തിലുമുള്ളത്. സൈനികസേവനത്തിനിടയിൽ സമാന ചിന്താഗതിക്കാരായ സഹപ്രവർത്തകരുമായി ആലോചിച്ച് വെനിസ്വേലയിലെ ഏകാധിപത്യഭരണത്തിന് അന്ത്യംകുറിച്ച് ജനകീയഭരണം സ്ഥാപിക്കാൻ ഷാവേസ് നടത്തിയ ശ്രമം അടിച്ചമർത്തപ്പെട്ടു. രാജ്യദ്രോഹക്കുറ്റം ചുമത്തി ഷാവേസിനെ തുറുങ്കിലടച്ചു. ജയിൽവാസം പഠനത്തിനും ചിന്തയ്ക്കും ഭാവി സമരപരിപാടികളുടെ രൂപരേഖ തയാറാക്കുന്നതിനുമാണ് ഷാവേസ് വിനിയോഗിച്ചത്. മാർക്സിന്റെയും ലെനിന്റെയും കൃതികൾക്കൊപ്പം പ്ലഹാനോവിന്റെയും അന്റോണിയോ ഗ്രാംഷിയുടെയും ഫാനന്റേയും രചനകൾ കൂടി പഠനവിഷയമാക്കിയത് ശ്രദ്ധേയമാണ്. ഷാവേസിനെ മോചിപ്പിക്കണമെന്നാവശ്യപ്പെട്ട് ജനകീയ പ്രക്ഷോഭം ഉയർന്നു. രണ്ടുവർഷത്തോളം നീണ്ട ജയിൽവാസത്തിനുശേഷം ഷാവേസ് മോചിതനായി. ജയിലിൽ നിന്നും പുറത്തുവന്ന ഷാവേസ് സ്വതന്ത്രമായ ഇടതു രാഷ്ട്രീയപ്രവർത്തനം ആരംഭിച്ചു. അടുത്ത പ്രസിഡന്റ് തിരഞ്ഞെടുപ്പിൽ ഇടതുപക്ഷവേദി രൂപീകരിച്ച് മത്സരിക്കാനുള്ള തയാറെടുപ്പു തുടങ്ങി.

തന്റെ വിപ്ലവപദ്ധതിയുടെ രൂപരേഖ തയാറാക്കിയത് താനല്ല ഹോസെ മാത്തിയാണ് എന്നു ഫിദൽ പ്രഖ്യാപിച്ചിട്ടുള്ളത് പ്രസിദ്ധമാണ്. മാത്തിയെപ്പറ്റി അറിയാത്തവരോട് – ക്യൂബയുടെ മഹാത്മാഗാന്ധിയും ടാഗോറും ഭഗത്സിങും ഒരുമിച്ചു ചേർന്ന വിപ്ലവ സാംസ്കാരിക മഹത്വമാണ് ഹോസെ മാത്തി. സ്പാനിഷ് പോരാട്ടത്തിൽ അദ്ദേഹം രക്തസാക്ഷിയായി.

സമാനമായി ഷാവേസ് വെനിസ്വേലയിലെ വിമോചന പദ്ധതിയുടെ പിതൃത്വം സൈമൺ ബൊളിവറിനാണ് സമർപ്പിച്ചിട്ടുള്ളത്. സൈമൺ ബൊളിവറുടെ വിമോചനാശയങ്ങളാണ് താൻ മുന്നോട്ടു കൊണ്ടുപോകുന്നതെന്ന ഷാവേസിന്റെ സമീപനം വർത്തമാനകാല വിപ്ലവശ്രമങ്ങളെ ചരിത്രബോധവുമായി ബന്ധിപ്പിക്കുന്നതിന്റെ ഉജ്വല ഉദാഹരണമാണ്.

ജനകീയ വോട്ടെടുപ്പിലൂടെയാണ് ഷാവേസ് വെനിസ്വേലയുടെ പ്രസിഡന്റായത്. എന്നാൽ ക്യൂബയിൽ സായുധ മുന്നേറ്റത്തിലൂടെയും ജനമുന്നേറ്റത്തിലൂടെയുമാണ് ചെയും ഫിദലും റൗളും ചൂഷകവാഴ്ച അവസാനിപ്പിച്ചത്.

ഷാവേസിന്റെ പാതയും ഒരുപാട് ദുർഘടങ്ങൾ നിറഞ്ഞതായിരുന്നു. അമേരിക്കൻ ഭരണകൂടവും സി ഐ എയും ഷാവേസിനെ ഭരണത്തിൽ നിന്നോടിക്കാൻ ആശ്രയിക്കാത്ത മാർഗങ്ങളില്ല. 2002 ഏപ്രിലിൽ നടന്ന അട്ടിമറി ഇക്കൂട്ടത്തിലെ ഏറ്റവും കുപ്രസിദ്ധമായ സാമ്രാജ്യത്വ ഇടപെടലായിരുന്നു. വെനിസ്വേലയിലെ വ്യാപാരി വ്യവസായി സമൂഹത്തിന്റെ

അധ്യക്ഷൻ പ്രദ്രോകർമോന ഷാവേസ് 'രാജിവച്ച' ഒഴിവിൽ അധികാരം ഏറ്റെടുത്തു. എന്നാൽ 48 മണിക്കൂറിൽ കൂടുതൽ ആ ഭരണകൂടത്തിന് ആയുസുണ്ടായില്ല. വെനിസ്വേലയുടെ തെരുവുകളിൽ മുഴുവൻ തൊഴിലാളികളും ജനങ്ങളും നിറഞ്ഞു. ഭരണഘടനാപരമായി ഞങ്ങൾ തിരഞ്ഞെടുത്ത ഞങ്ങളുടെ പ്രസിഡന്റാണ് ഷാവേസ്. അദ്ദേഹത്തിന്റെ പ്രസിഡന്റ് പദവി തിരിച്ചുനൽകിയാൽ മാത്രമേ തെരുവുകളിൽനിന്നും പിന്മാറൂ എന്ന് ജനങ്ങൾ മുദ്രാവാക്യം മുഴക്കിക്കൊണ്ടിരുന്നു.

ഈ ബഹുജന മുന്നേറ്റത്തിൽ ഒന്നാമതായി രംഗത്തിറങ്ങിയത് കാരക്കസിലെയും പ്രാന്തപ്രദേശങ്ങളിലെയും വനിതകളായിരുന്നു എന്ന വസ്തുത വലിയ പാഠമാണ്. സായുധ കവചിത ടാങ്കുകളുടെ മുന്നിൽ ആയിരക്കണക്കിന് സ്ത്രീകൾ വഴിമുടക്കി കിടന്നു. ആശ്ചര്യകരമായ ഈ രംഗങ്ങൾ ലോകമാധ്യമങ്ങൾ വേണ്ടപോലെ ശ്രദ്ധിക്കുകയോ അവതരിപ്പിക്കുകയോ ചെയ്തില്ല. ഇത് മാധ്യമലോകത്തെ പക്ഷപാതിത്വത്തിന്റെയും നിക്ഷിപ്ത താൽപ്പര്യങ്ങളുടെയും വ്യക്തമായ തെളിവാണ്. എന്തുകൊണ്ടാണ് ഇത്തരത്തിലൊരു ബഹുജനമുന്നേറ്റം ഷാവേസിന് അനുകൂലമായി ഉണ്ടായത്.

സി ഐ എയുടെ നേതൃത്വത്തിലുള്ള അട്ടിമറിനീക്കം പരാജയപ്പെടുത്തുന്നതിൽ വെനിസ്വേലൻ ജനതയുടെ ഐക്യദാർഢ്യത്തോടൊപ്പം ഒരു മലയാളി പുരോഹിത പ്രമുഖന്റെ മാനവിക ഇടപെടലും പങ്കുവഹിച്ചു. ഇപ്പോൾ ഫരീദാബാദിലെ ആർച്ച ബിഷപ്പായ ആദരണീയനായ കുര്യാക്കോസ് ഭരണികുളങ്ങര അന്ന് വെനിസ്വേല വത്തിക്കാൻ എംബസിയിലെ ഡെപ്യൂട്ടി അംബാസഡറായി പ്രവർത്തിക്കുകയായിരുന്നു. അദ്ദേഹത്തിന്റെ തന്നെ ഭാഷയിൽ ഷാവേസിനെ അധികാരഭ്രഷ്ടനാക്കി വധിക്കാനാണ് സൈന്യത്തിലെ ഒരു വിഭാഗം ഗൂഢപദ്ധതി തയാറാക്കിയത്.

ഗൂഢപദ്ധതിയുടെ പിന്നിൽ ഒത്തുകൂടിയ വിമത സൈനികർ ഷാവേസിനെയും കുടുംബത്തെയും തടവിലാക്കി. എന്നാൽ, പാതിരാത്രി ഷാവേസ് വത്തിക്കാൻ എംബസിയിലേക്ക് ഫോൺ ചെയ്തു. അംബാസഡർ ഫ്രാൻസിൽ പര്യടനത്തിലായിരുന്നതിനാൽ അഭിവന്ദ്യനായ ഭരണികുളങ്ങരയാണ് ഷാവേസുമായി സംസാരിച്ചത്. തന്റെ ജീവൻ അപകടത്തിലാണെന്നും തന്നെ രക്ഷപ്പെടുത്താൻ സഹായിക്കണമെന്നും ഷാവേസ് അഭ്യർഥിച്ചു. അഭിവന്ദ്യനായ ഭരണികുളങ്ങര തിരുമേനി പോപ്പുമായി ബന്ധപ്പെട്ടശേഷം ഒരു കർദിനാളിനെയും വൈദികനെയും കൂട്ടി ഷാവേസിനെ തോക്കുചൂണ്ടി കീഴ്പ്പെടുത്തി വച്ചിരിക്കുന്നിടത്തേക്ക് പോയി. ഈ ഇടപെടലോടുകൂടി ഷാവേസിനെയും കുടുംബത്തെയും വധിക്കാനുള്ള പദ്ധതി പ്രതിലോമ സൈനികർക്ക് ഉപേക്ഷിക്കേണ്ടിവന്നു. പകരം രാജ്യം വിട്ടുപോകണമെന്നായി ആവശ്യം. രണ്ടു സൈനികരെയും കൂട്ടി ഹെലികോപ്റ്ററിൽ ലോസ് റോക്കസ് ദ്വീപിലേക്ക് ഷാവേസിനെയും കുടുംബത്തെയും കൊണ്ടുപോയി. ഷാവേസിന് ഒരു കുരിശുമാലയും നൽകി. ദ്വീപിൽനിന്നും ക്യൂബയിലേക്കു പോകാനാണ് ഷാവേസ് ഉദ്ദേശി

ച്ചിരുന്നതെങ്കിലും വെനിസ്വേലൻ ജനത 'ഞങ്ങളുടെ പ്രസിഡന്റിനെ തിരിച്ചുതരൂ' എന്ന ആവശ്യവുമായി തെരുവുകളിൽ നിറഞ്ഞതോടെ 48 മണിക്കൂറിനുള്ളിൽ സ്വന്തം രാജ്യത്തേക്കുതന്നെ വിജയശ്രീലാളിതനായി മടങ്ങാൻ ഷാവേസിനു കഴിഞ്ഞു.

പ്രസിഡന്റായശേഷം അദ്ദേഹം കൈക്കൊണ്ടതെല്ലാം പുതിയ സമൂഹം ലക്ഷ്യംവച്ചുള്ള ഭാവനാപൂർണവും ധീരവുമായ ഇടപെടലുകളായിരുന്നു.

ലോകയുവജന വിദ്യാർഥിമേളയ്ക്ക് വെനിസ്വേലയിൽ പോയപ്പോഴാണ് ഷാവേസിനെ നേരിൽ കാണുന്നത്. അമേരിക്ക സി ഐ എ നടത്തിയ അട്ടിമറിശ്രമങ്ങൾക്ക് ശേഷമായിരുന്നു അത്. അട്ടിമറി റിപ്പോർട്ട് ചെയ്ത ശ്രീലങ്കക്കാരിയും ഡൽഹി ജെ എൻ യു മുൻ വിദ്യാർഥിനിയുമായ ഷാമിനി പെരസിനെ അന്നു പരിചയപ്പെട്ടിരുന്നു. ഷാവേസിന്റെ സുഹൃത്തായ ഷാമിനി, അദ്ദേഹത്തിന്റെ വ്യക്തിത്വവിശേഷങ്ങൾ ദീർഘമായി ഞങ്ങളോടു പറഞ്ഞതും ഓർമവരുന്നു.

ഷാവേസ് പോരാട്ടത്തിന്റെ മറ്റൊരു പേര്

രാജേഷ് ചിറപ്പാട്

> ഇത് വേറിട്ട വെനിസ്വേലയാണ്. ഇവിടെ ഭൂതകാലത്തിന്റെ പിടിയിൽനിന്നും സ്വയം മോചിപ്പിക്കാൻ കഴിയുമെന്ന് അധഃസ്ഥിതർക്കറിയാം. ഇത് വേറിട്ട ലാറ്റിനമേരിക്കയാണ്. (ഹ്യൂഗോ ഷാവേസ്, മേയ് 2004)

ഹ്യൂഗോ ഷാവേസ് ഒരു ദേശത്തിന്റെയും ജനതയുടെയും ആത്മാഭിമാനത്തിന്റെയും പ്രതീകമായിരുന്നു. സാമ്രാജ്യത്വശക്തികളോട് ഒറ്റയ്ക്കുനിന്ന് പോരാടിയ മനുഷ്യസ്നേഹി. ലാറ്റിനമേരിക്കയുടെ മനസിൽ ജ്വലിച്ചുനിൽക്കുന്ന വിപ്ലവനക്ഷത്രം. ഫിദൽ കാസ്ട്രോയെപ്പോലെ ലോകത്തെമ്പാടുമുള്ള ഇടതുപക്ഷ ജനാധിപത്യശക്തികൾ ആവേശപൂർവം ഓർമിക്കുന്ന പേരാണ് ഹ്യൂഗോ ഷാവേസ്. അദ്ദേഹത്തിന്റെ വേർപാടിന് പിന്നിൽ സാമ്രാജ്യത്വത്തിന്റെ രഹസ്യഅജണ്ടകൾ പ്രവർത്തിച്ചിരുന്നു. വ്യക്തികളെ ഇല്ലായ്മ ചെയ്താൽ ഒരു പ്രസ്ഥാനത്തെയോ ആശയത്തെയോ നശിപ്പിക്കാൻ കഴിയില്ല എന്നത് ചരിത്രം പല സന്ദർഭങ്ങളിലും പഠിപ്പിച്ചിട്ടുണ്ട്. "ഇടയനെ വെട്ടും ആടുകൾ ചിതറും" എന്ന *ബൈബിൾ* വാക്യം ഇടയന്റെ കൂടെ ആടുകൾ സംഘടിതരായിരുന്നു എന്നും ചിതറിയ ആടുകൾ താമസിയാതെ സംഘടിക്കും എന്നുമുള്ള സൂചനകൾ ഒളിപ്പിക്കുന്നുണ്ട്.

ചെ ഗുവേരയെയും ഫിദലിനെയും പോലെ സമര തീക്ഷ്ണതയുടെയും പോരാട്ടവീര്യത്തിന്റെയും ചരിത്രപാഠങ്ങൾ ഷാവേസിന്റെ ജീവിതത്തിലുമുണ്ട്. സൈനികനായിരുന്ന അദ്ദേഹം സമാന ചിന്താഗതിക്കാരുമായി ചേർന്ന് വെനിസ്വേലയിലെ ഏകാധിപത്യ ഭരണകൂടത്തെ അട്ടിമറിക്കാൻ ശ്രമിച്ചു. ജനകീയ ഭരണകൂടം സ്ഥാപിക്കുകയായിരുന്നു ലക്ഷ്യം.

പക്ഷേ, ഷാവേസ് പിടിക്കപ്പെട്ടു. ഭരണകൂടം അദ്ദേഹത്തെ തടവറയിലടച്ചു. തടവറയുടെ നാലു ചുമരുകൾക്കുള്ളിൽ നിരാശനായി ഒതുങ്ങാൻ അദ്ദേഹത്തിന്റെ രാഷ്ട്രീയമനസ്സ് തയാറായില്ല. ജയിൽമുറിയിൽനിന്ന് വായനയുടെ വിശാലലോകത്തേക്ക് അദ്ദേഹം പ്രവേശിച്ചു. അത് സ്വാതന്ത്ര്യത്തിന്റെയും വിപ്ലവത്തിന്റെയും പുതിയ ചക്രവാളങ്ങൾ നൽകി. മാർക്സും എംഗൽസും ഗ്രാംഷിയും മുതൽ ഫ്രാൻസ് ഫാനൻവരെ തടവുമുറിക്കുള്ളിൽ വന്ന് അദ്ദേഹത്തോട് സംസാരിച്ചു. അടിച്ചമർത്തപ്പെട്ടവൻ സ്വാതന്ത്ര്യത്തെയും സമത്വത്തെയും മാത്രമാണ് സ്വപ്നം കാണുന്നതെന്ന തിരിച്ചറിവുകൾ അദ്ദേഹത്തിനുണ്ടായി. ഷാവേസിനെ വിമോചിപ്പിക്കണമെന്ന ജനകീയ പ്രക്ഷോഭം ശക്തമായതിനെത്തുടർന്ന് രണ്ടുവർഷത്തെ ജയിൽവാസത്തിനുശേഷം അദ്ദേഹം മോചിതനായി.

ഇടറാത്ത ചുവടുമായാണ് ഷാവേസ് വെനിസ്വേലയിൽ തന്റെ രാഷ്ട്രീയ ജീവിതമാരംഭിക്കുന്നത്. ലാറ്റിനമേരിക്കൻ വിപ്ലവേതിഹാസം സൈമൺ ബൊളിവറുടെ വിമോചനാശയങ്ങളുടെ തുടർച്ചയും വികാസവുമാണ് തന്റെ പ്രവർത്തനങ്ങളെന്ന് ഷാവേസ് പ്രസ്താവിച്ചു. ജനങ്ങൾ വെനിസ്വേലയുടെ പ്രസിഡന്റായി ഹ്യൂഗോ ഷാവേസിനെ തിരഞ്ഞെടുത്തു. 14 വർഷം അദ്ദേഹം വെനിസ്വേലയുടെ പ്രിയപ്പെട്ട പ്രസിഡന്റായി തുടർന്നു. 58–ാമത്തെ വയസിൽ ഈ ലോകത്തോട് അദ്ദേഹം വിടപറയുമ്പോൾ ആധുനിക വെനിസ്വേലയുടെ പിതാവിനെയാണ് നഷ്ടമാകുന്നത്; സാമ്രാജ്യത്വത്തിന്റെ മുട്ടുവിറപ്പിച്ച പോരാളിയെയാണ് നഷ്ടമാകുന്നത്.

ക്യൂബയുമായും ഫിദലുമായും തന്റെ രാജ്യത്തിനും തനിക്കും സഹോദരതുല്യമായ ബന്ധമായിരുന്നു ഉണ്ടായിരുന്നത്. ഷാവേസ് എഴുതുന്നു;

> തുടക്കം മുതൽ തന്നെ ഫിദൽ ഞങ്ങളുമായി സ്ഥിരവും തുറന്നതുമായ സൗഹൃദം പുലർത്തി. ഞങ്ങൾ പരസ്പര സഹായ ഉടമ്പടി ഉണ്ടാക്കിയിട്ടുണ്ട്. ഫിദലിനെ ഞാൻ ജ്യേഷ്ഠനെന്നാണ് വിളിച്ചിരുന്നത്. എനിക്കദ്ദേഹം മൂത്ത ജ്യേഷ്ഠനെപ്പോലെയാണ്. ചില ആശയങ്ങൾ, ഉപദേശങ്ങൾ എന്താണെന്ന് വച്ചാൽ അത് തരും. തന്റെ ഒരു സവിശേഷ സിദ്ധാന്തത്തെക്കുറിച്ച് ഫിദൽ സംസാരിക്കും; ഇനി അവർക്ക് ചെയ്യാനുള്ള ഒറ്റക്കാര്യം എന്നെ കൊല്ലുന്നതാണ്. കരുതലോടെ കഴിയണമെന്ന് എന്നോട് എപ്പോഴും പറയും.
>
> (*ഷാവേസ് വെനിസ്വേല പുതിയ ലാറ്റിനമേരിക്ക –* അലീദ ഗുവേര)

ഷാവേസിനെ താഴെയിറക്കാൻ അമേരിക്കയും സി ഐ എയും പല മാർഗങ്ങളും ആരാഞ്ഞു. 2002 ഏപ്രിലിൽ അവരുടെ ഒത്താശയോടെ ഒരട്ടിമറിശ്രമമുണ്ടാവുകയും ചെയ്തു. അതിന്റെ അനുഭവങ്ങളെക്കുറിച്ച് ഷാവേസ് എഴുതുന്നു.

ഞാൻ മരണം അടുത്തു കണ്ടു. 2002 ഏപ്രിൽ 12 ന് അർധരാത്രി കടപ്പുറത്തുവച്ച് എന്നെ വധിക്കാനായിരുന്നു അവരുടെ ഉത്തരവ്. സൂര്യൻ ഉദിക്കുമ്പോഴേക്കും ഞാൻ ശവമായിരിക്കണം. കൈയിൽ ഒരു കുരിശെടുത്തു. ക്രിസ്തുവിനെയും ചെയെയും ഞാൻ സ്മരിച്ചു. വിഷലിപ്തമായ മനസുള്ള പട്ടാളക്കാരും കൂലിപ്പടയാളികളും മെഷീൻ ഗണ്ണുമായി എന്നെ വളഞ്ഞു. ഒരാൾ എന്റെ പിന്നിൽ വന്നു. പിന്നിൽനിന്ന് വെടിവയ്ക്കാനാണ് അയാൾ വന്നത് എന്നു തോന്നിയതുകൊണ്ട് ഞാൻ തിരിഞ്ഞ് അയാളുടെ കണ്ണുകളിൽ ഉറ്റുനോക്കി. ആ നിമിഷം ലാഹിഗെരയിലെ ഗ്രാമീണ പാഠശാലയിൽ വച്ച് ചെ ഗുവേര എന്റെ മനസിൽ കടന്നുവന്നു. ഞാൻ വിചാരിച്ചു "നീ വീരപുരുഷനെപ്പോലെയാണ് മരിക്കാൻ പോകുന്നത്, നിന്ന നിലയിൽ തന്നെ." ഭാഗ്യവശാൽ ഞാൻ മരിച്ചില്ല. സൈനിക സാഹചര്യം അതായിരുന്നു.

(*ഷാവേസ് വെനിസ്വേല പുതിയ ലാറ്റിനമേരിക്ക* – അലീദ ഗുവേര)

ഈ ഭരണകൂട അട്ടിമറിക്കെതിരെ ജനങ്ങൾ ഒറ്റക്കെട്ടായി തെരുവിലിറങ്ങി. ഭരണഘടനാപരമായി തിരഞ്ഞെടുത്ത ഞങ്ങളുടെ പ്രസിഡന്റാണ് ഷാവേസ് എന്ന് സ്ത്രീകൾ ഉൾപ്പെടെയുള്ള ജനക്കൂട്ടം മുറവിളികൂട്ടി. അവസാനം 48 മണിക്കൂറിനുള്ളിൽ വെനിസ്വേലയുടെ സ്വന്തം പ്രസിഡന്റ് ഷാവേസ് അധികാരത്തിലേക്ക് തിരിച്ചുവന്നു.

2006 ൽ ഐക്യരാഷ്ട്രസഭ ഇതുവരെ കേൾക്കാത്ത ഒരു ധീരശബ്ദം കേട്ടു. അത് ഷാവേസിന്റേതായിരുന്നു. "ഇന്നലെ ഇവിടെ സാത്താൻ വന്നിരുന്നു. ഞാൻ നിൽക്കുന്ന ഇതേ വേദിയിൽ ഇവിടെ ഇപ്പോഴും ഗന്ധകത്തിന്റെ മണം അടിക്കുന്നുണ്ട്." യു എന്നിനെപ്പോലും നിയന്ത്രിക്കാൻ ശ്രമിക്കുന്ന അമേരിക്കയുടെ പ്രസിഡന്റ് ജോർജ് ബുഷിനെയാണ് ഷാവേസ് സാത്താൻ എന്നു വിളിച്ചത്.

തങ്ങൾ സൈമൺ ബൊളിവറുടെ സന്തതികളാണെന്ന് അഭിമാനപൂർവം ഷാവേസ് വെനിസ്വേലൻ ജനതയെ നിരന്തരം ഓർമിപ്പിച്ചു. പോരാടി ജയിക്കാൻ മാത്രമറിയുന്നവർ.

ഒരിക്കലും മരിക്കാത്ത വിപ്ലവത്തിന്റെ പ്രതീകമാണ് ഷാവേസ്. ലോകത്തെമ്പാടും ഉയർന്നുവരുന്ന സാമ്രാജ്യത്വ വിരുദ്ധ പോരാട്ടത്തിന്റെ മറ്റൊരു പേരായി ഷാവേസ് തുടരുകതന്നെ ചെയ്യും.

വെനസ്വേലയുടെ ചുവന്ന ആകാശം

വി ബി പരമേശ്വരൻ

എപ്പോഴാണ് അറബ്ലോകത്ത് ഷാവേസിനെപ്പോലെ ഒരു നേതാവ് ഉണ്ടാകുകയെന്ന് ചോദിച്ചത് അൽ ജസീറ ടെലിവിഷന്റെ ഫൈസൽ അൽ ഖാസിമാണ്. ഷാവേസിന്റെ പ്രശസ്തി ലാറ്റിനമേരിക്കയിൽ മാത്ര മല്ല ലോകത്തെങ്ങുമുള്ള സാമ്രാജ്യത്വവിരുദ്ധ മനസുകളിലും അധഃ സ്ഥിത വിഭാഗങ്ങളിലും അത്രമേൽ വ്യാപകമായിരുന്നു. അമേരിക്കൻ പിന്നാമ്പുറമായ ലാറ്റിനമേരിക്കയെ ആ പദവിയിൽനിന്ന് മോചിപ്പിച്ചതിൽ ഏറ്റവും പ്രധാന പങ്കുവഹിച്ച നേതാവാണ് ഷാവേസ്. അമേരിക്കൻ നേതൃത്വത്തിലുള്ള അട്ടിമറികൾക്ക് വിരാമമിടുന്നതിലും ഷാവേസിന്റെ പങ്ക് വളരെ വലുതാണ്. ഷാവേസ് എന്ന വിപ്ലവകാരി ലാറ്റിനമേരിക്ക യുടെ ഉണർവുള്ള ചരിത്രത്തിൽ ചവിട്ടിനിന്നുകൊണ്ടാണ് വെനസ്വേല യുടെ ആകാശം ചുവപ്പിച്ചത്.

വെനസ്വേലയിലെ ബാരിനാസിലെ സബനേത്ത ഗ്രാമത്തിലാണ് ഹ്യൂഗോ ഷാവേസ് ജനിച്ചത്. അധ്യാപകരായ ഹ്യൂഗോ ഡി ലോസ് റെയേസ് ഷാവേസിന്റെയും ഏലീന ഫ്രിയസ് ഡി ഷാവേസിന്റെയും ഏഴ് മക്കളിൽ രണ്ടാമനായി 1954 ജൂലൈ 28–നാണ് ജനനം. കുടുംബ ത്തിലെ ദാരിദ്ര്യം കാരണം മുത്തശ്ശി റോസ ഇനേസിന്റെ വീട്ടിലേക്ക് അയച്ച ഷാവേസിന്റെ കുട്ടിക്കാലത്തെ ദുരിതങ്ങൾ ബാർട് ജോൺസിന്റെ *ഹ്യൂഗോ* എന്ന ജീവചരിത്ര പുസ്തകം വ്യക്തമാക്കുന്നുണ്ട്. മൂത്ത സഹോദരനായ അഡാനും കൂടെയുണ്ടായിരുന്നു. സ്വാഭാവികമായും ഷാവേസിന് കൂടുതൽ അടുപ്പമുണ്ടായിരുന്നത് അഡാനുമായിട്ടായിരുന്നു. പിന്നീട് സർവകലാശാലയിൽ ഭൗതികശാസ്ത്രാധ്യാപകനായ അഡാൻ കമ്യൂണിസ്റ്റുപാർട്ടിയുമായി അടുത്ത ബന്ധമുള്ളയാളായിരുന്നു. ഏതാ

യാലും മുത്തശ്ശിയുടെ കൂടെയുള്ള താമസമാണ് ഷാവേസിനെ ഇടതുപക്ഷ രാഷ്ട്രീയവുമായി കൂടുതലായും അടുപ്പിച്ചത്.

സാർവദേശീയ സോഷ്യലിസവും ലാറ്റിനമേരിക്കയിലെ ദൈർഘ്യമേറിയ വിപ്ലവചരിത്രവും ചേർന്ന ഒരു മിശ്രിതമായിരുന്നു അന്നത്തെ വെനസ്വേലൻ ഇടതുപക്ഷം. ലാറ്റിനമേരിക്കൻ വിപ്ലവ ഇതിഹാസമായ സൈമൺ ബോളിവർ, 19-ാം നൂറ്റാണ്ടിലെ തീവ്രവാദ പ്രസ്ഥാനത്തിന്റെ നേതാക്കളിലൊരാളായ എസക്വിയേൽ സമോറ (1817-60), സൈമൺ റൊഡ്രിഗ്വസ് (1769-1854) എന്നിവരായിരുന്നു ഷാവേസിനെ സ്വാധീനിച്ചത്. ഷാവേസിന്റെ മുത്തച്ഛന്റെ മുത്തച്ഛൻ സമോറയുടെ സൈനികദളത്തിൽ പ്രവർത്തിച്ചിരുന്നുവെന്ന ബന്ധവും തീവ്രവാദപ്രസ്ഥാനവുമായി ഷാവേസിനുണ്ട്. 17-ാമത്തെ വയസിലാണ് ഷാവേസ് കാരക്കസിലെ മിലിട്ടറി അക്കാദമി ഓഫ് സയൻസിൽ ചേർന്നത്.

ഭൂമിയില്ലാത്തവർക്ക് ഭൂമി വിതരണംചെയ്ത് ലാറ്റിനമേരിക്കൻ ചരിത്രത്തിൽ പുതിയ വഴിത്തിരിവിന് തുടക്കം കുറിച്ച ഗ്വാട്ടിമാലയിലെ ജക്കോബോ അർബനസ് സർക്കാരിനെ അട്ടിമറിച്ച് ദിവസങ്ങൾക്കുശേഷമാണ് ഷാവേസ് ജനിച്ചത്. പത്തൊമ്പതാം വയസിൽ സൈനിക കേഡറ്റായി മലനിരകളിൽ പ്രവർത്തിച്ചുകൊണ്ടിരിക്കുമ്പോഴാണ് റേഡിയോവിലൂടെ ചിലിയിലെ സാൽവദോർ അലൻഡെയുടെ നേതൃത്വത്തിലുള്ള ഇടതുപക്ഷ സർക്കാർ അട്ടിമറിക്കപ്പെട്ട വാർത്ത ശ്രവിച്ചത്. ഷാവേസിനെ ഏറെ ഭയപ്പെടുത്തിയ വാർത്തയായിരുന്നു അത്. ഈ വാർത്തയോടൊപ്പം തന്നെ അട്ടിമറിയെ അപലപിച്ചുകൊണ്ടുള്ള ക്യൂബൻ പ്രസിഡന്റ് ഫിദൽ കാസ്ട്രോയുടെ പ്രസ്താവനയും ഷാവേസ് ശ്രവിച്ചു. "എല്ലാ തൊഴിലാളികളുടെയും കൈവശം തോക്കുണ്ടായിരുന്നെങ്കിൽ ചിലിയിലെ ഫാസിസ്റ്റ് അട്ടിമറി നടക്കില്ലായിരുന്നു." ഷാവേസ് ഒരിക്കലും മറക്കാതെ മനസിൽ കുറിച്ചിട്ട വാക്കുകളായിരുന്നു അത്. സൈനികക്യാമ്പിൽ വച്ച് പലപ്പോഴും ഷാവേസ് ഈ വാക്കുകൾ ഉരുവിടുമായിരുന്നു. കൂടെയുള്ളവർ അത് ആവർത്തിക്കുകയും ചെയ്തിരുന്നു.

എന്നാൽ ഷാവേസിനെ ഏറ്റവും കൂടുതൽ സ്വാധീനിച്ച വ്യക്തിത്വം സൈമൺ ബൊളിവറാണ് (1783-1830). ലാറ്റിനമേരിക്കയുടെ വിമോചകനും തെക്കേ അമേരിക്കയുടെ ജോർജ് വാഷിങ്ടണുമായി അറിയപ്പെട്ട ബൊളിവർ വെനസ്വേലയിലാണ് ജനിച്ചതെങ്കിലും സ്പാനിഷ് ആധിപത്യത്തിനെതിരെ ബൊളിവർ നേടിയ വിജയം വെനസ്വേലയെയും ബൊളിവിയയെയും പെറുവിനെയും ഇക്വഡോറിനെയും കൊളംബിയയെയും പനാമയെയും വിദേശാധിപത്യത്തിൽനിന്ന് മോചിപ്പിച്ചു. 17-ാം വയസിൽ ക്ഷയരോഗം ബാധിച്ച് മരിക്കുന്നതിന് മുമ്പാണ് ബൊളിവർ ഈ രാഷ്ട്രീയ നേട്ടങ്ങളെല്ലാം കൊയ്തത്. ബൊളിവറുടെ ആശയങ്ങൾ കൂടുതൽ മനസിലാക്കാൻ ആഗ്രഹിച്ച ഷാവേസ് അദ്ദേഹം വിമോചിപ്പിച്ച തെക്കേ അമേരിക്കൻ രാജ്യങ്ങൾ സന്ദർശിക്കാൻ ആരംഭിച്ചു. ആദ്യ സന്ദർശനം പെറുവിലായിരുന്നു. പുരോഗമന മുഖമുള്ള സൈനിക ഭരണാധികാരിയായ ജനറൽ വെലാസ്കോ അൽവരാഡോയുമായി

ഷാവേസ് കൂടിക്കാഴ്ച നടത്തി. തൊഴിലാളികളുടെയും കർഷകരുടെയും മോചനത്തിനായി സൈനികരെ എങ്ങനെ ഉപയോഗിക്കാമെന്ന് വെലാസ്കോയിൽ നിന്നാണ് ഷാവേസ് പഠിച്ചത്. പനാമയിൽ 1968 ൽ അധികാരം പിടിച്ചെടുത്ത് ഭൂപരിഷ്കരണം നടപ്പിലാക്കിയ ജനറൽ ഒമർ ടോറിജോസുമായുള്ള കൂടിക്കാഴ്ചയും ഷാവേസിനെ സംബന്ധിച്ച് അവിസ്മരണീയമായിരുന്നു. പനാമ കനാൽ പനാമക്ക് വിട്ടു നൽകണമെന്ന് അമേരിക്കൻ പ്രസിഡന്റ് ജിമ്മി കാർട്ടറോട് ആവശ്യപ്പെട്ടുവെന്ന പ്രശസ്തിയും ടോറിജോസിനുണ്ടായിരുന്നു. 1981 ൽ വിമാനാപകടത്തിൽ കൊല്ലപ്പെട്ടതിനാൽ ടോറിജോസിന് തന്റെ ദൗത്യം പൂർത്തിയാക്കാൻ കഴിഞ്ഞില്ലെന്നത് ചരിത്രം.

പുറംലോകത്തെ സംഭവവികാസങ്ങൾ ഷാവേസിനെ വല്ലാതെ സ്വാധീനിച്ചു. സൈനികനായി വെറുതെ അടങ്ങിയിരിക്കാൻ ഷാവേസിന് കഴിഞ്ഞില്ല. സൈനികയൂണിഫോം ഉപേക്ഷിക്കണമെന്ന ചിന്ത അദ്ദേഹത്തെ സ്വാധീനിച്ചു. എന്നാൽ രാഷ്ട്രീയക്കാരനായ ജ്യേഷ്ഠൻ അതിന് അനുവദിച്ചില്ല. അതിനാൽ രാജിവച്ചില്ലെന്ന് മാത്രം. വെനസ്വേലയിൽ നടക്കുന്നതെല്ലാം സസൂക്ഷ്മം വീക്ഷിക്കുകയായിരുന്നു ഷാവേസ്. ദേശീയ താൽപ്പര്യം മുൻനിർത്തിക്കൊണ്ടുള്ള ഷാവേസിന്റെ നിലപാടുകൾ, പ്രത്യേകിച്ചും അഴിമതിക്കെതിരെയുള്ളവ അദ്ദേഹത്തെ ജനങ്ങൾക്കിടയിൽ പ്രസിദ്ധനാക്കിയിരുന്നു. ജനകീയ പ്രക്ഷോഭങ്ങളെ അടിച്ചമർത്തുന്ന നയത്തിന്റെ ശക്തനായ വിമർശകൻ കൂടിയായിരുന്നു അദ്ദേഹം. അതുകൊണ്ടുതന്നെ സൈന്യത്തിൽ ഒരുപോലെ ശത്രുക്കളും മിത്രങ്ങളും ഷാവേസിനുണ്ടായിരുന്നു. സൈന്യത്തിൽ മേജറായിരുന്ന ഷാവേസിന് വെനസ്വേല പ്രസിഡന്റിന്റെ മിറോപ്ലേസ് കൊട്ടാരത്തിന്റെ ചുമതലയായിരുന്നു ഉണ്ടായിരുന്നത്. ഇതോടൊപ്പം രാഷ്ട്രീയ മീമാംസയിൽ ബിരുദം നേടാനായി സൈമൺ ബൊളിവർ സർവകലാശാലയിൽ രജിസ്റ്റർ ചെയ്യുകയും ചെയ്തു. ബൊളിവറെക്കുറിച്ചും അദ്ദേഹത്തിന്റെ ആശയങ്ങളെക്കുറിച്ചും ഷാവേസിന് കൂടുതൽ വ്യക്തതയും തെളിച്ചവും വരുന്നത് ഈ കാലത്തായിരുന്നു. ബൊളിവറുടെ അചഞ്ചലമായ രാജ്യസ്നേഹവും പാവങ്ങളോടുള്ള അനുകമ്പയും ഷാവേസും സ്വന്തം ജീവിതത്തിൽ പകർത്തി.

1980 കളിലാണ് അർജന്റീനയിലും മറ്റും നവ ഉദാരവൽക്കരണ നയങ്ങൾ നടപ്പിലാക്കി തുടങ്ങിയത്. എന്നാൽ കാർലോസ് ആൻഡ്രസ് പെരസ് 1988 ൽ വെനസ്വേലൻ പ്രസിഡന്റായതോടെയാണ് ഐ എം എഫിന്റെ നേതൃത്വത്തിലുള്ള ചെലവുചുരുക്കൽ നടപടികൾ ഉദ്ഘാടനം ചെയ്യപ്പെട്ടത്. പെരസിന്റെ സത്യപ്രതിജ്ഞാച്ചടങ്ങിൽ ക്യൂബൻ പ്രസിഡന്റ് കാസ്ട്രോയും നിക്കരാഗ്വൻ പ്രസിഡന്റ് ഡാനിയൽ ഓർടേഗയും പങ്കെടുത്തത് പെരസിന് ഇടതുപക്ഷ ചായ്‌വ് ലഭിക്കാൻ സഹായിച്ചു. വിലക്കയറ്റംകൊണ്ട് പൊറുതിമുട്ടുന്ന ജനങ്ങൾക്ക് ആശ്വാസമേകുന്ന നടപടികൾ ഉണ്ടാകുമെന്ന പ്രതീക്ഷ ഇതോടെ ഉയർന്നു. എന്നാൽ ക്ഷേമ പ്രവർത്തനങ്ങൾക്ക് പ്രാധാന്യമില്ലാത്ത തുറന്ന കമ്പോളവ്യവസ്ഥയാണ്

ഉദ്ഘാടനം ചെയ്യപ്പെട്ടത്. സ്വാഭാവികമായും ഇതിനെതിരെ പല കോണുകളിൽനിന്നും പ്രതിഷേധം ഉയർന്നു. മലനിരകളിൽനിന്നും ഇറങ്ങിവന്ന ജനങ്ങൾ കടകൾ കൊള്ളയടിക്കാൻ തുടങ്ങി. വർഷങ്ങളായി തുടരുന്ന ചൂഷണത്തിനും അടിച്ചമർത്തലിനുമെതിരെയുള്ള പ്രതിഷേധം പൊട്ടിത്തെറിക്കുകയായിരുന്നു എൽ കാരക്കസോ കലാപത്തിലൂടെ. സർക്കാരിനെ അട്ടിമറിച്ച് പുതിയ ഭരണഘടന എഴുതിയുണ്ടാക്കണമെന്ന ആവശ്യം ഉയർന്നു. കാരക്കസ് തെരുവുകൾ യുദ്ധക്കളമായി. പെരസിന്റെ പട്ടാളം ഈ പ്രതിഷേധത്തെ അടിച്ചമർത്തി. ലാറ്റിനമേരിക്കൻ ചരിത്രത്തിലെ ഏറ്റവും വലിയ കൂട്ടക്കുരുതിയായി ഇത്. മൂന്ന് ദിനരാത്രങ്ങളാണ് വെനസ്വേലൻ മലനിരകളിൽ വെടിയൊച്ച ഉയർന്നത്. അന്ന് ചിക്കൻപോക്സ് പിടിപെട്ട് ആശുപത്രിയിൽ കഴിയുകയായിരുന്ന ഷാവേസ് ഈ കലാപത്തിൽ ഭാഗഭാക്കായില്ല. അന്ന് സൈനികസേവനത്തിലുണ്ടാകുമായിരുന്നെങ്കിൽ ഷാവേസ് കൊല്ലപ്പെടുമായിരുന്നുവെന്ന് ചില നിരീക്ഷകർ വിലയിരുത്തുന്നു. അതിന് പ്രധാനകാരണം ഫെലിപ്പോ അകോസ്റ്റ കാർലോസ് എന്ന സൈനികനേതാവ് കൊല്ലപ്പെട്ടതാണ്. ഈ കാലത്താണ് ഫിഫ്ത്ത് റിപ്പബ്ലിക് മൂവ്മെന്റ് എന്ന പ്രസ്ഥാനത്തിന് ഷാവേസ് രൂപം നൽകിയത്.

1992 ഫെബ്രുവരി നാലിന് പെരസിനെതിരെ നടന്ന അട്ടിമറി നീക്കത്തിലൂടെയാണ് ഷാവേസ് വെനസ്വേലയിൽ ഏറെ ശ്രദ്ധേയനായത്. ഇതോടെ സൈനിക ജീവിതത്തോട് ഷാവേസ് വിടപറഞ്ഞു. വൃദ്ധനായ പ്രസിഡന്റ് കാൾഡെറ ഷാവേസിന് മാപ്പുനൽകി. രണ്ടു വർഷത്തെ ജയിൽ ജീവിതത്തിനുശേഷം 1994 ലാണ് ഷാവേസ് ജയിൽമോചിതനായത്. പെരസിനെതിരെ അട്ടിമറി നടന്നപ്പോൾ അതിനെ എതിർക്കുകയും പെരസിനെ ഫോണിൽ വിളിച്ച് പിന്തുണ പ്രഖ്യാപിക്കുകയും ചെയ്ത ഫിദൽ കാസ്ട്രോ ഷാവേസ് ജയിൽമോചിതനായപ്പോൾ അദ്ദേഹത്തെ ഫോണിൽ വിളിക്കുകയും ക്യൂബ സന്ദർശിക്കാൻ ക്ഷണിക്കുകയും ചെയ്തു. സൈനികനേക്കാൾ ജനങ്ങളുടെ മനസ്സ് കീഴടക്കിയ നേതാവാണ് എന്ന തിരിച്ചറിവാണ് കാസ്ട്രോയെ ഷാവേസ് പക്ഷത്തേക്ക് നയിച്ചത്. കാസ്ട്രോയുടെ ക്ഷണം നിരസിക്കാൻ ഷാവേസിന് കഴിയുമായിരുന്നില്ല. രാഷ്ട്രീയമോ സൈനികമോ ആയ ഒരു പദവിയും ഇല്ലാതിരുന്നിട്ടും ഷാവേസിനെ ഞെട്ടിച്ചുകൊണ്ട് ഹവാന വിമാനത്താവളത്തിൽ അദ്ദേഹത്തെ സ്വീകരിക്കാൻ കരീബിയൻ വിപ്ലവേതിഹാസമായ കാസ്ട്രോ കാത്തുനിൽപ്പുണ്ടായിരുന്നു. രാത്രി വൈദ്യുതിബൾബിന്റെ പ്രഭാപൂരത്തിൽ വിമാനത്തിൽ നിന്നിറങ്ങി വന്ന ഷാവേസിനെ കാസ്ട്രോ കെട്ടിപ്പിടിച്ചു. അത് ഒരു പുതിയ സൗഹൃദത്തിന്റെ തുടക്കമായിരുന്നു. ലാറ്റിനമേരിക്കയുടെ ചരിത്രം തിരുത്തിക്കുറിച്ച സൗഹൃദം കൂടിയായിരുന്നു ഇത്. അവർ നേരേ പോയത് ഹവാനയിലെ വിപ്ലവത്തിന്റെ കൊട്ടാരത്തിലായിരുന്നു. പുലർച്ചെ നാല് മണിവരെയാണ് സംഭാഷണം നീണ്ടത്. പെരസിനെ അട്ടിമറിക്കാൻ ഷാവേസ് ശ്രമിച്ചപ്പോൾ അദ്ദേഹത്തിനൊപ്പം എത്ര പേരുണ്ടായിരുന്നു? അവരുടെ കൈവശമുണ്ടായിരുന്ന

ആയുധങ്ങൾ ഏതൊക്കെയായിരുന്നു? കാസ്ട്രോയുടെ ചോദ്യങ്ങൾ ഒന്നിനു പുറകെ ഒന്നായി വന്നു. ഷാവേസിന് പ്രധാനമായും ചോദിക്കാനുണ്ടായിരുന്നത് ഏണസ്റ്റോ ചെ ഗുവേരയുടെ മരണത്തെക്കുറിച്ചായിരുന്നു. കുട്ടിക്കാലത്ത് ഒരിക്കലും ഉത്തരം കിട്ടാത്ത പ്രഹേളികയായിരുന്നു ചെ യുടെ മരണം. അടുത്ത ദിവസത്തെ *ഗ്രാന്മ* പുറത്തിറങ്ങിയത് കാസ്ട്രോ ഷാവേസിനെ കെട്ടിപ്പിടിച്ച് നിൽക്കുന്ന പടവുമായാണ്. സത്യത്തിൽ താനർഹിക്കാത്ത അംഗീകാരമാണ് ലഭിച്ചതെന്നായിരുന്നു ഷാവേസിന്റെ പ്രതികരണം. തൊട്ടടുത്ത രണ്ടുദിവസംകൂടി ക്യൂബയിൽ തങ്ങിയാണ് മടങ്ങിയത്. ഷാവേസിനൊപ്പം ഹവാനയിലും സൈമൺ ബൊളിവറുടെ സ്മരാകത്തിലും കാസ്ട്രോയും അനുഗമിച്ചു.

വെനസ്വേലയിൽ തിരിച്ചെത്തിയപ്പോൾ ഷാവേസിനെ വരവേറ്റത് കലുഷിതമായ രാഷ്ട്രീയ കാലാവസ്ഥയാണ്. അഴിമതിക്കേസിൽ മുൻ പ്രസിഡന്റ് പെരസ് ജയിലിലായി. തുടർന്ന് അധികാരത്തിൽ വന്ന കാൾഡെറ ഇടതുപക്ഷത്തിന്റെ പ്രതിഷേധത്തെ അടിച്ചൊതുക്കുകയായിരുന്നു. സ്വാഭാവികമായും ഷാവേസിന്റെ ഫിഫ്ത്ത് റിപ്പബ്ലിക് പ്രസ്ഥാനം ജനങ്ങളുടെ മുമ്പിലേക്ക് ബദൽ മാർഗങ്ങളുമായി ഇറങ്ങി. 1998 ൽ നടന്ന പ്രസിഡന്റ് തിരഞ്ഞെടുപ്പിൽ ഷാവേസ് മത്സരിച്ചു. ബൂർഷ്വാ മാധ്യമങ്ങൾ ഒടുക്കം വരെ ശ്രദ്ധിക്കാതിരുന്ന ഷാവേസ് 56.6 ശതമാനം വോട്ട് നേടി വിജയിച്ചു. അടുത്തവർഷം ഫെബ്രുവരി രണ്ടിന് പ്രസിഡന്റായി ചുമതലയേറ്റ ഷാവേസ് വലതുകൈ ആകാശത്തേക്കുയർത്തി ഇടതുകൈ മരണശയ്യയിലായ ഭരണഘടനയിൽ തൊട്ടുകൊണ്ട് പ്രഖ്യാപിച്ചു; വെനസ്വേലയിൽ ജനാധിപത്യ പരിഷ്കാരങ്ങൾ നടപ്പിലാക്കി പുതിയ റിപ്പബ്ലിക്കിന് രൂപം നൽകുമെന്ന്. പുതിയ ഭരണരീതിക്ക് തുടക്കമിടുമെന്ന ഈ പ്രഖ്യാപനം വെനസ്വേലയിലെ സമ്പന്നരെ പ്രകോപിപ്പിച്ചുവെങ്കിലും ഷാവേസിനെ ജനങ്ങളുമായി കൂടുതൽ അടുപ്പിച്ചുവെന്നും *ടൈം* വാരിക അന്ന് വിലയിരുത്തി.

സത്യപ്രതിജ്ഞക്ക് തലേദിവസം രാത്രി വൈകി വളരെ നേരം ഷാവേസ് ഫോണിൽ ഫിദലുമായി സംസാരിച്ചിരുന്നു. ഷാവേസ് അധികാരമേറി മാസങ്ങൾക്കകം കാസ്ട്രോ വെനസ്വേലയിലെത്തി. "ഇവിടെയും പുറത്തുമുള്ള ശത്രുക്കൾ ഷാവേസിനെ ഇല്ലാതാക്കാൻ ശ്രമിക്കുമെന്ന്" കാസ്ട്രോ മുന്നറിയിപ്പ് നൽകി. ഈ സന്ദർശനവേളയിലാണ് ക്യൂബക്ക് ദിനംപ്രതി 5,30,000 വീപ്പ എണ്ണ നൽകുന്ന കരാറിൽ ഒപ്പടുവച്ചത്. പകരം ക്യൂബയിൽനിന്നുള്ള പതിനായിരം ഡോക്ടർമാർ വെനസ്വേലൻ ആരോഗ്യമേഖലയിൽ പ്രവർത്തനം നടത്താനും തീരുമാനിച്ചു. ഫെബ്രുവരി 27 നാണ് ഷാവേസ് തന്റെ ബൊളിവർ പദ്ധതി ആദ്യമായി പ്രഖ്യാപിച്ചത്. ഷാവേസ് ഭരണത്തെ സൈനികവൽക്കരിക്കുകയാണെന്ന ആക്ഷേപം നിലനിൽക്കെയാണ് ബൊളിവർ പദ്ധതിയുടെ പ്രഖ്യാപനം. 1,20,000 സൈനികരിൽ 70,000 സൈനികരെ ബാരക്കുകളിൽനിന്ന് പിൻവലിച്ച് റോഡ്നിർമാണത്തിനും ആശുപത്രി ശുചീകരണത്തിനും മെഡിക്കൽ ക്യാമ്പുകൾ സംഘടിപ്പിക്കാനുമായി വിന്യസിച്ചു. വാഷിങ്ട

ണിന്റെയും ലോകബാങ്ക് – ഐ എം എഫിന്റെയും കുറിപ്പടിക്ക് ഭരണം നടത്തുന്ന രീതിക്ക് ലാറ്റിനമേരിക്കയിൽ അറുതി വരുത്താനും അദ്ദേഹം തയാറായി. രാജ്യത്തിന് ഏറ്റവും വരുമാനം നേടിത്തരുന്ന എണ്ണ മേഖലയെ പൊതുവൽക്കരിക്കാനുള്ള ഘട്ടംഘട്ടമായ ശ്രമത്തിന് ഷാവേസ് തുടക്കമിട്ടു. പെട്രോലിയോസ് ഡി വെനസ്വേല (പി ഡി വി എസ് എ) എന്ന വൻകിട പൊതുമേഖലാ എണ്ണക്കമ്പനിയിൽ 2002 ലാണ് ഷാവേസ് പുതിയ ഡയറക്ടർമാരെ നിയമിച്ചത്. സ്വകാര്യ കുത്തകകളെ സഹായിക്കുന്ന ഉയർന്ന ഓഫീസർമാരെയും പുറത്താക്കി. ഇതോടെ ഷാവേസിനെ അട്ടിമറിക്കാൻ അമേരിക്കയും സി ഐ എയും പദ്ധതിയൊരുക്കി.

പ്രധാനമായും മൂന്ന് മാർഗങ്ങളാണ് ഇതിനായി അവലംബിച്ചത്. ആദ്യത്തേത് അട്ടിമറി ശ്രമമായിരുന്നു. 2002 ഏപ്രിൽ 11 നാണ് ഈ അട്ടിമറി നടന്നത്. അമേരിക്കയുടെയും യൂറോപ്യൻ യൂണിയന്റെയും പിന്തുണയോടെയാണിത്. വൻകിട ബിസിനസുകാരനായ പെഡ്രോ കർമോണയെ പുതിയ പ്രസിഡന്റായി പ്രഖ്യാപിച്ചു. ഷാവേസിന്റെ ഭരണഘടന പിച്ചിച്ചീന്താനും സുപ്രീംകോടതിയും പാർലമെന്റും അടച്ചിടാനും പെഡ്രോയിൽ സമ്മർദമുയർന്നു. ജനാധിപത്യം ശക്തിപ്പെടുത്താൻ ഉപകരിക്കുന്നതാണ് അട്ടിമറിയെന്ന് *ന്യൂയോർക്ക് ടൈംസ്* ദിനപത്രം വിലയിരുത്തി. വെനസ്വേലൻ മുർഡോക്ക് എന്നറിയപ്പെടുന്ന ഗുസ്താവോ സീസ്നീറോയുടെ വിനീവിഷൻ എന്ന ടെലിവിഷൻ ചാനലും ഷാവേസിനെതിരെ രംഗത്ത് വന്നു. "ഷാവേസ് വഞ്ചകനാണെന്ന്" ദുഷ്പ്രഭുക്കളും നവ ഉദാരവൽക്കരണവാദികളും അവരെ പിന്തുണയ്ക്കുന്ന മാധ്യമങ്ങളും വിളിച്ചുപറഞ്ഞു. അമേരിക്കൻ സുരക്ഷാ ഉപദേശകയായിരുന്ന കൊണ്ടലീസ റൈസ് അട്ടിമറിയിൽനിന്ന് ഷാവേസ് ഇനിയെങ്കിലും പാഠംപഠിക്കണമെന്നും ഉപദേശിച്ചു. സൈനിക കമാൻഡർമാർ ടെലിവിഷനിൽ പ്രത്യക്ഷപ്പെട്ട് അധികാരം പിടിച്ചെടുത്തതായി പ്രഖ്യാപിച്ചു. ഷാവേസിനെ രഹസ്യമായ സ്ഥലത്തേക്ക് മാറ്റുകയും ചെയ്തു. എന്നാൽ അട്ടിമറി വാർത്ത പരന്നതോടെ മലനിരകളിൽനിന്നും നാട്ടുമ്പുറങ്ങളിൽനിന്നും പതിനായിരങ്ങൾ കാരക്കസിലേക്ക് പ്രവഹിച്ചു. പ്രതിസന്ധിയുടെ ഈ ഘട്ടത്തിലാണ് ഹവാനയിൽനിന്ന് ഷാവേസിനെ അത്ഭുതപ്പെടുത്തി കാസ്ട്രോയുടെ ഫോൺ കോൾ വന്നത്. ആത്മഹത്യചെയ്യരുതെന്ന സന്ദേശമാണ് കാസ്ട്രോ പ്രധാനമായും നൽകിയത്. ചിലിയിൽ അലൻഡെക്ക് പറ്റിയ അപകടം ആവർത്തിക്കരുതെന്നായിരുന്നു കാസ്ട്രോയുടെ ഉപദേശം. "ഞാൻ ഷാവേസിന് ഫോൺ ചെയ്തത് സ്വയം കൊല ചെയ്യരുതെന്ന് പറയാനായിരുന്നു.... അലൻഡെ അന്ന് ഒറ്റയ്ക്കായിരുന്നു. ഒരു പട്ടാളക്കാരൻ പോലും അദ്ദേഹത്തിനൊപ്പമുണ്ടായിരുന്നില്ല. ഹ്യൂഗോ, നിങ്ങളെ പിന്തുണയ്ക്കാൻ വലിയ വിഭാഗം സൈനികരുണ്ട്. അതിനാൽ അധികാരം ഒഴിയരുത്. ഒരിക്കലും രാജി വയ്ക്കരുത്." കാസ്ട്രോയുടെ ഉപദേശം ഷാവേസിന് വഴികാട്ടിയായി. പോരാടാൻ ഷാവേസ് ഉറച്ചു. കാസ്ട്രോയുടെ സന്ദേശം എങ്ങനെയാണ് ഷാവേസിനെ സ്വാധീനിച്ചതെന്ന് അന്ന് അദ്ദേഹത്തിനൊപ്പമുണ്ടായിരുന്ന ജോസ് വിസെന്റെ റെൻഗൽ ഓർമി

ക്കുന്നു: "ഫിദലിന്റെ വിളി നിർണായകമായിരുന്നു. സ്വയം നശിക്കില്ലെന്ന് ഷാവേസ് ഉറച്ചു. ഫിദലിന്റെ ഉപദേശം ആ രാത്രിയിലും ഞങ്ങൾക്ക് വെളിച്ചമായി" കാരക്കസിലെ മിറാഫ്ലോറെസ് കൊട്ടാരത്തിൽ സ്വയം പ്രസിഡന്റ് ചമഞ്ഞവരുടെ ഉത്തരവുകൾ പാലിക്കാൻ സൈനികർ വിസമ്മതിച്ചു. "നിങ്ങൾ നൽകുന്ന ഉത്തരവ് പാലിക്കാനാവില്ല. ഞങ്ങൾക്ക് ഒരു പ്രസിഡന്റിനെ മാത്രമേ അറിയൂ; അത് ഷാവേസാണ്" സൈനികർ പറഞ്ഞു. ഞങ്ങൾ സർക്കാരിനെതിരെയാണ് നിലകൊണ്ടത്. ഭരണഘടനയ്ക്ക് എതിരല്ലെന്ന് ജനറൽ എഫ്രായിൻ വാസ്ക്വസ് പറഞ്ഞതോടെ തന്നെ അട്ടിമറി പരാജയപ്പെടുകയാണെന്ന് വ്യക്തമായിരുന്നു. ഏതായാലും മൂന്ന് ദിവസം നീണ്ട അട്ടിമറി നാടകം ജനങ്ങളുടെ വർധിച്ച പ്രതിഷേധത്തിന് മുമ്പിൽ കീഴടങ്ങി. ഷാവേസ് വീണ്ടും അധികാരത്തിൽ വന്നു.

എണ്ണ മേഖലയിൽനിന്ന് അമേരിക്കയെ പുറത്താക്കിയ ഷാവേസ് വൻകിട ബിസിനസുകാരുടെയും ദുഷ്പ്രഭുക്കളുടെയും പ്രതിനിധികളായ ഡയറക്ടറെ മാറ്റി നിയമിച്ചതോടെയാണ് എണ്ണമേഖലയിൽ പണിമുടക്ക് നടന്നത്. വെനസ്വേലയെ സാമ്പത്തികമായി ഞെരുക്കി ഷാവേസിനെ പുറത്താക്കുകയായിരുന്നു അമേരിക്കയുടെ തന്ത്രം. അതും ഷാവേസ് വിജയകരമായി അതിജീവിച്ചു. പ്രസിഡന്റിനെ തിരിച്ചുവിളിക്കാനായി നടത്തിയ 2004 ലെ തിരഞ്ഞെടുപ്പിലും വൻ വിജയമാണ് ഷാവേസ് നേടിയത്. 59.1 ശതമാനം വോട്ടാണ് ഷാവേസ് അന്ന് നേടിയത്. പ്രസിഡന്റിനെ തിരിച്ചുവിളിക്കാനുള്ള അവകാശംപോലും അനുവദിച്ച ഭരണഘടനയാണ് ഷാവേസ് അംഗീകരിച്ചത് എന്നതിൽ നിന്നുതന്നെ അദ്ദേഹത്തിന്റെ ഉയർന്ന ജനാധിപത്യബോധം വ്യക്തമാണ്. അധികാരത്തിലിരുന്ന ഒന്നര പതിറ്റാണ്ടിനിടയിൽ 14 തിരഞ്ഞെടുപ്പിനെ നേരിട്ട ഷാവേസ് 13 ലും വിജയം കണ്ടു. ഷാവേസ് ഏകാധിപതിയാണെന്ന് വാദിക്കുന്നവരുടെ വായടപ്പിക്കുന്നതാണ് ഈ ജനപിന്തുണ. ഷാവേസ് അധികാരത്തിൽ വന്ന ഉടനെതന്നെ 1961 ലെ ഭരണഘടന പൊളിച്ചെഴുതി അത് കൂടുതൽ ജനാധിപത്യപരമാക്കി. രാജ്യത്തിന്റെ പേര് ബൊളിവേറിയൻ വെനസ്വേലൻ റിപ്പബ്ലിക്ക് എന്നാക്കി മാറ്റി. സ്വകാര്യവൽക്കരണത്തിനുള്ള ഊന്നൽ മാറ്റി. 2006 ലെ പ്രസിഡന്റ് തിരഞ്ഞെടുപ്പിൽ 62.9 ശതമാനം വോട്ട് നേടിയാണ് ഷാവേസ് വിജയിച്ചത്. 2012 ലും വിജയം ആവർത്തിച്ചു.

'ഇരുപത്തിയൊന്നാം നൂറ്റാണ്ടിലെ സോഷ്യലിസം' എന്നതായിരുന്നു ഷാവേസിന്റെ ലക്ഷ്യം. 2005 ലെ പോർട്ടോ അലേഗ്രെയിൽ നടന്ന അഞ്ചാമത് ലോകസോഷ്യലിസ്റ്റ് ഫോറം സമ്മേളനത്തിലാണ് ഈ ആശയം ആദ്യമായി ഷാവേസ് മുന്നോട്ടു വയ്ക്കുന്നത്. എന്നാൽ സോവിയറ്റ് യൂണിയനിലേതുപോലുള്ള സർക്കാർ കേന്ദ്രീകൃതമെന്നതിനേക്കാൾ ബഹുസ്വരതയുള്ള ഭരണസംവിധാനമാണ് താൻ ലക്ഷ്യമിടുന്നതെന്നും ഷാവേസ് വിശദീകരിച്ചു. 2006 ൽ വിയന്നയിൽ നടത്തിയ പ്രസംഗത്തിൽ താൻ വിഭാവനം ചെയ്യുന്ന സോഷ്യലിസം "സൗഹാർദത്തിലും സ്നേഹത്തിലും നീതിയിലും സ്വാതന്ത്ര്യത്തിലും തുല്യതയിലും ഐക്യദാർഢ്യ

ത്തിലും" അധിഷ്ഠിതമായിരിക്കുമെന്നും വിശദീകരിച്ചു. 'പിതൃരാജ്യം, സോഷ്യലിസം അല്ലെങ്കിൽ മരണം' എന്ന മുദ്രാവാക്യം അദ്ദേഹം ഉയർത്തി. തിരഞ്ഞെടുപ്പ് പോരാട്ടത്തിനുള്ള ഉപകരണമാണ് പാർട്ടിയെങ്കിലും ആശയസമരത്തിനുള്ള ശക്തമായ ഉപകരണം കൂടിയായിരിക്കണം പാർട്ടിയെന്നും അദ്ദേഹം പറഞ്ഞു. ഇത് നടപ്പിലാക്കാനായി യുണൈറ്റഡ് സോഷ്യലിസ്റ്റ് പാർട്ടി ഓഫ് വെനസ്വേലക്കും (പി എസ് യു വി) അദ്ദേഹം രൂപം നൽകി. ബാരിയോ അഡെന്ട്രോ (പാവപ്പെട്ടവർക്ക് 24 മണിക്കൂറും പ്രാഥമിക ആരോഗ്യസംവിധാനം), മെർസൽ (സബ്സിഡിയോടെയുള്ള ഭക്ഷ്യധാന്യ വിതരണം), റോബിൻസൺ (പ്രായപൂർത്തിയായവർക്ക് സാക്ഷരതയും പ്രാഥമിക വിദ്യാഭ്യാസവും), റിബാസ് ആൻഡ് സുസ്റേ (വയോജന വിദ്യാഭ്യാസം), വുലേവൻ കാരസ് (തൊഴിൽ പരിശീലനം), ബൊളിവേറിയൻ സ്കൂൾ (സാധാരണ വിദ്യാഭ്യാസം – രണ്ട് നേരം ഭക്ഷണവും രണ്ട് നേരം പലഹാരങ്ങളും നൽകുന്നതോടൊപ്പം പാഠപുസ്തകങ്ങളും യൂണിഫോമുകളും സൗജന്യമായി നൽകുന്നു) അതായത് സമൂഹത്തിൽ അവഗണിക്കപ്പെട്ടവരെ കൈപിടിച്ചുയർത്താനുള്ള പദ്ധതികൾക്കാണ് ഷാവേസ് ഊന്നൽ നൽകിയത്. സർക്കാരിന്റെ ഇടപെടലിലൂടെ ക്ഷേമമെന്ന 'ഷാവിസ്മോ'യാണ് ബൊളിവേറിയൻ വിപ്ലവത്തിന്റെ പ്രത്യേകത.

എണ്ണ വ്യാപാരത്തിലൂടെ ലഭിക്കുന്ന തുക സാമൂഹ്യക്ഷേമ പ്രവർത്തനങ്ങൾക്കായി ഉപയോഗിച്ചു. അമേരിക്കയെ ഏറ്റവും കൂടുതൽ ചൊടിപ്പിച്ചത് ഷാവേസിന്റെ ഈ നടപടിയാണ്. സൗദിഅറേബ്യയും മറ്റും എണ്ണയിൽനിന്നും ലഭിക്കുന്ന പണം അമേരിക്കൻ ട്രഷറി ബില്ലുകൾ വാങ്ങാനും അമേരിക്കൻ ആയുധങ്ങൾ വാങ്ങാനുമാണ് ഉപയോഗിക്കുന്നതെങ്കിൽ ഷാവേസ് അത് ജനങ്ങളുടെ ഉന്നമനത്തിനായി ഉപയോഗിക്കുന്നു. മാത്രമല്ല ലോകബാങ്കിനെയും ഐ എം എഫിനെയും നിഷ്പ്രഭമാക്കി മറ്റ് ലാറ്റിനമേരിക്കൻ രാജ്യങ്ങൾക്ക് സഹായം നൽകാനും ഷാവേസ് ഈ പണം ഉപയോഗിച്ചു. 36 ശതകോടി ഡോളറാണ് ഷാവേസ് ഇങ്ങനെ സഹായം നൽകിയത്. ഷാവേസിന്റെ ഇത്തരം നടപടികൾ വെനസ്വേലയുടെ മുഖച്ഛായ മാറ്റി. ലാറ്റിനമേരിക്കയിൽ വരുമാന വ്യത്യാസം ഏറ്റവും കുറഞ്ഞ രാജ്യമാണിന്ന് വെനസ്വേല. 2002 നെ അപേക്ഷിച്ച് ദാരിദ്ര്യരേഖക്ക് താഴെയുള്ളവരുടെ എണ്ണം 48.6 ശതമാനത്തിൽനിന്ന് 2011 ൽ 29.5 ശതമാനമായി കുറഞ്ഞു. സർക്കാരിന്റെ ക്ഷേമ പരിപാടികളുടെ ഗുണം ലഭിക്കുന്നവരുടെ എണ്ണം രണ്ട് കോടി വരും. 21 ലക്ഷം വൃദ്ധജനങ്ങൾക്ക് സർക്കാരിന്റെ പെൻഷൻ ലഭിക്കുന്നു. പോഷകാഹാരക്കുറവുകൊണ്ട് മരിക്കുന്ന കുട്ടികളുടെ എണ്ണം 7.7 ശതമാനത്തിൽനിന്ന് അഞ്ച് ശതമാനമായി കുറഞ്ഞു. ശിശുമരണ നിരക്ക് 25 എന്നത് 13 ആയി കുറഞ്ഞു. ഷാവേസിന്റെ വേർപാടിലൂടെ ഈ ബൊളിവേറിയൻ വിപ്ലവത്തിന് അന്ത്യമാകില്ലെന്ന് മാത്രം പറഞ്ഞുവയ്ക്കാം.

മാറ്റത്തിന്റെ കൊടുങ്കാറ്റ് വിതച്ച മനുഷ്യസ്നേഹി

പി രാജീവ്

ഹവാനയിൽ നടന്ന ചേരിചേരാ ഉച്ചകോടിയിൽ പ്രധാനമന്ത്രിയുടെ സംഘത്തിന്റെ ഭാഗമായി പങ്കെടുക്കാൻ അവസരം ലഭിച്ചിരുന്നു. രാഷ്ട്ര ത്തലവന്മാർക്ക് പ്രസംഗിക്കുന്നതിന് കൃത്യമായ സമയക്രമമുണ്ട്. അതി നകത്തുനിന്നാണ് എല്ലാവരും പ്രസംഗിക്കുന്നത്. എല്ലാവരുടേയും കണ്ണു കൾ ഹ്യൂഗോ ഷാവേസിലായിരുന്നു. അദ്ദേഹത്തിന്റെ പ്രസംഗത്തിന്റെ തുടക്കം തന്നെ സമയനിയന്ത്രണത്തെ സംബന്ധിച്ചായിരുന്നു. എനിക്കും ഫിദലിനും നിങ്ങൾ നിശ്ചയിക്കുന്ന സമയത്തിനകത്തു നിൽക്കാൻ കഴി യില്ലെന്ന് അങ്ങേക്ക് അറിയാമല്ലോയെന്ന് അദ്ദേഹം അധ്യക്ഷപദവിയിലി രുന്ന റൗളിനോട് പറഞ്ഞു. അല്ലെങ്കിലും പെട്ടെന്ന് പറഞ്ഞുതീർക്കാൻ കഴിയുംവിധം ലളിതമല്ല ഇന്ന് ലോകം നേരിടുന്ന പ്രശ്നങ്ങൾ എന്നും അദ്ദേഹം കൂട്ടിച്ചേർത്തു. ഇളക്കിമറിക്കുംവിധം വികാരം നിറഞ്ഞതാണ് ഷാവേസിന്റെ പ്രസംഗം.

ഇന്നത്തെ ലോകക്രമത്തെ നിശിതമായി വിമർശിക്കുന്നതായിരുന്നു അദ്ദേഹത്തിന്റെ വാക്കുകൾ. പതുക്കെ പതുക്കെ അമേരിക്കൻ ആഭിമു ഖ്യം പ്രകടിപ്പിച്ചിരുന്ന ചേരിചേരാ ചേരിയുടെ ദിശയെ നിർണയിക്കുന്ന തിൽ പ്രധാന പങ്ക് വഹിക്കുന്നതിനു ഷാവേസിന്റെ ഇടപെടലിനു കഴി ഞ്ഞു.

മരണം കവർന്നെടുക്കേണ്ട പ്രായമായിരുന്നില്ല ഷാവേസിന്റേത്. പക്ഷേ, കാൻസർ അദ്ദേഹത്തെ കീഴടക്കി. എന്തുകൊണ്ടാണ് ലാറ്റിന മേരിക്കയിലെ ഇടതുപക്ഷ ഭരണാധികാരികളെ മാത്രം കാൻസർ വേട്ട യാടുന്നതെന്ന് അദ്ദേഹം പരസ്യമായി ചോദിച്ചു. അമേരിക്കയുടെ ഇട പെടലിനെക്കുറിച്ചും സംശയകരമായി ചോദ്യം ഉന്നയിച്ചു. രാസായുധ ങ്ങളും ജൈവായുധങ്ങളും പ്രയോഗിക്കുന്നതിൽ ഒരു മടിയുമില്ലാത്ത

രാജ്യമാണ് അമേരിക്ക. അതുകൊണ്ടുതന്നെ സംശയിക്കുന്നവരെ കുറ്റപ്പെടുത്താൻ കഴിയില്ല. കാസ്ട്രോയെ കൊലപ്പെടുത്തുന്നതിന് എത്ര തവണയാണ് അമേരിക്ക ശ്രമിച്ചിട്ടുള്ളത്.

ലാറ്റിനമേരിക്കയുടെ സംസ്കാരവും പൈതൃകവും തിരിച്ചറിയുകയും അതിനെ സാമൂഹ്യമാറ്റത്തിനായി ഉപയോഗിക്കുകയും ചെയ്ത ഭരണാധികാരിയായിരുന്നു ഷാവേസ്. കാസ്ട്രോയും അങ്ങനെ തന്നെയായിരുന്നു. ജോസ് മാർട്ടിയിൽനിന്ന് വിപ്ലവത്തിനായുള്ള ഊർജം അദ്ദേഹം സംഭരിച്ചു. ക്യൂബൻ ജനതയെ മാറ്റത്തിനൊപ്പം അണിനിരത്തുന്നതിൽ മാർട്ടിയുടെ മരിക്കാത്ത ഓർമകൾ പ്രധാന പങ്ക് വഹിച്ചിരുന്നു. ഷാവേസ് ബൊളിവറുടെ പോരാട്ടത്തിന്റെ ചരിത്രത്തെ ഇന്നിന്റെ സമരവുമായി ഇണക്കിച്ചേർത്തു. ബൊളിവറുടെ സ്വപ്നങ്ങൾക്ക് ജീവൻ പകരുന്ന ഉത്തരവാദിത്വമാണ് താൻ നിർവഹിക്കാൻ പോകുന്നതെന്ന് ഷാവേസ് എപ്പോഴും ഓർമപ്പെടുത്തി. ബൊളിവറെയും മാർട്ടിയെയും ലാറ്റിനമേരിക്കൻ അതിജീവനത്തിന്റെ പ്രതീകങ്ങളാക്കി മാറ്റി. യഥാർഥ അമേരിക്ക തങ്ങളാണെന്ന് അവർ പ്രഖ്യാപിച്ചു.

ജനങ്ങൾക്ക് ഒപ്പമായിരുന്നു ഷാവേസ്. അവർക്ക് ഒപ്പം പാടുകയും ആടുകയും ചെയ്തു. പാട്ടും ആട്ടവും ലാറ്റിനമേരിക്കയുടെ ജീവിതത്തിന്റെ ഭാഗമാണ്. പ്രധാനമന്ത്രിക്ക് ഒപ്പമുണ്ടായിരുന്ന യാത്രാസംഘത്തിൽ മാധ്യമപ്രതിനിധികളിൽ ആർക്കുംതന്നെ മുൻ ക്യൂബൻ അനുഭവമുണ്ടായിരുന്നില്ല. ഞങ്ങൾ ജർമനിയും ബ്രസീലും സന്ദർശിച്ചശേഷമാണ് ക്യൂബയിലേക്ക് എത്തുന്നത്. ഇനിയുള്ള ദിവസങ്ങൾ ജയിലിലിട്ടതുപോലെയായിരിക്കുമല്ലോ എന്ന ഉൽക്കണ്ഠയിലായിരുന്നു ബർക്കാദത്തിനെപോലുള്ളവർ. തിരിച്ചുവരുമ്പോൾ നിങ്ങളുടെ അഭിപ്രായം മാറിയിരിക്കുമെന്ന് ഞാൻ അനുഭവത്തിന്റെ വെളിച്ചത്തിൽ അവരോട് പറഞ്ഞു. ഹവാനയിൽ അവർ കണ്ടത് ഇരുമ്പുമറയുടെ ലോകമായിരുന്നില്ല. ലാറ്റിനമേരിക്കൻ സംഗീതവും നൃത്തവും രാത്രികളിൽ തെരുവുകളെ കീഴടക്കും. ഇതുതന്നെയാണ് കാരക്കസിലെയും ചിത്രം. സംഗീതം അവർക്ക് ജീവനാണ്; നൃത്തവും. അധ്വാനവും വിശ്രമവും വിനോദവും ഒരുപോലെ കാണുന്നവരാണ്. അവർക്കൊപ്പം ഷാവേസും പാടി. ലോകത്തിലെ പല പ്രശസ്ത ഗായകർക്ക് ഒപ്പവും അദ്ദേഹം പാടി. അവർക്കൊപ്പം ചുവടുകൾ വെച്ചു. ജനങ്ങൾക്ക് ഇളകിമറിയുന്നതിന് അതു മതിയായിരുന്നു.

ഇത്രമാത്രം ജനങ്ങളുടെ അംഗീകാരം നേടിയ മറ്റൊരു ഭരണാധികാരി ഒരുപക്ഷേ ലോകത്തുതന്നെ ഉണ്ടാവില്ല. ഓരോ തവണ അമേരിക്കയുടെ നേതൃത്വത്തിൽ അട്ടിമറി ശ്രമം നടക്കുമ്പോഴും അദ്ദേഹം അതിനെ അതിജീവിച്ചത് കൂടുതൽ കൂടുതൽ ജനപിന്തുണയോടെയായിരുന്നു. എണ്ണസമ്പത്തിന്റെ കേന്ദ്രമായ രാജ്യത്തെ ദാരിദ്ര്യത്തിൽനിന്നും കരകയറ്റിയ നയങ്ങളുടെ വക്താവ് ഇരുപതാം നൂറ്റാണ്ടിലെ സോഷ്യലിസത്തെക്കുറിച്ച് സ്വപ്നം കണ്ടു. യന്ത്രങ്ങൾക്കല്ല മനുഷ്യനാണ് താൻ

പ്രാധാന്യം നൽകുന്നതെന്ന് അദ്ദേഹം പറഞ്ഞു. ബദലുകളില്ലെന്ന് പറഞ്ഞ് കടന്നാക്രമണം നടത്തിയ സാമ്രാജ്യത്വത്തിന്റെ മുഖത്തുനോക്കി ഇതാ പുതിയ ബദൽ എന്ന് ആവേശത്തോടെ ഷാവേസ് വിളിച്ചുപറഞ്ഞു. അത് പ്രയോഗിക്കുന്നതിൽ വിജയിച്ചു. പാഠപുസ്തകങ്ങൾക്ക് സാധാരണഗതിയിൽ പരിചിതമല്ലാത്ത വഴികളിലൂടെ ഷാവേസ് വെനസ്വേലയെ നയിച്ചു.

ക്യൂബൻ വിപ്ലവത്തിനുശേഷം ഒരു അഭിമുഖത്തിൽ മാർക്സിസ്റ്റ് വിപ്ലവമാണോ നടന്നതെന്ന ചോദ്യം ചെ ഗുവേരയോട് ചോദിച്ചു. മാർക്സിസം ലെനിനിസത്തിന്റെ നിയമങ്ങൾ കാസ്ട്രോക്കും തനിക്കും അറിയുമോയെന്നതിനെ അടിസ്ഥാനമാക്കാതെതന്നെ മാറ്റത്തിന്റെ നിയമങ്ങൾ ക്യൂബൻ വിപ്ലവത്തിൽ പ്രയോഗിക്കപ്പെട്ടെന്നായിരുന്നു ചെ ഗുവേരയുടെ മറുപടി. ഷാവേസ് ക്യൂബയിൽനിന്നും കാസ്ട്രോയിൽനിന്നും പാഠങ്ങൾ ഉൾക്കൊണ്ടു. എന്നാൽ, അതിനെ അന്ധമായി പകർത്തിവെച്ചില്ല. വെനസ്വേലയുടെ സാമൂഹ്യവും സാമ്പത്തികവുമായ സാഹചര്യങ്ങൾ മാത്രമല്ല രാഷ്ട്രീയബലാബലം ഉൾപ്പെടെ എല്ലാ കാര്യങ്ങളെയും വിലയിരുത്തിയ നയങ്ങൾ മാറ്റത്തിന്റെ വാതിലുകൾ തുറന്നു. രാഷ്ട്രീയ സമൂഹവും പൗരസമൂഹവും തമ്മിലുള്ള ബന്ധത്തിന്റെ ആധുനിക പ്രയോഗത്തിലൂടെ ജനാധിപത്യ പ്രയോഗത്തെ വിപുലപ്പെടുത്തി. അമേരിക്കൻ മോഡൽ സന്നദ്ധസംഘടനാ മോഡലിൽനിന്നും വ്യത്യസ്തമായിരുന്നു വെനസ്വേലയിലെ സ്ഥിതി. തിരഞ്ഞെടുക്കപ്പെട്ട ജനാധിപത്യസ്ഥാപനങ്ങളുടെ നിയന്ത്രണത്തിലായിരുന്നു സന്നദ്ധസംഘടനകളുടെ പ്രവർത്തനം.

ഷാവേസിന്റെ വിയോഗം സൃഷ്ടിച്ച ശൂന്യതയിൽ രാഷ്ട്രീയാധിപത്യത്തിനായി അമേരിക്ക ശ്രമിക്കുമെന്ന് ഉറപ്പാണ്. എന്നാൽ, ജനങ്ങൾക്കിടയിൽ നല്ല വേരോട്ടമുള്ള ഭരണസംവിധാനത്തെ ശക്തിപ്പെടുത്താൻ കഴിഞ്ഞ രാജ്യത്ത് അത് എളുപ്പമായിരിക്കുകയില്ല. മുതലാളിത്തം ശക്തമായ പ്രതിസന്ധിയെ നേരിടുകയും ലോകം പുതിയ മാറ്റത്തിനായി ആഗ്രഹിക്കുന്നതിന്റെ സൂചനകൾ വരികയും ചെയ്യുന്ന കാലത്ത് ഷാവേസിന്റെ വിയോഗം സൃഷ്ടിക്കുന്ന നഷ്ടം ചെറുതല്ല.

ഷാവേസ് എന്ന വിപ്ലവ ചൈതന്യം

വി സുകുമാരൻ

ആ മഹത്തായ ജീവിതത്തിന്റെ കൊടിപ്പടം താഴ്ത്താൻ വിജിഗീഷുവെന്നു വമ്പുനടിക്കുന്ന മൃത്യുവിനാവില്ലെന്ന് എനിക്കറിയാം. ആയതിനാൽ ചിട്ടപ്പടിയുള്ള ഒരു ചരമക്കുറിപ്പ് അനാവശ്യമാകുന്നു; അരോചകവും. ഇത് ഒരു ആരാധകന്റെ അഭിവാദ്യം മാത്രമാണ്. അമരന്മാരുടെ ശ്രേഷ്ഠസദസിലേക്ക് ഉറച്ച കാൽവയ്പ്പോടെ ആ വലിയ പടത്തലവൻ നടക്കുന്നത് ഞാൻ കാണുന്നു. ആ കാഴ്ച ദിക്കുകൾ നോക്കിനിൽക്കുന്നു. വീരസ്വർഗത്തിലെ അന്തേവാസികൾ ഹ്യൂഗോ ഷാവേസിനെ ചുരുട്ടിയ മുഷ്ടികളോടെ വരവേൽക്കുന്നു. സമയം നിശ്ചലമാകുന്നു.

വെറും അമ്പത്തിയേഴു കൊല്ലമേ ആ പോരാളി നമുക്കിടയിൽ കഴിഞ്ഞുള്ളൂ. അതിനിടയ്ക്ക് അദ്ദേഹം അത്ഭുതങ്ങൾ പ്രവർത്തിച്ചു. ദുഷ്കരമായ ഒരു ചരിത്രദൗത്യം സഫലമായി നിർവഹിച്ചു. പോരാട്ടവീര്യത്തിന്റെ കാലാവസ്ഥ തെക്കനമേരിക്കയിലാകമാനം കൊണ്ടുവന്നു. ചെ ഗുവേരയുടെ സ്വപ്നങ്ങളിൽ ചിലതെങ്കിലും സാക്ഷാൽക്കരിച്ചു. ഫിദൽ കാസ്ട്രോയുടെ തേർത്തട്ടിൽ താങ്ങായി നിന്നു. അങ്കിൾസാമിനെ മൂക്കുകൊണ്ട് 'ക്ഷ' വരപ്പിച്ചു. സോഷ്യലിസം തോറ്റിട്ടില്ലെന്നു ഇടിവെട്ടിന്റെ ശബ്ദത്തിൽ ലോകത്തോട് പറഞ്ഞു. അനുസരണക്കേടിന്റെ സുവിശേഷം അടിയാളവർഗങ്ങൾക്കെത്തിച്ചുകൊടുത്തു. നവലോക പ്രതീക്ഷകളെ പൂവണിയിച്ചു.

ചെ ഗുവേരയും ഫിദൽ കാസ്ട്രോയും വെട്ടിത്തുറന്ന സോഷ്യലിസ്റ്റ് വിപ്ലവത്തിന്റെ വഴി ഏകാധിപത്യങ്ങളുടെ തടവറകൾ തകർത്തു പുറത്തുവന്ന പല ലാറ്റിൻ അമേരിക്കൻ നാടുകളും വമ്പിച്ച പ്രതീക്ഷയോടെ സ്വീകരിക്കുന്ന പുളകോദ്ഗമകാരിയായ ദൃശ്യം. അതാണ് വർത്തമാന കാലത്ത് നമ്മുടെ മുമ്പിലുള്ളത്. ഇക്വഡോറിൽ, കൊളംബിയയിൽ,

നിക്കരാഗ്വയിൽ, ചിലിയിൽ, അർജന്റീനയിൽ, ബൊളീവിയയിൽ, ഗ്വാട്ടി മാലയിൽ, ബ്രസീലിൽ ഉരുൾപൊട്ടലുകൾ സംഭവിക്കുന്നു; റാഡിക്കൽ രാഷ്ട്രീയത്തിന്റെ രക്തപതാക ഉയരുന്നു.

മാർക്സിസം ഇന്നിന്റെയും നാളെയുടെയും വിമോചനശാസ്ത്രമാണെന്ന് അപ്പുറത്തെ അമേരിക്ക ചരിത്രത്തോട് വിളിച്ചുപറയുന്നു. സി ഐ എ യുടെ മാട്ടും മാരണവും ഫലിക്കാതാവുന്നു. ഒരു ജനത ഉണരുന്നു.

ഫിദൽ ധീരമായും വിജയകരമായും നയിച്ച മഹത്തായ ക്യൂബൻ വിപ്ലവത്തിനുശേഷം ലോകം സമ്മിശ്രവികാരങ്ങളോടെ ഉറ്റുനോക്കിയത് എണ്ണ ചുരത്തുന്ന വെനസ്വേലയുടെ സാഹസികമായ കുതിപ്പുകളിലേക്കാണ്; ആ കുതിപ്പുകളുടെ തിരപ്പുറത്തിരുന്ന ഹ്യൂഗോ റാഫെൽ ഷാവേസ് ഫ്രിയാസ് എന്ന ഏഴകളുടെ തോഴനിലേക്കാണ്. ഈ മനുഷ്യൻ ചരിത്രത്തോട് തന്റെ ഒപ്പം നടക്കാൻ ആജ്ഞാപിക്കുകയായിരുന്നു. സ്വതേ നിഷേധിയായ ചരിത്രം, ഈ കൽപ്പന അനുസരിച്ചു എന്നതാണ് സത്യം; അതിശയവും.

Fifth Republic Movement എന്നൊരു രാഷ്ട്രീയ സംഘടനയിലൂടെയാണ് ഷാവേസ് ദേശീയ രാഷ്ട്രത്തിലേക്ക് പ്രവേശിച്ചത്. ഒരു പതിറ്റാണ്ടിനുശേഷം സമാന ചിന്താഗതിയുള്ള പല പുരോഗമന പക്ഷങ്ങളേയും കോർത്തിണക്കി അദ്ദേഹം പുതിയൊരു റാഡിക്കൽ പാർട്ടിക്ക് രൂപം നൽകി. അതാണ് PSUV - The united Socialist Party of Venezuela. ബാല്യം മുതൽക്കെ ഹ്യൂഗോ ഷാവേസ് ഒരു വിഗ്രഹമായി കണ്ടതും പൂജിച്ചതും സൈമൺ ബൊളിവർ (Simon Bolivar) എന്ന വീരപുരുഷനെ ആയിരുന്നു. ലാറ്റിൻ അമേരിക്കൻ ദേശീയ നവോത്ഥാനത്തിന്റെ നായകനായിരുന്നു ബൊളിവർ. എല്ലാ തെക്കനമേരിക്കൻ രാജ്യങ്ങളുടെയും കൂട്ടായ്മയാണ് ഈ മഹാനേതാവ് ഉൽക്കടമായി ആഗ്രഹിച്ചത്. അദ്ദേഹത്തിന്റെ ആശയങ്ങളും കാഴ്ചപ്പാടുകളും ബൊളിവറിസം എന്ന പേരിൽ അറിയപ്പെട്ടു. ഒരു ഏകീകൃത ലാറ്റിനമേരിക്കൻ സംസ്കാരം, പൗരസമൂഹങ്ങളുടെ ദേശീയമായ കൂട്ടായ്മ, പൊതുവായ വീക്ഷണങ്ങൾ – ഇതൊക്കെയാണ് തികഞ്ഞ ജനാധിപത്യവാദിയായ സൈമൺ ബൊളിവർ ഉയർത്തിപ്പിടിച്ചത്. ഷാവേസ് ബൊളിവറിസത്തിന്റെ പ്രചാരകനാവാൻ ഒട്ടും അമാന്തിച്ചില്ല.

മാർക്സിസ്റ്റ് ദർശനങ്ങളിലേക്ക് ഷാവേസിനു വഴികാട്ടിയത് ഫിദൽ കാസ്ട്രോയുമായുണ്ടായ ചങ്ങാത്തമായിരുന്നു. അവിശ്വസനീയമായി തോന്നുന്ന മുന്നേറ്റമാണല്ലോ ക്യൂബ സമസ്ത മേഖലകളിലും നടത്തിയത്. മുഴുവൻ ജനങ്ങൾക്കും സമർഥവും സൗജന്യവുമായ ആരോഗ്യ പരിരക്ഷ സോഷ്യലിസ്റ്റ് ഭരണകൂടം ഉറപ്പാക്കി. കരിമ്പിൻ കൃഷിയും പഞ്ചസാരയുടെ ഉൽപ്പാദനവും തീർത്തും പൊതുവുടമയിലാക്കി. ഒരു രാഷ്ട്രം മുഴുവൻ സാക്ഷരമായി. ബാലവേല തുടച്ചുനീക്കി; വ്യഭിചാരം കേട്ടുകേൾവി മാത്രമായി. തൊഴിൽ പൗരാവകാശമായി. കുറ്റകൃത്യങ്ങൾ

പത്തുശതമാനത്തിൽ താഴെ ആയി. തന്റെ രാജ്യത്തിനു സ്വീകരിക്കാൻ പറ്റിയ മാതൃകയും സംവിധാനവും ക്യൂബയുടേതാണെന്ന കാര്യത്തിൽ ഷാവേസിന് ഒരു സന്ദേഹവുമുണ്ടായില്ല. ബൊളിവറിസവും മാർക്സിസവും ഒന്നിച്ചു ചേർത്തുനിർത്തിക്കൊണ്ടുള്ള ഒരു രാഷ്ട്രീയ-സാമൂഹ്യ പരീക്ഷണത്തിനു വെനസ്വേലയെ സജ്ജമാക്കുകയാണ് തന്റെ നിയോഗമെന്ന് ഈ ജനനേതാവിനു ബോധ്യം വന്നു.

ഒരു തൊഴിലാളി കുടുംബത്തിലാണ് ഷാവേസ് ജനിച്ചത്. ബാരിനാസ് പ്രവിശ്യയിലെ സബർനെറ്റാ എന്ന സ്ഥലത്ത്. താരുണ്യത്തിലേക്ക് കാലൂന്നിയ കാലത്ത് അദ്ദേഹം പട്ടാളത്തിൽ ചേർന്നു. അതിൽ ഒരു ഓഫീസറുമായി. ലാറ്റിനമേരിക്കൻ യുവാക്കളുടെ ആദ്യ പരിഗണന അന്നുമിന്നും ആർമി സർവീസാണ്. യൂണിഫോമിനോട് അവർക്ക് വലിയ കമ്പമാണ്. ആദർശശാലിയായ ഷാവേസിന് ഏറെക്കാലം പട്ടാളത്തിൽ പിടിച്ചുനിൽക്കാൻ പറ്റിയില്ല. ദുഷിച്ച സാമൂഹ്യ വ്യവസ്ഥിതിയോടും അന്യായത്തിൽ പടുത്തുയർത്തിയ രാഷ്ട്രീയ സംവിധാനത്തോടും പൊരുത്തപ്പെടാനും ആ ചെറുപ്പക്കാരനു സാധിച്ചില്ല. സമരോത്സുകമായ ഒരു സംഘത്തിന് ഷാവേസ് ചാലുകീറി. Revolutionary Bolivarian Movement (MBR 200) - 1980-കളുടെ തുടക്കത്തിലാണ് ഈ രാഷ്ട്രീയ പ്രസ്ഥാനത്തിന് അസ്തിത്വമുണ്ടായത്. നിലവിലെ ഭരണകൂടത്തെ അട്ടിമറിക്കുക എന്നത് തന്നെയായിരുന്നു ഉദ്ദേശ്യം. അക്കാലത്ത് അധികാരത്തിലിരുന്നത് Democratic Action Party ആയിരുന്നു. രാഷ്ട്രത്തലവൻ ഈ പാർട്ടിയുടെ പരമാത്മാവായിരുന്ന കാർലോസ് ആൻഡ്രെസ് പെരസ് (Carlos Andrez Perez) ഉം. അഴിമതിയിലും സ്വജനപക്ഷപാതത്തിലും ആകണ്ഠം മുങ്ങിയ സർക്കാറായിരുന്നു അദ്ദേഹത്തിന്റേത്. തിരുവായ്ക്ക് എതിർവായില്ലായിരുന്നു. ചോരത്തിളപ്പും ആദർശ ധീരതയും മാത്രം കൈമുതലായുള്ള ഹ്യൂഗോ ഷാവേസും ചങ്ങാതിമാരും ഈ അറുവഷളായ ഭരണകൂടത്തെയാണ് സായുധകലാപത്തിലൂടെ അട്ടിമറിക്കാൻ അധ്വാനിച്ചത്. അവരുടെ പ്രയത്നം വിഫലമായി. ഷാവേസിന്റെ സബ്വെർഷൻ ഗ്രൂപ്പ് ഇരുമ്പഴിക്കുള്ളിലായി. രണ്ടു കൊല്ലത്തിനുശേഷമാണ് ഷാവേസ് പുറത്തുവന്നത്. സംഘടനാപരമായ ദൗർബല്യമാണ് പരാജയത്തിലേക്ക് നയിച്ചതെന്ന് അദ്ദേഹവും കൂട്ടുകാരും മനസിലാക്കി. കെട്ടുറപ്പുള്ള ഒരു ഇടതുപക്ഷ ജനകീയ കൂട്ടായ്മയുടെ ആവശ്യം അവർക്ക് ബോധ്യപ്പെട്ടു. ആ ബോധത്തിൽനിന്നാണ് 'The Fifth Republic Movement' പരുവപ്പെട്ടത്. ഷാവേസ് ഈ പുതിയ സംഘത്തിന്റെ തലൈവരായി. ഈ പ്രസ്ഥാനമാണ് ഏറെ വൈകാതെ കൂടുതൽ വിപുലമായ അടിത്തറയുള്ള The united socialist Party of Venezuela എന്ന റാഡിക്കൽ ജനകീയ സംഘടനയായി വേഷം പകർന്നത്. പിന്നീട് ഒരു തിരിഞ്ഞുനോട്ടമുണ്ടായില്ല. ബാലറ്റിൽക്കൂടിത്തന്നെ ഹ്യൂഗോ ഷാവേസ് വമ്പിച്ച ബഹുജനസമ്മതിയോടെ പ്രസിഡന്റിന്റെ കൊട്ടാരത്തിലെത്തി - 1998 ൽ. തുടർന്ന് കൃത്യമായ കാലയളവുകളിൽ നടന്ന എല്ലാ തിര

ഞ്ഞെടുപ്പുകളിലും വെനസ്വേലൻ ജനത സിംഹാസനത്തിലേറ്റിയത് ഈ നാടിന്റെ കണ്ണിലുണ്ണിയായ നേതാവിനെത്തന്നെയായിരുന്നു. വൈറ്റ് ഹൗസും പെന്റഗണും ഞെട്ടിവിറച്ചു. അവരുടെ കുടിലതന്ത്രങ്ങളും ചാണക്യസൂത്രങ്ങളും വെനസ്വേലയിൽ വിലപ്പോയില്ല. ലാറ്റിനമേരിക്കൻ രാജ്യങ്ങളുടെ ആശയശാസ്ത്രാധിഷ്ഠിതമായ ഒരു ഐക്യനിര ഹ്യൂഗോ ഷാവേസിന്റെ ആദ്യവസാനത്തിൽ രൂപപ്പെടുകയായിരുന്നു. ഉയിർത്തെഴുന്നേൽക്കുന്ന ഒരു സോഷ്യലിസ്റ്റ് സമൂഹത്തിന്റെ ഉരുക്കുപോലുറച്ച നിശ്ചയദാർഢ്യത്തിനുമുമ്പിൽ ബുഷും ഒബാമയും വിരണ്ടുനിന്നു. ഏറ്റവുമൊടുവിൽ നടന്ന വെനസ്വേലൻ പ്രസിഡന്റ് തിരഞ്ഞെടുപ്പിലൂടെ ജനനായകൻ വമ്പിച്ച ഭൂരിപക്ഷത്തോടെ സ്ഥാനം നിലനിർത്തി. അർബുദത്തിന്റെ ആക്രമണംമൂലം അത്യന്തം അവശനായിത്തീർന്ന ഷാവേസിന് ഔദ്യോഗികമായി സത്യപ്രതിജ്ഞ ചെയ്യാനായില്ല. പക്ഷേ നന്ദിയുള്ള നാട് നേതാവിന്റെ കിടക്കയ്ക്കരികിൽ കണ്ണീരോടെ കാത്തിരുന്നു. അദ്ദേഹം എഴുന്നേറ്റുവരുമെന്നും ആ മേഘഗർജനം ഇനിയും മുഴങ്ങുമെന്നും അവർ വിശ്വസിച്ചു.

1954 ജൂലൈ 28 നാണ് ഏഴു മക്കളിൽ രണ്ടാമനായി ഹ്യൂഗോ തന്റെ അച്ചമ്മയായ റോസ ഇനസ് ഷാവേസ് (Rosa Inez Chavez) ന്റെ മൂന്നുമുറി വീട്ടിൽ ജനിച്ചത്. അത്യന്തം ദരിദ്രമായ ഒരധോമധ്യവർഗ കുടുംബമായിരുന്നു അദ്ദേഹത്തിന്റേത്. ഹ്യൂഗോവിനെ മുത്തശ്ശിയുടെ സംരക്ഷണയിലാക്കാൻ അച്ഛനമ്മമാർ നിർബന്ധിക്കപ്പെട്ടത് കടുത്ത ഇല്ലായ്മ കൊണ്ടാണ്. സ്നേഹനിധിയും നിഷ്കളങ്കയുമായ റോസ മുത്തശ്ശി കൊച്ചുമകന് ആവോളം വാത്സല്യം നൽകി. അവരെക്കുറിച്ച് ഷാവേസ് നന്ദിപൂർവം അനുസ്മരിക്കുന്നുണ്ട്, തന്റെ ഡയറിക്കുറിപ്പുകളിൽ.

കൗമാരത്തിന്റെ ഉഷ്ണകാലത്ത് ഷാവേസ് തലസ്ഥാനനഗരിയായ കാരക്കസിൽ ഉള്ള Venezeulan Academy of Military Science ൽ ചേർന്നു. മിലിട്ടറി സയൻസും കവാത്തും മാത്രമല്ല ഈ അക്കാദമി പഠിപ്പിച്ചത്. മാനവിക വിഷയങ്ങളിൽ സാമാന്യമായ ഒരു പരിചയം കേഡറ്റുകൾക്കു കിട്ടാൻ പാകത്തിനുള്ള ഉദാരമായ പാഠ്യപദ്ധതിയാണ് അവിടെ നിലവിലുണ്ടായിരുന്നത്. അത് ഹ്യൂഗോ ഷാവേസിന്റെ വിജ്ഞാനദാഹത്തെ ഉദ്ദീപിപ്പിക്കുകയുണ്ടായെന്ന് അദ്ദേഹംതന്നെ പറഞ്ഞിട്ടുണ്ട്. മറ്റു സർവകലാശാലകളിൽനിന്നുള്ള പ്രൊഫസർമാർ ഇടയ്ക്കിടയ്ക്ക് ക്ലാസെടുക്കാൻ എത്തിയിരുന്നതും വലിയ അനുഗ്രഹമായി. അക്കാദമിയിൽ അഭ്യസിക്കുന്ന കാലത്തുതന്നെയാണ് സാമൂഹ്യനീതിയെപ്പറ്റി ഷാവേസ് കാര്യമായി ചിന്തിച്ചുതുടങ്ങിയത്. ചില മാർക്സിസ്റ്റ് ഗ്രന്ഥങ്ങളും ചെ ഗുവേരയുടെ ഡയറിയും അദ്ദേഹം വായിക്കാനിടവന്നു.

അക്കാലത്ത് ഷാവേസ് ഭേദപ്പെട്ട കവിതകളും അവതരണയോഗ്യമായ നാടകങ്ങളും രചിച്ചിരുന്നു. അവയിൽ മിക്കതും സൂക്ഷിക്കപ്പെട്ടില്ല. ബേസ്ബോൾ, സോഫ്ട്ബോൾ തുടങ്ങിയ കളികളിലും അദ്ദേഹത്തിന് വലിയ കമ്പമായിരുന്നു. സൈമൺ ബൊളിവർ (Simon Boliver) ഒരു

ആരാധനാമൂർത്തിയായി ഷാവേസിന്റെ കൗമാര ഹൃദയത്തിൽ ഇടംതേടിയതും അക്കാലത്തുതന്നെ.

അക്കാദമി പരിശീലനം വിജയകരമായി പൂർത്തിയാക്കിയപ്പോൾ ഷാവേസിന് പട്ടാളത്തിൽ ഒരു ഓഫീസറായി ജോലി കിട്ടി. വെനസ്വേലൻ ഉൾപ്രദേശങ്ങളിലുണ്ടായിരുന്ന മാർക്സിസ്റ്റ്-ലെനിനിസ്റ്റ് കലാപകാരികളെ അമർച്ചചെയ്യാൻ നിയോഗിക്കപ്പെട്ട ഒരു പട്ടാള യൂണിറ്റിലായിരുന്നു ഷാവേസിന്റെ പോസ്റ്റിങ്. കലാപകാരികളെ എവിടെയും കണ്ടില്ല. എന്നാൽ പകുതി കത്തിക്കരിഞ്ഞ ഒരു കാറിൽനിന്ന് ഷാവേസിന് ഒരു ബാഗുനിറയെ വിലപ്പെട്ട പുസ്തകങ്ങൾ കിട്ടി. മാർക്സ്, എംഗൽസ്, ലെനിൻ, മൗ എന്നീ ആചാര്യന്മാരുടെ ചില സൈദ്ധാന്തിക പാഠങ്ങളായിരുന്നു അവ. വർധിച്ച താൽപ്പര്യത്തോടെ യൗവനത്തിലേക്കു കടക്കുന്ന ഷാവേസ് ഈ മഹത്കൃതികൾ കമ്പത്തോടെ വായിച്ചു. ഒരു കാര്യം ആ യുവാവിന് മനസിലായി. സോഷ്യലിസം മാത്രമാണ് മനുഷ്യമോചനത്തിന്റെ മാർഗം. അങ്ങനെ ഇരുപതാം വയസിൽത്തന്നെ താനൊരു ഇടതുപക്ഷവാദിയായെന്ന് ഷാവേസ് അനുസ്മരിക്കുന്നു.

സൈന്യത്തിന്റെ മനുഷ്യത്വരാഹിത്യം, സിവിലിയൻ സർക്കാറിന്റെ കെടുകാര്യസ്ഥത, സമൂഹത്തിൽ നടമാടുന്ന ആഭാസങ്ങൾ ഇവയൊക്കെ ഹ്യൂഗോ ഷാവേസ് എന്ന ആദർശവാദിയായ ചെറുപ്പക്കാരനെ അസ്വസ്ഥനാക്കി. ഒരു വിപ്ലവത്തിന്റെ അനിവാര്യത അദ്ദേഹത്തിന് തീർത്തും ബോധ്യപ്പെട്ടു.

1977 ൽ അദ്ദേഹം ഒരു വലിയ സാഹസം പ്രവർത്തിച്ചു. സൈന്യത്തിനകത്ത് വിപ്ലവവിശ്വാസികളുടെ ഒരു രഹസ്യഘടകം സ്ഥാപിക്കുക. ഷാവേസ് ഈ യൂണിറ്റിന് ഗംഭീരമായ ഒരു നാമധേയം കണ്ടെത്തി The Venezuelan People's Liberation Army. ഒരു പട്ടാള അട്ടിമറിയിലൂടെ ഒരിടതുപക്ഷ ഭരണകൂടം സ്ഥാപിക്കാൻ കഴിയുമെന്ന് ഷാവേസ് മോഹിച്ചു. പൊതുസമൂഹത്തിൽ പ്രവർത്തിക്കുന്ന ആൽഫ്രദോ മാനീറോ (Alfredo Maneiro), ഡഗ്ലസ് ബ്രാവോ (Duglas Bravo) തുടങ്ങിയ മാർക്സിസ്റ്റ് വിപ്ലവകാരികളുമായി കണ്ണിചേരാനും അദ്ദേഹം ഉദ്യമിച്ചു. ഇതൊന്നും കാര്യമായ ഫലം കണ്ടില്ല.

അഞ്ചു കൊല്ലത്തിനുശേഷം ഷാവേസ് The Bolivarian Revolutionary Army 200 എന്ന രഹസ്യസംഘത്തിന് രൂപംനൽകി. അപ്പോഴേക്കും പട്ടാളത്തിൽ ഒരു ക്യാപ്റ്റനായിക്കഴിഞ്ഞിരുന്ന ഹ്യൂഗോ ഷാവേസിനെ അദ്ദേഹം പണ്ടു പഠിച്ചിരുന്ന മിലിട്ടറി അക്കാദമിയിൽ അധ്യാപകനായി നിയമിച്ചപ്പോൾ വലിയ സാധ്യതകളാണ് ഈ വിപ്ലവകാരിക്ക് തുറന്നുകിട്ടിയത്. തന്റെ ശിഷ്യന്മാരായ കേഡറ്റുകൾക്ക് ഇടതുപക്ഷ രാഷ്ട്രീയ വിദ്യാഭ്യാസം രഹസ്യമായി നൽകാനാണ് അദ്ദേഹം ഒരുമ്പെട്ടത്. ചില മുതിർന്ന സൈനിക മേധാവികൾക്ക് ഷാവേസിന്റെ രഹസ്യ പ്രവർത്തനങ്ങളെക്കുറിച്ച് അവ്യക്തമായ സൂചനകൾ കിട്ടിയപ്പോൾ അവർ അദ്ദേഹത്തെ ഉടൻ സ്ഥലം മാറ്റി. തക്കതായ തെളിവുകളില്ലാത്ത

തിനാൽ പട്ടാളത്തിൽനിന്ന് പിരിച്ചുവിടാൻ അവർക്ക് നിവൃത്തിയില്ലായിരുന്നു.

ഹ്യൂഗോ ഷാവേസ് ഒരു മേജറായിരിക്കുന്ന കാലത്താണ് 1992 ലെ Operation Samara എന്ന Coup d'etat - പട്ടാള അട്ടിമറിക്ക് ഷാവേസും കൂട്ടുകാരും കോപ്പുകൂട്ടിയത്. കാർലോസ് ആൻഡ്രെസ് പെരസ് (Carlos Andrez Perez) എന്ന സ്വേച്ഛാധിപതിയായ പ്രസിഡന്റിനെ തള്ളിയിടാനായിരുന്നു പ്ലാൻ. കാരക്കസിലുള്ള സുപ്രധാന പട്ടാളകേന്ദ്രങ്ങളും വാർത്താ വിനിമയ സ്ഥാപനങ്ങളും പ്രസിഡന്റ്ഷ്യൽ പാലസും ഒരേസമയം വളയുക എന്ന ആസൂത്രിത പരിപാടിയാണ് ഷാവേസും സഖാക്കളും തയാറാക്കിയത്. പദ്ധതിയുടെ നിർവഹണത്തിൽ ചില പാളിച്ചകൾ പറ്റി പ്രസിഡന്റ് പെരേസ് കൊട്ടാരത്തിൽ നിന്നു രക്ഷപ്പെട്ടു. ഷാവേസ് പ്രതീക്ഷിച്ച സഹായം ചില മിലിട്ടറി യൂണിറ്റുകളിൽനിന്നു കിട്ടിയില്ല. കലാപകാരികളിൽ കുറേപ്പേർ കൊല്ലപ്പെട്ടു. 'കൂ' അട്ടിമറി എട്ടുനിലയിൽ പൊട്ടി.

ഷാവേസ് പ്രസിഡന്റനുകൂലികളായ പട്ടാള ഉദ്യോഗസ്ഥന്മാരുടെ പിടിയിലായി. San Carlos Military Stockade ൽ ആണ് അദ്ദേഹം തടവുകാരനായി കഴിഞ്ഞത്. അദ്ദേഹത്തിന്റെ മോചനത്തിനുവേണ്ടി ജനങ്ങൾ സാൻ കാർലോസ് തടവറകൾക്കു പുറത്ത് മുറവിളി കൂട്ടി. ആ ചുറ്റുപാടിൽ അധികൃതർ ഷാവേസിനെ Yale ജയിലിലേക്ക് മാറ്റുകയാണുണ്ടായത്. അദ്ദേഹം തടവിൽ കിടക്കുന്ന കാലത്തുതന്നെ അനുയായികൾ മറ്റൊരു അട്ടിമറി ശ്രമം നടത്തി. അതു പൊളിഞ്ഞു. ഏതായാലും ഒരുകൊല്ലം കഴിയുംമുമ്പ് അതിഗുരുതരമായ അധികാര ദുർവിനിയോഗത്തിന്റെയും അഴിമതിയുടെയും പേരിൽ പ്രസിഡന്റ് പെരസ് സ്ഥാനഭ്രഷ്ടനാക്കപ്പെട്ടു.

1993 മുതൽ 1998 വരെയുള്ള കാലത്താണ് ഹ്യൂഗോ ഷാവേസ് വെനിസ്വേലയുടെ രാഷ്ട്രീയ മേഖലയിൽ ഒരു വലിയ ശക്തിയായി വളർന്നത്. പെരസിനെത്തുടർന്ന് വെനസ്വേലയുടെ പ്രസിഡന്റായി വന്ന റാഫേൽ കാൽഡെറ (Rafael Caldera) ജയിലിൽ കിടക്കുന്ന വിപ്ലവകാരിയെ മോചിപ്പിച്ചു. ഒപ്പം വീരനായകനുള്ള വരവേൽപ്പും ജയിലിനു പുറത്ത് ഷാവേസിനെ കാത്തിരുന്നത്. മൂന്നു മാസത്തിലേറെക്കാലം അദ്ദേഹം രാജ്യത്തിന്റെ മുക്കുംമൂലയും സന്ദർശിച്ച ബൊളിവേറിയൻ സാമൂഹ്യനീതിയുടെ സന്ദേശം ജനങ്ങളിലെത്തിക്കുക എന്നതായിരുന്നു ഈ നീണ്ട നാടുചുറ്റലിന്റെ ഉദ്ദേശ്യം. ഒരു വലിയ മാറ്റത്തിനു ജനങ്ങളെ സജ്ജമാക്കാൻ ഈ നൂറു ദിവസത്തെ പര്യടനം ഏറെ സഹായിച്ചു.

ആദ്യ ഭാര്യ Nancy Colmenares നെ ഇതിനിടെ ഷാവേസ് ഉപേക്ഷിച്ചിരുന്നു. പക്ഷേ നാൻസിയേയും തന്റെ മൂന്നു മക്കളെയും സാമ്പത്തികമായി സംരക്ഷിക്കാൻ അദ്ദേഹം തയാറായി. 1997 ൽ ഷാവേസ് Marisabel Rodriguez നെ തന്റെ ജീവിതത്തിലേക്കു ക്ഷണിച്ചു. അതിലൊരു മകളുണ്ട്.

അക്കാലത്താണ് ലാറ്റിൻ അമേരിക്കൻ നാടുകളിൽ ചുറ്റിനടന്ന് തന്റെ ബൊളിവേറിയൻ ആശയങ്ങൾക്ക് രാഷ്ട്രീയ പിന്തുണ സമ്പാദിക്കാൻ ഷാവേസ് തീരുമാനിച്ചത്. ഒരേകീകൃത ലാറ്റിനമേരിക്കൻ സമൂഹം അദ്ദേഹം സ്വപ്നം കണ്ടു. അർജന്റീന, ഉറുഗ്വെ, ചിലി, കൊളംബിയ, ക്യൂബ എന്നീ രാജ്യങ്ങളാണ് അദ്ദേഹം വലിയ പ്രതീക്ഷകളോടെ സന്ദർശിച്ചത്. ക്യൂബയിൽ ഷാവേസ് ഫിദൽ കാസ്ട്രോയുടെ പ്രിയപ്പെട്ട അതിഥിയായി മാസങ്ങൾ കഴിച്ചുകൂട്ടി. ബൊളിവാറിസത്തിനെയും മാർക്സിസത്തിനെയും ഇണക്കിച്ചേർക്കാമെന്ന് അദ്ദേഹത്തെ പഠിപ്പിച്ചത് മഹാനായ ക്യൂബൻ നേതാവായിരുന്നു. അനിർവചനീയമായ ഒരാത്മബന്ധം ഷാവേസും ഫിദലും തമ്മിലുണ്ടായി. കാസ്ട്രോയെ താൻ ഒരു പിതൃബിംബമായാണ് കാണുന്നതെന്ന് ഷാവേസ് പലതവണ പറഞ്ഞിട്ടുണ്ട്.

ഷാവേസിന്റെ കൊടിക്കീഴിൽ അണിനിരന്നത് വെനസ്വേലയിലെ പാവങ്ങളും നീതി നിഷേധിക്കപ്പെട്ടവരും പണിയെടുക്കുന്നവരും അടിച്ചമർത്തപ്പെട്ടവരുമാണ്. അദ്ദേഹം അക്ഷരാർഥത്തിൽ പൊരുതുന്നവന്റെ നാവും പ്രതീക്ഷയും പ്രക്ഷോഭവുമായി മാറി. കത്തോലിക്കാപ്പള്ളിയിലെ വലിയൊരു വിഭാഗം ഷാവേസിന്റെ സാമൂഹ്യ വിപ്ലവ പരിപാടിയെ അനുകൂലിച്ചു.

1993 ഫെബ്രുവരി രണ്ടാം തീയതിയാണ് അമ്പതു ശതമാനത്തിലേറെ ജനപിന്തുണയോടെ ഹ്യൂഗോ ഷാവേസ് ആദ്യമായി വെനസ്വേലൻ പ്രസിഡന്റിന്റെ സിംഹാസനത്തിലേക്ക് ഉയർത്തപ്പെട്ടത്. സത്യപ്രതിജ്ഞാവേളയിൽ അദ്ദേഹം സാമ്പ്രദായിക പാഠത്തിൽനിന്നു വ്യതിചലിച്ചുകൊണ്ട് രാഷ്ട്രത്തോടു പറഞ്ഞു: ഞാനൊരു ജനാധിപത്യ പരിവർത്തനം കൊണ്ടുവരും. ഒരു പുതിയ റിപ്പബ്ലിക് പടുത്തുയർത്തും. ജനകീയ അവകാശങ്ങളുടെ ഒരു മാഗ്നാകാർട്ട (പ്രഖ്യാപനപത്രം) അവതരിപ്പിക്കും. പഴയ ഭരണസംവിധാനം ഷാവേസ് പൊളിച്ചെഴുതി. വിപ്ലവ സംരംഭങ്ങളിൽ തന്നോടൊപ്പംനിന്ന പല ഇടതുപക്ഷ പുരോഗമനവാദികളേയും അദ്ദേഹം ഭരണതലത്തിലേക്ക് ക്ഷണിച്ചു. ജനപക്ഷത്തുറച്ചുനിന്നുകൊണ്ട് പൗരസമൂഹത്തിന് ആശ്വാസം നൽകുന്ന ഒട്ടുവളരെ ഭരണപരിഷ്കാരങ്ങൾ ആവിഷ്കരിച്ചു. ഒരു പുതിയ ഉണർവിന്റെ കാലാവസ്ഥ എണ്ണയുടെ നാടായ വെനസ്വേലയിൽ പുലർന്നു.

ഭരണഘടന മാറ്റിയെഴുതുന്ന കാര്യത്തിൽ ജനങ്ങളുടെ അഭിപ്രായം ഒരു റെഫറണ്ടത്തിലൂടെ – ഹിതപരിശോധനയിലൂടെ – അറിയണമെന്നു ഷാവേസ് തീരുമാനിച്ചു. ഹിതപരിശോധന നടന്നപ്പോൾ 88 ശതമാനം ജനങ്ങളാണ് ഭരണഘടനാ പരിഷ്കാരങ്ങളെ അനുകൂലിച്ചുകൊണ്ട് വോട്ട് ചെയ്തത്. അങ്ങനെ പുതിയൊരു ഭരണഘടന രാജ്യത്തിനുണ്ടായി.

തിരഞ്ഞെടുക്കപ്പെട്ട ഒരു Constituent Assembly യാണ് അതിനു രൂപംനൽകിയത്.

പുതിയ ഭരണഘടനയുടെ വെളിച്ചത്തിൽ 2000 ൽ നടന്ന പൊതുതിരഞ്ഞെടുപ്പ് ഷാവേസിന്റെ ജനസ്വാധീനം വിളംബരം ചെയ്യുന്നതായി

രുന്നു. അറുപതു ശതമാനം വോട്ടുകളാണ് ഷാവേസിനു കിട്ടിയത്. അദ്ദേഹത്തിന്റെ പാർട്ടി നാഷണൽ അസംബ്ലിയിൽ ബഹുഭൂരിപക്ഷം നേടി.

ക്യൂബയുമായുള്ള രാഷ്ട്രീയവും പ്രത്യയശാസ്ത്രപരവുമായ വേഴ്ചകൾ പൂർവാധികം ശക്തമാക്കാൻ ഷാവേസ് ഉത്സാഹിച്ചത് യുണൈറ്റഡ് സ്റ്റേറ്റ്സിനെ അങ്കലാപ്പിലാക്കി. ഷാവേസ് ഭരണകൂടത്തെ തറപറ്റിക്കാൻ അമേരിക്ക പഠിച്ചപണി പതിനെട്ടും പയറ്റി. ഷാവേസിനെതിരെ അട്ടിമറി ശ്രമങ്ങൾ നടത്തിയ സി ഐ എ തോറ്റുതൊപ്പിയിട്ടു. ഒരു പ്രബുദ്ധ ജനത അവരുടെ ധീരനും ദേശാഭിമാനിയുമായ നേതാവിന്റെ പിന്നിൽ പാറപോലെ ഉറച്ചുനിന്നു. സാമ്രാജ്യവാദികൾ തൽക്കാലത്തേക്കെങ്കിലും പത്തിയടക്കി.

2013 ജനുവരി 10 ന് ഷാവേസ് നാലാംവട്ടവും വെനസ്വേലയുടെ പ്രസിഡന്റായി വമ്പിച്ച ഭൂരിപക്ഷത്തോടെ തിരഞ്ഞെടുക്കപ്പെട്ടത് ചരിത്ര സംഭവമാണ്. അമേരിക്കയുടെ മുമ്പിൽ മുട്ടുകുത്താത്ത ഈ മഹാനായ ജനനായകൻ വീണുപോയത് അർബുദ രോഗത്തിന്റെ മുന്നിലാണ്. സത്യപ്രതിജ്ഞ നടത്താൻ അദ്ദേഹത്തിന് പറ്റിയില്ല. ക്യൂബയിൽവച്ച് നടത്തിയ ചികിത്സകളും ശസ്ത്രക്രിയകളും പരാജയപ്പെട്ടു. 2013 മാർച്ച് 5 ന് ആ മരണമില്ലാത്ത വിപ്ലവകാരിയുടെ ഭൗതികജീവിതം അവസാനിച്ചു.

ഐക്യരാഷ്ട്രസഭയുടെ പൊതുവേദിയിൽനിന്നുകൊണ്ട് അമേരിക്കയെ ചെകുത്താൻ എന്നും തെരുവുതെമ്മാടിയെന്നും മുഖത്തുനോക്കി വിളിക്കാൻ അസാമാന്യമായ ചങ്കൂറ്റം വേണം. ആ ചങ്കൂറ്റം നെഞ്ചുവിരിച്ചു നിന്നു കാട്ടിയ ഒരേയൊരു രാഷ്ട്രത്തലവൻ എന്ന അപൂർവ ബഹുമതി ഷാവേസിനുള്ളതാണ്.

ഷാവേസിന്റെ അർബുദത്തിനു പിന്നിൽ സി ഐ എ യുടെ കറുത്ത കൈയുണ്ടെന്നു പലരും ന്യായമായും സംശയിക്കുന്നു. എന്തു നീചമായ പ്രവർത്തിക്കും ഒട്ടും മടിക്കാത്ത അമേരിക്കൻ ചാരസംഘടന ഇതും അതിലപ്പുറവും ചെയ്തേക്കും. പല ഇടതുപക്ഷ ലാറ്റിൻ അമേരിക്കൻ നേതാക്കളും അടുത്തകാലത്ത് കാൻസർ ബാധിച്ചാണ് മരിച്ചതെന്ന കാര്യം ശ്രദ്ധേയമാണ്.

എന്നാൽ ആർക്കും ഷാവേസിനെ കൊല്ലാനാവില്ല. അദ്ദേഹം ഒരാശയ കാലാവസ്ഥയാകുന്നു; ഒരു പ്രതീക്ഷയാകുന്നു; ഒരു വിപ്ലവ മന്ത്രമാകുന്നു.

Long Live Hugo Chavez !

പ്രായോഗികവീക്ഷണമുള്ള പ്രക്ഷോഭകാരി

ഐജാസ് അഹമ്മദ്

ഹ്രസ്വമെങ്കിലും ആവേശകരമായ ആവേശജനകമായ ഒരു ജീവിതമാണ് ഹ്യൂഗോ ഷാവേസ് നയിച്ചത് - പൂർത്തീകരിക്കപ്പെടാത്ത കൂടുതൽ ഗഹനമായ അർഥത്തിൽ പറഞ്ഞാൽ പൂർത്തീകരിക്കാൻ കഴിയാത്ത, ഒരു ജീവിതം. അദ്ദേഹത്തിന്റേതുപോലുള്ള ജീവിതങ്ങൾ വളരെ വേഗത്തിൽ പൊലിഞ്ഞുപോകുന്നു. ഒടുവിൽ ഫിദൽ കാസ്ട്രോക്ക് പോകേണ്ട സമയവും എത്തിച്ചേരുമ്പോൾ, അദ്ദേഹവും വളരെ വേഗത്തിൽ നമ്മെ വിട്ടുപിരിയും. തന്റെ ജീവിതത്തിന്റെ വസന്തകാലത്താണ് ഷാവേസ് വീണടിഞ്ഞത്. 58 വയസുപോലും ആകുന്നതിനുമുമ്പ്; വളരെപ്പെട്ടെന്ന്; മാരകവും നിഗൂഢവുമായ അർബുദം അതിന്റെ കരാളപ്രവൃത്തി ആരംഭിക്കുന്നതുവരെ അദ്ദേഹം പൂർണ ആരോഗ്യവാനായിരുന്നു. ക്യൂബയിലെ സുപ്രസിദ്ധമായ ആരോഗ്യവ്യവസ്ഥിതിയുടെ ഭഗീരഥപ്രയത്നം ഉണ്ടായിട്ടും അദ്ദേഹത്തിന്റെ അന്ത്യം വളരെ വേഗത്തിൽ വന്നെത്തുകയാണുണ്ടായത്.

നാം കാണുന്നതിനപ്പുറം എന്തോ ചിലതുകൂടി ഈ അർബുദരോഗത്തിനു പിന്നിലുണ്ടെന്ന് പലരും പറയുന്നുണ്ട്. മുമ്പ് ബസ് ഡ്രൈവറും യൂണിയൻ നേതാവും ഒക്കെയായിരുന്ന ഈ അടുത്തകാലംവരെ വെനസ്വേലയിലെ വൈസ്പ്രസിഡന്റായിരുന്ന തന്റെ പിൻഗാമിയായി ഷാവേസ് അധികാരപ്പെടുത്തിയ, നിക്കോളാസ് മഡുറോയുടെ വാക്കുകളിലെ വ്യംഗ്യാർഥം അതാണെന്ന കാര്യത്തിൽ സംശയമില്ല. അതെന്തായാലും നിസ്സംശയം പറയാവുന്ന കാര്യം ഇതാണ്: ലാറ്റിനമേരിക്കയിലെ ഇടതുപക്ഷം (ആഗോളതലത്തിൽത്തന്നെ ഇടതുപക്ഷം) കഴിഞ്ഞ നൂറു വർഷക്കാലത്തെ സ്വന്തം ചരിത്രത്തിലേക്ക് തിരിഞ്ഞുനോക്കുകയാണെ

ങ്കിൽ, ഇരുപത്തിയൊന്നാം നൂറ്റാണ്ടിലെ ആരംഭദശകത്തിൽ ഏറ്റവും കൂടുതൽ പ്രകാശം പരത്തി നിൽക്കുന്ന നാമം, ഹ്യൂഗോ ഷാവേസിന്റേതാണ്.

ഷാവേസിനെ അദ്ദേഹത്തിന്റെ പിൻതലമുറക്കാർ പ്രധാനമായും ഓർമിക്കുന്നതിന് അടിസ്ഥാനമായ, അദ്ദേഹത്തിന്റെ ഫലപ്രദമായ ജീവിതകാലം, പ്രത്യക്ഷത്തിൽ ഉള്ളതിനേക്കാൾ എത്രയോ ഹ്രസ്വമാണ്. അത് ഏറക്കുറെ ഒരു ദശാബ്ദത്തിൽ കുറവാണെന്ന് ഞാൻ പറയും. സ്വന്തം അധികാരസ്ഥാനത്തിനെതിരായി ഉയർന്നുവന്ന മൂന്ന് പ്രധാന വെല്ലുവിളികളെ അദ്ദേഹം തകർത്തതിനുശേഷം 2004 ൽ മാത്രമാണ് ആ ജീവിതം യഥാർഥത്തിൽ ആരംഭിക്കുന്നത്. ഈ വെല്ലുവിളികളിൽ ആദ്യത്തേത്, അമേരിക്കയുടെ പിന്തുണയോടെ, പൂർണമായ തോതിലുള്ള ഒരു സൈനിക അട്ടിമറിയുടെ രൂപത്തിലാണ് 2002 ഏപ്രിൽ മാസത്തിൽ പ്രത്യക്ഷപ്പെട്ടത്. അത് ഏതാണ്ട് വിജയിച്ചുവെന്നും തോന്നിച്ചു. എന്നാൽ ഈ സൈനിക അട്ടിമറിയിലൂടെ അദ്ദേഹത്തെ സ്ഥാനഭ്രഷ്ടനാക്കാൻ കഴിയാതെവന്നപ്പോൾ ദേശീയതലത്തിൽ വമ്പിച്ച രീതിയിലുള്ള കുഴപ്പങ്ങളും ഭിന്നിപ്പുകളും കുത്തിപ്പൊക്കി, രണ്ട് മാസക്കാലം നീണ്ടുനിന്ന കലാപശ്രമത്തിലൂടെ അദ്ദേഹത്തെ അട്ടിമറിക്കാൻ അവർ ശ്രമിച്ചു. 2002 ൽ തന്നെ ഡിസംബറിൽ ഗവൺമെന്റ് ഉടമയിലുള്ള എണ്ണക്കമ്പനിയായ പി ഡി വി എസിൽ “പണിമുടക്ക്” എന്ന പേരിലുള്ള അരാജകത്വം കുത്തിപ്പൊക്കിക്കൊണ്ടായിരുന്നു അത്. തുടക്കത്തിൽ അത് അരങ്ങേറിയത് മാനേജ്മെന്റിന്റെ നേതൃത്വത്തിലായിരുന്നുവെങ്കിലും, പിന്നീട് യഥാർഥത്തിൽ പരമ്പരാഗത ഭരണവർഗങ്ങളുടെയും അവരുടെ പാർട്ടികളുടെയും മാധ്യമകുത്തകകളുടെയും പട്ടണങ്ങളിലെ മധ്യവർഗങ്ങളിലെ സമ്പന്ന വിഭാഗങ്ങളിൽ അധിഷ്ഠിതമായ പിന്തുണയുടെയും നേരിട്ടുള്ള നിയന്ത്രണത്തിലാണ് അത് നടന്നത്. ഭരണഘടനാ ബാഹ്യമായ മാർഗങ്ങൾ പരാജയപ്പെട്ടപ്പോൾ, ഷാവേസ് തന്നെ ഭരണഘടനയിൽ എഴുതിച്ചേർത്ത ഒരു വകുപ്പ് ഉപയോഗിച്ചുകൊണ്ട്, അദ്ദേഹത്തെ അട്ടിമറിക്കാനാണ് ഇതേശക്തികൾ തുനിഞ്ഞത്. ജനകീയ ഹിതപരിശോധനയിലൂടെ നിലവിലുള്ള പ്രസിഡന്റിനെ തിരിച്ചുവിളിക്കാൻ ജനങ്ങൾക്ക് അധികാരം നൽകുന്ന വകുപ്പാണത്. ഇതിനുമുമ്പ് രണ്ട് പ്രസിഡന്റ് തിരഞ്ഞെടുപ്പുകളിൽ താൻ വിജയിച്ച അതേ വിധത്തിൽ ഈ ഹിതപരിശോധനയിലും 59 ശതമാനം വോട്ടു നേടിക്കൊണ്ട് ഷാവേസ് വിജയിച്ചു. ഒന്നാമത്തെ തവണ പ്രസിഡന്റായി തിരഞ്ഞെടുക്കപ്പെട്ടതിനെത്തുടർന്ന് താൻ മുന്നോട്ടുവെച്ച പുതിയ ഭരണഘടനയെ അടിസ്ഥാനമാക്കി നടന്ന ഹിതപരിശോധനയിലും അദ്ദേഹം വിജയിച്ചിരുന്നു – എല്ലാറ്റിലും ഏതാണ്ട് ഒരേവിധത്തിലുള്ള ഭൂരിപക്ഷത്തോടുകൂടിത്തന്നെ. കൂടുതൽ കാര്യക്ഷമമായ ഒരു ഭരണഘടന പ്രാബല്യത്തിൽ കൊണ്ടുവരുന്നത്, തിരഞ്ഞെടുപ്പ് വിജയങ്ങളുടെ പരമ്പര പോലെത്തന്നെ, ഒരു സുപ്രധാന നേട്ടമായിരുന്നു എന്ന കാര്യത്തിൽ സംശയമില്ല. ജനാധിപത്യപരമായ നിയമസാധുത്വത്തിന്റെ അളവറ്റ കലവറയിലേക്ക് അത്

വീണ്ടും വീണ്ടും മുതൽക്കൂട്ട് കൂട്ടിച്ചേർക്കുകയാണുണ്ടായത്. തന്റെ ശിഷ്ട ജീവിതത്തിന്റെ ഓരോ വഴിത്തിരിവിലും, അത് കൂടുതൽ കൂടുതൽ സമ്പന്നമാക്കിത്തീർക്കുന്നതിന് ഷാവേസ് ശ്രദ്ധ ചെലുത്തുകയും ചെയ്തു. അതെന്തായാലും 2004 ൽ അധികാരം പൂർണമായും ദൃഢീകരിച്ചതിന് ശേഷം മാത്രമാണ്, ഐതിഹാസികവും ബഹുമുഖവുമായ പരിവർത്തനങ്ങൾക്ക് നേതൃത്വം നൽകാൻ അദ്ദേഹത്തിന് കഴിഞ്ഞത്. ഈ പരിവർത്തനങ്ങളുടെ അടിസ്ഥാനത്തിലാണ് ഇന്ന് വെനസ്വേല, ന്യായമായും പ്രസിദ്ധിനേടിക്കഴിഞ്ഞിരിക്കുന്നത്. പിന്നീട് ഒമ്പതുവർഷം കഴിഞ്ഞപ്പോൾ അദ്ദേഹം അന്തരിക്കുകയും ചെയ്തു.

അത്യസാധാരണമായ ഈ ജീവിതത്തിലെ ചില വിശദാംശങ്ങളിലേക്ക് ചുഴിഞ്ഞിറങ്ങിച്ചെല്ലുന്നതിനുമുമ്പ്, അദ്ദേഹത്തിന്റെ വ്യക്തിത്വത്തിന്റെയും വീക്ഷണവിചക്ഷണതയുടെയും ശരിക്കും കേന്ദ്രബിന്ദുവായ അധികമാന്നും സൂചിപ്പിക്കപ്പെടാത്ത, അദ്ദേഹത്തിന്റെ വ്യക്തിത്വത്തിന്റെ ഒരുവശം ഊന്നിപ്പറയേണ്ടത് ആവശ്യമാണെന്ന് തോന്നുന്നു. നാനാദിശകളിൽനിന്ന് വന്നെത്തുന്ന അതിവിശാലമായ ആശയങ്ങളുടെ വിപുലമായ വർണരാജിയെ സ്വീകരിക്കുന്നതിനുള്ള അദ്ദേഹത്തിന്റെ അസാധാരണമായ സംവേദനക്ഷമതയും അതിവിപുലമായ ബൗദ്ധികസംസ്കാരവും തന്നെയാണത്. “ഇരുപത്തിയൊന്നാം നൂറ്റാണ്ടിലെ പോസ്റ്റ് സോവിയറ്റ് സോഷ്യലിസം” എന്ന് ഭാവിയിൽ വിളിക്കപ്പെടാൻ ഇടയുള്ള മാർഗത്തിലേക്ക് എത്തിച്ചേരുന്നതിന് ഉപകരിക്കുന്ന, പലവിധത്തിലുള്ള പരീക്ഷണങ്ങളെക്കുറിച്ച് ചിന്തിക്കുന്നതിനുള്ള കഴിവാണ് അത്. ഇതിൽ ഒന്നാമത്തെ കാര്യം വിശദീകരിക്കുന്നതിനായി അനിഷേധ്യ ബ്രസീലിയൻ ബുദ്ധിജീവിയായ എമിർ സാദറിന്റെ ഏതാനും വാചകങ്ങൾ ഞാൻ ഉദ്ധരിക്കട്ടെ.

> തന്റെ ജയിൽവാസക്കാലത്ത് താൻ വായിച്ചിട്ടുള്ള ഒരു പ്രധാന പുസ്തകം തന്റെ സുഹൃത്ത് ഇസ്ത്വാൻ മെസാറസ് എഴുതിയ *മൂലധനത്തിനപ്പുറം (Beyond Capital)* എന്ന കൃതിയാണെന്ന് ഹ്യൂഗോ ഷാവേസ് എപ്പോഴും പറയാറുണ്ട്. കഴിഞ്ഞവർഷത്തെ തിരഞ്ഞെടുപ്പ് പ്രചാരണത്തിനിടയിൽ സാവോ പോളോയിലെ വേദിയിലാണ് അദ്ദേഹത്തെ ഞാൻ അവസാനമായി കണ്ടത്. ടെറേസാ കോറണോ തിയേറ്ററിലെ സമാപനച്ചടങ്ങിൽ സംബന്ധിക്കുമ്പോൾ അദ്ദേഹത്തിന്റെ കൈയിൽ മെസാറസിന്റെ ആ പുസ്തകത്തിന്റെ ഒരു കോപ്പി ഉണ്ടായിരുന്നു. ഈയിടെ എഴുതാനും വായിക്കാനും പഠിച്ച വയസായ ഒരു വെനസ്വേലക്കാരൻ, എന്നെങ്കിലുമൊരിക്കൽ തനിക്ക് ഈ പുസ്തകം വായിക്കാൻ കഴിയുമെന്ന് തന്നോട് പറയുകയുണ്ടായെന്ന് ഷാവേസ് പ്രസ്താവിക്കുകയുണ്ടായി. ഷാവേസിന്റെ ബുദ്ധിപരമായ വിശ്രമരാഹിത്യം, എല്ലായ്പ്പോഴും ആരെയും ആകർഷിക്കുമായിരുന്നു. അദ്ദേഹവുമായി

> എപ്പോൾ സംസാരിക്കുമ്പോഴും ജനങ്ങൾ എന്താണ് പറയുന്നത്, എന്താണ് അവർ വായിക്കേണ്ടത് എന്ന് നിർദേശിക്കുന്നുണ്ടോ തുടങ്ങിയ വിവരങ്ങൾ അറിയാൻ അദ്ദേഹം അതീവ താൽപ്പര്യം കാണിച്ചിരുന്നു. മാർക്സ്, എംഗൽസ്, ലെനിൻ, ട്രോത്സ്കി എന്നിവരുടെ കൃതികൾക്കു പുറമെ, ഗ്രാംഷി, റോസാ ലക്സംബർഗ് തുടങ്ങിയവരുടെ കൃതികളും വായിച്ചുകൊണ്ടിരിക്കുന്നുവെന്ന് അദ്ദേഹം തന്റെ "ഹലോ പ്രസിഡന്റ്" എന്ന ടി വി പരിപാടിയിൽ സൂചിപ്പിക്കുമായിരുന്നു. തുടർച്ചയായ തന്റെ വിമാനയാത്രയ്ക്കിടയിലും അദ്ദേഹം വായിക്കുമായിരുന്നു.
>
> അദ്ദേഹത്തിന്റെ അവിരാമമായ സൈദ്ധാന്തികവിജ്ഞാന തൃഷ്ണയാകട്ടെ, എല്ലായ്പ്പോഴും, വെനസ്വേലയുടെയും ലാറ്റിനമേരിക്കയുടെയും മൂർത്തമായ യാഥാർഥ്യങ്ങളുമായി ബന്ധപ്പെട്ടതായിരുന്നുതാനും.

മൂലധനത്തിനപ്പുറം എന്ന കൃതിയുമായി യഥാർഥത്തിൽ ഏറെ മല്ലിട്ടിട്ടുള്ള ഒരു വ്യക്തിയെന്ന നിലയിൽ, അത് വായിച്ചിട്ട് മനസിലാക്കുക എന്നത് ദുഷ്കരമായ പ്രവൃത്തിയാണെന്നു എനിക്ക് തറപ്പിച്ചുപറയാൻ കഴിയും.

ഐക്യരാഷ്ട്രസഭയുടെ പൊതുസഭയെ അഭിസംബോധന ചെയ്തുകൊണ്ട് ഷാവേസ് പ്രസംഗിച്ച 2006 ലെ ആ പ്രസിദ്ധമായ ദിനത്തെക്കുറിച്ച് ഞാനിന്നുമോർക്കുന്നു. ജോർജ് ഡബ്ല്യു ബുഷിനെക്കുറിച്ച് അദ്ദേഹം ഇങ്ങനെ പ്രസ്താവിച്ചു:

"ആ പിശാച് ഇന്നലെ ഇവിടെ വന്നിരുന്നു.... വെടിമരുന്നിന്റെ ഗന്ധം ഇന്നും ഇവിടെനിന്ന് മാറിയിട്ടില്ല." ഈ പ്രസംഗപീഠത്തിന് പിന്നിൽ ഇന്നലെ അമേരിക്കൻ പ്രസിഡന്റ് നിന്നിരുന്നു. അതെ, അയാളെ തന്നെയാണ് ഞാൻ പിശാചെന്ന് വിളിച്ചത്. പിന്നെ, ഒരു പ്രത്യൗഷധമെന്ന നിലയിൽ, നോം ചോംസ്കിയുടെ *ഹെജിമണി ഓർ സർവൈവൽ* എന്ന ഗ്രന്ഥം വായിക്കണമെന്നും അന്താരാഷ്ട്രതലത്തിൽ ഏറ്റവും കൂടുതൽ വിറ്റഴിക്കപ്പെടുന്ന പുസ്തകമാക്കി അതിനെ മാറ്റണമെന്നും അവിടെ സന്നിഹിതരായ പ്രതിനിധികളോട് അദ്ദേഹം ശുപാർശ ചെയ്യുകയും ചെയ്തു. മാത്രമല്ല, *ഡോൺ കിക്സോട്ടി*ന്റെ പത്തുലക്ഷം കോപ്പി സർക്കാർ ചെലവിൽ അച്ചടിപ്പിച്ച് അദ്ദേഹം ജനകീയ സാക്ഷരതാ പ്രചാരണത്തിന്റെ ഗുണഭോക്താക്കളായ പത്തുലക്ഷം കുടുംബങ്ങൾക്ക് വിതരണം നടത്തുകയും ചെയ്തു. "ഹലോ പ്രസിഡന്റ്" തന്റെ പ്രതിവാര ടി വി പരിപാടിയിൽ അദ്ദേഹം പതിവായി രണ്ടോ മൂന്നോ പുസ്തകങ്ങളെക്കുറിച്ച് സംസാരിക്കുമായിരുന്നു. പത്തു വർഷത്തിലധികം കാലം അദ്ദേഹം ആ പരിപാടി തുടർന്നുവന്നു. അത്തരം കഥകൾ നിരവധിയാണ്.

സാമൂഹ്യപരിവർത്തനങ്ങളെ സംബന്ധിച്ച പുതിയ ആശയങ്ങളോടുള്ള അദ്ദേഹത്തിന്റെ തുറന്ന മനസ്സ്, അമൂർത്തസങ്കൽപ്പനങ്ങളെ

പ്രായോഗികസാധ്യതകളാക്കി പരിവർത്തനം ചെയ്യുന്നതിനുള്ള അദ്ദേഹത്തിന്റെ താൽപ്പര്യം വിവിധ മേഖലകളിൽ അദ്ദേഹത്തിന്റെ മാർഗനിർദേശത്തിൻ കീഴിൽ ആരംഭിച്ച വിവിധ പരിഷ്കാരങ്ങൾ, സാമ്പത്തിക ഉൽപ്പാദനവും വിതരണവുംതൊട്ട് സാമൂഹ്യവും രാഷ്ട്രീയവുമായ അധികാരത്തിന്റെ പുനഃസംഘടനവരെയുള്ള പരിഷ്കാരങ്ങൾ–അവയെക്കുറിച്ച് നമുക്ക് പിന്നീട് ചർച്ചചെയ്യാം. അപ്പോൾ അവയ്ക്ക്, അവയുടേതായ നിരവധി കഥകൾ പറയാനുമുണ്ടാകും. ചെറിയ ഒരൊറ്റ ഉദാഹരണം മാത്രം പറയാം: സ്ത്രീകൾ കൂലിയില്ലാതെ ചെയ്യുന്ന വീട്ടുജോലി, യഥാർഥത്തിൽ ഉൽപ്പാദനപരമായ ജോലിയാണെന്നും മറ്റേതൊരു തൊഴിലിനേയും പോലെത്തന്നെ അതും ന്യായമായ പ്രതിഫലം അർഹിക്കുന്നുണ്ടെന്നും ആദ്യമായി വാദിച്ച ഒരു രാജ്യത്തിലെ ആദ്യത്തെ പ്രസിഡന്റ് ആണ് അദ്ദേഹം എന്നതുകൊണ്ട്, അന്താരാഷ്ട്ര വനിതാദിനമായ മാർച്ച് 8 നു തന്നെ അദ്ദേഹത്തിന്റെ ശവസംസ്കാരം വികാരതീവ്രമായ രീതിയിൽ നടത്തപ്പെട്ടുവെന്നത്, അദ്ദേഹത്തിന് ലഭിച്ച ബഹുമതിയാണെന്ന് പല വനിതകളും അനുസ്മരിക്കുകയുണ്ടായി.

ആരംഭം

1998 ൽ പ്രസിഡന്റ് തിരഞ്ഞെടുപ്പിൽ ആദ്യമായി വിജയിക്കുന്നതിനു മുമ്പായിത്തന്നെ, സുദീർഘമായ, പലപ്പോഴും വീരസാഹസികമായ രാഷ്ട്രീയ പരിശീലനഘട്ടത്തിലൂടെ ഷാവേസ് കടന്നുപോവുകയുണ്ടായി. രണ്ട് പതിറ്റാണ്ടിലധികം നീണ്ടുനിന്ന കാലഘട്ടമായിരുന്നു അത്. തന്റെ യൗവനകാലത്ത് 23–ാം വയസിൽ, 1977 ൽ ആണ് അത് ആരംഭിച്ചത്. അക്കാലത്ത് തന്നെ ഏതാനും സുഹൃത്തുക്കളോടൊപ്പം ചേർന്ന്, അദ്ദേഹം ഒരു രഹസ്യപ്രവർത്തനസംഘം രൂപീകരിച്ചു. "വെനസ്വേലൻ ജനതയുടെ വിമോചനസേന" (വെനസ്വേലൻ പീപ്പിൾസ് ലിബറേഷൻ ആർമി) എന്ന വലിയ പേരും അതിന് നൽകി. സ്പാനിഷ് ഭാഷാ ലിപികളിൽ അതിന്റെ ചുരുക്കപ്പേർ ഇ എൽ പി വി (E L P V) എന്നാണ്. മറ്റ് പല ലാറ്റിനമേരിക്കൻ രാജ്യങ്ങളിലുമെന്നപോലെത്തന്നെ, വെനസ്വേലയിലും അക്കാലത്ത് നിരവധി ഉശിരൻ ഇടതുപക്ഷ സംഘടനകൾ (അവ അത്രയൊന്നും വലിയതായിരുന്നില്ലെങ്കിലും) ഉണ്ടായിരുന്നു; കമ്യൂണിസ്റ്റ് പാർട്ടിയും ചില ഗറില്ലാഗ്രൂപ്പുകളും മറ്റും അതിൽ ഉൾപ്പെട്ടിരുന്നു. ഷാവേസിന്റെ സഹോദരൻതന്നെ അത്തരമൊരു ഗ്രൂപ്പിന്റെ ഭാഗമായിരുന്നു. ഷാവേസിനും അദ്ദേഹത്തിന്റെ സുഹൃത്തുക്കൾക്കും ഈ ഗ്രൂപ്പുകളെപ്പറ്റി വ്യക്തമായി അറിയാമായിരുന്നു; അവയിൽ ചിലതുമായി ബന്ധപ്പെട്ടിരുന്നുതാനും. നാട്ടിൽ പ്രചാരണത്തിലുണ്ടായിരുന്ന ഇടതുപക്ഷ ആശയങ്ങളുടെ വൈവിധ്യം അമ്പരപ്പിക്കുന്നവിധം വിപുലമായിരുന്നു – പെറോണിസ്റ്റ് പോപ്പുലിസവും വിമോചന ദൈവശാസ്ത്രവും കമ്യൂണിസവും ട്രോത്സ്കിയിസവും; അരാജക സിൻഡിക്കലിസവും ഗുവേറിസവും; വിപ്ലവ ദേശീയതയും വൻകര ഏകീകരണവും; സൈനിക

സ്വേച്ഛാധിപത്യത്തിനും നവലിബറൽ നയങ്ങൾക്കും അമേരിക്കയ്ക്കും ഐ എം എഫിനും എതിരായി മൗലികമായ എതിർപ്പ് എന്നിങ്ങനെ പലതും. സൈനിക റാഡിക്കലിസത്തിന്റെ മറ്റൊരു ധാരയും ഉണ്ടായിരുന്നു – പ്രത്യേകിച്ചും ഷാവേസിനെപ്പോലെ കാർഷിക പശ്ചാത്തലത്തിൽനിന്നു വന്നിരുന്ന സൈനിക ഓഫീസർമാർക്കിടയിൽ.

ഷാവേസും അദ്ദേഹത്തിന്റെ സുഹൃത്തുക്കളും ഈ നീർച്ചുഴിയിൽ പൂർണമായും ആമഗ്നമായി. എന്നാൽ ആദ്യകാലത്തെ ഇ എൽ പി വി എന്ന വെനസ്വേലൻ ജനതയുടെ വിമോചന സേന, അഞ്ചുകൊല്ലത്തിനപ്പുറം വിപ്ലവ ബൊളിവേറിയൻ പ്രസ്ഥാനം 200 എന്ന് (റവലൂഷണറി ബൊളിവേറിയൻ മൂവ്മെന്റ്–200; MBR-200) ഇന്ന് വിളിക്കപ്പെടുന്ന പ്രസ്ഥാനമായി രൂപാന്തരണം നടന്നതുവരെ സാമൂഹ്യവീക്ഷണത്തെപ്പറ്റിയോ രാഷ്ട്രീയ തന്ത്രത്തെപ്പറ്റിയോ ഇടതുപക്ഷ ഓഫീസർമാരുടെ അട്ടിമറിക്കുള്ള സൈനികമായ ആസൂത്രണത്തെപ്പറ്റിയോ അവർക്ക് വലിയ ധാരണയൊന്നുമുണ്ടായിരുന്നില്ല എന്നതും അതുപോലെത്തന്നെ വ്യക്തമാണ്. 1989 ലെ സുപ്രസിദ്ധ ജനകീയ കലാപമാണ് ഷാവേസിനെ സംബന്ധിച്ചിടത്തോളം രാസത്വരകമായിത്തീർന്നത്. കാരക്കസിൽ നടന്ന ആ ജനകീയ മുന്നേറ്റത്തെ ഭരണകൂടം അടിച്ചമർത്തി; ആയിരക്കണക്കിന് പേർ കൊല്ലപ്പെട്ടു. (എൽ കാരക്കസോ എന്ന പേരിലാണ് ആ കലാപം പൊതുവിൽ അറിയപ്പെടുന്നത്). ചിക്കൻ പോക്സ് പിടിപെട്ട്, ആ സമയത്ത് ഷാവേസ് ആശുപത്രിയിൽ ആയിരുന്നതിനാൽ അതിൽ നേരിട്ട് പങ്കെടുക്കാൻ അദ്ദേഹത്തിന് കഴിഞ്ഞില്ല. എങ്കിലും പിൽക്കാലത്ത് അദ്ദേഹം അതിനെക്കുറിച്ച് സൂചിപ്പിക്കുന്നത് "വംശീയ കൂട്ടക്കൊല" എന്നാണ്. അത്തരത്തിലുള്ള ഒരു ജനകീയകലാപം യഥാർഥത്തിൽ വിജയിച്ച് അധികാരം പിടിച്ചെടുത്തുകഴിഞ്ഞാൽ, പിന്നെ എന്താണ് ഉണ്ടാവുക എന്നതിനെ സംബന്ധിച്ചുള്ള സൈദ്ധാന്തികമായ വ്യക്തതയിലേക്കോ പരിപാടി സംബന്ധിച്ചുള്ള വ്യക്തതയിലേക്കോ ഒന്നും അത്തരം സംഭവങ്ങൾ അധികമൊന്നും വെളിച്ചം വീശുന്നില്ല. അതെന്തായാലും ഇതിൽനിന്ന് രണ്ട് നിഗമനങ്ങളിലാണ് ഷാവേസും കൂട്ടുകാരും എത്തിച്ചേർന്നതെന്ന് തോന്നുന്നു. ഇടതുപക്ഷത്തുനിന്നുള്ള ഒരു സൈനിക അട്ടിമറിക്കുള്ള സജ്ജീകരണങ്ങൾക്ക് ആക്കം കൂട്ടണം എന്നതാണ് ഒന്നാമത്തേത്. ("ബൊളിവേറിയൻ സൈനിക കലാപം" എന്നാണ് അതിനെ ഷാവേസ് പിൽക്കാലത്ത് വിളിച്ചത്). ഈ ധീരസാഹസിക പ്രവർത്തനത്തിൽ അവർ വിജയിക്കുകയാണെങ്കിൽ, വമ്പിച്ച ജനകീയാംഗീകാരവും പ്രചാരവും വളരെ വേഗം നേടിയെടുക്കത്തക്കവിധത്തിൽ, വളരെ ഉയർന്നതാണ് ജനകീയ രോഷം എന്നതാണ് രണ്ടാമത്തേത്. മൂന്നു കൊല്ലത്തിനുശേഷം 1992 ൽ അത്തരമൊരു കലാപം യഥാർഥത്തിൽ നടക്കുക തന്നെ ചെയ്തു. എന്നാൽ അത് പരാജയപ്പെട്ടു. എന്നാൽ അവരുടെ രണ്ടാമത്തെ കണക്കുകൂട്ടൽ ശരിയാണെന്ന് തെളിഞ്ഞു, നിലവിലുണ്ടായിരുന്ന വാഴ്ചയെ തൂത്തെറിയുന്നതിനും ജനങ്ങളെ വിമോചിപ്പിക്കുന്നതിനും

ഉള്ള ധീരോദാത്തമായ പരിശ്രമത്തിന്റെ ചോദ്യം ചെയ്യപ്പെടാത്ത നേതാവെന്നനിലയിൽ, പ്രസംഗങ്ങളിൽ അനിതരസാധാരണമായ വാഗ്മിത്വം പ്രകടിപ്പിക്കുന്ന നേതാവെന്ന നിലയിൽ, ഷാവേസ്, വളരെ വേഗത്തിൽ ജനങ്ങളുടെ പ്രീതി നേടി; തുടർന്നുള്ള രണ്ടുവർഷക്കാലം അദ്ദേഹം തടവറയിൽ കിടന്ന് നരകിച്ചുവെങ്കിലും ജനകീയനായകൻ എന്ന പദവിയിലേക്കുള്ള പ്രയാണത്തിലായിരുന്നു അദ്ദേഹം.

ആ പരാജയവും മറ്റൊരുനാൾ പോരാടുന്നതിനുവേണ്ടി അദ്ദേഹത്തിന് അതിജീവിക്കാൻ കഴിഞ്ഞുവെന്ന വസ്തുതയും മറ്റൊരു കാര്യമാണ് വെളിപ്പെടുത്തിയത്. പ്രാഥമികമായും സൈനികമാർഗങ്ങളെ ആശ്രയിക്കുന്നതിലുള്ള ന്യായയുക്തതയേയും സഫലതയേയും സംബന്ധിച്ച്, ഷാവേസും അദ്ദേഹത്തിന്റെ സഖാക്കളും സന്തത സഹചാരികളും അടങ്ങുന്ന വിപുലമായ സുഹൃദ്‌വലയവും തമ്മിലുള്ള ആഭ്യന്തര ചർച്ചകളുടെ ഫലം അദ്ദേഹത്തിന് അനുകൂലമായി തിരിഞ്ഞുവെന്നതാണത്. സൈനികശക്തിയുടെ വമ്പിച്ച പ്രാധാന്യമായിരുന്നില്ല തർക്കപ്രശ്നം. ഉദാഹരണത്തിന് പ്രസിഡന്റ് സാർവദോർ അലൻഡെയുടെ തിരഞ്ഞെടുക്കപ്പെട്ട സോഷ്യലിസ്റ്റ് ഗവൺമെന്റിനെ സൈനികശക്തിയുപയോഗിച്ച് അട്ടിമറിക്കണമെന്ന് അമേരിക്ക തീരുമാനിച്ചു കഴിഞ്ഞപ്പോൾ, 1973 ലെ അതിദാരുണമായ ആ അട്ടിമറിയെ (ചരിത്രത്തിലെ ഏറ്റവും പൈശാചികമായ അട്ടിമറികളിലൊന്ന്) തടയുന്നത് അസാധ്യമാണെന്ന് വന്നു. കാരണം, ഗവൺമെന്റിനെ ധിക്കരിക്കാൻ അന്ന് സായുധ സേനാവിഭാഗങ്ങൾ തീരുമാനിച്ചപ്പോൾ, തിരഞ്ഞെടുക്കപ്പെട്ട ഗവൺമെന്റിന് ആ സായുധ സേനാവിഭാഗങ്ങളുടെമേൽ യാതൊരു നിയന്ത്രണവും ഉണ്ടായിരുന്നില്ല. എന്നാൽ അതിന് നേർവിപരീതമായി ഷാവേസിനെതിരായി 2002 ൽ ഏറെക്കുറെ വിജയകരമായ ഒരു അട്ടിമറി ശ്രമം നടന്നപ്പോൾ, അന്ന് അദ്ദേഹത്തെ അതിൽനിന്ന് രക്ഷപ്പെടുത്തിയത്. സൈന്യത്തിലെ നിർണായകവിഭാഗങ്ങൾക്കിടയിൽ അദ്ദേഹത്തിനുണ്ടായിരുന്ന, അദ്ദേഹത്തിന്റെ സ്വതന്ത്രവും സ്വന്തവുമായ രാഷ്ട്രീയ അടിത്തറയായിരുന്നു. ആത്യന്തികമായ അധികാരം ഭരണകൂടാധികാരമാണ്; എല്ലാ നിർണായക മുഹൂർത്തങ്ങളിലും എല്ലാ ഭരണകൂടാധികാരങ്ങളുടെയും ഹൃദയമായി പ്രവർത്തിക്കുന്നത്, ആക്രമണോപാധികളുടെ മേലുള്ള നിയന്ത്രണമാണ്, അതായത് സൈനിക-സുരക്ഷാ സേനകളുടെ മേലുള്ള നിയന്ത്രണമാണ്.

അത്രയും കാര്യം വളരെ വ്യക്തമാണ്. എന്നാൽ പരാജയപ്പെട്ട അട്ടിമറിശ്രമത്തിൽനിന്നുള്ള പാഠങ്ങളും പഠിക്കേണ്ടതുണ്ട്. ബഹുജനാടിത്തറ കെട്ടിപ്പടുക്കുംമുമ്പ് ഇടതുപക്ഷത്തുനിന്നുള്ള ഒരു അട്ടിമറി വിജയിക്കുകയാണെങ്കിൽ എന്താണ് സംഭവിക്കുക? എതിരാളികളുടെ നിലപാടുകളെ ചെറുക്കുന്നതിനും അവരുടെ ഉദ്ദേശലക്ഷ്യങ്ങൾ മനസിലാക്കുന്നതിനും ആവശ്യമായ സംഘടിത രാഷ്ട്രീയ ഉപകരണസംവിധാനം ഉണ്ടാക്കുന്നതിനുമുമ്പ്, ഇടതുപക്ഷത്തുനിന്നുള്ള ഒരു അട്ടിമറി വിജയിക്കുകയാണെങ്കിൽ എന്താണ് സംഭവിക്കുക? അത്തരത്തിലുള്ള ഒരു ഒറ്റപ്പെട്ട

ഭരണവാഴ്ചയ്ക്ക് അതിജീവിക്കാൻ കഴിയുമോ? സ്വന്തം ജനങ്ങൾക്കെതിരായുള്ള ആക്രമണയന്ത്രസംവിധാനമായി സ്വയം മാറിത്തീരാതെ അതിന് അതിജീവിക്കാൻ കഴിയുമോ? അത്തരമൊരു സൈനിക കലാപത്തിന്റെ ഉദ്ദേശ്യലക്ഷ്യങ്ങൾ എന്തൊക്കെയാണ്?

പുതിയ ഗവൺമെന്റ് മാപ്പ് നൽകിയതിന്റെ ഫലമായി രണ്ടുവർഷക്കാലത്തെ തടവുജീവിതം 1994 ൽ അവസാനിച്ചു. അടുത്ത തിരഞ്ഞെടുപ്പ് 1998 ലാണ് നടക്കേണ്ടിയിരുന്നത്. അധികാരം പിടിച്ചെടുക്കുന്നതിനുള്ള കലാപ വ്യഗ്രതകളോടും പ്രത്യയശാസ്ത്രത്തിനുപകരം വിഭിന്നങ്ങളും പരസ്പരം അകന്നുപോകുന്നതുമായ പ്രേരണകളുടെ സങ്കലനത്തോടും കൂടിയ വിപ്ലവാവേശത്തിന്റെ പരിശീലനക്കളരിയായിരുന്നു 1992 വരെയുള്ള പതിനഞ്ച് വർഷക്കാലമെങ്കിൽ, പരാജയപ്പെട്ട അട്ടിമറിശ്രമത്തിനും പ്രസിഡന്റ് തിരഞ്ഞെടുപ്പിലെ നിർണായകമായ വിജയത്തിനും ഇടയ്ക്കുള്ള അടുത്ത ആറ് വർഷക്കാലം ഒരു അന്തരാളഘട്ടമായിരുന്നു – തന്റെ രാഷ്ട്രീയ വിദ്യാഭ്യാസം ഷാവേസ് കൂടുതൽ അഗാധമാക്കിത്തീർക്കുകയും ഭരണകൂടഘടനയ്ക്കുള്ള മറ്റൊരു ബദലിനെക്കുറിച്ച് പരിപാടി സംബന്ധിച്ചുള്ള ആലോചന ആരംഭിക്കുകയും പുതിയ സഖ്യങ്ങൾക്ക് തുടക്കംകുറിക്കുകയും തടവിൽനിന്ന് മോചിതനായപ്പോൾ രാജ്യത്തിനകത്തു മാത്രമല്ല, ലാറ്റിനമേരിക്കയിലാകെത്തന്നെ വ്യാപകമായി യാത്രനടത്തുകയും രാഷ്ട്രീയ തന്ത്രത്തെക്കുറിച്ച് വളരെ വ്യാപകമായ ചർച്ച നടത്തുകയും ചെയ്ത അന്തരാളഘട്ടം. അദ്ദേഹത്തിന്റെ ബൊളിവേറിയൻ വിപ്ലവ പ്രസ്ഥാനം – 200 (MBR - 200) അസംഖ്യം ഇടതുപക്ഷ വിഭാഗങ്ങളെ സംബന്ധിച്ചിടത്തോളം ആകർഷ കേന്ദ്രമായിത്തീരുകയും ഒരു ഐക്യപ്രസ്ഥാനമായി ഒന്നിക്കുന്നതിനുള്ള കേന്ദ്രമായിത്തീരുകയും ചെയ്തു. പരാജയപ്പെട്ട കലാപത്തിന്റെ അനിഷേധ്യ നേതാവായ ഷാവേസ് ആകട്ടെ, തിരഞ്ഞെടുപ്പ് മത്സരത്തിൽ വ്യവസ്ഥാപിത രാഷ്ട്രീയ പാർട്ടികളെ നേരിടുന്നതിനുള്ള ഏറ്റവും ജനകീയനായ, വിശ്വസനീയനായ, സ്ഥാനാർഥിയായി ഇതിനിടയിൽ ഉയർന്നുവരികയും ചെയ്തു. ഇതിനിടയിൽ, ഷാവേസും അദ്ദേഹത്തിന്റെ സംഘവും തിരഞ്ഞെടുപ്പ് മാർഗത്തോട് പൂർണമായും പ്രതിജ്ഞാബദ്ധമായി കഴിഞ്ഞിരുന്നു; സംഘടിതമായ സൈനികവിഭാഗങ്ങൾ പശ്ചാത്തലത്തിലേക്ക് ഒതുങ്ങിനിന്നു. രാജ്യത്തിനുള്ളിലെ മുഖ്യ ഇടതുപക്ഷവിഭാഗങ്ങൾ, കൂടുതൽ വിശാലമായ ഒരു മുന്നണിയിൽ സ്വയം ലയിച്ചുചേർന്നു. ശരിക്കും പറഞ്ഞാൽ അതൊരു രാഷ്ട്രീയ പാർട്ടിയല്ലെങ്കിലും മൂവ്മെന്റ് ഓഫ് ദി ഫിഫ്ത്ത് റിപ്പബ്ലിക് എന്ന പേരിലാണ് ആ മുന്നണി അറിയപ്പെട്ടത്. (സ്പാനിഷ് ചുരുക്കാക്ഷരങ്ങളിൽ MVR) അതേ അവസരത്തിൽ എം ബി ആർ – 200 എന്ന പ്രസ്ഥാനം സ്വയം പിരിഞ്ഞുപോവുകയും ഈ വിശാലമായ പ്രസ്ഥാനത്തിന്റെ ഭാഗമായിത്തീരുകയും ചെയ്തു.

ഈ പ്രസ്ഥാനത്തിന്റെ പേർ സൂചിപ്പിക്കുന്നപോലെത്തന്നെ, പഴയ ഭരണഘടന റദ്ദാക്കുകയും രാഷ്ട്രീയമായി കൂടുതൽ മൗലികവും ജനാനുകൂലവുമായ ഒരു ഭരണഘടനയുടെ കരട് എഴുതിയുണ്ടാക്കുന്നതി

നായി പുതിയ ഭരണഘടനാ നിർമാണസമിതിയെ തിരഞ്ഞെടുക്കുകയും ചെയ്യുക എന്നതായിരുന്നു ഷാവേസിന്റെ തിരഞ്ഞെടുപ്പ് മാനിഫെസ്റ്റോയിലെ ഏറ്റവും നിർണായകമായ വാഗ്ദാനം. അതിനാൽ 1999 ഫെബ്രുവരിയിൽ പ്രസിഡന്റായി സത്യപ്രതിജ്ഞ ചെയ്ത് അധികാരം ഏറ്റെടുക്കുന്ന അവസരത്തിൽ, സത്യവാചകത്തിലെ വാക്കുകളിൽ മാറ്റംവരുത്തിക്കൊണ്ട് അദ്ദേഹം ഇങ്ങനെ ഊന്നിപ്പറഞ്ഞു.

> ഈ കാലഘട്ടത്തിന് അനുയോജ്യമായ ഒരു മാഗ്നാകാർട്ടാ നമ്മുടെ റിപ്പബ്ലിക്കിന് ഉണ്ടാക്കുന്നതിന് ആവശ്യമായ ജനാധിപത്യപരമായ പരിവർത്തനങ്ങൾ വരുത്തുന്നതിനായി ഞാൻ പ്രയത്നിക്കുമെന്ന്, മൃതപ്രായമായ ഈ ഭരണഘടനയുടെ പേരിൽ ഞാൻ എന്റെ ജനങ്ങളോട് വാഗ്ദാനം ചെയ്യുന്നു.

ഷാവേസിന്റെ അദൃശ്യ സ്വഭാവത്തെ ശരിക്കും പ്രതീകവൽക്കരിക്കുന്നതുതന്നെയായിരുന്നു ഈ സത്യപ്രതിജ്ഞയിലെ അർഥസൂചനകളുടെ വർണശബളത. എന്നാൽ അതിലെ പദവിന്യാസമാകട്ടെ, വളരെ കൗശലപൂർവമുള്ളതും ജനകീയ സ്വാതന്ത്ര്യങ്ങൾ ആദരിക്കപ്പെടുമെന്നും സ്വേച്ഛാധികാരഭരണം ഇല്ലാതാക്കപ്പെടുമെന്നും ഉറപ്പിച്ചു വ്യക്തമാക്കുന്നതിനുവേണ്ടിയാണ് മാഗ്നാ കാർട്ടയെക്കുറിച്ച് സൂചിപ്പിക്കുന്നത്. എന്നാൽ ഈ "കാലഘട്ടത്തിന് അനുയോജ്യമായ മാഗ്നാകാർട്ട" എന്നതുകൊണ്ട് ഉദ്ദേശിക്കുന്നത് പല കാര്യങ്ങളുമാവാം – മൗവിന്റെ "പുതിയ ജനാധിപത്യം" തൊട്ട് എല്ലാ രീതികളിലുമുള്ള സോഷ്യൽ ഡെമോക്രാറ്റിക് അവകാശവാദങ്ങളും പരിഷ്കരണ പരിപാടികളും അതിൽ ഉൾപ്പെടാം. എന്നാൽ സാമൂഹ്യനീതി കൂടുതൽ വിപുലവും ദൃഢവുമാക്കുകയും ഫലപ്രദമായ രാഷ്ട്രീയാധികാരത്തെ ജനാധിപത്യവൽക്കരിക്കുകയും ചെയ്യുന്നതിൽ കൂടുതൽ കൂടുതൽ വർധമാനമായ നേട്ടങ്ങൾ കൈവരിക്കുക എന്നതാണ് അതുകൊണ്ട് യഥാർഥത്തിൽ താൻ ഉദ്ദേശിച്ചിരുന്നത് എന്ന്, ആദ്യം പുതിയ ഭരണഘടനയിലൂടെയും പിന്നീട് ആ ഭരണഘടനയിലെ വകുപ്പുകൾ കർശനമായി നടപ്പാക്കുന്നതിനുള്ള ശ്രമത്തിലൂടെയും അദ്ദേഹം വ്യക്തമായി വിശദീകരിക്കുന്നുണ്ട്. പുതിയ ഭരണഘടനയിലെ വകുപ്പുകൾ ഉയർത്തിപ്പിടിക്കുന്നതിനും കർശനമായി നടപ്പാക്കുന്നതിനും ശ്രമിച്ച അദ്ദേഹം, ഏതാണ്ട് ഒരു പതിറ്റാണ്ടുകാലത്തോളം, ഒരു തുറന്ന പ്രക്രിയയിലൂടെ, തെറ്റുകൾ സംഭവിക്കുമ്പോൾ തിരുത്തിക്കൊണ്ടുള്ള പരീക്ഷണങ്ങളിലൂടെ വളരെ വിപുലമായ നിരവധി പരിഷ്കാരങ്ങളിലൂടെ അവ നടപ്പാക്കാൻ ശ്രമിച്ചു – അവ എല്ലാം വിജയകരമായി നടപ്പാക്കാൻ കഴിഞ്ഞു എന്ന് പറയാനാവില്ലെങ്കിലും.

വിപ്ലവമാർഗത്തിലേക്കുള്ള പ്രയാണം

ഈ പരിവർത്തനങ്ങൾ സംബന്ധിച്ച് ചില സ്ഥിതിവിവരക്കണക്കുകളിലേക്ക് നമുക്ക് പിന്നീട് തിരിച്ചുവരാം. എന്നാൽ അതിനുമുമ്പുതന്നെ

ചില കാര്യങ്ങൾ പറഞ്ഞുവയ്ക്കേണ്ടതുണ്ട്. പുതിയതായി രൂപീകരിക്കപ്പെട്ട ഒരു "പ്രസ്ഥാന"ത്തിന്റെ (ഏത് മാനദണ്ഡം വെച്ചുനോക്കിയാലും വളരെ മിതമായ തോതിലുള്ള ഒരു പ്രസ്ഥാനമായിരുന്നു അത്.) തലപ്പത്തുനിന്നുകൊണ്ടാണ് 1998 ൽ ആദ്യമായി അദ്ദേഹം തിരഞ്ഞെടുക്കപ്പെട്ടത്. തന്റെ സ്വന്തം വ്യക്തിപ്രഭാവംകൊണ്ടും ജനപ്രിയ മുദ്രാവാക്യങ്ങൾകൊണ്ടും ആണ് പ്രധാനമായും അദ്ദേഹം അന്ന് തിരഞ്ഞെടുക്കപ്പെട്ടത്. എന്നാൽ 15 വർഷത്തിനുശേഷം അദ്ദേഹം അന്തരിക്കുമ്പോൾ, കെട്ടുറപ്പുള്ളതും ഉന്നത ലക്ഷ്യങ്ങളോടുകൂടിയതും സുസംഘടിതവുമായ ഒരു പാർട്ടി വെനസ്വേലയിൽ നിലവിലുണ്ടായിരുന്നു – 70 ലക്ഷം അംഗങ്ങളുള്ള ഒരു പാർട്ടി, വിവിധ രീതികളിലുള്ള ജനകീയാധികാരങ്ങൾ കയ്യാളുന്ന നിരവധി സ്ഥാപനങ്ങളുമായി സദാ ഇടപഴകുന്ന ഒരു പാർട്ടി.

ഒരു യുവാവെന്നനിലയിൽ തന്റെ ഗൂഢസംഘടകങ്ങൾക്ക് രൂപംനൽകുമ്പോൾ അദ്ദേഹം, ഇടതുപക്ഷ ആശയങ്ങൾക്കും സാമ്രാജ്യത്വവിരുദ്ധമായ ദേശീയതയുടെ മുഖ്യധാരകൾക്കും വശംവദനായിരുന്നുവെന്ന കാര്യത്തിൽ സംശയമില്ല. എന്നാൽ അദ്ദേഹം നവലിബറലിസത്തിനും കമ്യൂണിസ്റ്റ് പാരമ്പര്യത്തിനും ഒരേ അളവിൽ, എതിരുമായിരുന്നു. പക്വത വന്നതോടുകൂടി, അമേരിക്കൻ സാമ്രാജ്യത്വത്തോടും നവലിബറലിസത്തിന്റെ നയങ്ങളോടും സ്ഥാപനങ്ങളോടും ഉള്ള അദ്ദേഹത്തിന്റെ അനിഷ്ടം കൂടിക്കൂടിവന്നു; അതേ അവസരത്തിൽ കമ്യൂണിസ്റ്റ് പൈതൃകങ്ങളുടെ സങ്കീർണതകളുമായി ബന്ധപ്പെട്ട വിഷയങ്ങളിൽ അദ്ദേഹം കൂടുതൽ കൂടുതൽ മയപ്പെട്ടുവരികയും ചെയ്തു. കമ്യൂണിസ്റ്റ് പാർട്ടിയെ അദ്ദേഹം തന്റെ സഖ്യത്തിലേക്ക് കൊണ്ടുവന്നു; ഫിദൽ കാസ്ട്രോയുമായി വളരെ ദൃഢമായ വ്യക്തിബന്ധങ്ങൾ സ്ഥാപിച്ച് ക്യൂബയും വെനസ്വേലയും തമ്മിൽ വ്യാപകമായ സഹകരണബന്ധങ്ങൾ ഊട്ടിയുണ്ടാക്കി. വെനസ്വേലയിൽ ഷാവേസ് അധികാരത്തിൽ വന്നതുകൊണ്ടാണ് ക്യൂബൻ വിപ്ലവത്തിനുമേലുള്ള ഉപരോധത്തിന് ഇതാദ്യമായി അൽപ്പമെങ്കിലും അയവുവന്നത് എന്ന്, ഏഴുവർഷം മുമ്പ് ഷാവേസ് പൂർണമായും നേതൃത്വത്തിലെത്തുംമുമ്പ്, ഫിദൽ പ്രസ്താവിക്കുകയുണ്ടായത്രെ.

ഏതെങ്കിലും അർഥത്തിൽ ഷാവേസ് ഒരു കമ്യൂണിസ്റ്റ് ആയിത്തീരുമെന്ന്, ഇതുകൊണ്ടൊന്നും ഉദ്ദേശിക്കുന്നില്ല. താൻ ഒരു കമ്യൂണിസ്റ്റ് ആണെന്ന് അദ്ദേഹം ഒരിക്കലും അവകാശപ്പെട്ടിട്ടില്ല. നമ്മുടെ കാലഘട്ടം തൊഴിലാളിവർഗവിപ്ലവങ്ങളുടെ കാലഘട്ടമല്ലെന്ന തന്റെ കാഴ്ചപ്പാട് അദ്ദേഹം വീണ്ടുംവീണ്ടും പരസ്യമായി വ്യക്തമാക്കിയിട്ടുണ്ട്. "ഇരുപത്തിയൊന്നാം നൂറ്റാണ്ടിലെ സോഷ്യലിസ"ത്തെപ്പറ്റി അദ്ദേഹം പ്രസ്താവിക്കുമ്പോൾ, അതിന്റെ അസന്ദിഗ്ധമായ ഒരു അർഥം ഇതാണ്. ഈ പുതിയ നൂറ്റാണ്ടിൽ "സോഷ്യലിസ്റ്റ്" എന്ന് ന്യായമായും വിളിക്കപ്പെടാവുന്ന എന്തും, കഴിഞ്ഞ നൂറ്റാണ്ടിൽ നമുക്ക് സോഷ്യലിസം ലഭ്യമാക്കി

ത്തന്ന ഭരണകൂടത്തിന്റെയും സമൂഹത്തിന്റെയും സംഘടനാരൂപങ്ങളിൽ നിന്ന് മൗലികമായും വേറിട്ടുനിൽക്കേണ്ടതുണ്ട്. ഒരർഥത്തിൽ പറഞ്ഞാൽ ഇത് മാർക്സിന്റെ കാലത്തെ അദ്ദേഹത്തിന്റെ വിഖ്യാതമായ സിദ്ധാന്ത ത്തിൽനിന്ന് ഏറെയൊന്നും വ്യത്യസ്തമല്ല. പതിനെട്ടാം നൂറ്റാണ്ടിന്റെ വിപ്ലവങ്ങളെ വിമർശിച്ചുകൊണ്ടുമാത്രമേ പത്തൊമ്പതാം നൂറ്റാണ്ടിലെ വിപ്ലവങ്ങൾക്ക് മുന്നോട്ടുപോകാൻ കഴിയൂ എന്നാണ് മാർക്സ് പ്രസ്താ വിച്ചത്. എന്നാൽ താൻ ശരിക്കുമൊരു മാർക്സിസ്റ്റ് ആണെന്ന് ഷാവേസ് ഒരിക്കലും അവകാശപ്പെടുന്നില്ല. ഷാവേസ് യഥാർഥത്തിൽ വിപ്ലവകാരി യായ ഒരു ദേശീയവാദിയാണെന്നും സാമ്രാജ്യത്വവിരുദ്ധ ദേശീയതയുടെ ഈ വിപ്ലവസ്വഭാവമായിരുന്നു സോഷ്യലിസത്തിന്റെ ദിശയിലേക്ക് അദ്ദേ ഹത്തെ നീക്കിക്കൊണ്ടിരുന്നതെന്നും പറയുന്നതായിരിക്കും ശരി എന്നാണ് എന്റെ അഭിപ്രായം. ഇവിടെ ഒരു കാര്യം കൂടി കൂട്ടിച്ചേർക്കണം. സോവിയറ്റ് വ്യവസ്ഥ മുഴുവനും തകർന്നടിഞ്ഞതിന്റെ തൊട്ടടുത്ത കാല ത്താണ് ഷാവേസ് തന്റെ സ്വന്തം രാഷ്ട്രീയ പദ്ധതിക്ക് തുടക്കം കുറിച്ച തെങ്കിലും, ഒരു സോഷ്യലിസ്റ്റ് സമൂഹം എങ്ങനെയായിരിക്കും എന്ന് അദ്ദേഹത്തിന് അറിവുണ്ടായിരുന്നു എന്നതിന് യാതൊരു ഉറപ്പുമില്ല. അതുകൊണ്ട്, മൗലികമായ സാമൂഹ്യമാറ്റത്തിനുതകുന്ന പദ്ധതികളു മായി ഏതുവിധത്തിലായാലും ബന്ധപ്പെടുത്താൻ കഴിയുന്നതും വെന സ്വേലയിലെ യാഥാർഥ്യങ്ങൾക്കുള്ളിൽ ഏറ്റവും നല്ലതെന്ന് അദ്ദേഹം കണക്കാക്കിയവയെ, സ്പോഞ്ചുപോലെ, വലിച്ചെടുക്കാൻ കഴിയുന്നതും പ്രായോഗികമായി ഏറ്റവും നല്ല നിലയിൽ നടപ്പാക്കാൻ കഴിയുന്നതും ആയ നിരവധി ആശയങ്ങളുടെ പരമ്പരകൾതന്നെ അദ്ദേഹം ആരംഭിച്ചു.

വൻകരയുടെ ഐക്യത്തിന്റെ ആവശ്യകതയെപ്പറ്റി ലാറ്റിനമേരിക്ക യിലെ എല്ലാവരുംതന്നെ, ഫലത്തിൽ വാചാലമായി പ്രസംഗിച്ചുകൊണ്ടിരി ക്കുന്നു. സൈമൺ ബൊളിവറുടെയും ജോസ് മാർട്ടിയുടെയും കാലം തൊട്ടേയുള്ളതാണത്. വൻകരയിലാകെ വിപ്ലവകരമായ ദേശീയതയുടെ ശക്തമായ പാരമ്പര്യം അലയടിക്കുന്നുണ്ട്. അമേരിക്ക എന്ന വൻ കൊള്ള ക്കാരനെതിരായുള്ള ഫലപ്രദമായ ചെറുത്തുനിൽപ്പിന്റെ മുന്നുപാധി യായി ഈ ഐക്യം വീക്ഷിക്കപ്പെടുന്നു. വൻകരയിലെ ഐക്യം എന്ന ഈ ആശയത്തെ, ഈ കാലഘട്ടത്തിലെ മറ്റാരേയുംകാൾ ആവേശത്തോ ടുകൂടി ഷാവേസ് മുന്നോട്ടു കൊണ്ടുപോകുന്നു. ഇതിനു മൂന്ന് ഘടക ങ്ങളുണ്ട്: ഷാവേസ് രാഷ്ട്രീയവൽക്കരിക്കപ്പെട്ടു തുടങ്ങിയ ആദ്യകാലം തൊട്ടുതന്നെ ഈ പദ്ധതിയോട് അദ്ദേഹം വ്യക്തിപരമായി പ്രകടിപ്പിച്ചു വന്ന വമ്പിച്ച പ്രതിജ്ഞാബദ്ധതയാണ് അതിൽ ഒന്നാമത്തേത്. ആ പ്രസ്ഥാനം ആവിഷ്കരിക്കപ്പെട്ട സമയം തൊട്ടുതന്നെ അതിന് നൽകിയ "ബൊളിവേറിയൻ" പ്രതിച്ഛായ, ഈ പ്രതിജ്ഞാബദ്ധതയെയാണ് സൂചി പ്പിക്കുന്നത്. വമ്പിച്ച എണ്ണസമ്പത്തോടുകൂടിയ വെനസ്വേലയുടെ, പ്രസി ഡന്റ് എന്ന നിലയിൽ, അത്തരം ഒരു നയത്തിന് പ്രോത്സാഹനം നൽകു ന്നതിന് ആവശ്യമായ ഭൗതികമാർഗങ്ങൾ അദ്ദേഹത്തിന്റെ കൈവശമു ണ്ടായിരുന്നു. ക്യൂബയുമായുള്ള വെനസ്വേലയുടെ ബന്ധത്തിന്റെ കാര്യ

ത്തിലായാലും, മറ്റ് കരീബിയൻ രാജ്യങ്ങളുമായുള്ള ബന്ധത്തിന്റെ കാര്യത്തിലായാലും, അഥവാ തെക്കേ അമേരിക്കയിൽ മറ്റെവിടെത്തന്നെ ആയിരുന്നാലും, ഒരു ചരക്കെന്നനിലയിലും ധനമൂലധനത്തിനുള്ള സ്രോതസെന്നനിലയിലും എണ്ണയ്ക്ക് കേന്ദ്ര പ്രാധാന്യമാണുള്ളത്. അതെന്തായാലും വസ്തുത ഇതാണ്. വെനസ്വേലയുടെ കൈയിൽ മുമ്പും ഈ എണ്ണ സമ്പത്തുണ്ടായിരുന്നു; ബ്രസീലും അർജന്റീനയും സ്വന്തം നിലയ്ക്ക് ഈ വൻകരയിലെ കൂടുതൽ ശക്തമായ സമ്പദ്‌വ്യവസ്ഥകളായിരുന്നു; എന്നാൽ അവയൊന്നും ഈ തരത്തിലുള്ള പദ്ധതികൾക്ക് മുമ്പൊരിക്കലും പണം ചെലവഴിച്ചിട്ടില്ല. അമേരിക്കൻ (യു എസ് എ) രക്ഷാകർതൃത്വത്തിൻകീഴിൽ സാമ്രാജ്യത്വാനുകൂലനയങ്ങൾ കരുപ്പിടിപ്പിക്കാനുള്ള വടക്കൻ അമേരിക്കൻ പദ്ധതികളെയെല്ലാം വെല്ലുവിളിച്ചുകൊണ്ട്, വിവിധ തരത്തിലുള്ള മേഖലാതല യോജിപ്പിനുള്ള മൂർത്തമായ പരിപാടികളുടെ ഒരു പരമ്പരയ്ക്ക് ഷാവേസ്, തുടക്കംകുറിക്കുകയെങ്കിലും ചെയ്തുവല്ലോ.

മൂന്നാമതായി, ചരിത്രപരമായ ഇന്നത്തെ ദശാസന്ധി തന്നെയാണ്, ഇത്തരമൊരു പുതിയ ഘടനയ്ക്ക് അനുകൂലമായ സാഹചര്യമൊരുക്കിയത്. ക്യൂബയുമായുള്ള വ്യത്യാസം വളരെ സ്പഷ്ടമാണ്. അമേരിക്കൻ അഭിവൃദ്ധിയുടെ പാരമ്യത്തിലാണ് ക്യൂബൻ വിപ്ലവം നടന്നത് – അമേരിക്ക വിയത്നാം യുദ്ധത്തിൽ കിടന്ന് കുഴങ്ങുന്നതിന് എത്രയോ മുമ്പ്; അല്ലെങ്കിൽ അമേരിക്കയുടെ സാമ്പത്തികമാന്ദ്യം ആരംഭിക്കുന്നതിനു മുമ്പ്. സാമ്പത്തികമായി ദരിദ്രമായ ഒരു കൊച്ചു ദ്വീപായിരുന്നു ക്യൂബ. ഫ്ളോറിഡയുടെ കടൽത്തീരത്തുനിന്ന് 145 കിലോമീറ്റർ മാത്രം അകലെ കിടക്കുന്ന ഒരു കൊച്ചു പുത്തൻകോളനി. യു എസ് എയുടെ ആഭിമുഖ്യത്തിൽ നടന്ന വിജയകരമായ പട്ടാള അട്ടിമറികൾ ലാറ്റിനമേരിക്കയിൽ ഉടനീളം ക്യൂബൻ വിപ്ലവത്തിനുമുമ്പ് ഗ്വാട്ടിമാലയിലും അതിനുമുമ്പ് ബ്രസീലിലും ബൊളീവിയയിലും ചിലിയിലും അർജന്റീനയിലും മറ്റും നടന്നു. എന്നാൽ അതുമായി താരതമ്യപ്പെടുത്തുമ്പോൾ, വെനസ്വേല വിഭവങ്ങൾകൊണ്ട് വളരെ സമ്പന്നമായ ഒരു രാജ്യമായിരുന്നു. (എണ്ണ സമ്പത്ത് മാത്രമല്ല). ഷാവേസ് അവിടെ തന്റെ അധികാരം 2004 ൽ സ്ഥിരപ്പെടുത്തിക്കഴിഞ്ഞപ്പോഴേക്കും, അഫ്ഗാനിസ്ഥാനിലും ഇറാഖിലും കടന്ന് അമേരിക്ക പൂർണമായും വട്ടം കറങ്ങുകയായിരുന്നു. അമേരിക്കയുടെ വിദേശനയം ഏറക്കുറെ പൂർണമായിത്തന്നെ ഇസ്രയേലിന് പണയം വെച്ചു കഴിഞ്ഞിരുന്നു; അത്രത്തോളമില്ലെങ്കിൽത്തന്നെയും ഗൾഫിലെ രാജാക്കന്മാരുടെ കുതന്ത്രങ്ങൾക്ക് വശംവദമായി കഴിഞ്ഞിരുന്നു. 2002 ൽ സൈനികമാർഗത്തിലൂടെ ഷാവേസിനെ അട്ടിമറിക്കാൻ ശ്രമിച്ച് പരാജയപ്പെട്ട അമേരിക്കയുടെ മുന്നിൽ യഥാർഥത്തിൽ രണ്ട് മാർഗങ്ങളേ ഉണ്ടായിരുന്നുള്ളൂ; വെനസ്വേലയിൽ നിലവിലുള്ള അസാധാരണമായ അളവിലുള്ള സ്വാതന്ത്ര്യം ദുരുപയോഗം ചെയ്ത് ഒന്നുകിൽ ഷാവേസിനെ രാഷ്ട്രീയമായി അട്ടിമറിക്കുക; അല്ലെങ്കിൽ വധിക്കുക, ഹ്യൂഗോ ഷാവേസിന്റെ "ഏകാധിപത്യവാഴ്ച"യ്ക്കെതിരായി 130 ൽപ്പരം "ജനാ

ധിപത്യാനുകൂല സംഘടനകൾക്ക്" വിവിധ അമേരിക്കൻ (യു എസ് എ) സംഘടനകളും സ്ഥാപനങ്ങളും ഫണ്ട് നൽകിക്കൊണ്ടിരുന്നതായി വ്യക്തമായിട്ടുണ്ട് – തുടർച്ചയായി പതിനഞ്ചു തവണ തിരഞ്ഞെടുപ്പുകളിലും ജനഹിത പരിശോധനകളിലും ഷാവേസ് വിജയിച്ച ഒരു രാജ്യത്തിലാണ് ഇത്; മുൻ അമേരിക്കൻ പ്രസിഡന്റായ ജിമ്മി കാർട്ടർ "ലോകത്തിലേക്കും വെച്ച് ഏറ്റവും മെച്ചപ്പെട്ട തിരഞ്ഞെടുപ്പ്" നടന്നുവെന്ന് വിശേഷിപ്പിച്ച ഒരു രാജ്യത്തിലാണിത്.

വധത്തെപ്പറ്റിയാണെങ്കിൽ, അത് എല്ലായ്പ്പോഴും അജ്ഞേയവും ഭീകരവുമായ ഒരു സാധ്യതയാണ്. "ഷാവേസ്, സൂക്ഷിച്ചോളൂ; അവരുടെ കൈയിൽ മെച്ചപ്പെട്ട സാങ്കേതികവിദ്യയുണ്ട്" എന്ന് ഫിദൽ കാസ്ട്രോ, എപ്പോഴും മുന്നറിയിപ്പ് നൽകാറുണ്ടായിരുന്നു. ഷാവേസിനുവേണ്ടി ക്യൂബയിൽനിന്ന് ഭക്ഷണകാര്യങ്ങളിലുള്ള സുരക്ഷയെ സംബന്ധിച്ച് വിശദാംശങ്ങൾ അയച്ചുകൊടുക്കുകയുണ്ടായി. അത്തരം ഭക്ഷ്യസുരക്ഷാ ഉദ്യോഗസ്ഥന്മാർ അവരുടെ പ്രവൃത്തി ചെയ്യുന്നതിന് ഞാൻ തന്നെ സാക്ഷ്യം വഹിച്ചിട്ടുണ്ട്. ഷാവേസ് പിറന്ന പട്ടണത്തിലെ ഹൈസ്കൂൾ വളപ്പിൽ വെച്ച് ഒരിക്കൽ അദ്ദേഹം തന്റെ പ്രസിദ്ധമായ റേഡിയോ പരിപാടി നടത്തിക്കൊണ്ടിരിക്കുകയായിരുന്നു. അവിടെനിന്നു തന്നെയാണ്, അത് ദേശീയതലത്തിൽ ടെലികാസ്റ്റ് ചെയ്തിരുന്നതും. അദ്ദേഹത്തിന്റെ രക്ഷിതാക്കളടക്കം നിരവധി പേർ ആ പരിപാടിയിൽ പങ്കെടുക്കാറുണ്ട്. ഏതാണ്ട് മൂന്നു മണിക്കൂർ കഴിഞ്ഞപ്പോൾ, പെട്ടെന്ന് കാലവർഷം കോരിച്ചൊരിയാനാരംഭിച്ചു. ഇതിനിടയിൽ ഉണ്ടായ കുഴപ്പത്തിനിടയിൽ ആരാധകവൃന്ദം മുമ്പോട്ട് കുതിച്ചെത്തി. പ്രസിഡന്റിന്റെ അടുത്ത് വന്ന് നിൽക്കാനായിരിക്കാം; അദ്ദേഹത്തെ ഒന്ന് തൊടുന്നതിനുവേണ്ടിയായിരിക്കാം; അദ്ദേഹത്തിന്റെ ഷർട്ടിൽനിന്ന് ഒരുതുണ്ട് മുറിച്ചെടുത്ത് ഓർമയ്ക്കായി വീട്ടിൽകൊണ്ടുപോയി സൂക്ഷിക്കുന്നതിനുവേണ്ടിയും ആയിരിക്കാം. സുരക്ഷാഭടന്മാർ ഓടിയെത്തി, അദ്ദേഹത്തിനു ചുറ്റും വലയം സൃഷ്ടിച്ച്, അദ്ദേഹത്തെ മാറ്റിനിർത്തി. എന്നാൽ പലർക്കും അദ്ദേഹത്തിന്റെ അടുത്തുവരുന്നതിനും അദ്ദേഹത്തെ സ്പർശിക്കുന്നതിനും കഴിഞ്ഞെന്നിരിക്കാം. അവരിൽ ആരെങ്കിലും ഒരാൾ കൈയിൽ ഒരു സൂചിയുമായിട്ടാണ് വന്നിരുന്നതെങ്കിലോ? അത് എളുപ്പമായിരുന്നു താനും. എന്നാൽ അന്ന് അതൊന്നുമുണ്ടായില്ല.

ഐക്യരാഷ്ട്രസഭയുടെ പൊതുസഭയിലെ വേദിയിൽ നിന്നുകൊണ്ട് പ്രതികാരദാഹിയായ അമേരിക്കൻ പ്രസിഡന്റിനെ "ചെകുത്താൻ" എന്നു വിളിച്ച ഷാവേസും അമേരിക്കയും തമ്മിൽ ഇങ്ങനെ ഏറ്റുമുട്ടൽ നടന്നുകൊണ്ടിരിക്കുമ്പോൾ, വെനസ്വേലയിലെ വമ്പിച്ച മാറ്റങ്ങളെ തുടർന്ന് ഉണ്ടായത് അമേരിക്കൻ അനുകൂല അട്ടിമറികളല്ല; മറിച്ച് ഇടതുപക്ഷക്കാരായ പ്രസിഡന്റുമാർക്കുണ്ടായ തിരഞ്ഞെടുപ്പ് വിജയങ്ങളാണ്. ഇക്കാര്യത്തിൽ ബ്രസീൽ, അർജന്റീന, ബൊളീവിയ എന്നിവയെ പ്രത്യേകം എടുത്തുപറയേണ്ടതുണ്ട്. ക്യൂബൻ വിപ്ലവകാലത്ത് അവ കിരാതമായ സൈനിക സ്വേച്ഛാധിപത്യത്തിൻ കീഴിലായിരുന്നു. അക്കാലത്ത് അവിട

ങ്ങളിൽ പൊതുവിലുണ്ടായിരുന്ന ഇടതുപക്ഷ സമരശക്തികൾ അടിച്ച മർത്തപ്പെട്ടു. എന്നാൽ, വെനസ്വേലയിലെ തിരഞ്ഞെടുപ്പുകളിൽ ഷാവേസ് ജയിച്ചപ്പോൾ, ഈ മൂന്ന് രാജ്യങ്ങളിലും അതിനെത്തുടർന്ന് ഇന്നിപ്പോൾ ഇടതുപക്ഷം പ്രസിഡന്റുമാർ തിരഞ്ഞെടുക്കപ്പെട്ടിരിക്കുന്നു. അതുപോലെത്തന്നെയുള്ള തിരഞ്ഞെടുപ്പുകൾ മറ്റു രാജ്യങ്ങളിലും നട ക്കുന്നുണ്ട്. ഭൂഖണ്ഡത്തിലുടനീളം സാമ്രാജ്യത്വവിരുദ്ധ ഐക്യം എന്ന സ്വപ്നം വീണ്ടും കണ്ടുതുടങ്ങുന്നതിനുള്ള ശുഭസമയം ഷാവേസിനെ സംബന്ധിച്ചിടത്തോളം എത്തിക്കഴിഞ്ഞിരുന്നു.

ഐക്യം എന്ന ഈ ആശയം ഉയർത്തിപ്പിടിക്കുന്നതിനായി ഉയർന്നു വന്ന നിരവധി സംഘടനകളുടെ വിശദാംശങ്ങളിലേക്ക് നമുക്ക് പ്രവേശി ക്കാൻ കഴിയും. "നമ്മുടെ അമേരിക്കൻ ജനതയ്ക്കുവേണ്ടിയുള്ള "ബൊളിവേറിയൻ സഖ്യം" – ബൊളിവേറിയൻ അലയൻസ് ഫോർ ദി പീപ്പിൾസ് ഓഫ് അവർ അമേരിക്ക (സ്പാനിഷ് ചുരുക്കപ്പേരിൽ എ എൽ ബി എ) യെപ്പോലെയുള്ള സംഘടനകൾ. വിവിധ മേഖലക ളിൽ കൂടുതൽ ശക്തമായ മേഖലാതല ഉദ്ഗ്രഥനം കൈവരിക്കുന്നതി നായി ഉണ്ടാക്കപ്പെട്ട നിരവധി സ്ഥാപനങ്ങൾ ഉദാഹരണത്തിന് ഫിനാൻസ് മേഖലയിലെ ബാങ്ക് ഓഫ് സൗത്ത് തൊട്ട് സാംസ്കാരിക വിവരമേഖലയിലെ ടെലെസൂർ വരെ എത്രയോ സ്ഥാപനങ്ങൾ. ഈ വിഷയങ്ങളെപ്പറ്റി മറ്റ് പലരും എഴുതിയിട്ടുണ്ട്, ഇനിയും എഴുതിക്കൊ ണ്ടിരിക്കുകയും ചെയ്യും. അതെന്തായാലും പൊതുവിലുള്ള ചില കാര്യ ങ്ങൾ മാത്രം ഇവിടെ സൂചിപ്പിക്കാം. ഒന്നാമത് ഷാവേസും അദ്ദേഹത്തിന്റെ സഹപ്രവർത്തകരും ഈ പദ്ധതി ആരംഭിക്കുന്നതിനുമുമ്പ്, അത്തരം പ്രായോഗികമായ നടപടികൾ, ദൃഢമായ നടപടികളുടെ പരമ്പരകൾ തന്നെ, എത്രതന്നെ അവ്യക്തമായ രൂപത്തിലാണെങ്കിൽപോലും ആരും നിർദേശിക്കുകയുണ്ടായിട്ടില്ല. ഇത്തരത്തിലുള്ള വലിയ പദ്ധതികൾ ഒരു പതിറ്റാണ്ടിനുള്ളിലോ ഒരു തലമുറയ്ക്കുള്ളിൽ തന്നെയോ; ഇത്ര വേഗ ത്തിൽ വിജയകരമായിത്തീരും എന്ന് ആർക്കും വിശ്വസിക്കാൻ കഴിയു മായിരുന്നില്ല. ആശയം വേണം; നിർദേശം വേണം; വിത്തുവേണം; വിത്തിനെ പരിപാലിക്കുന്നതിനായി കഴിയാവുന്നിടത്തോളം പ്രായോഗിക പ്രാരംഭപ്രവർത്തനങ്ങൾ വേണം; മുളച്ചുവന്ന ചെടികളെ ശുശ്രൂഷി ക്കണം. ആരംഭിച്ചത് യഥാർഥത്തിൽ ഫലപ്രാപ്തിയിൽ എന്നതിന് ഒരു നൂറ്റാണ്ട് വേണ്ടിവന്നുവെന്നിരിക്കും; അഥവാ അടുത്തവർഷംതന്നെ അവ യെല്ലാം തല്ലിത്തകർക്കപ്പെട്ടുവെന്നുമിരിക്കും. ഇത്തരം സ്വഭാവങ്ങളോ ടുകൂടിയ ധീരമായ പദ്ധതികൾ, നമ്മുടെ കാലത്തെ സാമ്രാജ്യത്വ വേലി യേറ്റത്തിനെതിരായ, അനിവാര്യമായ ചെറുത്തുനിൽപ്പാണ്. ഷാവേസിന് അധികസമയം ഉണ്ടായിരുന്നില്ല. മൗലികവും വീക്ഷണപരവുമായ മറ്റെ ല്ലാറ്റിനേയുംപോലെ ഇതും തെറ്റുകൾക്കും പരീക്ഷണങ്ങൾക്കും വിധേ യമാണ്.

വിപ്ലവകരമായ സാമ്രാജ്യത്വവിരുദ്ധ ദേശീയതയ്ക്ക് ഏറ്റവും വിശാല മായ ഐക്യമുന്നണിയുടെ ബാഹ്യരൂപം ആവശ്യമാണെന്നും ഏകകേ

ന്ദ്രിതമായ അനേകം വലയങ്ങൾ ഉൾക്കൊള്ളുന്നതായിരിക്കണം അതെന്നും ആയിരുന്നു അതിനെപ്പറ്റിയുള്ള ഷാവേസിന്റെ ആത്യന്തിക ധാരണ. ഒരു രാജ്യത്തിന്റെ തലവൻ എന്ന നിലയിൽ അത്തരമൊരു ഐക്യമുന്നണി കെട്ടിപ്പടുക്കുന്നതിൽ അദ്ദേഹത്തിന് രചനാത്മകമായി ചിലതെല്ലാം ചെയ്യാൻ കഴിയുമായിരുന്നു – രാഷ്ട്രങ്ങൾ തമ്മിൽത്തമ്മിലുള്ള തലത്തിലായിരുന്നു പ്രധാനമായും അതിനുള്ള സാധ്യത. വെനസ്വേലയ്ക്കുള്ളിൽ എന്തു നേടാൻ കഴിയും, അഥവാ ആരംഭിച്ച് ചലനാത്മകമാക്കിത്തീർക്കാൻ കഴിയും എന്ന ചിന്തയായിരുന്നു അദ്ദേഹത്തിന്റെ ശ്രമങ്ങളുടെയെല്ലാം ഉള്ളിന്റെയുള്ളിൽ ഉണ്ടായിരുന്നത്. അതിനപ്പുറം ക്യൂബയുമായുള്ള പ്രത്യേക ബന്ധമാണുണ്ടായിരുന്നത് – യഥാർഥത്തിൽ യു എസ് എ യുമായി ഒത്തുതീർപ്പിനുള്ള എല്ലാ സാധ്യതകളും ഇല്ലാതാക്കുന്ന മൗലികമായ ഒരു നീക്കമായിരുന്നു അത്. അതിനുമപ്പുറം ബൊളിവിയയും ഇക്വഡോറുമായി മാനസികമായ ഐക്യവും നയങ്ങളുടെ കാര്യത്തിലുള്ള സംയോജനവും എന്ന ആശയമായിരുന്നു; അഭിപ്രായവ്യത്യാസങ്ങളുണ്ടെങ്കിലും ബ്രസീലും അർജന്റീനയുമായുള്ള സഖ്യം സജീവവും ചലനാത്മകവുമായി നിലനിർത്തുന്നതിനുള്ള തീവ്രശ്രമമായിരുന്നു അതിനപ്പുറത്ത്. ഒർടെഗയുടെ നിക്കരാഗ്വ, ബാഷെലെയുടെ ചിലി തുടങ്ങിയവയുമായി ബന്ധം സ്ഥാപിക്കുന്നതിനുള്ള നീക്കത്തെപ്പറ്റി പറയേണ്ടതില്ലല്ലോ. യു എസ് എ യുടെ ഏറ്റവും അടുത്ത കക്ഷിയായ (അങ്ങനെയൊന്നുണ്ടായിരുന്നുവെങ്കിൽ) കൊളംബിയയെപ്പോലും ലാറ്റിനമേരിക്കൻ കരീബിയൻ രാഷ്ട്രങ്ങളുടെ സമൂഹത്തിൽ (കമ്യൂണിറ്റി ഓഫ് ലാറ്റിനമേരിക്കൻ ആന്റ് കരീബിയൻ സ്റ്റേറ്റ്സ്–സ്പാനിഷ് ചുരുക്കപ്പേരിൽ CELAC) ചേരാൻ നിർബന്ധിതമാക്കിക്കൊണ്ട് അത്രയും അദൃശ്യമായ ഒരു മുന്നണി കെട്ടിപ്പടുക്കുന്നതിനുള്ള തീവ്രശ്രമമാണ് ഷാവേസ് നടത്തിയത്. ഷാവേസ് ജീവിച്ചിരിക്കുമ്പോൾ വിഭാവനം ചെയ്ത ഐക്യം യാഥാർഥ്യമാക്കിത്തീർക്കുന്നതിനായി അദ്ദേഹം ഏറ്റെടുത്ത, ഏറ്റവും വിപുലവും അവസാനമായ യത്നമാണത്.

എന്നാൽ ലാറ്റിനമേരിക്കയ്ക്കും കരീബിയൻ മേഖലയ്ക്കും അപ്പുറം അതിന് മറ്റൊരു തലം കൂടിയുണ്ട്. സാമാന്യമായ ചിട്ടയോടുകൂടിയ സാമ്രാജ്യത്വവിരുദ്ധ സമീപനവും "രാഷ്ട്രങ്ങൾ തമ്മിൽത്തമ്മിൽ സാധ്യമായ ഏറ്റവും വിശാലമായ സാമ്രാജ്യത്വ വിരുദ്ധമുന്നണി" എന്ന് ഞാൻ നേരത്തെ വിശേഷിപ്പിച്ച സംവിധാനത്തിന് എന്തെങ്കിലും പഴുതുണ്ടെങ്കിൽ അതുപയോഗിച്ച് ലോകത്തിലൊട്ടാകെ ബന്ധങ്ങൾ വളർത്തിയെടുക്കുന്നതിനുള്ള ശ്രമവും ആണത്. അമേരിക്കയുടെ ഏറ്റവും ഒടുവിലത്തെ, അഫ്ഗാൻജനതയ്ക്കെതിരായ യുദ്ധത്തെ അത് ആരംഭിച്ച ഉടനെത്തന്നെ അദ്ദേഹം ശക്തിയായി അപലപിച്ചു. "ഭീകരതയെ ഭീകരത കൊണ്ട് നേരിടാൻ കഴിയില്ല" എന്നാണദ്ദേഹം പറഞ്ഞത്. തുടർന്ന് ആ മേഖലയിലെ എല്ലാ സാമ്രാജ്യത്വ കുതന്ത്രങ്ങളെയും അദ്ദേഹം ശക്തിയായി എതിർത്തു. അമേരിക്കൻ ഗവൺമെന്റിന്റെ ഓരോ വിഭാഗത്തെയും അദ്ദേഹം ഇങ്ങനെ എതിർത്തു. അതേ അവസരത്തിൽത്തന്നെ "പൈശാ

ചികതയുടെ കാവൽമാടങ്ങളായും" പിശാചിന്റെ സാമ്രാജ്യത്തിന്റെ അവ. ശിഷ്ടങ്ങളായും അമേരിക്കൻ ഗവൺമെന്റ് (അതേപോലെ അമേരിക്ക യിലെ മിക്ക ഇടതുപക്ഷങ്ങളും) വീക്ഷിക്കുന്ന ഇറാൻ, ചൈന, റഷ്യ തുടങ്ങിയ രാജ്യങ്ങളുമായി രമ്യമായ ബന്ധങ്ങൾ കെട്ടിപ്പടുക്കുന്നതിലേക്ക് അദ്ദേഹം നീങ്ങി. ഇക്കാര്യത്തിൽ ആ ഇടതുപക്ഷത്തിലെ പല വിഭാഗ ങ്ങൾക്കും ഷാവേസിലുണ്ടായിരുന്ന പ്രത്യാശ ഇല്ലാതാക്കുന്നതിന് ഇത് കാരണമായി. ഇറാനിലെ പ്രസിഡന്റായ അഹമ്മദി നെജാദിനോട് സൗഹാർദം കാട്ടുന്നതിന്റെ പേരിൽ അവർ അദ്ദേഹത്തെ പലതരത്തിലും വിമർശിച്ചു. മിറ്റ് റോംനിയെക്കാൾ കുഴപ്പം കുറഞ്ഞവനാണ് ബറാക്ക് ഒബാമ എന്ന് പറഞ്ഞ് ഇവരിൽ പലരും മിറ്റ് റോംനിക്കെതിരായി ഒബാ മയ്ക്ക് പിന്തുണ നൽകിയിരുന്നതുമാണ്. ബറാക്ക് ഒബാമയേക്കാൾ കുഴപ്പം കുറഞ്ഞവനല്ലേ അഹമ്മദി നെജാദ്? ഇത്തരം ചോദ്യങ്ങളെ നേരി ടേണ്ടിവരുമ്പോൾ, വംശീയവാദത്തിന്റെ മൂശയിൽ വാർക്കപ്പെട്ട എല്ലാ തരത്തിലുള്ളവരും, അത്തരം ഇടതുപക്ഷക്കാരെ വേട്ടയാടാൻ തുട ങ്ങുന്നു.

ഷാവേസിന് അധികാരം വഹിക്കാൻ കഴിഞ്ഞ ഹ്രസ്വകാലത്തിനിട യ്ക്ക് ഇക്കാര്യത്തിലേതിലെങ്കിലും ഉണ്ടായ ജയപരാജയങ്ങളുടെ ഒരു പട്ടിക ഉണ്ടാക്കുക എന്നതല്ല ഇവിടെ ഉദ്ദേശ്യം. എല്ലാ കാലത്തും കാര്യ ങ്ങൾ മനസിലാക്കുന്നതിന്റെ പ്രശ്നങ്ങളുണ്ടായിരുന്നു; തന്റെ ആശയ ങ്ങൾ നടപ്പാക്കുന്നതിന് സമയക്കുറവിന്റെ പ്രശ്നമുണ്ടായിരുന്നു; സ്വന്തം രാജ്യത്തും വിദേശങ്ങളിലും കാര്യങ്ങൾ നടത്തുന്നതിന് ആവശ്യമായ വിഭവങ്ങളുടെ ദൗർലഭ്യമുണ്ടായിരുന്നു. ലളിതമായി പറഞ്ഞാൽ നാം അംഗീകരിക്കുകയും പങ്കുചേരുകയും പൈതൃകമായി ഏറ്റുവാങ്ങുകയും ചെയ്യേണ്ടതായ പ്രശ്നം വീക്ഷണത്തിന്റേതാണ്.

ബാലൻസ് ഷീറ്റ്

ഷാവേസ് പ്രസിഡന്റായിരുന്ന കാലത്ത് ഏതാണ്ട് പതിനഞ്ചിലധികം വർഷക്കാലത്ത് വെനിസ്വേലയിൽ സംഭവിച്ച പരിവർത്തനങ്ങളുടെ ഒരു വിവരണം രേഖപ്പെടുത്തുന്നത് ഏറക്കുറെ എളുപ്പമായിരിക്കും. വസ്തു തകളെല്ലാം യഥാർഥത്തിൽ പരക്കെ അറിയപ്പെടുന്നതാണ്; അവയിൽ പലതും വിവിധ അന്താരാഷ്ട്ര ഏജൻസികളാൽ അംഗീകരിക്കപ്പെട്ടവ യുമാണ് - ഐക്യരാഷ്ട്രസഭാ വികസനപരിപാടി (യുണൈറ്റഡ് നേഷൻസ് ഡവലപ്പ്മെന്റ് പ്രോഗ്രാം - UNDP) തൊട്ട് ലോകാരോഗ്യ സംഘടന വരെയുള്ള അന്താരാഷ്ട്ര ഏജൻസികൾ അതിൽ ഉൾപ്പെ ടുന്നു. ഷാവേസിനെക്കുറിച്ചുള്ള ഇടതുപക്ഷക്കാരുടെ ലേഖനങ്ങളിലും കൃതികളിലും അത് ആവർത്തിക്കപ്പെട്ടിട്ടുമുണ്ട്. വിശദീകരണത്തിനായി, അവയിൽ ചിലതിനെപ്പറ്റി ഇവിടെ പരാമർശിക്കാം.

അമിതാധികാര വാഴ്ചയാണ് ഷാവേസിന്റേത് എന്ന് പലപ്പോഴും അധിക്ഷേപിക്കപ്പെട്ടിട്ടുണ്ട്. അഹംഭാവത്തോടുകൂടിയ അൽപ്പം അമിതാധി കാര പ്രവണത അദ്ദേഹത്തിൽ ഉണ്ടായിരുന്നുവെന്നതും ശരിയാണ്.

അതെന്തായാലും സൈന്യത്തിന്റെ ശ്രേണീബദ്ധമായ സംഘടനയിൽ നിന്നുള്ള വ്യാപകമായ പ്രായോഗിക അനുഭവങ്ങൾ മാത്രം ലഭിച്ചിട്ടുള്ള അദ്ദേഹത്തെ പോലെയുള്ള ഒരു വ്യക്തിക്ക് പ്രധാനമായും സ്വന്തം വ്യക്തിപ്രഭാവത്തിന്റെയും ബഹുജനങ്ങളിൽനിന്നുള്ള സ്തുതിവചനങ്ങളുടെയും അടിസ്ഥാനത്തിൽ പ്രസിഡന്റ് പദവിയിലേക്ക് കുതിച്ചുയർന്ന അദ്ദേഹത്തെപ്പോലെയുള്ള ഒരു വ്യക്തിക്ക്, തന്റെ പരിഷ്കരണ പരിപാടികൾ നടപ്പാക്കുന്നതിനായി മൃതപ്രായവും അഴിമതിനിറഞ്ഞതുമായ സ്റ്റേറ്റ് ബ്യൂറോക്രസിയെ വലിയ അളവിൽ ആശ്രയിക്കേണ്ടിവന്നതായ അദ്ദേഹത്തെ പോലെയുള്ള ഒരു വ്യക്തിക്ക്, ജനങ്ങളുടെ അവകാശങ്ങളെയും സ്വാതന്ത്ര്യങ്ങളെയും സംബന്ധിച്ച്, അധികാരത്തിന്റെയും ഗതാഗത–വാർത്താ, വിനിമയത്തിന്റെയും ജനകീയസംവിധാനങ്ങൾ സൃഷ്ടിക്കുന്നതു സംബന്ധിച്ച്, ഭരണഘടനാപരമായ ഉറപ്പുകളുടെയും ന്യായമായ തിരഞ്ഞെടുപ്പ് പ്രക്രിയകളുടെയും പവിത്രതയെ സംബന്ധിച്ച്, ബൊളിവേറിയൻ പ്രക്രിയകളിലേക്കും ജനകീയ കൂട്ടായ്മകളിലേക്കും തുടർച്ചയായി വന്നുകൊണ്ടിരിക്കുന്ന അസംഖ്യം യുവപ്രവർത്തകർ മുൻകയ്യെടുത്ത് നടത്തുന്ന പ്രവർത്തനങ്ങളെ സംബന്ധിച്ച്, അതിശയകരമായ വിധത്തിൽ വളരെ ഉയർന്ന ആദരവാണ് ഉണ്ടായിരുന്നത് എന്ന് നാം ഓർക്കണം. അധികാരം പ്രയോഗിക്കുന്ന കാര്യത്തിൽ ജനാധിപത്യവൽക്കരണം നടപ്പാക്കുകയും ജനകീയ അവകാശങ്ങൾ സംരക്ഷിക്കുകയും രാജ്യത്തിന്റെ പ്രകൃതിവിഭവങ്ങളും സമ്പദ്വ്യവസ്ഥയുടെ ഘടകങ്ങളും ഉപയോഗിക്കുന്ന കാര്യത്തിൽ ദേശീയ പരമാധികാരം ഉറപ്പാക്കുകയും ഇത്രനാളും അവകാശങ്ങൾ നിഷേധിക്കപ്പെട്ടിരുന്നവരുടെ ക്ഷേമത്തിനുവേണ്ടി പൊതുസ്വത്ത് ഉപയോഗിക്കുകയും ചെയ്യുമെന്ന് ഉറപ്പുവരുത്തുന്നതിനുവേണ്ടി തന്നെയാണ്, ഷാവേസ് മുൻകയ്യെടുത്ത് പുതിയ ഭരണഘടന എഴുതിയുണ്ടാക്കിയത്; അതാണ് പിന്നീട് ബൊളീവിയയിലും ഇക്വഡോറിലും പകർത്തി ആവിഷ്കരിച്ചത്.

കമ്യൂണുകളുടെ കൗൺസിലുകൾതൊട്ട്, തൊഴിലാളികൾ നടത്തുന്ന ഫാക്ടറികൾവരെ, കമ്യൂണിറ്റി റേഡിയോസ്റ്റേഷനുകളും ടി വി ചാനലുകളും തൊട്ട് പതിനായിരക്കണക്കിന് ബിസിനസ് സഹകരണ സംഘങ്ങൾവരെ, ഷാവേസിന്റെ നേതൃത്വത്തിലുള്ള വെനസ്വേല, പ്രത്യക്ഷജനാധിപത്യത്തിന്റെ കാര്യത്തിലും സാമൂഹ്യവൽക്കരണത്തിന്റെ കാര്യത്തിലും തൊഴിലാളികളുടെ നിയന്ത്രണത്തിന്റെ കാര്യത്തിലും ഏറ്റവും സൂക്ഷ്മങ്ങളായ നിരവധി പരീക്ഷണങ്ങൾക്ക് തുടക്കംകുറിക്കുകയുണ്ടായി. ഉദാഹരണത്തിന്, സംസ്ഥാനതല–ജില്ലാതല ബ്യൂറോക്രാറ്റുകളെ മറികടന്നുകൊണ്ട്, കേന്ദ്രഭരണകൂടവും പ്രാദേശിക സമൂഹങ്ങളും തമ്മിൽ നേരിട്ട് ബന്ധം സ്ഥാപിക്കുന്നതിനുവേണ്ടിയാണ് കമ്യൂണുകളുടെ കൗൺസിലുകൾ രൂപീകരിക്കപ്പെട്ടത്. അത്തരം കൗൺസിലുകളിൽ പട്ടണപ്രദേശങ്ങളിൽ നൂറ്റിയമ്പതോ അതിൽക്കൂടുതലോ കുടുംബങ്ങളും ഗ്രാമപ്രദേശങ്ങളിൽ മുപ്പത് കുടുംബങ്ങളും ഉൾപ്പെടും എന്നാണ് പ്രതീക്ഷിക്കപ്പെട്ടിരുന്നത്. കൗൺസിലുകളിൽ ആരോഗ്യം,

വിദ്യാഭ്യാസം, ശുചീകരണം തുടങ്ങിയ പൊതുവിഷയങ്ങളെക്കുറിച്ച് നടക്കുന്ന ചർച്ചകളിൽ 15 വയസിനുമേലെയുള്ള ആർക്കും പങ്കെടുക്കാവുന്നതാണ്; പദ്ധതികൾക്ക് രൂപംനൽകുകയും കേന്ദ്രഗവൺമെന്റിൽനിന്ന് നേരിട്ട് ഫണ്ട് സ്വീകരിക്കുകയും അത്തരം പദ്ധതികൾ നടപ്പാക്കുകയും ചെയ്യാവുന്നതാണ്. ഇന്ന് വെനസ്വേലയിൽ ഇത്തരത്തിലുള്ള 30,000 കൗൺസിലുകൾ ഉണ്ടത്രേ. കെടുകാര്യസ്ഥത, സ്വാഭാവികമായും പൊതുവിൽ കാണപ്പെടുന്നുണ്ട്. ജനകീയതലത്തിൽ പുതിയ രൂപങ്ങളിലുള്ള ആസൂത്രണവും നിർവഹണവും നടത്തുമ്പോൾ, അത്തരം പരീക്ഷണങ്ങളിൽ അത് സ്വാഭാവികമാണല്ലോ. എന്നാൽ കൂടുതൽ പരമ്പരാഗതമായ ബ്യൂറോക്രാറ്റിക് ഘടനകളിൽ പതിവായി കാണപ്പെടുന്ന കെടുകാര്യസ്ഥതയെ അപേക്ഷിച്ച്, ഇത്തരം സ്ഥാപനങ്ങളിൽ കെടുകാര്യസ്ഥത കുറവാണ് എന്ന കാര്യത്തിൽ സംശയമില്ല. "അമിതാധികാരി"യായ പ്രസിഡന്റ്, നമുക്ക് ഏറെ പരിചിതമായ "അമിതാധികാരഭരണ"ത്തെ അട്ടിമറിക്കുന്നതിന് അസാധാരണമായ വിധത്തിൽ അർപ്പണബോധത്തോടെ പ്രവർത്തിക്കുന്നുവെന്നതാണ് ശ്രദ്ധേയമായ കാര്യം.

പൂർണതക്കുറവ് അടക്കമുള്ള പ്രശ്നങ്ങൾ നിരവധിയുണ്ട്. എന്നാൽ ഈ മേഖലയിൽ അസമത്വം ഏറ്റവും കുറവുള്ള രാജ്യമാണ് വെനസ്വേല എന്ന കാര്യം നാം ഓർക്കണം. കഴിഞ്ഞ ഒരു പതിറ്റാണ്ടിലേറെ കാലത്തിനുള്ളിൽ ദാരിദ്ര്യം 90 ശതമാനത്തിൽനിന്ന് 21 ശതമാനമായി കുറഞ്ഞിരിക്കുന്നു; കടുത്ത ദാരിദ്ര്യം 40 ശതമാനത്തിൽനിന്ന് 7 ശതമാനമായി കുറഞ്ഞിരിക്കുന്നു. നിരക്ഷരത പൂർണമായും നിർമാർജനം ചെയ്യപ്പെട്ടിരിക്കുന്നുവെന്നും സൗജന്യമായ വിദ്യാഭ്യാസം ഡെകെയർ തലംതൊട്ട് യൂണിവേഴ്സിറ്റിതലം വരെ ലഭ്യമാണെന്നും യുണെസ്കോ തന്നെ അംഗീകരിക്കുന്നു. വെനസ്വേലക്കാരിൽ മൂന്നിലൊന്നുപേർ, ഇന്ന് ഒന്നല്ലെങ്കിൽ മറ്റൊരു വിദ്യാഭ്യാസപരിപാടിയിൽ ചേർന്നിരിക്കുന്നു; മൂന്നാംഘട്ട (ഉന്നതതല വിദ്യാർഥികളുടെ സംഖ്യ 2000 ൽ 8,95,000 ആയിരുന്നത് 2011 ൽ 23 ലക്ഷമായി ഉയർന്നിരിക്കുന്നു. 1980 ൽ 90 ശതമാനം ഭക്ഷ്യധാന്യങ്ങളും ഇറക്കുമതി ചെയ്യപ്പെട്ടിരുന്നുവെങ്കിൽ ഇന്നത് 30 ശതമാനത്തിൽ താഴെയാണ്. എന്നിട്ടും ഷാവേസിന്റെ ഭരണകാലത്ത് പ്രതിശീർഷ ഭക്ഷ്യധാന്യ ഉപയോഗം ഇരട്ടിയിൽ അധികമായി വർധിക്കുകയും ചെയ്തിരിക്കുന്നു. 50 ലക്ഷം വെനസ്വേലക്കാർക്ക് ഇന്ന് സൗജന്യഭക്ഷണം ലഭിച്ചുകൊണ്ടിരിക്കുന്നു; പലചരക്കുകടകളും സൂപ്പർമാർക്കറ്റുകളും വഴി സബ്സിഡി നിരക്കിലുള്ള ഭക്ഷ്യധാന്യം വിതരണം ചെയ്യാനായി ഗവൺമെന്റ് വികസിപ്പിച്ചുകൊണ്ടിരിക്കുന്ന സംവിധാനം ഉണ്ടായിക്കൊണ്ടിരിക്കുകയാണ്. ഇതിനിടയിൽ നികുതിസംഭരണം വളരെ വേഗത്തിൽ ഉയർന്നിരിക്കുന്നു. എണ്ണവിറ്റ് കിട്ടുന്ന അത്രയും തുക തന്നെ, ഇന്ന് നികുതിവരുമാനമായും സർക്കാറിന് ലഭിച്ചുകൊണ്ടിരിക്കുന്നുണ്ട്.

ആരോഗ്യംതൊട്ട് കൃഷിവരെയുള്ള എത്രയോ മേഖലകളിലെ കണക്കുകൾ ഉദ്ധരിച്ച്, ഈ സ്ഥിതിവിവരക്കണക്കുകൾ വളരെ വിപുലമാകാവുന്നതാണ്. വെനസ്വേലയിലെ ജനങ്ങളിൽ മഹാഭൂരിപക്ഷത്തിന്റെയും

സുഖസൗകര്യങ്ങളിൽ വമ്പിച്ച നേട്ടം കൈവരിക്കാൻ കഴിഞ്ഞിട്ടുണ്ട്. തങ്ങളുടെ ജീവിതത്തിനുമേൽ തങ്ങൾക്ക് കൂടുതൽ നിയന്ത്രണം ഉണ്ടായിട്ടുണ്ട് എന്ന ബോധം അവർക്കുണ്ട് എന്നകാര്യം അനിഷേധ്യമാണ്. സാമ്രാജ്യത്വ സമ്മർദങ്ങളെ നേരിട്ടുകൊണ്ട്, ഇത്രയും പുതിയതും ഇത്രയും ദുർബലവുമായ ഒരു പരീക്ഷണത്തിന് ഇത്രയും നേട്ടങ്ങൾ കൈവരിക്കാൻ കഴിഞ്ഞുവെന്നത് നിസ്സാരകാര്യമല്ല.

സമാപനം

സോവിയറ്റ് യൂണിയന്റെ തകർച്ച ഒരു ചരിത്രഘട്ടത്തിന്റെ മുഴുവനും അന്ത്യത്തിന്റെ സൂചനയാണെന്നും 20-ാം നൂറ്റാണ്ടിന്റെ ഗതിക്രമത്തിനിടയിൽ ഉയർന്നുവന്ന മറ്റ് സോഷ്യലിസ്റ്റ് രാഷ്ട്രങ്ങളുടെ തകർച്ച അഥവാ അനുക്രമമായ വേർപിരിയൽ, അന്ത്യത്തെക്കുറിച്ചുള്ള ഈ ബോധത്തെ കൂടുതൽ അഗാധമാക്കുകയുണ്ടായെന്നും ഞാൻ ആവർത്തിച്ച് വ്യക്തിമാക്കിയിട്ടുണ്ട്. വിപ്ലവങ്ങൾ ഉണ്ടാക്കുന്നതും സോഷ്യലിസ്റ്റ് വ്യവസ്ഥകൾ കെട്ടിപ്പടുക്കുന്നതിനുള്ള ശ്രമങ്ങളും സംബന്ധിച്ച ഒരു ചരിത്രം ഇന്ന് നമുക്ക് പിന്നിലുണ്ട്. മുമ്പത്തെ രൂപങ്ങളിൽ അവയെ ഉയിർത്തെഴുന്നേൽപ്പിക്കുന്നതിന് ഇന്ന് കഴിയുകയില്ല. അതിനാൽ മനുഷ്യരാശിയിലെ ഒരു വലിയ വിഭാഗം, മൗലികമായ സാമൂഹ്യ പരിവർത്തനങ്ങൾ തേടിക്കൊണ്ട് വിവിധ രൂപങ്ങളിലും പ്രവൃത്തികളിലുമുള്ള എണ്ണമറ്റ പരീക്ഷണങ്ങളിൽ ഏർപ്പെട്ടുകൊണ്ടിരിക്കുന്നു. അതുവഴി സൈദ്ധാന്തികമായും പ്രായോഗികമായും പുതിയ വിപ്ലവരൂപങ്ങൾ കണ്ടെത്തപ്പെട്ടുവെന്നുവരാം; അവ ഭാവിയിലെ വിപ്ലവത്തിന് അനുയോജ്യമായെന്നും വരാം.

എന്നാൽ ഒരൊറ്റ വികസിത മുതലാളിത്ത രാജ്യവും; അത്തരമൊരു പരിവർത്തനത്തിനുള്ള ആരംഭത്തിന്റെ ഒരു സൂചനപോലും കാണിക്കുന്നില്ല. നമ്മുടെ കാലത്തെ ഇത്തരം വിക്ഷോഭങ്ങളുടെയെല്ലാം മുഖ്യ സിരാകേന്ദ്രം ലാറ്റിനമേരിക്കയാണ്; അതിന്റെയെല്ലാം മുകളറ്റത്ത് വെനസ്വേലയാണ്. ജനങ്ങളുടെ ക്ഷേമത്തിനുവേണ്ടിയുള്ള മൂർത്തമായ പരീക്ഷണങ്ങളെല്ലാം, ഇന്ന് ദീർഘകാല സ്പർശിയായ പരീക്ഷണങ്ങളുമായി സമന്വയിക്കപ്പെട്ടു കിടക്കുന്നു. അതൊരുനാൾ, യുക്തമായ വിപ്ലവരൂപം പ്രാപിച്ചുവെന്നുവരാം. നമ്മുടെ മുമ്പിൽ കാണുന്ന വീഴ്ചകൾക്ക് അറ്റമില്ലായിരിക്കാം. എന്നാൽ വിലാപത്തിന്റെ ഈ നാളുകളിൽ, ഒരു ഭൂഖണ്ഡം മുഴുവൻ അതിന്റെ ഏറ്റവും ശ്രേഷ്ഠനായ സന്താനത്തെ ഓർത്ത് കേഴുമ്പോൾ, നമ്മുടെ പ്രാഥമികമായ ചുമതല ഐക്യദാർഢ്യം പ്രകടിപ്പിക്കുകയും അഭിവാദ്യമർപ്പിക്കുകയുമാണ്.

(വിവർത്തനം: നാരായണൻ ചെമ്മലശ്ശേരി)

മനുഷ്യജീവന്റെ വിലയറിഞ്ഞ ലെഫ്റ്റനന്റ്

എൻ എസ് സജിത്

അന്ന് 1992 ഫെബ്രുവരി നാലായിരുന്നു തിയതി. ചരിത്രപരമായ കാര്യങ്ങളെ സംബന്ധിച്ച തിയതികളോട് വിശുദ്ധമായ ആരാധന തന്നെ വെച്ചുപുലർത്തിയിരുന്ന കേണൽ ഹ്യൂഗോ ഷാവേസ് ഫ്രയസാണ് ലാപ്ലാനിഷ്യേ ചരിത്രമ്യൂസിയത്തിൽ ഒരുക്കിയ താൽക്കാലിക സേനാപോസ്റ്റിലിരുന്ന് സൈനിക മുന്നേറ്റത്തിന് ചുക്കാൻ പിടിച്ചിരുന്നത്. ഈ വൈകിയവേളയിൽ ജനപിന്തുണ മാത്രമാണ് തനിക്ക് അവലംബിക്കാവുന്ന ഏക ആശ്രയമെന്ന് തിരിച്ചറിഞ്ഞ പ്രസിഡന്റ് വെനിവിഷൻ ടെലിഷൻ സ്റ്റുഡിയോവിലെത്തി രാജ്യത്തെ അഭിസംബോധന ചെയ്തു. 12 മണിക്കൂറിന് ശേഷം പട്ടാളത്തിന്റെ അട്ടിമറിശ്രമം പരാജയപ്പെട്ടു. ടി വിയിലൂടെ ജനങ്ങളെ അഭിസംബോധന ചെയ്യാൻ തനിക്കും അനുമതിയേകണമെന്ന ധാരണയുടെ മേൽ ഷാവേസും കീഴടങ്ങി. പാരച്യൂട്ടുകളുടെ മുകൾഭാഗത്തെ ഓർമിപ്പിക്കുന്ന തൊപ്പിയണിഞ്ഞ, യുവാവായ ആ കേണൽ, ശ്രോതാക്കളിൽ ആരാധനയുണർത്തുന്ന ലാഘവത്വം തുളുമ്പുന്ന വാക്കുകളിൽ, പ്രസ്ഥാനത്തിന്റെ മുഴുവൻ ഉത്തരവാദിത്വവും ഏറ്റെടുത്തു. പക്ഷേ അദ്ദേഹത്തിന്റെ അന്നത്തെ പ്രഭാഷണം യഥാർഥത്തിൽ ഒരു രാഷ്ട്രീയവിജയമായിരുന്നു. മിക്ക അനുയായികളും ചില ശത്രുക്കളും കരുതുന്നത് അന്ന് ഷാവേസ് നടത്തിയ പ്രഭാഷണം ഒമ്പത് വർഷത്തിനകം രാജ്യത്തിന്റെ പ്രസിഡന്റായി അദ്ദേഹത്തെ ഉയർത്തിയ പ്രചരണക്യാമ്പയിനിന്റെ തുടക്കമായിരുന്നു എന്നാണ്. രണ്ടുവർഷത്തെ ജയിൽവാസത്തിന് ശേഷം രാഷ്ട്രീയതടവുകാർക്ക് പ്രസിഡന്റ് റാഫേൽ കാൽദറേമാപ്പ് അനുവദിച്ചപ്പോൾ ഷാവേസും മോചിതനായി.

രണ്ടാഴ്ച മുമ്പ് വെനസ്വേലൻ സൈനികവിമാനത്തിൽ ഹവാനയിൽ നിന്നും കാരക്കസിലേക്ക് യാത്ര ചെയ്യുന്നതിനിടയ്ക്കാണ് ഷാവേസ്

എന്നോട് ഈ പഴയകഥ പറഞ്ഞത്. ജനകീയതിരഞ്ഞെടുപ്പിലൂടെ അദ്ദേഹം വെനസ്വേലയുടെ പ്രസിഡന്റ് സ്ഥാനം ഏറ്റെടുത്തിട്ട് 15 ദിവസം പോലും തികഞ്ഞിരുന്നില്ല അപ്പോൾ. മൂന്ന് ദിവസം മുമ്പ് ഹവാനയിൽ ഞങ്ങൾ കണ്ടുമുട്ടി. ക്യൂബൻ പ്രസിഡന്റ് ഫിദൽ കാസ്ട്രോയും കൊളംബിയൻ പ്രസിഡന്റ് പാസ്ട്രാനോയുമായുള്ള അദ്ദേഹത്തിന്റെ കൂടിക്കാഴ്ച നടക്കുന്ന സമയമായിരുന്നു അത്. ദൃഢീകരിച്ച കോൺക്രീറ്റിന്റെ ഉറപ്പുള്ള അദ്ദേഹത്തിന്റെ ശരീരമായിരുന്നു ആദ്യം എന്നെ ആകർഷിച്ചത്. പ്രകടമായ സൗഹാർദമനോഭാവവും ശുദ്ധ വെനസ്വേലൻ സ്വദേശിയുടെ സൗകുമാര്യവും അദ്ദേഹത്തിൽ ഒത്തിണങ്ങിയിരുന്നു. വീണ്ടും കണ്ടുമുട്ടാൻ ഞാനും ഷാവേസും ശ്രമിച്ചെങ്കിലും ഞങ്ങളുടെ തന്നെ ചില വീഴ്ചകൾ കാരണം അത് യാഥാർഥ്യമായില്ല. അതുകൊണ്ടാണ് കാരക്കസിലേക്കുള്ള വിമാനത്തിലിരുന്ന് അദ്ദേഹത്തിന്റെ ജീവിതത്തെ കുറിച്ചും അതിലെ വിസ്മയങ്ങളെ കുറിച്ചും സംസാരിക്കാൻ ഞങ്ങൾ തീരുമാനിച്ചത്. വിശ്രമാവസ്ഥയിൽ വാർത്താലേഖകനെന്ന നിലയിൽ അദ്ദേഹത്തിന് കാതോർത്തിരിക്കുന്നത് രസരമായ അനുഭവമായിരുന്നു. മാധ്യമങ്ങളിലൂടെ നാം കേട്ടറിഞ്ഞ ഏകാധിപതിയുടെ യാതൊരു ഛായയും ഷാവേസിൽ കാണാൻ കഴിഞ്ഞില്ല. തീർത്തും വ്യത്യസ്തനായ ഒരു ഷാവേസിനെയാണ് എനിക്ക് കാണാൻ കഴിഞ്ഞത്. പ്രസിഡന്റിനെതിരായ ഗൂഢാലോചനയിലും സൈനിക അട്ടിമറിയിലും ഷാവേസ് പങ്കാളിയാണെന്നാണ് അദ്ദേഹത്തിനെതിരായ പ്രചാരകരുടെ പ്രധാന ആരോപണം. എന്നാൽ വെനസ്വേലയുടെ ചരിത്രത്തിൽ തന്നെ ഇത്തരക്കാരായ നാലു നേതാക്കളെങ്കിലും ഉണ്ടെന്നതാണ് സത്യം. വെനസ്വേലൻ ജനാധിപത്യത്തിന്റെ പിതാവെന്ന് (ഈ വിശേഷണം ശരിയോ തെറ്റോ ആവാം) അറിയപ്പെടുന്ന റോളാന്ദോ ബെറ്റാൻകോർട്ടിൽ നിന്നാണ് ഈ ചരിത്രം തുടങ്ങുന്നത്. 36 വർഷത്തോളം വെനസ്വേല ഭരിച്ച യുവാൻ വിസെന്റ് ഗോമസിനെ താഴെയിറക്കി അധികാരത്തിലേറിയ ജനാധിപത്യവാദിയായ മുൻ സൈനിക ഓഫീസർ ഇസയ്യാസ് മെദിന അങ്കാരിത്തയെ പുറത്താക്കിയാണ് ബെറ്റാൻകോർട്ട് പ്രസിഡന്റായത്. ബെറ്റാൻകോർട്ടിന്റെ പിൻഗാമിയും നോവലിസ്റ്റുമായ റൊമുല്ലോഗാലഗോസിനെ ജനറൽ മാർക്കോസ് പെരെസ് ജിമെനെസാണ് പുറത്താക്കിയത്. 11 വർഷത്തോളം സർവാധികാരത്തോടെ തുടർന്ന ജിമെനെസാകട്ടെ യുവതലമുറയുടെ സംഘശക്തിക്ക് മുന്നിൽ അടിയറവ് പറയുകയായിരുന്നു.

ഫെബ്രുവരിയിലെ പരാജയപ്പെട്ട പട്ടാളഅട്ടിമറി മാത്രമായിരുന്നു ഷാവേസിനെ സംബന്ധിച്ച് പ്രതികൂലമായി തീർന്ന ഏക സംഭവമെന്ന് തോന്നുന്നു. എന്നാൽ അതുതന്നെയും വിധിവശാലുണ്ടായ ഒരു തിരിച്ചടി മാത്രമാണെന്നാണ് ഷാവേസിന്റെ പക്ഷം.സൗഭാഗ്യത്തേയും ധിഷണാശേഷിയെയും പ്രതിഭാശക്തിയെയും അന്തർജ്ഞാനത്തെയും വിലയിരുത്തുന്ന അദ്ദേഹത്തിന്റെ ശൈലിയാണിതെന്നും കരുതാം. മറിച്ച്, ബാരിനാസ് പ്രവിശ്യയിലെ സബാനെറ്റയിൽ 1954 ജൂലൈ 28 ന് സിംഹ

രാശിയിൽ ജനിച്ചത് മുതൽ അദ്ദേഹത്തിന്റെ പ്രവൃത്തികളെ വിടാതെ പിന്തുടരുന്ന വിസ്മയത്തിന്റെ കാറ്റായും ഇതിനെ വിലയിരുത്താം. കത്തോലിക്ക വിശ്വാസിയായ ഷാവേസാകട്ടെ, ഉദാരമായ വിധിവഴികൾ തന്റെ താവഴിക്കുള്ള പ്രപിതാമഹനായ കേണൽ പെഡ്രോ പെരെസ് ഡെൽഗാഡോയുടെ 100 വർഷത്തിലേറെ പഴക്കമുള്ള വെന്തിങ്ങയുടെ (കുട്ടിക്കാലം മുതൽ അദ്ദേഹം ഇത് കഴുത്തിലണിയുന്നു) ശക്തിമൂലമാണെന്ന് വിശ്വസിക്കുന്നു.

എലമെന്ററി സ്കൂൾ ടീച്ചർമാരായ മാതാപിതാക്കളുടെ തുച്ഛമായ ശമ്പളത്തിൽ ആ കുടുംബം കഷ്ടിച്ച് കഴിഞ്ഞുപോന്നു. ഒമ്പതാം വയസുമുതൽ കുടുംബത്തിന് സഹായമാവാൻ വഴിയോരത്ത് മിഠായിയും പഴങ്ങളും വിൽക്കുന്ന കച്ചവടക്കാരനാവേണ്ടിവന്നു ഷാവേസിന്. ഇടയ്ക്ക് തൊട്ടടുത്തുള്ള പട്ടണമായ ലോ റൊസ്ട്രാജോസിലെ ചേരിയിൽ താമസിച്ചിരുന്ന മുത്തശ്ശിയേയും നാല് സഹോദരന്മാരേയും തന്നേയും വെളിച്ചം കാണാൻ സഹായിച്ച വയറ്റാട്ടിയേയും കാണാൻ പോകുമായിരുന്നു. ചെറിയ ഒരു വൈദ്യുതി പ്ലാന്റുള്ളതിനാൽ സൂര്യാസ്തമനത്തിന് ശേഷം രണ്ടുമണിക്കൂർ വെളിച്ചം കിട്ടുന്ന സ്ഥലമായതിനാൽ അതൊരു ചെറുനഗരമായിട്ടാണ് തനിക്ക് അനുഭവപ്പെട്ടതെന്ന് ഷാവേസ് ഓർമിക്കുന്നു. മകനെ ഒരു പുരോഹിതനാക്കണമെന്നായിരുന്നു അമ്മയുടെ ആഗ്രഹം. എന്നാൽ അൾത്താരബാലനാകാനേ അദ്ദേഹത്തിന് കഴിഞ്ഞുള്ളു. ആകർഷണീയമായ രീതിയിൽ പള്ളിമണി മുഴക്കാൻ മിടുക്കനായിരുന്നു ഷാവേസ്. മണിമുഴക്കം കേൾക്കുമ്പോൾ തന്നെ നാട്ടുകാർ 'ഹ്യൂഗോയാണ് മണിയടിക്കുന്നതെന്ന്'പറയാൻ തുടങ്ങി. അമ്മയുടെ ഗ്രന്ഥശേഖരത്തിൽ നിന്നും കണ്ടെത്തിയ ദൈവിക വിജ്ഞാനകോശത്തിലെ 'ജീവിതത്തിൽ എങ്ങനെ വിജയിക്കാം' എന്ന ആദ്യപാഠം തന്നെ ആ ബാലന്റെ മനംമയക്കി.

മൈക്കലാഞ്ചലോയുടെയും ഡേവിഡിന്റെയും മറ്റും ചിത്രങ്ങൾ കണ്ട് വിസ്മയിച്ച 12 വയസുകാരനായ ഹ്യൂഗോ പ്രാദേശിക ചിത്രപ്രദർശനത്തിൽ ഒന്നാംസ്ഥാനം നേടി. സംഗീതജ്ഞനെന്ന നിലയിൽ ഷാവേസും അദ്ദേഹത്തിന്റെ നാല് തന്ത്രികളുള്ള ഗിറ്റാറും ജൻമദിനാഘോഷവേളകളിലും പ്രണയസംഗീത പരിപാടികളിലും അവിഭാജ്യഘടകമായി. ബേസ്ബോൾ കളിക്കാരനായ ഷാവേസ് ഒന്നാന്തരം പന്തുപിടുത്തക്കാരനായിരുന്നു. എന്നാൽ സൈനികസേവനമെന്ന തിരഞ്ഞെടുപ്പ് അദ്ദേഹത്തിന്റെ മനസിലേ ഉണ്ടായിരുന്നില്ലെന്ന് പറയാം. പ്രധാനപ്പെട്ട ബേസ്ബോൾ ലീഗുകളിൽ മത്സരിക്കാൻ ബാരിനാസ് സൈനിക അക്കാദമിയിൽ പ്രവേശനം നേടുകയാണ് എളുപ്പവഴിയെന്ന് തിരിച്ചറിയുന്നത് വരെ അങ്ങനെയൊരു തോന്നൽ അദ്ദേഹത്തിന്റെ മനസിൽ ഉദിച്ചതുമില്ല. വെന്തിങ്ങയുടെ തന്നെ അത്ഭുതമാകാം; സൈനിക അക്കാദമിയിലെ ബിരുദധാരികൾ മികച്ച അക്കാദമിക് നിലവാരം കാത്തുസൂക്ഷിക്കണമെന്ന കാഴ്ചപ്പാടോടുകൂടി ആൻഡ്രസ് ബെല്ലോയുടെ പദ്ധതി തുടങ്ങിയതും ആയിടക്കാണ്.

ഷാവേസ് രാഷ്ട്രമീമാംസയും ചരിത്രവും മാർക്സിസം-ലെനിനിസവും പഠിച്ചു. ബൊളീവിയയുടെ വിമോചന നായകൻ സൈമൺ ബൊളിവറുടെ ജീവിതവും കൃതികളും പ്രഖ്യാപനങ്ങളും അദ്ദേഹം മനപ്പാഠമാക്കി. എന്നാൽ യഥാർഥ രാഷ്ട്രീയവുമായി ഷാവേസിന്റെ ആദ്യ ഏറ്റുമുട്ടലുണ്ടായത് 1973 ലെ അലൻഡേ വധത്തോടെയാണ്. ചിലിയിലെ ജനങ്ങൾ അലൻഡേയെ തിരഞ്ഞെടുത്തത് എന്നാണെന്നോ എന്തിനാണെന്നോ ഷാവേസിന് മനസിലായില്ല. ചിലിയൻ സൈന്യം അട്ടിമറിക്കായുള്ള ശ്രമം നടത്തിയിരുന്നോ എന്നും സംശയമുണ്ടായി. അതേസമയം തന്നെയാണ് കമ്യൂണിസ്റ്റെന്ന് വിശ്വസിക്കപ്പെട്ടിരുന്ന ഹോസെ വിസെന്റെ റാൻജെലിന്റെ മകനെ സംരക്ഷിക്കാൻ കമ്പനി ക്യാപ്റ്റൻ ഷാവേസിനെ ചുമതലപ്പെടുത്തുന്നതും. "ജീവിതം എത്ര വളവുതിരിവുകൾ നിറഞ്ഞതാണെന്ന് ഓർത്തുനോക്കൂ.."-പൊട്ടിച്ചിരിയോടു കൂടി ഷാവേസ് പറഞ്ഞു. "ഇപ്പോൾ അവന്റെ അച്ഛൻ തന്നെയാണ് എന്റെ വിദേശകാര്യ മന്ത്രി." 20 വർഷത്തിന് ശേഷം ഷാവേസ് അട്ടിമറിക്കാൻ ശ്രമിച്ച പ്രസിഡന്റ് കാർലോസ് ആൻഡ്രേസ് പെരസിന്റെ കൈയിൽ നിന്ന് തന്നെയാണ് അദ്ദേഹം ബിരുദം ഏറ്റുവാങ്ങിയതെന്നത് മറ്റൊരു വൈരുധ്യം. പ്രസിഡന്റിനെ വധിക്കുമെന്ന നിലയിൽ വരെ കാര്യങ്ങൾ എത്തിയല്ലേ എന്ന എന്റെ ചോദ്യം ഷാവേസ് നിഷേധിച്ചു. "ഒരിക്കലുമില്ല. ഭരണഘടന അടിസ്ഥാനമാക്കി പ്രവർത്തിക്കുന്ന ഒരു നിയമനിർമാണ സഭ രൂപീകരിച്ചതിന് ശേഷം ബാരക്കുകളിലേക്ക് മടങ്ങുകയായിരുന്നു ഞങ്ങളുടെ ലക്ഷ്യം"-അദ്ദേഹം പ്രതികരിച്ചു. ആദ്യം മുതലേ, അദ്ദേഹം ഒരു സ്വാഭാവിക ആഖ്യാതാവാണെന്ന സത്യം ഞാൻ തിരിച്ചറിഞ്ഞിരുന്നു. സർഗാത്മതയും സന്തോഷവും തുളുമ്പുന്ന വെനസ്വേലൻ പൊതുസംസ്കാരത്തിന്റെ ഭാഗമാണത്. സമയം ചെലവിടുന്നതിനെ കുറിച്ച് അപാരമായ ബോധവും അതിമാനുഷികമെന്ന് തന്നെ വിശേഷിപ്പിക്കാവുന്ന ഓർമശക്തിയും അദ്ദേഹത്തിന്റെ സവിശേഷതകളാണ്. നെരൂദയുടേയോ വിറ്റ്മാന്റേയോ കവിതകളോ റൊമൂലോ ഗാലഗോസ് കൃതികളിലെ മുഴുവൻ പേജുകളോ ഓർമയിൽ നിന്നും ഉദ്ധരിക്കാൻ അദ്ദേഹത്തിന് സാധിച്ചിരുന്നു.

ആകസ്മികമായി, ചെറുപ്പത്തിൽ തന്നെ തന്റെ പ്രപിതാമഹൻ ചരിത്രത്തിൽ ഇടംപിടിച്ച ഒളിപ്പോരാളിയാണെന്ന സത്യം ഷാവേസ് മനസിലാക്കി. ജുവാൻ വിസെന്റെ ഗോമസിന്റെ കാലത്ത് തന്നെയായിരുന്നു അദ്ദേഹവും പ്രവർത്തിച്ചിരുന്നത്. തുടർന്ന് ഗോമസിന്റെ സ്മരണകൾക്ക് പ്രണാമമർപ്പിച്ച് ഒരു പുസ്തകമെഴുതാൻ ഷാവേസ് തീരുമാനിച്ചു. ആവശ്യമായ വിവരങ്ങൾ ലഭിക്കാൻ ചരിത്രശേഖരങ്ങളിലും സൈനികഗ്രന്ഥശാലകളിലും അദ്ദേഹം തപ്പിത്തിരഞ്ഞു. ചരിത്രകാരന്റെ ചെറുസഞ്ചിയുമേന്തി തന്റെ പ്രപിതാമഹൻ സഞ്ചരിച്ച വഴികളിലൂടെ, അദ്ദേഹത്തിന്റെ അവശേഷിക്കുന്ന പരിചയക്കാരിൽ നിന്നും വിവരങ്ങൾ ശേഖരിച്ച് അലഞ്ഞു നടന്നു.

ഹൃദയത്തിലെ വീരപുരുഷന്മാരുടെ അൾത്താരയിലേക്ക് തന്റെ പ്രപിതാമഹന്റെ ചിത്രം കൂടി എടുത്തുവെക്കുകയായിരുന്നു ഷാവേസെന്നും

പറയാം. പിതാമഹന്റെ വെന്തിങ്ങ അന്നുമുതലാണ് താൻ കൂടെകൊണ്ടു നടക്കാൻ തുടങ്ങിയതെന്നും ഷാവേസ് പറഞ്ഞു.അക്കാലത്ത് അരാകപ പാലം വഴി സഞ്ചരിച്ച ഷാവേസ് അറിയാതെ അതിർത്തി മുറിച്ച് കടന്നു. അദ്ദേഹത്തിന്റെ സഞ്ചി പരിശോധിച്ച കൊളംബിയൻ ക്യാപ്റ്റന് ഷാവേസിന്റെ മേൽ ചാരപ്രവൃത്തി ചുമത്താൻ ആവശ്യമായ തെളിവുകൾ എല്ലാം കിട്ടി. ക്യാമറ, പ്രദേശത്തിന്റെ ഫോട്ടോകൾ, റെക്കോഡർ, രഹസ്യ കടലാസുകൾ, സൈനികഭൂപടം, രണ്ട് പിസ്റ്റലുകൾ എന്നിവയാണ് ക്യാപ്റ്റൻ ആ 'ചരിത്രകാരന്റെ' സഞ്ചിയിൽ നിന്നും കണ്ടെടുത്തത്.അദ്ദേഹത്തിന്റെ തിരിച്ചറിയൽ രേഖകളാവട്ടെ, ചാരന്മാരുടേത് പോലെ വ്യാജമായിരിക്കുമെന്നും ക്യാപ്റ്റൻ സംശയിച്ചു. കുതിരപ്പുറത്തിരിക്കുന്ന സൈമൺ ബൊളിവറുടെ ഛായാചിത്രം തൂങ്ങുന്ന ഓഫീസിൽ ഉദ്യോഗസ്ഥനെ കാര്യം പറഞ്ഞ് ബോധ്യപ്പെടുത്താൻ ഷാവേസ് മണിക്കൂറുകളോളം കിണഞ്ഞുപരിശ്രമിച്ചു. ''സത്യത്തിൽ ഞാൻ വളരെ പരിക്ഷീണനായി. കാര്യം പറഞ്ഞ് മനസിലാക്കാൻ ശ്രമിക്കുംതോറും അയാൾ എന്നെ മനസിലാക്കുന്നത് കുറഞ്ഞു വരുന്നതായി അനുഭവപ്പെട്ടു''– അദ്ദേഹം ഓർമിച്ചു. ഒടുവിൽ ആ രക്ഷാവാചകം അദ്ദേഹത്തിന്റെ നാക്കിലെത്തി– "നോക്കൂ ക്യാപ്റ്റൻ, ജീവിതം ഇങ്ങനെയൊക്കെയാണ്. ഏതാണ്ട് ഒരു നൂറ്റാണ്ട് മുമ്പ് വരെ നാം ഒരു രാജ്യമായിരുന്നു. നമുക്കുണ്ടായിരുന്നത് ഒരൊറ്റ സൈന്യമായിരുന്നു. ഇപ്പോൾ ആ ഛായാചിത്രത്തിലിരുന്ന് നമ്മെ വീക്ഷിക്കുന്ന മഹാനായ നേതാവായിരുന്നു നമ്മെ നയിച്ചത്. ഞാൻ എങ്ങനെ ഒരു ചാരനാവുമെന്നാണ് നിങ്ങൾ പറയുന്നത്.'' ക്യാപ്റ്റന്റെ മനസിളികി. മഹത്തായ കൊളംബിയൻ രാജ്യത്തെ കുറിച്ചും അതിലെ വിസ്മയങ്ങളെ കുറിച്ചും അദ്ദേഹം വാചാലനായി. അരാകപയിലെ ഏതോ ബാറിൽ ഇരുരാജ്യങ്ങളിൽ നിന്നുമുള്ള മദ്യം കുടിച്ച് അവർ രാത്രി ആഘോഷിച്ചു. പിറ്റേന്ന് രാവിലെ, തലവേദനയുമായി ഉണർപ്പോൾ ഷാവേസിന്റെ ബാഗ് ഉദ്യോഗസ്ഥൻ മടക്കിക്കൊടുത്തു. അന്താരാഷ്ട്ര പാലത്തിൽ അദ്ദേഹത്തെ ആലിംഗനം ചെയ്താണ് ഉദ്യോഗസ്ഥൻ യാത്രാമൊഴി ചൊല്ലിയത്. വെനസ്വേലയിൽ കാര്യങ്ങൾ ശരിയായ ദിശയിലല്ല പോകുന്നതെന്ന ചിന്ത അന്ന് മുതലാണ് തന്റെ മനസിൽ ഉറച്ചതെന്നും ഷാവേസ് പറഞ്ഞു. ഓറിയെന്റയിൽ അവശേഷിക്കുന്ന ഗറില്ലാത്താവളങ്ങൾ കൂടി തകർക്കാൻ നിയുക്തരായ 13 അംഗ ദൗത്യസംഘത്തിന്റെ തലവനായി അദ്ദേഹം. കനത്തമഴ പെയ്യുന്ന രാത്രി ഒരു ഇന്റലിജൻസ് കമാൻഡറും അദ്ദേഹത്തിന്റെ സൈന്യവും പിന്നെ പിടിയിലായ ഒളിപ്പോരാളികളെയും കൊണ്ട് ക്യാമ്പിലെത്തി. രാത്രി തങ്ങാൻ ഇടം വേണമെന്ന അവരുടെ ആവശ്യം ഷാവേസ് അംഗീകരിച്ചു. രാത്രി പത്ത് മണിയോടടുത്തപ്പോൾ അവർ തങ്ങിയിരുന്ന മുറിയിൽ നിന്നും ഹൃദയഭേദകമായ നിലവിളികൾ ഉയർന്നു. ചെന്നുനോക്കിയപ്പോൾ, കണ്ട കാഴ്ച തന്നെ ഞെട്ടിച്ചതായി ഷാവേസ് ഓർക്കുന്നു. ശരീരത്തിൽ പാടുകൾ വീഴാതിരിക്കാൻ ചാക്കിൽ പൊതിഞ്ഞ ബേസ്ബോൾ ബാറ്റ് കൊണ്ട് പട്ടാളക്കാർ

തടവുകാരെ മർദിക്കുകയായിരുന്നു. കോപം കൊണ്ട് വിറച്ച ഷാവേസ് തന്റെ നിയന്ത്രണത്തിലുള്ള ക്യാമ്പിൽ ഇത്തരം സംഭവങ്ങൾ വെച്ചുപൊറുപ്പിക്കാനാവില്ലെന്നും തടവുകാരെ തങ്ങൾക്ക് കൈമാറുകയോ ഉടൻ സ്ഥലം വിടുകയോ ചെയ്യണമെന്നും കേണലിനോട് ആവശ്യപ്പെട്ടു. പിറ്റേന്ന് രാവിലെ മടങ്ങുമ്പോൾ തന്നെ വിചാരണ ചെയ്യുമെന്ന ഭീഷണിയോടെയാണ് കേണലും സംഘവും മടങ്ങിയതെന്ന് ഷാവേസ് പറഞ്ഞു. അതേത്തുടർന്ന് താൻ കുറച്ചുകാലം നിരീക്ഷണത്തിലായിരുന്നെന്നും അദ്ദേഹം ഓർമിച്ചു. കുറച്ചുദിവസങ്ങൾക്ക് ശേഷം അതുവരെയുണ്ടായ എല്ലാ അനുഭവങ്ങളേയും കവച്ചുവെക്കുന്ന ഒരനുഭവുമുണ്ടായി അദ്ദേഹത്തിന്. തന്റെ സ്ക്വാഡിലെ പട്ടാളക്കാർക്കായുള്ള ഇറച്ചി വാങ്ങുമ്പോൾ ഗോറില്ലകളുടെ ആക്രമണത്തിൽ ഗുരുതരമായി പരിക്കേറ്റ പട്ടാളക്കാരേയും വഹിച്ചുകൊണ്ടുള്ള ഹെലികോപ്റ്റർ ക്യാമ്പിന് മുന്നിലിറങ്ങി. ശരീരത്തിൽ നിരവധി വെടിയുണ്ടകൾ തറച്ച പട്ടാളക്കാരനെ ചുമന്ന് വാഹനത്തിൽ എത്തിക്കവേ, ഭയചകിതനായി അയാൾ– "എന്നെ മരണത്തിന് വിട്ടുകൊടുക്കരുത് ലെഫ്റ്റനന്റ്'' എന്ന് മന്ത്രിച്ചതും ഷാവേസ് ഓർത്തു. ഏഴുപേരാണ് അന്ന് മരണത്തിന് കീഴടങ്ങിയത്. രാത്രി തുണിക്കട്ടിലിൽ ഉറങ്ങാതെ കിടക്കുമ്പോൾ എന്താണ് തന്റെ ദൗത്യമെന്ന ചിന്തയിൽ അദ്ദേഹം മുഴുകി. ഒരുവശത്ത് പൊലീസ് വേഷമണിഞ്ഞ കർഷകർതന്നെ ഗൊറില്ലകളുടെ വേഷമണിഞ്ഞ കർഷകരെ പീഡിപ്പിക്കുന്നു. യുദ്ധം അവസാനിച്ച നിലയ്ക്ക് ഇനിയും വെടിവെപ്പ് തുടരുന്നതിൽ അർഥമില്ല. പിറ്റേന്ന് രാവിലെ ഉറക്കമുണർന്നപ്പോൾ ഒരു പ്രസ്ഥാനം തുടങ്ങുകയാണ് തന്റെ ജീവിതലക്ഷ്യമെന്ന് അദ്ദേഹം തിരിച്ചറിഞ്ഞു. 'ബൊളിവിയൻ ആർമി ഓഫ് ദി പീപ്പിൾ ഓഫ് വെനസ്വേല' എന്ന് സ്വയം വിശദീകരിക്കുന്ന പേരുള്ള ഒരു സംഘടന രൂപീകരിക്കുമ്പോൾ അദ്ദേഹത്തിന് 23 വയസ്സ്. സെക്കൻഡ് ലെഫ്റ്റനന്റായ ഷാവേസുൾപ്പെടെ അഞ്ച് സൈനികരാണ് പ്രസ്ഥാനത്തിന് രൂപം കൊടുത്തത്. "ഏതറ്റം വരെ പോകാനായിരുന്നു നിങ്ങളുടെ പദ്ധതി..?"–ഞാൻ പ്രസിഡന്റിനോട് ചോദിച്ചു. "എന്തെങ്കിലും സംഭവിക്കുകയാണെങ്കിൽ അതിന് ഞങ്ങളെ തയാറാക്കുന്നത് വരെ"–എന്നായിരുന്നു അദ്ദേഹത്തിന്റെ മറുപടി. മരാകെയിൽ പാരച്യൂട്ട് ഓഫീസറായിരുന്ന സമയത്താണ് വൻതോതിലുള്ള ഗൂഢാലോചനകൾക്ക് അദ്ദേഹം നേതൃത്വം കൊടുത്തതെന്ന് പറയാം.

ഭാഗം 2
രാഷ്ട്രീയം

ഹ്യൂഗോ ഷാവേസിന് അഭിവാദ്യങ്ങൾ

നളിനി രാജൻ

രണ്ടായിരത്തി പതിമൂന്ന് മാർച്ച് 5 ന് ഹ്യൂഗോ ഷാവേസ് ഫ്രയസിന്റെ ജീവിതത്തിന് തിരശ്ശീല വീണു. 1998 ൽ 56 ശതമാനം ജനകീയ വോട്ടോടെ വെനസ്വേലയുടെ പ്രസിഡന്റ് പദവിയിലെത്തിയ ഷാവേസ് ഉദ്ഘാടനം നിർവഹിച്ച ബൊളിവേറിയൻ വിപ്ലവത്തിന് അങ്ങനെ സംഭവിക്കില്ലെന്ന് ഞാൻ കരുതുന്നു.

1998 ന് മുമ്പത്തെ വെനസ്വേല, ഇതര ലാറ്റിനമേരിക്കൻ രാജ്യങ്ങളെപ്പോലെ, അല്ലെങ്കിൽ മറ്റു വികസ്വരരാജ്യങ്ങളെപ്പോലെ വിരുദ്ധ ആവശ്യങ്ങൾ ഏറ്റുമുട്ടിക്കൊണ്ടിരുന്ന ഒന്നായിരുന്നു. ദരിദ്രജനവിഭാഗങ്ങൾക്കിടയിൽ വിഭവ പുനർവിതരണം നടത്തണമെന്നും സമ്പന്നരും വിദേശ നിക്ഷേപകരും അവരുടെ താൽപ്പര്യങ്ങൾ സംരക്ഷിക്കാൻ തയാറാവാത്തതിനാൽ രാജ്യം വിട്ടുപോകാൻ തയാറാവുകയാണെന്നും ആണ് അന്ന് പറഞ്ഞിരുന്നത്. എന്നാൽ 1970 കളിൽ വിദേശകടത്തിന്റെ ഭാരംപേറി ലാറ്റിനമേരിക്കയിലെ മറ്റുരാജ്യങ്ങളെപ്പോലെ വെനസ്വേല തകർന്നില്ല. ലോകത്തിലെ തന്നെ നാലാമത്തെ വലിയ എണ്ണകയറ്റുമതി രാജ്യവും, അമേരിക്കയുടെ എണ്ണ ഇറക്കുമതിയുടെ മൂന്നാമത്തെ വലിയ ഉറവിടവും എന്ന നിലയിൽ സാമ്പത്തികമായി വെനസ്വേല ശക്തമായ നിലയിലായിരുന്നു. എന്തൊക്കെയായാലും എണ്ണപ്പണം സമൂഹത്തിലെ ചില കുലീന വിഭാഗങ്ങളെ (മുഖ്യമായും വെള്ളക്കാരെ) യാണ് സമ്പന്നരാക്കിയത്. അത് നഗര – ഗ്രാമങ്ങളിലെ ദരിദ്രജനവിഭാഗങ്ങളിലേക്ക് കിനിഞ്ഞിറങ്ങിയില്ല.

1992 – ലെ അട്ടിമറിശ്രമം

1989–ൽ തന്നെ കാരക്കസിന് ചുറ്റുമുള്ള ചേരിപ്രദേശങ്ങളിലെ ജന

ങ്ങൾ ലഹളയാരംഭിക്കുകയും അതിൽ ഉൾപ്പെട്ടവരെയൊക്കെ വെനസ്വേലൻ പട്ടാളം ക്രൂരമായി കൈകാര്യം ചെയ്യാനാരംഭിക്കുകയും ചെയ്തിരുന്നു. നിരായുധരായ സിവിലിയന്മാർക്ക് നേരെ നടക്കുന്ന ബലപ്രയോഗത്തിലും നിഷ്ഠുരതയിലും എതിർപ്പുള്ളതിൽപ്പെട്ട ഹ്യൂഗോ ഷാവേസ് 1992 ഫെബ്രുവരിയിൽ ആൻഡ്രെസ് പെരസ് ഗവൺമെന്റിനെതിരെ പരാജയപ്പെട്ട ഒരു അട്ടിമറിശ്രമം നടത്തി. സാമൂഹികപരമായും വ്യക്തിത്വ സവിശേഷതകളിലും വെനസ്വേലയിലെ മറ്റു മുൻപ്രസിഡന്റുമാരെ അപേക്ഷിച്ച് ചേരികളിലെ സാധാരണ ജനങ്ങളുമായി കൂടുതൽ സാദൃശ്യമുണ്ടായിരുന്നത് ഷാവേസിനായിരുന്നു. എന്തുകൊണ്ടാണ് ഷാവേസ് ഒരു അട്ടിമറിക്ക് ശ്രമിച്ചത് എന്ന് മനസിലാക്കുമ്പോൾ ഉയർത്തിക്കാണിക്കേണ്ട കാര്യം, പലപ്പോഴും അവകാശപ്പെടുന്നതുപോലെ അത് വ്യക്തിപരമായ രാഷ്ട്രീയമോഹത്തിന്റെ ഭാഗമായിട്ടായിരുന്നില്ല എന്നതാണ്. എന്നാൽ അത് ചേരിവാസികളോടുള്ള അനുകമ്പയാലും അടിച്ചമർത്തുന്ന ഗവൺമെന്റിനോടുള്ള രോഷത്താലുമായിരുന്നു. ഫെബ്രുവരിഅട്ടിമറിയുടെ പരാജയം ഷാവേസിനെയും സഹപ്രവർത്തകരെയും ഒരു വിലപ്പെട്ട പാഠം പഠിപ്പിക്കുകയും അവർ സൈനിക നീക്കങ്ങളിൽനിന്ന് രാഷ്ട്രീയത്തിലേക്ക് മാറുകയും ചെയ്തു. കഴിഞ്ഞ 14 വർഷത്തിനിടയിൽ, അവസാനം 2012 ഒക്ടോബർ വരെ, മുമ്പത്തെ അട്ടിമറിനേതാവ് നാലു തിരഞ്ഞെടുപ്പുകളിൽ തുടർച്ചയായി വിജയം നേടുകയും ചെയ്തു.

Vl Foro Internacional de Filosofia de Venezuela എന്നറിയപ്പെടുന്ന സാർവദേശീയ തത്വശാസ്ത്രസമ്മേളനത്തിൽ പങ്കെടുക്കുന്നതിനായി 2011 നവബറിൽ ഞാൻ വെനസ്വേലയിലുണ്ടായിരുന്നപ്പോൾ പ്രസിഡന്റ് ഹ്യൂഗോ ഷാവേസിന് ഒരുവർഷത്തിനുശേഷം ഒരു തകർപ്പൻ തിരഞ്ഞെടുപ്പുവിജയമുണ്ടാക്കാനാവുമെന്ന് പ്രവചിക്കാനാവുമായിരുന്നില്ല. രണ്ടാംവട്ട കീമോതെറാപ്പി ചികിത്സകൾക്കുശേഷം പ്രസിഡന്റ് ഷാവേസ് അന്ന് തിരിച്ചെത്തിയിട്ടേ ഉണ്ടായിരുന്നുള്ളൂ. ടെലിവിഷൻ സ്ക്രീനിൽ അദ്ദേഹം ക്ഷീണിതനായാണ് കാണപ്പെട്ടിരുന്നത്. വെനസ്വേലൻ രാഷ്ട്രീയം പരസ്യമായി ചർച്ച ചെയ്യാനാവാത്തവിധം രാജ്യം ഷാവേസ് അനുകൂലികളും പ്രതികൂലികളുമായി വേർതിരിഞ്ഞിരുന്നു. ഒരു ആഭ്യന്തര വിമാനത്താവളത്തിൽവെച്ച് സാഹസികനായ ഒരു യുവ സ്പാനിഷ് പ്രതിനിധി ഷാവേസ് അനുകൂലമുദ്രാവാക്യം മുഴക്കിയതിന് രോഷാകുലരായ സഹയാത്രികരിൽനിന്ന് അയാൾക്ക് അടികൊണ്ടു. തുടർച്ചയായി വിമാനം മുടങ്ങുന്നതിന് ഉത്തരവാദി പ്രസിഡന്റാണെന്നായിരുന്നു അവരുടെ കുറ്റപ്പെടുത്തൽ.

എണ്ണപ്പണം വികസനത്തിന്

സമ്മേളനം നടന്ന മരായിക്കാബോയിലെ ഞങ്ങളുടെ താമസത്തിനിടയിലെ ഒരു സവിശേഷത ലാഗോ മാരായിക്കാബോയിലൂടെയുള്ള അഞ്ചു മണിക്കൂർ നീളുന്ന ഒരു ബോട്ടുയാത്രയായിരുന്നു. വെള്ളത്തിന്

അടിയിലൂടെയുള്ള പെട്രോളിയം പമ്പിങ് പ്രവർത്തനങ്ങൾ, പ്രകൃതി വാതക ഉൽപ്പാദനം, പൈപ്പ് ലൈൻ നിർമാണവും അതിന്റെ സംരക്ഷണവും തുടങ്ങിയ സങ്കീർണ പ്രക്രിയകൾക്ക് പിന്നിലെ പ്രസിഡന്റിന്റെ എണ്ണയ്ക്കു പിന്നിലെ രാഷ്ട്രീയത്തെക്കുറിച്ച് ഞങ്ങൾക്കു ചിലകാര്യങ്ങൾ പിടികിട്ടി. ഒപ്പെക്കിന്റെ (എണ്ണക്കയറ്റുമതി രാജ്യങ്ങളുടെ സംഘടന) യോഗങ്ങളിൽ ഉണ്ടാവുന്ന നയപരമായ തീരുമാനങ്ങൾക്കുപരി അമേരിക്കയുടെ അനുശാസനങ്ങൾക്കനുസരിച്ച് എണ്ണയുൽപ്പാദനം നടത്തുന്ന ഗവൺമെന്റുകളാണ് 1998 ന് മുമ്പ് വെനസ്വേലയിലുണ്ടായിരുന്നത്. ഷാവേസിന് കീഴിൽ വെനസ്വേല ഒപെക്കിന്റെ നേതൃത്വമേറ്റെടുക്കുകയും അമേരിക്ക 'തെമ്മാടി രാഷ്ട്രങ്ങൾ' എന്നു വിളിക്കുന്ന ലിബിയ, ഇറാഖ്, ഇറാൻ മുതലായ രാജ്യങ്ങളുമായി ശക്തമായ ബന്ധങ്ങൾ സ്ഥാപിക്കുകയും ചെയ്തു. വെനസ്വേലയുടെ എണ്ണ – പ്രകൃതി വാതക ഉൽപ്പാദന ശേഷി വർധിപ്പിക്കുന്നതിനായി ഷാവേസ് ദശലക്ഷക്കണക്കിന് ഡോളർ നിക്ഷേപിച്ചു. വെനസ്വേലയുടെ ദേശസാൽകൃത പെട്രോളിയം സ്ഥാപനങ്ങളിൽ (പി ഡി വി എസ് എ)യിൽനിന്ന് കിട്ടുന്ന വരുമാനം ദാരിദ്ര്യനിർമാർജനത്തിനും ക്ഷേമപ്രവർത്തനങ്ങൾക്കും മാത്രമല്ല വിദേശ നയരൂപീകരണത്തിന്റെ ഉപകരണമായും ഉപയോഗപ്പെടുത്തി. ക്യൂബ പോലുള്ള അടുത്ത സഖ്യശക്തികൾക്കും അയൽരാജ്യങ്ങൾക്കും വൻതോതിൽ ഇളവുനൽകി പെട്രോളിയം വിറ്റപ്പോൾ അതിന് പകരമായി ഹവാന വെനസ്വേലയുടെ ആരോഗ്യസംരക്ഷണ സംവിധാനത്തിന് നല്ല തോതിൽ സഹായം നൽകി.

ഞാൻ പങ്കെടുത്ത തത്വശാസ്ത്ര സമ്മേളനം ഷാവേസ് ഗവൺമെന്റിന്റെ സാംസ്കാരിക വകുപ്പാണ് സംഘടിപ്പിച്ചിരുന്നത്. വർഷത്തിൽ ഒന്നെന്ന വിധം ആറാമത്തേതായിരുന്നു അത്. അതുതന്നെ അത്ഭുതകരമായ ഒരു സംഗതിയായിരുന്നു. ലോകത്തിലെ ഏതു ഗവൺമെന്റാണ് വർഷാവർഷം തത്വശാസ്ത്ര സമ്മേളനങ്ങൾ നടത്തുന്നതിന് പണം നൽകുന്നത്? ജനാധിപത്യവും സോഷ്യലിസവും, പരിഷ്കാരവും വിപ്ലവവും തുടങ്ങിയ രൂക്ഷമായ വിഷയങ്ങൾ ചർച്ച ചെയ്യുന്നതിന് ബൗദ്ധികമായി ഇടം അനുവദിച്ചുകൊടുക്കാൻ ആരാണ് തയാറാവുന്നത്? സിറിയ, ലിബിയ, പെട്രോളിയത്തിന്റെ രാഷ്ട്രീയം തുടങ്ങിയവയെക്കുറിച്ച് രൂക്ഷമായ ചർച്ചകൾ ഇവിടെ നടക്കുകയും അതിൽ പക്ഷം പിടിക്കുകയും ശബ്ദമുയരുകയും ചെയ്യും. സമ്മേളനം നടന്ന പത്തുദിവസത്തിൽ ഒരിക്കൽപ്പോലും ഏതെങ്കിലും ഗവൺമെന്റ് വക്താവ് ഞങ്ങളുടെ വായ്മൂടിക്കെട്ടാൻ വന്നില്ല. അമ്പതോളം വരുന്ന പ്രതിനിധികളിൽ വിപ്ലവചിന്തകനും എഴുത്തുകാരനുമായ ഫ്രാന്റ്സ് ഫാനന്റെ മകൻ മിറില്ലെ ഫാനനും വിഖ്യാതനായ ലാറ്റിനമേരിക്കൻ തത്വചിന്തകൻ എൻറിക്വെ ഡസ്സലുമുണ്ടായിരുന്നു. അദ്ദേഹം കേരളത്തിലെ അധികാര – വികേന്ദ്രീകരണത്തിന്റെ അനുഭവങ്ങൾ അറിയുന്നയാളായിരുന്നു. ശത്രുരാഷ്ട്രമായി അറിയപ്പെടുന്നതും ഇപ്പോഴും വെനസ്വേലയുടെ വലതുപക്ഷ അയൽരാ

ജ്യമായ കൊളമ്പിയയ്ക്ക് സൈനികവും ഭൗതികവുമായ പിന്തുണനൽകുന്ന രാജ്യവുമായ അമേരിക്കയിൽനിന്ന് നാലു തത്വചിന്തകരുണ്ടായിരുന്നു. ഷാവേസിനെ പലപ്പോഴും ജനാധിപത്യ വിരുദ്ധനെന്ന് വിളിക്കാറുണ്ട്. എന്നിട്ടും വെനസ്വേലയിലെ വലതുപക്ഷ മാധ്യമങ്ങൾക്ക് ഇപ്പോഴും ഷാവേസിനെയും അദ്ദേഹത്തിന്റെ രാഷ്ട്രീയപ്പാർട്ടിയേയും ശിക്ഷ ഭയക്കാതെ അവമതിപ്പെടുത്തുവാൻ കഴിയുന്നുമുണ്ട്.

മരക്കായിബോയിലെ മൂന്നുദിവസത്തെ സമ്മേളനത്തിനു ശേഷം ഏതാനും ദിവസത്തേയ്ക്ക് ഞങ്ങളെ ഈരണ്ടുപേരെ വീതം രാജ്യത്തിലെ വിവിധ ഭാഗങ്ങൾ സന്ദർശിക്കുന്നതിനു പറഞ്ഞയച്ചു. ചുരുങ്ങിയത് അതായിരുന്നു പദ്ധതി. ഞങ്ങളിൽ നല്ലൊരു വിഭാഗത്തിനും ലക്ഷ്യസ്ഥാനത്തെത്താൻ കഴിഞ്ഞില്ല. ഞങ്ങൾ കാരക്കസിൽ തന്നെ ചുറ്റിത്തിരിയേണ്ടതായിരുന്നു. സെലാകിന്റെ (ലാറ്റിനമേരിക്കൻ കരീബിയൻ രാജ്യങ്ങളുടെ സംഘടന) സമ്മേളനം നടക്കുന്നതുമൂലം ഹോട്ടലുകളിലും വിമാനങ്ങളിലും തിരക്കു വർധിച്ചതായിരുന്നു ഇതിനുകാരണം. പ്രസിഡന്റ് ഷാവേസിന്റെ ആരോഗ്യനില മോശമായിരുന്നിട്ടും, തനിക്ക് ഏറെ ഹൃദ്യമായ സെലക് സമ്മേളനത്തിന്റെ അധ്യക്ഷപദവിയിലിരിക്കണമെന്നത് അദ്ദേഹത്തിന് നിർബന്ധമുള്ള കാര്യമായിരുന്നു. അമേരിക്കയുടെ നവലിബറലിസത്തിനെതിരെ പ്രതിഷേധിക്കുന്നതിന് ആഫ്രിക്കയിലും ഏഷ്യയിലുമുള്ള സഖ്യങ്ങൾക്കു പുറമേ ശക്തമായ മേഖലാതല ബന്ധങ്ങൾ ഉണ്ടാക്കിയെടുക്കുക എന്നതായിരുന്നു അദ്ദേഹത്തിന്റെ ലക്ഷ്യം. ഷാവേസിന്റെ 19-ാം നൂറ്റാണ്ടിലെ വിപ്ലവ നായകനായിരുന്ന സൈമൺ ബൊളിവർ ആ മേഖലയിൽനിന്ന് യൂറോപ്യൻ സാമ്രാജ്യത്വവാദികളെ തൂത്തെറിയുന്നതിനായാണ് പ്രവർത്തിച്ചിരുന്നത്. ഇക്കാര്യത്തിൽ ബൊളിവറുടെ തിളങ്ങുന്ന മാതൃക പിന്തുടരാനാണ് ഷാവേസ് ആഗ്രഹിച്ചത്. വടക്കേ അമേരിക്കയുടെ ഈ മേധാവിത്വം അവസാനിപ്പിക്കുന്നതിന് വേണ്ടി കൊളമ്പിയയിലെ ജൂവാൻ മാനുവൽ സാന്റോസിനെപ്പോലുള്ള വലതുപക്ഷ നേതാക്കളുമായി യോജിപ്പുണ്ടാക്കാൻ അദ്ദേഹം തയാറായിരുന്നു. വെനസ്വേലയുടെ ടെലിവിഷൻ ചാനലുകളിൽ അതിന്റെ നിരവധി ദൃശ്യങ്ങൾ ഞങ്ങൾ കണ്ടു.

കുറ്റകൃത്യങ്ങളും മയക്കുമരുന്നും

എന്റെ ചുറ്റിത്തിരിയുന്ന സഹപ്രവർത്തകരും ഞാനും തലസ്ഥാന നഗരത്തിലെ മൂന്നു ദിവസങ്ങൾക്കിടയിൽ നാലു ഹോട്ടലുകളിൽ മാറി മാറി താമസിക്കേണ്ടതായിവന്നു. ഒരിടത്തും മുറിയുടെ വാതിലുകൾക്ക് കൂടുതൽ കൊളുത്തുകളോ ലോക്കറുകൾ തുറക്കുന്നതിന് വളരെ നൈപുണ്യം ഉപയോഗിക്കേണ്ട സംവിധാനങ്ങളോ ഞാനെവിടെയും കണ്ടില്ല. ബോഡിഗാർഡുകളുടെ രൂപത്തിൽ വ്യക്തിസുരക്ഷാവാഗ്ദാനമാണ് പ്രധാനമായും കാണാൻ കഴിഞ്ഞത്. ഞങ്ങളുടെ മുറിയുടെ പൂട്ടുകൾ എല്ലാ ദിവസവും മാറ്റിയിരുന്നു. എലിവേറ്റർ ഉപയോഗത്തിന് ഒരു പ്രത്യേക താ

ക്കോലും ആവശ്യമായിരുന്നു. ഞങ്ങളൊരാളും ഒറ്റയ്ക്ക് പോകേണ്ട സ്ഥിതിവിശേഷം ഉണ്ടായിരുന്നില്ല. എല്ലാ ദിവസവും തട്ടിക്കൊണ്ടുപോകലുകളും കൊള്ളചെയ്യാനായി പരിക്കേൽപ്പിക്കലും നടന്നിരുന്നു. ഞങ്ങൾ പോയേടത്തൊക്കെ വീട്ടുകാർ, ചങ്ങലകൾ, വേലികൾ, വടികൾ, പാസ് ലോക്കുകൾ തുടങ്ങി കിട്ടാവുന്നതെന്തുംകൊണ്ട് കൂടുതൽ സുരക്ഷിതമാക്കിയിരുന്നു. ഒരു യുദ്ധമേഖലപോലെയാണത് കാണപ്പെട്ടത്.

വിഭജിതമായ രാജ്യം

കാരക്കസിലുള്ള എല്ലാവർക്കുമറിയാം അതെന്തുകൊണ്ടായിരുന്നു എന്ന്. ഒരു വീക്ഷണകോണിലൂടെ നോക്കിയാൽ കാരക്കസ് സ്വർഗതുല്യമായ ഒരു സ്ഥലമാണ്. വർഷം മുഴുവൻ നല്ല കാലാവസ്ഥ, ഒരുഭാഗത്ത് കരീബിയൻ കടലുമായി ചേർന്നു കിടക്കുന്ന മനോഹരമായ തീരപ്രദേശം, മറുഭാഗത്ത് മേഘങ്ങൾ മുട്ടിയുരുമ്മുന്ന കുന്നുകൾ. വിശാലമായ ഉൾഭാഗവും വിശാലമായ മുറ്റവുമുള്ള ഉയരമേറിയതും ഉരുക്കും ക്രോമിയവുംകൊണ്ട് നിർമിച്ചതുമായ കെട്ടിടങ്ങളിൽ താമസിക്കുവാൻ സൗകര്യമുള്ള കുറച്ചുപേരിൽ ഒരാളാണ് നിങ്ങളെങ്കിൽ നഗരം സ്വർഗസമാനം തന്നെ. എന്നാൽ നഗരവാസികളിൽ ഏറിയകൂറും താമസിക്കുന്നത് കുന്നിൻചരിവുകളിലാണ്. നഗരത്തിലെ കുന്നുകളുടെ എല്ലാ ഭാഗത്തും നിങ്ങൾക്ക് ആയിരക്കണക്കിന് ചുളുങ്ങിയതും ഊന്നുകൊടുത്ത് സംരക്ഷിച്ചിട്ടുള്ളതുമായ വാസസ്ഥലങ്ങൾ കാണാനാവും. കുറച്ചുദൂരെനിന്ന് നോക്കിയാൽ മനോഹരവും വിവിധ വർണങ്ങളാൽ അലങ്കരിക്കപ്പെട്ടതുമായ തീപ്പെട്ടിയാണെന്നാണ് നിങ്ങൾക്ക് തോന്നുക. അടുത്തുചെന്നാൽ എല്ലാ തരത്തിലും ഒറ്റപ്പെട്ട ഒരു നരകമാണതെന്ന് നിങ്ങൾക്ക് കാണാനാവും. വീട്ടിലേക്ക് തിരിക്കുന്നതിനായി ഞാൻ കാരക്കസ് വിട്ട ദിവസം ഇടിവെട്ടും മിന്നലും ശക്തമായ മഴയുമുണ്ടായി. ഈ കാലാവസ്ഥ കുറച്ചുദിവസം തുടർന്നാൽ ഉരുൾപൊട്ടലുണ്ടാവുമെന്നാണ് എന്റെ സുഹൃത്തുക്കൾ എന്നോട് പറഞ്ഞത്. കാരക്കസിലെ ഉരുൾപൊട്ടൽ മണ്ണും ചണ്ടിയും ഒഴുകിവരലല്ല. വീടുകളൊന്നാകെ തകർന്ന് അതിൽ താമസിക്കുന്നവരെയടക്കം വഹിച്ചുകൊണ്ട് ഒഴുകിപ്പോകലാണ്.

ദൗർഭാഗ്യകരമെന്ന് പറയട്ടെ കുന്നിൻചരുവുകളിൽ താമസിക്കുന്നവരെ തമസ്കരിക്കാനോ മറക്കാനോ കഴിയില്ല. വൈകിയ സമയത്തും അവർ എല്ലായിടത്തും ചുറ്റിക്കറങ്ങി നടക്കുന്നുണ്ടാവും. രാത്രി എട്ടു മണിക്ക് നിങ്ങൾ കാരക്കസിലൂടെ വണ്ടിയോടിച്ചുപോയാൽ നിങ്ങൾ വേശ്യകളെയും കൂട്ടിക്കൊടുപ്പുകാരെയും മയക്കുമരുന്നിനടിമപ്പെട്ടവരെയും അതു വിൽക്കുന്നവരെയുമൊക്കെ നിരവധി തെരുവുകളിൽ കാണാനാവും. ഷാവേസിനെ കുറ്റപ്പെടുത്തുന്നവർക്ക് ഇത് മാത്രമാണ് വെനസേലയുടെ യാഥാർഥ്യം. ചിലർ പറയുന്നത് വെനസ്വേലയിൽ കുറ്റകൃത്യങ്ങൾ വർധിക്കുന്നതിന്റെ കാരണം അയൽരാജ്യമായ കൊളമ്പിയയിലെ ആഭ്യന്തരകലാപവും മയക്കുമരുന്നു കള്ളക്കടത്തുമാണെന്നതാണ്.

കൗതുകകരമായ കാര്യം നഗരത്തിൽ താമസിക്കുന്ന ഷാവേസിന്റെ അനുയായികൾ – തൊഴിലാളികൾ, ട്രേഡ് യൂണിയൻ പ്രവർത്തകർ, തൊഴിൽ രഹിതരായവർപോലും – താമസിക്കുന്നത് നഗരങ്ങളിലെ കുറഞ്ഞ വരുമാനക്കാർ താമസിക്കുന്ന ഇടങ്ങളിലാണ്. ഷാവേസിന്റെ ക്ഷേമ നടപടികളുടെ നേരിട്ടുള്ള ഗുണഭോക്താക്കളാണിവർ. ഷാവേസിന്റെ കടുത്ത എതിരാളികൾ പോലും സമ്മതിക്കുന്ന കാര്യമാണ് കഴിഞ്ഞ 14 വർഷത്തിനിടയിൽ യഥാർഥ ദാരിദ്ര്യവും അസമത്വവും കാര്യമായ തോതിൽ കുറയുകയും വിദ്യാഭ്യാസ ആരോഗ്യരക്ഷാ നിലവാരം ഉയരുകയും ചെയ്തു എന്നത്. വാസ്തവത്തിൽ ഇതു സംബന്ധിച്ച് നിരവധി രേഖകൾ തന്നെ പ്രസിദ്ധീകരിക്കപ്പെട്ടിട്ടുണ്ട്. അദ്ദേഹത്തിന് ആറുവർഷക്കാലം ജീവിക്കാനുള്ള ഭാഗ്യമുണ്ടായിരുന്നെങ്കിൽ കൂടുതൽ ഗൗരവതരമായ വിഷയങ്ങൾക്ക് അദ്ദേഹം പരിഹാരം കാണുമായിരുന്നു. ഭവന സൗകര്യം, ജലവിതരണം തുടങ്ങി രാജ്യത്തിന്റെ വിവിധ ഭാഗങ്ങളിൽ താമസിക്കുന്ന പാവപ്പെട്ടവർ ഉന്നയിക്കുന്ന ഈ പ്രശ്നങ്ങളും പരിഹരിക്കപ്പെടുമായിരുന്നു. മരക്കായിബോയിൽ നിരവധി നല്ല ഭവനനിർമാണ പ്രവർത്തനങ്ങൾ നടന്നുവരുന്നത് ഞങ്ങൾ കണ്ടിരുന്നു, എന്നാൽ വലിയ നഗരങ്ങളിൽ ജലക്ഷാമം ഒരു വലിയ പ്രശ്നമായി ഇന്നും തുടരുകയാണ്.

ഷാവേസിന്റെ നയങ്ങൾ വേരുപിടിക്കുന്നു

ഊന്നിപ്പറയേണ്ട ഒരു കാര്യം 14 വർഷക്കാലത്തെ ക്രിയാത്മക വികസനത്തിനുശേഷം ഷാവേസിന്റെ നയങ്ങൾ അതിന്റെ സ്ഥാപകരോടൊപ്പം അപ്രത്യക്ഷമാകാൻ പോകുന്നില്ല എന്നതാണ്. കുറെക്കാലത്തെ പ്രവർത്തനശേഷം രാഷ്ട്രീയ പ്രയോഗങ്ങൾക്ക് സ്വന്തമായൊരു അസ്തിത്വമുണ്ടാവുകയും, ഈ ബൊളിവേറിയൻ പ്രയോഗങ്ങളെ പിന്തുണയ്ക്കുന്ന വൈസ് പ്രസിഡണ്ട് നിക്കോളാസ് മഡൂറൊയെയും അദ്ദേഹത്തിന്റെ സംഘത്തെയും പോലുള്ളവർ വരുന്ന തിരഞ്ഞെടുപ്പുകളിൽ രാഷ്ട്രീയശത്രുക്കൾക്കെതിരായി ശക്തവും ഫലപ്രദവുമായ പോരാട്ടം നടത്തുകയും ചെയ്യും.

ഞാൻ എന്റെ കൂടെ തിരിച്ചുകൊണ്ടുവന്ന വെനസ്വേലയുടെ മഹത്തായ പ്രതിരൂപം, അങ്ങനെ ഉറച്ചുനിന്നാൽ കരാക്കസിന്റെ ഉൾപ്രദേശങ്ങളിൽ തത്വചിന്തകരുടെയും എത്തിഗസികളുടെയും സെലാക് യോഗത്തെ ശ്രദ്ധിക്കുന്നത് അതായിരിക്കും. എൻറിക് ഡസ്സലിന്റെ ഗവൺമെന്റ് നയവും ഭരണവും സംബന്ധിച്ച നിർണായ ചോദ്യാവലിക്ക് ഉത്തരം പറയുന്നത് അതായിരിക്കും. അധികാരവികേന്ദ്രീകരണത്തെ തടസപ്പെടുത്തുകയോ വികസിപ്പിക്കുകയോ ചെയ്യുന്ന ഘടകങ്ങൾ എന്തെല്ലാമായിരിക്കും? ജനാധിപത്യ പ്രവർത്തനങ്ങളെ ശക്തിപ്പെടുത്താൻ അധികാരവികേന്ദ്രീകരണത്തിന് കഴിയുമോ? ഈ ഉൾക്കൊള്ളൽ പ്രക്രിയയാണ് 2012 അവസാനം മൂന്നാം വട്ടം വെനസ്വേലയുടെ പ്രസിഡണ്ടായി ഷാവേസിനെ തിരഞ്ഞെടുക്കുന്നതിനിടയാക്കിയത്.

എന്തൊക്കെയായാലും അത്തരം ജനാധിപത്യ പ്രക്രിയകൾ ശൂന്യതയിൽ നിന്ന് രൂപംകൊള്ളുകയില്ല. ഷാവേസിന്റെ വിമർശകർ – അവർ ധാരാളമുണ്ട് – ചൂണ്ടിക്കാണിക്കുന്നത് തുടർച്ചയായി നാലാം പ്രാവശ്യം അദ്ദേഹത്തെ പ്രസിഡന്റായി തിരഞ്ഞെടുത്തത് (നാലാംവട്ടം തിരഞ്ഞെടുക്കപ്പെട്ടതിനു ശേഷം അധികാരമേൽക്കാൻ അദ്ദേഹത്തിന് കഴിഞ്ഞില്ല) ഉദ്ദേശിച്ചിട്ടില്ലെങ്കിലും വെനസ്വേലയുടെ ഫെഡറൽ ഘടനയെ ദുർബലപ്പെടുത്തിയെന്നാണ്. 1999 ൽ തന്നെ പുതിയ ഭരണഘടനയ്ക്ക് 88 ശതമാനം ജനങ്ങളുടെ പിന്തുണ നേടിയെടുക്കാൻ ഷാവേസിന് കഴിഞ്ഞിരുന്നു. പ്രാപ്തരായ പത്തുശതമാനം വോട്ടർമാരുടെ ഒപ്പോടുകൂടി ആവശ്യപ്പെട്ടാൽ പ്രവർത്തനരഹിതമായ ഒരു ഗവൺമെന്റിനെ പുറന്തള്ളുന്നതിന് ജനകീയ റഫറണ്ടം വരുത്താവുന്നതാണെന്ന് ആ ഭരണഘടനയുടെ 71–ാം അനുഛേദം പറയുന്നു. രാജ്യത്ത് പങ്കാളിത്ത ജനാധിപത്യം സ്ഥാപിക്കുന്നതിന് അടിത്തറയിടുന്നതിനുള്ള ഷാവേസിന്റെ വ്യക്തമായ ഒരു ശ്രമമായിരുന്നു ഇത്.

പ്രസിഡന്റ് ഷാവേസ് അന്തരിച്ചു. അദ്ദേഹത്തിന്റെ ആശയങ്ങൾ മരിച്ചിട്ടില്ല. പല ബുദ്ധിജീവികളും ദുഃഖിക്കുന്നത് അവർക്ക് ഷാവേസിന്റെ ആശയലോകമുണ്ട്. എന്നാൽ ഷാവേസിനെപ്പോലൊരു നേതാവില്ല എന്നതാണ്. ഇന്ത്യൻ ബുദ്ധിജീവി വർഗത്തിൽ അത്തരമൊരു വേദനയനുഭവിക്കുന്നവർ എത്രവരും എന്നറിയില്ല.

(വിവർത്തനം: കെ എ വേണുഗോപാലൻ)

ബൊളിവേറിയൻ വിപ്ലവകാരി

പ്രകാശ് കാരാട്ട്

വിപ്ലവനേതാവും ലാറ്റിൻ അമേരിക്കയിലെ ഇടതുപക്ഷത്തിന്റെ പുതിയ തരംഗത്തിന്റെ പ്രതീകവുമായ ഹ്യൂഗോ ഷാവേസ് അന്തരിച്ചു. 2011 ജൂൺ മുതൽ അദ്ദേഹം കാൻസറുമായി പൊരുതുകയായിരുന്നു; ഒടുവിൽ ആ മാരകമായ രോഗം 58 വയസുകാരനായ ആ നേതാവിന്റെ ജീവൻ അപഹരിച്ചു. വെനസ്വേലയുടെ പ്രസിഡന്റായി തുടർച്ചയായി നാലാം തവണയും തിരഞ്ഞെടുക്കപ്പെട്ട് ആറുമാസം തികയുന്നതിനു മുൻപാണ് അദ്ദേഹം അന്തരിച്ചത്. വെനസ്വേലയിലെയും ലാറ്റിൻ അമേരിക്കയിലെ ഇതര ഭാഗങ്ങളിലെയും ജനതയെയാകെ നിശ്ചയമായും ലോകമാസകലമുള്ള ഇടതുപക്ഷ - പുരോഗമനജനവിഭാഗങ്ങളെയാകെ അദ്ദേഹത്തിന്റെ വിയോഗം ദുഃഖത്തിലാഴ്ത്തുകയുണ്ടായി.

അദ്ദേഹത്തെ ഏറ്റവുമധികം ആവശ്യമുള്ള സമയത്താണ് ഷാവേസിന്റെ മരണം സംഭവിച്ചത്. അദ്ദേഹം 55 ശതമാനം വോട്ട് നേടി വിജയിച്ച 2012 ഒക്ടോബറിലെ തിരഞ്ഞെടുപ്പിനെ തുടർന്ന് 2013 മുതൽ 2019 വരെ ആറുവർഷം കൂടി അദ്ദേഹത്തിന് അധികാരത്തിൽ തുടരാമായിരുന്നു. അദ്ദേഹം തുടക്കംകുറിച്ച വിപ്ലവ പ്രക്രിയയുടെ ദൃഢീകരണത്തിന് നിർണായകമായ കാലമാണത്; അദ്ദേഹം സുപ്രധാനമായ പങ്കുവഹിച്ച ലാറ്റിൻ അമേരിക്കയുടെ ഉദ്ഗ്രഥനപ്രക്രിയയുടെ പുരോഗതിയെ സംബന്ധിച്ചും നിർണായകമായ ഒരു കാലമാണത്, എന്നാൽ അതിന് അവസരമുണ്ടായില്ല.

പ്രസിഡന്റായിരുന്ന 14 വർഷത്തെ ഹ്യൂഗോ ഷാവസിന്റെ നേട്ടങ്ങൾ ശരിക്കും അനിതരസാധാരണമാണ്. അദ്ദേഹത്തിന്റെ നേട്ടങ്ങൾക്ക് രണ്ടു തരത്തിലുള്ള പ്രാധാന്യമുണ്ട്. ആഭ്യന്തരമായതാണ് ഒന്ന് അഥവാ വെനസ്വേലയുടെ സമ്പദ്ഘടനയിലും സമൂഹത്തിലും രാഷ്ട്രീയഘടനയിലും

അദ്ദേഹത്തിന്റെ സ്വാധീനം; രണ്ടാമത്തേത് വൈദേശികമായ മാനമാണ്. അഥവാ ലാറ്റിൻ അമേരിക്കയിലും പൊതുവിൽ സർവദേശീയ ബന്ധ ങ്ങളിലും അദ്ദേഹം ചെലുത്തിയ സ്വാധീനം.

നവഉദാരവൽക്കരണത്തിന് ബദൽ

വെനസ്വേലയിൽ നവലിബറൽ മാതൃകയ്ക്ക് ഒരു ബദൽ കെട്ടിപ്പടു ക്കാനാണ് ഷാവേസ് ശ്രമിച്ചത്. അദ്ദേഹത്തിനു കൈവരിക്കാനായ വിജയം അദ്ദേഹത്തെ ശക്തമായ ഒരു പ്രചോദനകേന്ദ്രമാക്കിമാറ്റി; ലാറ്റിൻ അമേരിക്കയിലെ ഇടതുപക്ഷത്തെയാകെ ആകർഷിച്ച ഒരു കാന്ത വുമാക്കിമാറ്റി. 1999 ൽ അധികാരമേറ്റ ശേഷം ഒരു പുതിയ ഭരണഘട നയ്ക്ക് രൂപംനൽകാനായിരുന്നു അദ്ദേഹം ആദ്യം ശ്രമിച്ചത് - ജന ങ്ങൾക്ക് ശരിക്കും അധികാരം പകർന്നു നൽകിയതായിരുന്നു ആ ഭര ണഘടന.

ലോകത്ത് ഏറ്റവും അധികം എണ്ണനിക്ഷേപമുള്ള രാജ്യമാണ് വെനസ്വേല. 2002 മുതൽ അദ്ദേഹത്തിനെതിരായ പട്ടാള അട്ടിമറി ജന മുന്നേറ്റത്താൽ തർക്കപ്പെട്ടതിനെ തുടർന്ന്, രാജ്യത്തെ എണ്ണനിക്ഷേപ ത്തിനു മേൽ ദേശീയ പരമാധികാരം ഉറപ്പാക്കുക എന്ന കടമയയായി രുന്നു ഷാവേസ് ഏറ്റെടുത്തത്. പി ഡി വി എസ് എ എന്ന കൂറ്റൻ എണ്ണക്കമ്പനിയെ അദ്ദേഹം സർക്കാർ നിയന്ത്രണത്തിലാക്കി; പാശ്ചാ ത്യഎണ്ണക്കമ്പനികളെ കർക്കശമായ വ്യവസ്ഥകൾ ഏർപ്പെടുത്തി വരു തിയിലാക്കി. എണ്ണ കയറ്റുമതിരാജ്യങ്ങൾ പരമ്പരാഗതമായി തുടർന്നു വന്നിരുന്ന പെട്രോഡോളർ അമേരിക്കയിലെയും മറ്റു പാശ്ചാത്യരാജ്യ ങ്ങളിലെയും ബാങ്കുകളിൽ നിക്ഷേപിക്കുന്ന രീതി അദ്ദേഹം ഉപേക്ഷിച്ചു. തുടർന്ന് വൈദ്യുതി, ടെലകോം വ്യവസായങ്ങൾ ദേശസാൽക്കരിച്ചു.

ഭൂപരിഷ്കരണം നടപ്പിലാക്കി; 30 ലക്ഷം ഹെക്ടർ ഭൂമി പതിനാ യിരക്കണക്കിന് കർഷകർക്കായി വിതരണം ചെയ്തു.

എണ്ണയിൽനിന്നുള്ള വരുമാനം ജനങ്ങളുടെ ക്ഷേമത്തിനായി ഉപ യോഗിക്കുക എന്നതായിരുന്നു ഷാവേസ് സ്വീകരിച്ച അടുത്ത നടപടി. ഒട്ടേറെ സാമൂഹികമ്മീഷനുകൾക്ക് രൂപം നൽകി.

ദക്ഷിണ അമേരിക്കയിലെ വിമോചനനായകരുടെ പേരിൽ അറിയ പ്പെടുന്ന മിഷൻ റോബിൻസൺ, മിഷൻസുക്രെ തുടങ്ങിയവ നിരക്ഷ രത നിർമാർജനംചെയ്യുന്നതിനും വിദ്യാഭ്യാസവും ആരോഗ്യപരിരക്ഷയും മെച്ചപ്പെടുത്തുന്നതിനും ജനങ്ങൾക്ക് ഭക്ഷണവും പാർപ്പിടസൗകര്യങ്ങളും പ്രദാനം ചെയ്യുന്നതിനും ലക്ഷ്യമാക്കിയ പരിപാടിയാണ്.

ഈ ജനാനുകൂല നയങ്ങളുടെ അനന്തരഫലങ്ങൾ ശ്രദ്ധേയമാണ്. ബൊളിവേറിയൻ റിപ്പബ്ലിക് ദാരിദ്ര്യം പകുതികണ്ട് കുറച്ചു; ദാരിദ്ര്യനി രക്ക് 1999 ൽ 42.8 ശതമാനമായിരുന്നത് 2011 ൽ 26.5 ശതമാനമായി കുറഞ്ഞു. ഇതേകാലഘട്ടത്തിൽ ദാരിദ്ര്യത്തിൽ 70 ശതമാനം കുറവു ണ്ടായി; 16.6 ശതമാനത്തിൽനിന്നും 7 ശതമാനമായി. നിരക്ഷരത നിർമാ

ജനം ചെയ്യപ്പെട്ടു; അധ്യാപകരുടെ എണ്ണം 65,000 ൽ നിന്ന് 3,50,000 ആയി വർധിച്ചു.

2004 ൽ ഞാൻ വെനസ്വേല സന്ദർശിച്ചപ്പോൾ, കാരക്കസിനു ചുറ്റുമുള്ള ചേരികളിൽ (ബാരിയോയൻ) ജീവിതം മാറി വരുന്നതെങ്ങനെയെന്ന് ഞാൻ കണ്ടു. പ്രാഥമികാരോഗ്യകേന്ദ്രങ്ങളുടെ ഒരു ശൃംഖലതന്നെയുണ്ട്. ഈ ക്ലിനിക്കുകളിൽ ജോലി ചെയ്യുന്നത് ക്യൂബൻ ഡോക്ടർമാരും ആരോഗ്യപ്രവർത്തകരുമാണ്; മികച്ച നിലയിലുള്ള ആരോഗ്യപരിചരണമാണ് അവർ നൽകുന്നത്.കുട്ടികൾക്കും ഗർഭിണികൾക്കും വൃദ്ധൻമാർക്കും അംഗവൈകല്യമുള്ളവർക്കും കടുത്ത ദാരിദ്ര്യം അനുഭവിക്കുന്നവർക്കും ആഴ്ചയിൽ ആറുദിവസം ഉച്ചഭക്ഷണം നൽകുന്ന ഒരു പരിപാടിയുമുണ്ട്.

ഐക്യരാഷ്ട്രവികസനപരിപാടി (യു എൻ ഡി പി)യുടെ അഭിപ്രായത്തിൽ 1990 കളിൽ ഏറ്റവും ഉയർന്ന വരുമാന അസമത്വം ഉണ്ടായിരുന്ന രാജ്യമായ വെനസ്വേല ഇപ്പോൾ ലാറ്റിൻ അമേരിക്കയിലെ അസമത്വം ഏറ്റവും കുറഞ്ഞ രാജ്യമായി മാറി (2011 ൽ ഗിനികോയെഫിഷന്റെ 0.39ആണ്).

ഈ പ്രമുഖ സാമൂഹ്യമാറ്റങ്ങളെല്ലാം കൈവരിക്കാനായത് ജനങ്ങൾക്ക് അധികാരം പകർന്ന് നൽകിക്കൊണ്ടാണ്. 35,000 കമ്യൂണിറ്റി കൗൺസിലുകളും തൃണമൂലതലത്തിലുള്ള ജനകീയ സംഘടനകളുടെ ശൃംഖലയും സൃഷ്ടിക്കുന്നതും ഉൾപ്പെടുന്നതാണ് ബൊളിവേറിയൻ വിപ്ലവപ്രക്രിയ. ഒരു പാർട്ടി സംഘടിപ്പിക്കേണ്ടതിന്റെ ആവശ്യവും ഷാവേസ് അംഗീകരിക്കുകയുണ്ടായി; ഫിഫ്ത് റിപ്പബ്ലിക്കിനായുള്ള പ്രസ്ഥാനത്തെ അദ്ദേഹം യുണൈറ്റസ് സോഷ്യലിസ്റ്റുപാർട്ടി (PSUR) ആക്കിമാറ്റി.

വൻകിടബിസിനസുകാരും ഭൂപ്രഭുക്കളും ബ്യൂറോക്രസിയുടെ മേൽത്തട്ടിലുള്ളവരും അടങ്ങുന്ന പ്രഭുവർഗത്തിൽനിന്നുമുള്ള നിരന്തരമായ ആക്രമണങ്ങളും കടുത്ത ശത്രുതയുമാണ് ഷാവേസും വിപ്ലവപ്രക്രിയയും നേരിടുന്നത്. പ്രഭുവർഗത്തിന് അമേരിക്കയുടെയും വിദേശമൂലധനത്തിന്റെയും പിന്തുണ ലഭിക്കുന്നുണ്ട്. ഷാവേസ് സൈന്യത്തെ തന്നോടൊപ്പം നിർത്തുകയും അതിനെ ഒരു ദേശീയ ജനകീയ ശക്തിയായി വാർത്തെടുക്കുകയും ചെയ്തതുകൊണ്ട് അവർക്ക് അദ്ദേഹത്തോട് കടുത്ത പകയും വിദ്വേഷവും ഉണ്ട്. അധ്വാനിക്കുന്ന ജനങ്ങളുടെയും സൈന്യത്തിന്റെയും പിന്തുണയോടെയാണ് വിപ്ലവപ്രക്രിയയെ അസ്ഥിരീകരിക്കാൻ അവർ തുടരെത്തുടരെ നടത്തിയ ഗൂഢാലോചനകളെല്ലാം ഷാവേസ് പരാജയപ്പെടുത്തിയത്.

വിദേശ ബന്ധങ്ങൾ

ക്യൂബയുമായി ഷാവേസ് വളരെ അടുത്തതും ശക്തവുമായ സഖ്യം കെട്ടിപ്പടുത്തു. അദ്ദേഹം ഫിദെൽ കാസ്ട്രോയുടെ വിപ്ലവതത്വശാ

സ്ത്രത്തെ പുണരുകയും അതിന്റെ വിജയകരമായ പ്രയോക്താവായി മാറുകയും ചെയ്തു. അദ്ദേഹം വെനസ്വേലയുടെ നായകനായത് ലാറ്റിൻ അമേരിക്കയിലെ ഇടതുപക്ഷമുന്നേറ്റത്തെ സഹായിച്ചു എന്നത് വളരെ വ്യക്തമാണ്. അദ്ദേഹം 1998 ൽ ആദ്യ വിജയംവരിച്ചതിനെ തുടർന്നാണ് ബ്രസീൽ, ബൊളീവിയ, ഇക്വഡോർ, ഉറുഗ്വേയ്, എൽസാൽവദോർ, ഹോണ്ടുറാസ്, നിക്കരാഗ്വെ തുടങ്ങിയ പല രാജ്യങ്ങളിലും ഇടതുപക്ഷം തിരഞ്ഞെടുപ്പ് വിജയം കൈവരിച്ചത്.

ലാറ്റിൻ അമേരിക്കൻ ഐക്യം

ദക്ഷിണ അമേരിക്കയെ സ്പാനിഷ് ഭരണത്തിൽനിന്നും മോചിപ്പിച്ച സൈമൺ ബൊളിവറിൽനിന്ന് പ്രചോദനവും ആവേശവും ഉൾക്കൊണ്ട് ഷാവേസ് ഒരു "ബൊളിവേറിയൻ കാഴ്ചപ്പാട്" മുന്നോട്ടുവെച്ചു – അതായത്, സാമ്രാജ്യത്വ ആധിപത്യത്തിൽനിന്നും സ്വതന്ത്രമായ ഒരു സംയുക്ത ലാറ്റിൻ അമേരിക്ക. നമ്മുടെ അമേരിക്കയിലെ ജനങ്ങളുടെ ബൊളിവേറിയൻ സഖ്യം (അൽബ – ALBA)രൂപീകരിക്കുന്നതിൽ അദ്ദേഹം മുഖ്യപങ്കുവഹിച്ചു – എട്ട് രാജ്യങ്ങളാണ് ആ സഖ്യത്തിലുള്ളത് (ഈ സഖ്യം രൂപീകരിക്കുന്നതിന് മുൻകൈയെടുത്ത മുഖ്യരാജ്യങ്ങൾ വെനസ്വേലയും ക്യൂബയും ബൊളീവിയയുമാണ്). അൽബയെ തുടർന്ന് ദക്ഷിണ അമേരിക്കൻ രാഷ്ട്രങ്ങളുടെ യൂണിയനും (ഉനാസൂർ – UNASUR) ഒടുവിൽ ലാറ്റിൻ അമേരിക്കൻ – കരീബിയൻ രാഷ്ട്രക്കൂട്ടായ്മയും (സെലാക് – CELAC) രൂപീകരിച്ചു. ഈ ദിശയിൽ ഷാവേസിന്റെ അവസാനത്തെ മുഖ്യനടപടിയായിരുന്നു 2011 ഡിസംബറിൽ കാരക്കസിൽ വെച്ച് സെലാക്കിന്റെ രൂപീകരണം (ഈ മേഖലാവേദികളെല്ലാം തന്നെ അമേരിക്കയെയും കാനഡയെയും ഒഴിവാക്കിക്കൊണ്ടുള്ളതാണ് എന്നതാണ് പ്രത്യേകം ശ്രദ്ധിക്കേണ്ടത്). ബാങ്ക് ഓഫ് സൗത്തും ടെലിസൂർ എന്ന ടെലിവിഷൻ സ്റ്റേഷനും സുക്രെ എന്ന തനത് നാണയവുമെല്ലാം സ്ഥാപിക്കപ്പെട്ടത് മേഖലാതല സഹകരണത്തിന്റെ ഉൽപ്പന്നങ്ങൾ എന്ന നിലയിലാണ്. ആ മേഖലയിലെ ഹെയ്തിയെപോലുള്ള ദരിദ്രരാജ്യങ്ങൾക്ക് ആകർഷകമായ സാമ്പത്തിക വ്യവസ്ഥകളിൽ എണ്ണ ലഭ്യമാക്കുന്നതിന് ഷാവേസ് പെട്രോകരീബിന് രൂപംനൽകി.

സർവോപരി ഷാവേസ് ക്യൂബയുമായി സഖ്യം സ്ഥാപിച്ചത് സോവിയറ്റ് യൂണിയന്റെ പതനത്തെ തുടർന്നുള്ള പ്രയാസകരമായ കാലഘട്ടത്തെ അതിജീവിക്കുന്നതിന് ക്യൂബയ്ക്ക് വളരെയേറെ സഹായകമായി. ഫെബ്രുവരി 17ന് ഏറ്റവും അവസാനം ഷാവേസ് ക്യൂബയിൽനിന്ന് മടങ്ങിപ്പോയപ്പോൾ വെനസ്വേലയിൽ വച്ച് അദ്ദേഹം അന്തരിക്കുന്നതിന് മുമ്പ് ഫിദൽ കാസ്ട്രോ ഷാവേസിന് എഴുതിയ കത്തിൽ ഇങ്ങനെ രേഖപ്പെടുത്തി;

> സോഷ്യലിസ്റ്റ് ചേരി തകരുകയും സോവിയറ്റ് യൂണിയൻ ശിഥിലമാവുകയും ചെയ്ത ഘട്ടത്തിൽ സാമ്രാജ്യത്വം മൂർച്ചയേറിയ

കത്തികൊണ്ട് ക്യൂബൻ വിപ്ലവത്തെ ചോരയിൽ മുക്കിക്കൊല്ലാൻ ശ്രമിച്ചപ്പോൾ വിഭജിതമായിനിന്ന അമേരിക്കൻ ഭൂഖണ്ഡത്തിലെ താരതമ്യേന ചെറിയ രാജ്യമായ വെനസ്വേലയ്ക്ക് സാമ്രാജ്യത്വത്തിന്റെ ആ നീക്കത്തെ തടയാൻ സാധിച്ചു.

വിപ്ലവകാഴ്ചപ്പാട്

അത്തരത്തിലായിരുന്നുഷാവേസിന്റെ വിപ്ലവപരമായ സാർവദേശീയ കാഴ്ചപ്പാട്. സാമ്രാജ്യത്വ അധീശാധിപത്യത്തെ എങ്ങനെ ചെറുക്കാം എന്നതും മൂന്നാം ലോകരാജ്യങ്ങൾക്ക് സ്വതന്ത്രമായി വികസിക്കാൻ കഴിയത്തക്കവിധം അവയുടെ പരമാധികാരം എങ്ങനെ സംരക്ഷിക്കാം എന്നതുമായിരുന്നു അദ്ദേഹത്തിന്റെ വിദേശനയത്തിന് മാർഗദർശനം നൽകിയ കേന്ദ്രബിന്ദു.

21–ാം നൂറ്റാണ്ടിനെ ഒരു പുതിയ ദിശയിലൂടെ നയിക്കാൻ ഹ്യൂഗോ ഷാവേസ് ചെയ്തിടത്തോളം ലോകത്തിലെ മറ്റൊരു നേതാവും ചെയ്തിട്ടില്ല.

2004 ഡിസംബറിൽ കാരക്കസിൽ വച്ച് ഞാൻ ഹ്യൂഗോ ഷാവേസിനെ സന്ദർശിച്ചു. ഏകദേശം ഒരുമണിക്കൂർ നീണ്ട ആ കൂടിക്കാഴ്ചയിൽ ദക്ഷിണരാജ്യങ്ങൾ തമ്മിലുള്ള സഹകരണത്തെക്കുറിച്ചുള്ള അദ്ദേഹത്തിന്റെ കാഴ്ചപ്പാടും ചേരിചേരാപ്രസ്ഥാനത്തെ എങ്ങനെ പുനരുജ്ജീവിപ്പിക്കണമെന്നും അദ്ദേഹം വ്യക്തമാക്കുകയുണ്ടായി; സോഷ്യലിസത്തെ സംബന്ധിച്ച് അദ്ദേഹത്തിന്റെ മനസിലുള്ള ആശയങ്ങളെ കുറിച്ചും അദ്ദേഹം സംസാരിക്കുകയുണ്ടായി. 2005 ൽ ഇന്ത്യ സന്ദർശിക്കാനുള്ള തീരുമാനത്തെകുറിച്ച് ചർച്ചചെയ്ത അദ്ദേഹം അപ്പോൾ കൊൽക്കത്ത സന്ദർശിക്കുന്നതിന് അതീവ താൽപ്പര്യം പ്രകടിപ്പിക്കുകയും ചെയ്തു.

ഷാവേസ് 2005 മാർച്ചിൽ ഇന്ത്യ സന്ദർശിച്ചു. അദ്ദേഹം അപ്പോൾ കൊൽക്കത്തയിലേക്കും പോയി. ജനങ്ങളിൽനിന്ന് വളരെ വലിയൊരു സ്വീകരണമാണ് അവിടെ അദ്ദേഹത്തിന് ലഭിച്ചത്. വിമാനത്താവളം മുതൽ പൊതുസ്വീകരണവേദിയായ സ്റ്റേഡിയംവരെയുള്ള വഴിയിലുട നീളം ജനങ്ങൾ തിങ്ങിനിറഞ്ഞുനിന്നു. ഇത് ഷാവേസിനെ വളരെയേറെ ആവേശഭരിതനാക്കി. അദ്ദേഹം മാധ്യമങ്ങളോട് പറഞ്ഞത് വെനസ്വേലയ്ക്ക് പുറത്ത്, ബ്രസീലിലെ പോർട്ടോ അലേഗ്രെയിലൊഴികെ ഒരിടത്തു ജനങ്ങളിൽനിന്ന് ഇത്ര വലിയൊരു പ്രതികരണം തനിക്ക് ലഭിച്ചിട്ടില്ല എന്നതാണ്.

വെനസ്വേലയിലെ ഇടതുപക്ഷ ജനകീയശക്തികൾ ഹ്യൂഗോ ഷാവേസ് വെട്ടിത്തെളിച്ച പാതയിലൂടെ മുന്നോട്ടുപോകാൻ ദൃഢനിശ്ചയമെടുത്തിരിക്കുകയാണ്. ഷാവേസിന്റെ അഭാവം അവസാനദിനങ്ങളിൽ അവർക്ക് വലിയ വെല്ലുവിളികൾ ഉയർത്തുന്നുണ്ട്. തന്റെ അനുപമമായ

ഗുണങ്ങൾകൊണ്ട് ഷാവേസ് കൂട്ടിയുറപ്പിച്ച ഇടതുപക്ഷ പുരോഗമന ശക്തികളുടെ വിശാലമായ ഐക്യം അവർ നിലനിർത്തേണ്ടതുണ്ട്.

ബൊളിവേറിയൻ വിപ്ലവത്തിന്റെ അടിസ്ഥാനശിലയായ സിവിൽ – മിലിട്ടറി സഖ്യം തുടരേണ്ടതുണ്ട്. ഷാവേസിന്റെ ആശയങ്ങളെയും നയങ്ങളെയും മാറ്റിമറിക്കാൻ അമേരിക്കയും വലതുപക്ഷശക്തികളും നടത്തുന്ന നീക്കങ്ങളെ ചെറുത്തു തോൽപ്പിക്കണം. മുന്നിലുള്ള ദിനങ്ങൾ പരീക്ഷണങ്ങൾ നിറഞ്ഞതാണ്. "ഷാവേസ് ജീവിക്കുന്നു പോരാട്ടം തുടരുന്നു" എന്ന് ഉച്ചത്തിൽ പ്രഖ്യാപിച്ച ലക്ഷക്കണക്കായ ആളുകൾ ഷാവേസിന്റെ കാഴ്ചപ്പാടിനെ സജീവമായി നിലനിർത്തുകതന്നെചെയ്യും.

(വിവർത്തനം: ജി വിജയകുമാർ)

ഷാവേസ് നീണാൾ വാഴട്ടെ!

വിജയ് പ്രസാദ്

പെട്രോൾ വിലകൾ ഏകപക്ഷീയമായി കുത്തനെ വർധിപ്പിച്ച തിനെതിരെ പ്രതിഷേധം പ്രകടിപ്പിച്ചുകൊണ്ട് 1989 ഫെബ്രുവരി 27 ന് കാരക്കസിന് ചുറ്റുമുള്ള ചേരികളിലെ ജനങ്ങൾ തെരുവുകളിലേക്കിറങ്ങി. നഗരം സർക്കാരിന് നഷ്ടപ്പെട്ടു; ആ സർക്കാറിന്റെ ധനമന്ത്രി ഐ എം എഫ് ഹെഡ്ക്വാർട്ടേഴ്സുമായി സദാ ഹോട്ട്ലൈനിൽ ബന്ധപ്പെട്ടുകൊ ണ്ടിരിക്കെ സാധാരണജനങ്ങൾ രോഷംകൊണ്ട് പൊട്ടിത്തെറിച്ചു. ലോ കത്തിൽ ഏറ്റവുമധികം പെട്രോളിയം നിക്ഷേപമുള്ള രാജ്യങ്ങളിൽ ഒന്നിൽ പെട്രോൾ സബ്സിഡി ഇല്ലാതാക്കുന്നത് ജനങ്ങളുടെ യുക്തിക്ക് നിരക്കുന്നതായിരുന്നില്ല. രാജ്യത്തെ ജനങ്ങളുടെ ആവശ്യങ്ങൾ പരിഗ ണിക്കുന്നതിലുപരി ദേശീയ കടബാധ്യതയുടെ പലിശകൊടുക്കുക എന്ന കടമയിൽ തളച്ചിടപ്പെട്ടതായിരുന്നു ആ രാജ്യത്തിന്റെ ബജറ്റുകൾ: കാർലോസ് ആൻഡ്രേസ് പെരസിന്റെ സർക്കാർ ജനരോഷത്തിനോട് പ്രതി കരിച്ചത് സവിശേഷമായ കിരാത നടപടികൾ കൊണ്ടാണ്: ജനങ്ങൾക്ക് ഭരണഘടന ഉറപ്പുനൽകുന്ന നിർണായകമായ അവകാശങ്ങൾ സസ്പെൻസ് ചെയ്യുകയും സൈനികനടപടി ആരംഭിക്കുകയും ചെയ്ത തിനെ തുടർന്ന് ആ കലാപത്തിൽ പങ്കെടുത്ത മൂവായിരത്തിലേറെ ആളു കൾ കൊല്ലപ്പെട്ടതായാണ് കണക്കാക്കപ്പെടുന്നത്. പ്രതിഷേധപ്രകടന ത്തിൽ പങ്കെടുത്ത അതേ ഗ്രാമീണ പശ്ചാത്തലത്തിലും ചേരികളിലു മുള്ള പട്ടാളക്കാർ തന്നെ സ്വന്തം ജനങ്ങളെ വെടിവച്ചു കൊല്ലാൻ നിർബ ന്ധിതരാക്കപ്പെട്ടു.

പ്രസിഡന്റിന്റെ മിറാഫ്ളോറെസ് കൊട്ടാരത്തിലെ പ്രസിഡൻഷ്യൻ ഗാർഡിന്റെ ചുമതലക്കാരനായിരുന്ന ആൾ, ഹ്യൂഗോ ഷാവേസ് (1954–2013) എൽ കാരക്കസോ എന്നറിപ്പെടുന്ന (സക്കുസോൺ –

രാജ്യത്തെ ഞെട്ടിച്ച ദിവസം എന്നും അറിയപ്പെടുന്നുണ്ട്) ആ പ്രക്ഷോഭം നടക്കുന്ന സന്ദർഭത്തിൽ രോഗബാധിതനായി ആശുപത്രിയിലായിരുന്നു. തീയും പുകയുമൊക്കെ ഒടുങ്ങിയശേഷം അദ്ദേഹം മടങ്ങിയെത്തി. തങ്ങളുടെ സ്വന്തം ആളുകളെ വെടിവെച്ചുകൊല്ലാനുള്ള ഉത്തരവിൽ തങ്ങളുടെ മനസുമടുത്തിരിക്കുന്നതായി അദ്ദേഹത്തിന്റെ പട്ടാളക്കാർ അദ്ദേഹത്തോട് പറയുകയുണ്ടായി. ഇനിയൊരിക്കലും തങ്ങൾ അതിന് തയാറാവില്ലെന്നും അവർ ഷാവേസിനോട് പറഞ്ഞു.

മിക്കവാറും പട്ടാളക്കാരെയെല്ലാം പോലെത്തന്നെ ഷാവേസും വെനസ്വേലയിലെ ഇലാനോസ് എന്നറിയപ്പെടുന്ന സമതലപ്രദേശത്തെ ദാരിദ്ര്യം നിറഞ്ഞ നാട്ടിൻപുറത്തുനിന്നാണ് വന്നത്. സ്കൂൾ അധ്യാപകരായിരുന്നു അദ്ദേഹത്തിന്റെ മാതാപിതാക്കൾ. തങ്ങളുടെ ഏഴുമക്കളിൽ രണ്ടുപേരെ അവർ മുത്തശ്ശിയോടൊപ്പം (റോസ) കഴിയാൻ വിട്ടു. റോസയുടെ കത്തോലിക്കമതവിശ്വാസവും ദാരിദ്ര്യവും ആ രണ്ട് ആൺകുട്ടികളുടെയും – ആദാനുഹ്യൂഗോയും – ജീവിതത്തിൽ മായാത്ത മുദ്രപതിപ്പിച്ചു. മൂത്തയാൾ ഒരു ഭൗതികശാസ്ത്രജ്ഞനായി മാറി; അയാൾ പാർട്ടിഡൊ റവല്യൂഷണാറിയൊ വെനസ്വേലാനൊ (പി ആർ വി) യുടെ ഭാഗമായ ഗറില്ലാ പ്രസ്ഥാനത്തിലും ചേർന്നു. പി ആർ വിയുടെ നേതാവ് ഡഗ്ലസ് ബ്രാവൊ ചെ ഗുവേരയുടെ സമരതന്ത്രം വെനസ്വേലയിൽ പകർത്താൻ നോക്കുകയായിരുന്നു. രണ്ടാമൻ, ഹ്യൂഗോ തന്റെ മറ്റു ബാല്യകാലസുഹൃത്തുകളെപോലെ തന്നെ സൈന്യത്തിൽ ചേർന്നു. ആ സമതലപ്രദേശത്തുനിന്ന് പുറത്തുകടക്കാൻ വളരെക്കുറച്ച് വഴികളേ ഉണ്ടായിരുന്നുള്ളു. യുവാക്കളെ സംബന്ധിച്ചിടത്തോളം സൈന്യത്തിൽ ചേരുന്നതായിരുന്നു പ്രധാനമാർഗം. സൈന്യത്തിലെ ദേശീയതയിലൂന്നിയ പാഠ്യപദ്ധതിയിൽ ചേർന്നതും പെറുവിലെ ഇടതുപക്ഷസൈനിക ഭരണാധികാരി ഹുവാൻ വെലാസ്കൊ അൽവറാസൊയെയും പനാമയിലെ ഇടതുപക്ഷസൈനിക ഭരണാധികാരി ഒമാർ തോറിഹോസിനെയും കണ്ടുമുട്ടാൻ അവസരം ലഭിച്ചതും ഷാവേസിന് ഗുണകരമായി. ഗറില്ലകൾക്കെതിരായി സൈന്യം നടത്തിയ രൂക്ഷമായ കലാപവിരുദ്ധ അടിച്ചമർത്തൽ നടപടികളുടെ അനുഭവം ഷാവേസിനെ ബദലുകൾക്കായുള്ള അന്വേഷണത്തിലേക്ക് നയിച്ചു. സൈന്യത്തിനുള്ളിൽ രഹസ്യമായി പ്രവർത്തിക്കുന്ന സംഘടന എന്ന നിലയിൽ അദ്ദേഹം ബൊളിവേറിയൻ വിപ്ലവപ്രസ്ഥാനത്തിന് രൂപംനൽകി. 1980 കളുടെ തുടക്കത്തിൽ ഷാവേസ് ബ്രാവൊയെ കണ്ടുമുട്ടി. ബ്രാവൊ പിൽക്കാലത്ത് ഇങ്ങനെ സ്മരിക്കുന്നു:

> ഉടൻ ഒരു കലാപം ഉണ്ടാകുമെന്ന പ്രതീക്ഷയിലായിരുന്നില്ല ഞങ്ങൾ. ആ കാര്യത്തെക്കുറിച്ച് ഞങ്ങൾക്ക് സംശയമേ ഉണ്ടായിരുന്നില്ല. രാജ്യത്ത് ശ്രദ്ധേയമായ എന്തെങ്കിലും രാഷ്ട്രീയ സംഭവവികാസം ഉണ്ടാകുന്നില്ലെങ്കിൽ – 'ബഹുജനങ്ങളിൽ പ്രതീക്ഷ

അർപ്പിക്കുക എന്ന ആശയം' – ഒന്നും സംഭവിക്കാനിടയില്ല എന്ന കാര്യത്തിൽ ഞങ്ങൾ യോജിച്ചു; സൈന്യത്തിനുള്ളിൽ – അട്ടിമറിയെകുറിച്ച് ഗൂഢാലോചന നടത്തുന്നവർ സൈന്യത്തിന്റെ ചുക്കാൻ പിടിക്കാൻ വേണ്ടത്ര സീനിയർമാരാണെങ്കിലും സ്ഥിതി വ്യത്യസ്തമല്ല.

കാരക്കസോയ്ക്കുശേഷം കേണൽ ഷാവേസ് സൈന്യത്തിനുള്ളിലെ തന്റെ ഇടതുപക്ഷ ഗൂഢാലോചനാസംഘത്തിന്റെ പ്രവർത്തനം തീവ്രമാക്കി ഓപ്പറേഷൻ സമോ എന്ന 1999 ലെ അട്ടിമറി പരാജയപ്പെട്ടു; ഷാവേസ് അറസ്റ്റുചെയ്യപ്പെട്ടു. അട്ടിമറി അവസാനിപ്പിക്കുന്നതിന് ടെലിവിഷനിൽ ജനങ്ങളെ അഭിസംബോധനചെയ്യാൻ അവസരം വേണമെന്ന് ഷാവേസ് ആവശ്യപ്പെട്ടു. അദ്ദേഹത്തെ ടെലിവിഷൻ സെറ്റിനടുത്തേക്ക് പോകാൻ അനുവദിച്ചത് അവർക്ക് പറ്റിയ പിശകായിരുന്നു. രണ്ടുകാര്യങ്ങളാണ് ഷാവേസ് പറഞ്ഞത്. ഒന്നാമതായി അട്ടിമറിയുടെ വ്യക്തിപരമായ ഉത്തരവാദിത്വം അദ്ദേഹം സ്വയം ഏറ്റെടുത്തു; ഇത് വെനസ്വലൻ രാഷ്ട്രീയത്തിൽ അതിനുമുൻപൊരിക്കലും കേട്ടുകേൾവിപോലുമായിരുന്നില്ല. ("ബൊളിവേറിയൻ സൈനിക കലാപത്തിന് ഞാൻ മാത്രമാണ് ഉത്തരവാദി). രണ്ടാമതായി തൽക്കാലത്തേക്ക് കലാപം നിർത്തിവച്ചിരിക്കുന്നതായി അദ്ദേഹം പ്രഖ്യാപിച്ചു. അട്ടിമറിയുടെ പരാജയത്തിന്റെ സ്വഭാവം ഷാവേസിന്റെയും സഹപ്രവർത്തകരുടെയും ഔന്നത്യം വർധിപ്പിച്ചു. യേർ തടവറയിലെ രണ്ടുവർഷക്കാലംകൊണ്ട് തന്റെ അഭിഭാഷകസംഘത്തെ ഉപയോഗിച്ച് (ഷാവേസിന്റെ പിൻഗാമി നിക്കൊളാസ് മധുറൊയുടെ ഭാര്യ സിലിയ ഫ്ളോറസ് ആ സംഘത്തിന് നേതൃത്വം നൽകിയിരുന്നു.) ഒരു സിവിലിയൻ പ്രസ്ഥാനം കെട്ടിപ്പടുക്കാൻ ഷാവേസ് കരുനീക്കം നടത്തി.

കമ്യൂണിസ്റ്റുകാർ, സോഷ്യൽ ഡെമോക്രാറ്റുകൾ, ഗറില്ലകൾ തുടങ്ങിയ സംഘടിത ഇടതുപക്ഷമായും ബസ്ഡ്രൈവർ യൂണിയൻ നേതാവ് ലൂയി മികിലേന (കാരക്കസോവിന്റെ ഊർജത്തെ ആധാരമാക്കി പാട്രിയോട്ടിക് ഫ്രണ്ടിന് രൂപംനൽകിയത് അദ്ദേഹമായിരുന്നു) യെപ്പോലുള്ള തൊഴിലാളിവർഗ നേതാക്കന്മാരുമായും ഷാവേസ് ബന്ധംസ്ഥാപിച്ചു. തന്റെ രാജ്യത്തിന്റെ വിപ്ലവപൈതൃകം അദ്ദേഹം സ്വായത്തമാക്കി; സൈമൺ ബൊളിവർ, സൈമൺ റോഡ്രിഗ്വസ്, എസകിയേൽ സമോറ എന്നീ 19–ാം നൂറ്റാണ്ടിലെ മൂന്ന് കലാപകാരികളായിരുന്നു അദ്ദേഹത്തിന്റെ സ്വപ്നങ്ങൾക്ക് തീ പകർന്നത്. തന്റെ പ്രത്യയശാസ്ത്രത്തിന്റെ മൂന്ന് മുഖ്യഅംശങ്ങൾ ഷാവേസ് സ്വീകരിച്ചത് സമോറയിൽ നിന്നായിരുന്നു; (1) പ്രഭുക്കന്മാരോട് വെറുപ്പ് (2) പൊതുതിരഞ്ഞെടുപ്പ് (3) ഭൂമിയും സ്വതന്ത്രരായ ആളുകളും. ഷാവേസിന്റെയും അദ്ദേഹത്തിന്റെ കൂട്ടുകാരുടെയും രാഷ്ട്രീയവേദിയായ ബൊളിവേറിയൻ വിപ്ലവപ്രസ്ഥാനം (എം ബി ആർ – 200) ഈ തത്വങ്ങളാണ് അവതരിപ്പിച്ചത്.

തിരഞ്ഞെടുപ്പ് വിജയം

1994 ൽ ജയിൽമോചിതനായതിനുശേഷം വെനസ്വേലയിലെ രണ്ടു പ്രമുഖ ഇടതുപക്ഷ രാഷ്ട്രീയസംഘടനകളായ സോഷ്യലിസത്തിനായുള്ള പ്രസ്ഥാനത്തിന്റെയും (MAS) ലാകാസആറിന്റെയും പിന്തുണനേടിയെടുക്കാൻ ഷാവേസിനും എം ബി ആർ 200നും കഴിഞ്ഞു. 1998 ലെ തിരഞ്ഞെടുപ്പ് സമാഗതമായി;അതിൽ മത്സരിക്കാൻ ഷാവേസ് താൽപ്പര്യം പ്രകടിപ്പിച്ചു. മൂവ്മെന്റോ ക്വിന്റാ റിപ്പബ്ലിക്ക (എം വി ആർ–അഞ്ചാം റിപ്പബ്ലിക്കൻ പ്രസ്ഥാനം) എന്ന ഒരു പുതിയ സംഘടനയിൽ ഈ ഗ്രൂപ്പുകൾ ലയിച്ചുചേർന്നു. തിരഞ്ഞെടുപ്പ് അടുത്തതോടുകൂടി എല്ലാവിധ പുരോഗമനഗ്രൂപ്പുകളും പാർട്ടികളും ഷാവേസിനോടൊപ്പംചേർന്നു; അങ്ങനെ പോളൊ പാട്രിയോട്ടികൊ–പാട്രിയോട്ടിക് പോൾ – എന്ന മുന്നണി രൂപംകൊണ്ടു. ഷാവേസിന്റെ പക്ഷത്തിന് 56.20 ശതമാനം വോട്ടുലഭിച്ചു; അങ്ങനെ ഷാവേസ് ആദ്യമായി മിറാഫ്ളോറെസ് കൊട്ടാരത്തിൽ എത്തി. മൂന്ന് തവണ തുടർച്ചയായി അദ്ദേഹം അധികാരത്തിലിരുന്നു. (2012 ഒക്ടോബറിൽ 4–ാം തവണയും അദ്ദേഹം തിരഞ്ഞെടുക്കപ്പെട്ടു; പക്ഷേ ഒരിക്കൽക്കൂടി ഭരണത്തിന്റെ ചുക്കാൻപിടിക്കാനാവാതെ അദ്ദേഹം അന്തരിച്ചു).

വെനസ്വേലയുടെ രാഷ്ട്രീയാധികാരത്തെ കുത്തകവൽക്കരിക്കുക മാത്രമല്ല (രണ്ട് പ്രമുഖപാർട്ടികളിൽ മാത്രമായി രാഷ്ട്രീയാധികാരത്തിനായുള്ള മത്സരത്തെ പരിമിതപ്പെടുത്തുന്ന പുന്റോ ഫുജിസ്മോയിലൂടെ അതിനെ സ്ഥാപനവൽക്കരിക്കുകയും ചെയ്തു) ആ രാജ്യത്തിന്റെ എണ്ണ സമ്പദ്ഘടനയുടെ ഫലങ്ങളാകെ ഊറ്റിയെടുക്കുകയും ചെയ്തിരുന്ന ഭരണവർഗത്തിന് ഷാവേസിന്റെ വിജയം കനത്ത അടിയാണേൽപ്പിച്ചത്. അമേരിക്കൻ ദാസ്യം ആ ഭരണവർഗത്തിന്റെ സ്വഭാവമായി മാറിയിരുന്നു; അതുകൊണ്ടാണ് തിരഞ്ഞെടുപ്പുകളിൽ ഷാവേസ് തുടർച്ചയായി വിജയംവരിക്കാൻ തുടങ്ങിയപ്പോൾ ആ വർഗം ഇപ്പോൾ വാഷിങ്ടണിലേക്കു തിരിഞ്ഞിരിക്കുന്നത്. ഷാവേസിനോടും ബൊളിവേറിയൻ പ്രസ്ഥാനത്തോടും സദാ പൊരുതിനിൽക്കുകയാണവർ. 2002ലെ പരാജയപ്പെട്ട അട്ടിമറിയും അതിന്റെ ഭാഗമായിരുന്നു. ഷാവേസിനെ മുഖ്യശത്രുവായാണ് വാഷിങ്ടൺ കണ്ടത്; ജോർജ്ജ്ബുഷ് അധികാരത്തിലെത്തിയപ്പോൾ ബൊളിവേറിയൻ വിപ്ലവത്തിനുനേരെ ആക്രമണം കേന്ദ്രീകരിച്ച് ലാറ്റിൻ അമേരിക്കയിൽ തിരഞ്ഞെടുപ്പിലൂടെ പരിവർത്തനം കൊണ്ടുവന്ന പിങ്ക്തരംഗത്തിന് വഴിതുറന്നത് ഷാവേസിന്റെ വിജയമായിരുന്നു. സൈനിക സ്വേച്ഛാധിപത്യങ്ങളിൽനിന്നും നവലിബറൽ ദുഷ്പ്രഭുത്വങ്ങളിൽ നിന്നും മാറി ആ ഭൂഖണ്ഡത്തിൽ ഇടതുപക്ഷ നേതാക്കന്മാർ തുടരെത്തുടരെ തിരഞ്ഞെടുക്കപ്പെടാൻ തുടങ്ങിയത്, അവരെല്ലാം ഷാവേസിൽ നിന്നാണ് പ്രചോദനം ഉൾക്കൊണ്ടത്. അതേസമയം അദ്ദേഹമാകട്ടെ ക്യൂബയിലെ ഫിദൽ കാസ്ട്രോയുടെ മാതൃകയിൽനിന്നാണ് ആവേശം ഉൾക്കൊണ്ടത്. ഷാവേസിനെ മുഖ്യശത്രുവായി അമേരിക്കൻ

സർക്കാർ കണ്ടതിൽ അത്ഭുതമേയില്ല. 2007 ജൂണിൽ അമേരിക്കയുടെ വിദേശകാര്യവകുപ്പിലെ പശ്ചിമാർധഗോളകാര്യങ്ങൾക്കായുള്ള ഡെപ്യൂട്ടി അസിസ്റ്റന്റ് സെക്രട്ടറി ക്രെയ്ഗ് കെല്ലി സി ഐ എക്കും പെന്റഗണും വിദേശകാര്യവകുപ്പിനും ഒരു രഹസ്യമെമ്മോറാണ്ടം എഴുതുകയുണ്ടായി. ഷാവേസിന്റെ "സ്വാധീനം" കുറയ്ക്കാനും "ആ മേഖലയിൽ അമേരിക്കൻ മേധാവിത്വം പുനഃസ്ഥാപിക്കുന്നതിനുമുള്ള" മാർഗങ്ങൾ അതിൽ വിവരിച്ചിരുന്നു. ആ മേഖലയിലെ അമേരിക്കൻ അധീശാധിപത്യത്തിന് ഷാവേസ് എത്രത്തോളം അപകടകരമാണെന്നും അദ്ദേഹത്തിനെതിരെ അമേരിക്കയും വെനസ്വേലയിലെ അതിന്റെ കൂട്ടാളികളും ഏതറ്റംവരെയും പോകാൻ തയാറാകുമെന്നും ഉള്ളതിന്റെ വ്യക്തമായ സൂചന നൽകുന്ന അശുഭകരമായ വാക്കുകളായിരുന്നു അവ.

ബൊളിവേറിയൻ പ്രസ്ഥാനം

ഷാവേസിന്റെ ബൊളിവേറിയൻ പ്രസ്ഥാനം രാജ്യത്ത് നാലുതരത്തിലുള്ള അടിസ്ഥാന പരിഷ്കരണങ്ങൾ നടപ്പിലാക്കി.

(1) *ഭരണഘടനാപരം*: 1999 ൽ ഷാവേസ് അധികാരമേറ്റെടുത്തത്, "ജീർണാവസ്ഥയിലായ ഭരണഘടന" എന്നദ്ദേഹം വിശേഷിപ്പിച്ചതിനെ ആധാരമാക്കി സത്യപ്രതിജ്ഞചെയ്താണ്. പഴയ പ്രഭുവർഗം അവരുടെ സങ്കൽപ്പാനുസരണം എഴുതിയതായിരുന്നു ആ ഭരണഘടന. തന്റെ പുതിയ മണ്ഡലമായ തൊഴിലാളികളും കർഷകരും ആഫ്രോ വെനസ്വേലൻ വിഭാഗവും അമേരിക്യകാരും ഉൾപ്പെടുന്ന മഹാഭൂരിപക്ഷം വരുന്ന വെനസ്വേലൻ ജനസാമാന്യത്തിന്റെ മൂല്യങ്ങളെ നന്നായി പ്രതിഫലിപ്പിക്കുന്ന ഒരു പുതിയ ഭരണഘടനയ്ക്ക് രൂപംനൽകുന്നതിന് ഒരു ഹിതപരിശോധന നടത്തിക്കൊണ്ട് അദ്ദേഹം ഒരു ഭരണഘടനാപ്രക്രിയക്ക് തുടക്കം കുറിച്ചു. അമ്പരപ്പിക്കും വിധം ജനങ്ങളിൽ 88 ശതമാനംപേരും പുതിയ ഭരണഘടനയ്ക്കായി വോട്ടുചെയ്തു. 1811 നും 1961 നും ഇടയ്ക്ക് വെനസ്വേലയിൽ 26 ഭരണഘടനകൾ നിലവിൽ വന്നിരുന്നു. എണ്ണപ്രഭുക്കന്മാരുടെ 1961 ലെ ഭരണഘടനയാണ് ഏറ്റവും കാലം നിലനിന്നത് – 1999 വരെ. പുതിയ ഭരണഘടനാനിർമാണസമിതിയിൽ ഷാവേസ് അതിന് മുന്നിലുള്ള കടമയെക്കുറിച്ച് ഓർമിപ്പിച്ചു:

> പൗരാണികവും ആധുനികവുമായ എല്ലാ സ്വേച്ഛാധിപത്യവാഴ്ചകളിൽ നിന്നും ഉരുത്തിരിഞ്ഞുവന്ന വിനാശകരമായ അവശേഷിപ്പാണ് നമ്മുടെ നിലവിലുള്ള നിയമങ്ങൾ. ഈ വിലക്ഷണമായ അവശിഷ്ടത്തെ പൊളിച്ചടുക്കുമെന്ന് നാം ഉറപ്പുവരുത്തണം; അവയുടെ നാശാവശിഷ്ടങ്ങളെയാകെ ഉപേക്ഷിച്ച് നീതിയുടെ ദേവാലയം കെട്ടിപ്പടുക്കാൻ എങ്കിൽ മാത്രമേ നമുക്ക് കഴിയൂ. അതിന്റെ വിശുദ്ധമായ ഉൾവിളികളിൽനിന്നും ഊർജം ഉൾക്കൊണ്ട് ഒരു പുതിയ വെനസ്വേലൻ നിയമവ്യവസ്ഥയ്ക്ക് നാം രൂപംനൽകണം.

പുതിയ ഭരണഘടന പുരോഗമനപരമായ മൂല്യങ്ങൾ ഉയർത്തിപ്പിടിക്കുന്നതാണ് – സ്ത്രീകളുടെ അവകാശങ്ങൾ, മനുഷ്യാവകാശങ്ങൾ, ആരോഗ്യാവകാശങ്ങൾ, വിദ്യാഭ്യാസാവകാശങ്ങൾ, തൊഴിൽ അവകാശങ്ങൾ ("ആത്മാഭിമാനത്തോടെ ജീവിക്കുന്നതിനും തന്റെയും തന്റെ കുടുംബത്തിന്റെയും അടിസ്ഥാനപരമായ ഭൗതികവും സാമൂഹികവും ധൈഷണികവുമായ ആവശ്യങ്ങൾ നിറവേറ്റുന്നതിന് ആവശ്യമായത്ര വേതനം ലഭിക്കേണ്ടത് ഓരോ തൊഴിലാളിയുടെയും അവകാശമാണ്"), തദ്ദേശീയരുടെ അവകാശങ്ങൾ, പാരിസ്ഥിതികാവകാശങ്ങൾ, സർവോപരി എതിരാഭിപ്രായം പറയാനുള്ള പൗരാവകാശം ("മനുഷ്യാവകാശങ്ങൾക്ക് ക്ഷതമേൽക്കുന്നതോ ജനാധിപത്യപരമായ ഉറപ്പുകൾക്കും മൂല്യങ്ങൾക്കും വിരുദ്ധമായതോ ആയ ഏത് ഭരണത്തെയും നിയമത്തെയും നിരാകരിക്കാൻ വെനസ്വേലയിലെ ജനങ്ങൾക്ക് അവകാശമുണ്ട്.")

(2) *എണ്ണസമ്പത്തിനു മേലുള്ള നിയന്ത്രണം*: എണ്ണസമ്പത്തിനു മേൽ സർക്കാർ നിയന്ത്രണം ഏർപ്പെടുത്താതെ പുതിയ സാമൂഹ്യ അജണ്ട നടപ്പാക്കാനാവില്ല. 1950 കളിലെ വെനസ്വേലയുടെ ദീർഘദർശിയായ എണ്ണമന്ത്രിയും പെട്രോളിയം കയറ്റുമതിചെയ്യുന്ന രാജ്യങ്ങളുടെ സംഘടന (OPEC)യുടെ മുഖ്യ ശിൽപ്പിയുമായ പെരെസ് അൽഫോൺസൊ എണ്ണയെ വിശേഷിപ്പിച്ചത് 'ചെകുത്താന്റെ വിസർജ്യം' എന്നാണ്; വരുമാനം ഉണ്ടാക്കുമെന്ന ആകർഷണീയത ഉള്ളപ്പോൾതന്നെ വലിയ തോതിലുള്ള അസമത്വം സൃഷ്ടിച്ച കൊഴുത്ത ചളിക്കെട്ടാണത് എന്നാണ്. ഷാവേസിന്റെ സർക്കാർ എണ്ണക്കമ്പനി ദേശസാൽക്കരിച്ചു: വരുമാന വിഹിതം വർധിപ്പിക്കുന്നതിന് കരാറുകൾ പുതുക്കി(2001ലെ ഹൈഡ്രോകാർബൺ നിയമപ്രകാരം); തടസം സൃഷ്ടിച്ചിരുന്ന മേൽത്തട്ടിലുള്ള അഴിമതി നിറഞ്ഞ ഉദ്യോഗസ്ഥസംവിധാനത്തെ നീക്കം ചെയ്തു. ബഹുരാഷ്ട്ര എണ്ണക്കമ്പനികളിൽനിന്നും റോയൽറ്റിയുടെ വലിയൊരു ശതമാനം സ്വരൂപിക്കാൻ ഖജനാവിനു കഴിഞ്ഞു. എണ്ണമേഖലയിലെ തൊഴിലാളികൾക്കും അവരുടെ സമൂഹങ്ങൾക്കും മറ്റു പ്രോജക്ടുകൾക്കും (ക്യൂബയെ പോലെയുള്ള സുഹൃദ്‌രാജ്യങ്ങൾക്കും അമേരിക്കയിലെയും പശ്ചിമ യൂറോപ്പിലെയും ദരിദ്രവിഭാഗങ്ങൾക്കും വിപണിവിലയെക്കാൾ താഴ്ത്തി എണ്ണനൽകുന്നതിനുൾപ്പെടെ) ആവശ്യമായ ധനസമാഹരണത്തിന് എണ്ണക്കമ്പനി സ്വന്തമായി സമൂഹ്യവികസനനിധി (ഫോൺഡെസ്പോ Fondespa)യ്ക്ക് രൂപംനൽകി.

(3) *ജനങ്ങളുടെ സാമൂഹ്യക്ഷേമം*: സാമൂഹ്യമേഖലയിലെ ചെലവഴിക്കലിൽ 61 ശതമാനത്തിന്റെ (77,200 കോടിഡോളർ) വർധനവ് വരുത്താൻ ഷാവേസ് സർക്കാരിന് കഴിഞ്ഞത് എണ്ണപ്പണം മൂലമാണ്. എന്നാൽ, ഈ പണം വ്യക്തിഗതമായ കൈമാറ്റങ്ങളായല്ല ചെലവഴിക്കപ്പെട്ടത്. ജനതയുടെ സാമൂഹ്യജീവിതം മെച്ചപ്പെടുത്തുന്നതിന് അതീവ ശ്രദ്ധാപൂർവം ഈ പണം വിനിയോഗിക്കുകയാണ്. ഷാവേസ് സർക്കാർ നിരവധി മിഷനുകൾക്ക് രൂപംനൽകി – 1999 ലെ ഭരണഘടന ഉറപ്പാ

ക്കിയ അവകാശങ്ങൾക്ക് പുറമെയാണിത്. ഉദാഹരണത്തിന്, 2003 ൽ ആളുകളെ സൗജന്യമായി സാക്ഷരരാക്കുന്നതിനും അവർക്ക് ഉന്നതവിദ്യാഭ്യാസം നൽകുന്നതിനും. വരുമാനം കുറഞ്ഞ മേഖലകളിലേക്ക് വിദ്യാഭ്യാസപ്രവർത്തകരെ അയക്കുന്നതിന് മൂന്ന് മിഷനുകൾക്ക് (റോബിൻസൺ, റിബാസ്, സക്രെ) സർക്കാർ രൂപംനൽകി. മിഷൻ സമോറ ഭൂപരിഷ്കരണത്തിന്റെ ദൗത്യം ഏറ്റെടുത്തു; മിഷൻ വ്യൽത്തഅൽ കാംപോ നഗരങ്ങളിലെ ചേരികളിൽനിന്ന് നാട്ടിൻപുറങ്ങളിലേക്ക് മടങ്ങാൻ ആളുകളെ പ്രേരിപ്പിക്കുന്നതിനുള്ളതാണ്. ഇരക്കുമതിചെയ്യപ്പെടുന്ന വളരെയേറെ സംസ്കരിക്കപ്പെട്ട ഭക്ഷണസാധനങ്ങൾ ഉപയോഗിക്കുന്ന ദുശ്ശീലത്തിൽനിന്ന് ആളുകളെ അകറ്റാനായി ചുരുങ്ങിയവിലയ്ക്ക് ഗുണമേന്മയുള്ള ഭക്ഷണസാധനങ്ങൾ ലഭ്യമാക്കുന്നതിനായുള്ളതാണ് മിഷൻ മെർക്കൽ. അതേ സമയം മിഷൻ ബാരിയോ അദേന്ത്രോയാകട്ടെ ദരിദ്രർക്കും തൊഴിലാളിവർഗത്തിനും കുറഞ്ഞ ചെലവിൽ ഗുണനിലവാരമുള്ള ആരോഗ്യപരിരക്ഷ പ്രദാനം ചെയ്യുന്നു.

ഈ മിഷനുകളുടെ പ്രവർത്തനത്തിലൂടെയാണ്, വെനസ്വേലയിലെ ജനങ്ങൾ ദാരിദ്ര്യനിരക്ക് 1999ലേതിൽനിന്ന് ഇപ്പോൾ 37.6 ശതമാനം കുറഞ്ഞതിന് സാക്ഷ്യംവഹിച്ചത്(കടുത്ത ദാരിദ്ര്യത്തിലുണ്ടായ കുറവ് അത്ഭുതകരമാണ്). 1999 ൽ 16.6 ശതമാനമായിരുന്നത് 2011 ൽ 7 ശതമാനമായി കുറഞ്ഞു – 57.8 ശതമാനത്തിന്റെ കുറവ്. (മിഷനുകൾ സ്വാധീനം ചെലുത്താൻ തുടങ്ങിയ 2004 മുതലുള്ള കണക്കെടുക്കുകയാണെങ്കിൽ 70ശതമാനത്തിന്റെ കുറവാണുണ്ടായത്). 1999നു മുൻപ് ഏറ്റവും രൂക്ഷമായ അസമത്വം നിലനിന്നിരുന്ന സാമൂഹ്യവ്യവസ്ഥയുള്ള രാജ്യങ്ങളിൽ ഒന്നായിരുന്ന വെനസ്വേല. ഇപ്പോൾ അസമത്വം ഏറ്റവും കുറഞ്ഞ സമൂഹങ്ങളിൽ ഒന്നാണ്; ഗിനികോയെഫിഷന്റിൽ 54 ശതമാനത്തിന്റെ കുറവുണ്ടായി. ഇത് സൂചിപ്പിക്കുന്നത് ഈ അടിസ്ഥാനസാമൂഹ്യനയങ്ങൾ നിത്യജീവിതത്തിൽ സ്വാധീനം ചെലുത്തുന്നതായാണ്.

(4) മേഖലാ വാദം: തന്റെ രാഷ്ട്രീയജീവിതത്തിന്റെ തുടക്കംമുതൽ ദക്ഷിണഅമേരിക്കയുടെ ദുരിതങ്ങൾക്ക് മേഖലാടിസ്ഥാനത്തിലുള്ള പരിഹാരത്തിന്റെ പ്രാധാന്യത്തെക്കുറിച്ച് ഷാവേസ് തിരിച്ചറിഞ്ഞിരുന്നു. ഇതുകൊണ്ടാണ് അദ്ദേഹത്തിന്റെ മുഖ്യ ആരാധനാപാത്രം ബൊളിവർ ആയത്; സ്പെയിനിൽ നിന്ന് ആ ഭൂഖണ്ഡത്തെ മോചിപ്പിക്കാൻ സഹായിച്ചത്; സ്പെയിനിൽ നിന്ന് ആ ഭൂഖണ്ഡത്തെ മോചിപ്പിക്കാൻ സഹായിച്ചത് ബൊളിവറിന്റെ സൈനികമായ കരുത്തായിരുന്നു (വിമോചകൻ എന്നാണ് ഇദ്ദേഹം അറിയപ്പെടുന്നത്). ആ മേഖലയിലെ പുത്തൻ ഇടതുപക്ഷതരംഗവുമായി സഖ്യം കെട്ടിപ്പടുക്കുന്നതിനായി ഷാവേസ് നീങ്ങി; അതോടൊപ്പം തന്നെ വ്യക്തമായിക്കഴിഞ്ഞ പുതിയ യാഥാർഥ്യങ്ങൾ അംഗീകരിക്കാൻ അമേരിക്കൻ ശിങ്കടികൾക്കുമേൽ സമ്മർദം ചെലുത്തുകയും ചെയ്തു. അമേരിക്കയെ ഒരരികിലേക്ക് തള്ളിനീക്കിക്കൊണ്ടുള്ള മേഖലയിലെ രാഷ്ട്രീയമാണ് പുതിയ യാഥാർഥ്യം.

അമേരിക്ക മുന്നോട്ടുവെച്ച നവലിബറൽ അമേരിക്കൻ ഭൂഖണ്ഡങ്ങളിലെ സ്വതന്ത്രവ്യാപാരമേഖല (2005)യെ തുരങ്കംവയ്ക്കാനുള്ള നീക്കത്തിന് ഷാവേസ് നേതൃത്വംനൽകി; അതിന്റെ സ്ഥാനത്ത് നമ്മുടെ അമേരിക്കയിലെ ജനങ്ങൾക്കായുള്ള ബൊളിവേറിയൻസഖ്യത്തിന്റെ (അൽബ–ALBA) പ്രവർത്തനത്തിന്റെ ഗതിവേഗം വർധിപ്പിച്ചു; വെനസ്വേലയുടെ പെട്രോനയതന്ത്രത്തിന്മേലാണ് കെട്ടിപ്പടുത്തത് (പെട്രോകരീബിലൂടെയും പെട്രോസൂറിലൂടെയും); വെനസ്വേലയും ക്യൂബയും തമ്മിലുള്ള വ്യാപാരസഖ്യം ശക്തിപ്പെടുത്തി (2004). ബാങ്കോസൂറിലൂടെയും സുക്രെ എന്ന പൊതുനാണയത്തിലൂടെയും നാണയപരമായി കണ്ണിചേർക്കുന്നതിനുള്ള നീക്കം അതിനെ തുടർന്നുണ്ടായി. മേഖലാതല ടെലിവിഷൻ ചാനലിലൂടെയും(ടെലിസൂർ) അർധഗോളത്തിലുടനീളമുള്ള വിനിമയത്തിലൂടെയും ഒരു സാംസ്കാരിക അജണ്ടയ്ക്കായുള്ള നീക്കവും ഷാവേസ് ഭരണം നടത്തി; സാമ്പത്തിക ക്രമീകരണങ്ങളുടെ മാനുഷികമുഖമെന്നനിലയിൽ ജനങ്ങൾ തമ്മിൽ ഉറ്റബന്ധം കെട്ടിപ്പടുക്കലാണ് അതിന്റെ ലക്ഷ്യം.

2010 ഓടുകൂടി ആ അർധഗോളത്തിന്റെ ഐക്യം ലാറ്റിൻഅമേരിക്കൻ–കരീബിയൻ രാഷ്ട്രങ്ങളുടെ കൂട്ടായ്മയുടെ (സെലാക് –CELAC)രൂപീകരണത്തിൽ കലാശിച്ചു. അതാകട്ടെ അമേരിക്കൻ രാഷ്ട്രങ്ങളുടെ സംഘടന (ഒ എ എസ്)യിൽനിന്ന് (1948) വ്യത്യസ്തമായി അമേരിക്ക (യു എസ് എ) അംഗമാക്കപ്പെടാത്ത ഒന്നാണ്: അൽബയും സലാക്കും ആ മേഖലയിലെ അമേരിക്കൻ മേധാവിത്വത്തിന്റെ അന്ത്യം കുറിച്ചു; ഷാവേസിന്റെ ബൊളിവേറിയൻ അജണ്ടയുടെ അനന്തരഫലമാണ്. ആ മേഖലയിലെ മുഖ്യ അമേരിക്കൻ ശിങ്കിടിയായ കൊളബിയക്കുപോലും സെലാക്കിൽ ചേരേണ്ടതായിവന്നു; ഇത് അമേരിക്കക്ക് ഏറെ വൈക്ലബ്യം ഉണ്ടാക്കിയ നടപടിയാണ്.

മറ്റേതൊരു മനുഷ്യനേയുംപോലെ ഷാവേസും നിരവധി ന്യൂനതകളുടേതായ പൈതൃകം അവശേഷിപ്പിച്ചാണ് കടന്നുപോയത്. അദ്ദേഹത്തിന് സ്വേച്ഛാധിപത്യപ്രവണതയുണ്ടെന്ന് പലപ്പോഴും ആരോപിക്കപ്പെടാറുണ്ട്. ജനങ്ങൾക്കെതിരെ സ്വത്തിന്റെ സ്വേച്ഛാധിപത്യം തലമുറകളായി ഊട്ടിവളർത്തിയിരുന്ന അതേ ഭരണവർഗവും അവർക്ക് പിന്തുണ നൽകുന്ന വാഷിങ്ടണുമാണ് ഈ ആരോപണം പ്രധാനമായും ഉന്നയിക്കുന്നത്. എന്നാൽ 1990 കളിൽ പരിപാലിക്കപ്പെട്ട രാഷ്ട്രീയ പരിസരം ഷാവേസിനെ പുതിയ ചലനാത്മകതയുടെ നേതാവെന്ന നിലയിൽ മുന്നോട്ട് അവതരിപ്പിക്കുകയാണുണ്ടായത്. അദ്ദേഹത്തിന്റെ അളവറ്റ ആകർഷണീയതയും മണ്ണിന്റെ മണമുള്ള വശ്യതയും പഴയ ഭരണവർഗങ്ങളോടുള്ള ഒരു മറയുമില്ലാത്ത വെറുപ്പും സാധാരണ ജനങ്ങൾക്കിടയിൽ അദ്ദേഹത്തെ സ്വീകാര്യനാക്കി–അദ്ദേഹത്തോടുള്ള അവരുടെ ആരാധന പലപ്പോഴും വെനസ്വേലയുടെ തെരുവുകളിൽ പ്രകടമായി കണ്ടതാണ്; അദ്ദേഹത്തിനെതിരായ 2002 ലെ പരാജയപ്പെട്ട അട്ടിമറിയുടെ

ഘട്ടത്തിലും പല തിരഞ്ഞെടുപ്പു കാമ്പെയ്നുകളിലും അദ്ദേഹത്തിന്റെ മരണാനന്തരവും അതാണുണ്ടായത്. അദ്ദേഹത്തിന്റെ പിൻഗാമിയായ മഡുറൊയെ സംബന്ധിച്ചിടത്തോളവും ബൊളിവേറിയൻ പ്രസ്ഥാന ത്തിനു തന്നെയും വലിയ വെല്ലുവിളികളാണ് നേരിടാനുള്ളത്. എല്ലാ സൂചനകളും വ്യക്തമാക്കുന്നത്, ഷാവേസിന്റെ അസാന്നിധ്യത്തിലും ഷാവേസ്മോ തുടരാൻ രാഷ്ട്രീയ ഇടം തയാറായിക്കഴിഞ്ഞതായാണ്. അദ്ദേഹം ഇല്ലെങ്കിലും കുഴപ്പമില്ലെന്ന് വെനസ്വേലയ്ക്ക് തെളിയിക്കാൻ ആകുമെങ്കിൽ അതായിരിക്കും ഷാവേസിന് നൽകാനുള്ള അനുയോജ്യ മായ സ്മാരകം. വെനസ്വേലയിൽ അവർ ഇങ്ങനെ പാടും;

“അന്ന് അങ്ങ് അങ്ങയുടെ പാത പിന്തുടർന്നപോലെ
ഞങ്ങൾ ഇനിയും
അതേ പാതയിലൂടെ മുന്നേറും”

കാർലോസ്പ്യുബ (1965)

(വിവർത്തനം: ജി വിജയകുമാർ)

ഷാവിസ്മോ – വർത്തമാനത്തിന്, ചരിത്രത്തിന്, വരുംകാലത്തിന്

വെങ്കിടേഷ് രാമകൃഷ്ണൻ

ഒരു വിശ്വാസവും പ്രത്യയശാസ്ത്രവുമെന്ന നിലയിൽ ഷാവിസ്മോ ഇവിടെ നിലനിൽക്കുമെന്ന കാര്യത്തിൽ ഒരു സംശയവുമില്ല. ഹ്യൂഗോ ഷാവേസിന്റെ ഭൗതികാവശിഷ്ടങ്ങൾ മൺമറഞ്ഞ ശേഷവും നിലനിൽക്കുന്ന ഗ്യാരണ്ടിയാണത്. അതിന്റെ പ്രതിനിധികൾ അധികാരത്തിൽ ഉണ്ടെങ്കിലും ഇല്ലെങ്കിലും അതൊരു മുഖ്യസ്വാധീനമായി നിലനിൽക്കും– വെനസ്വേലയിലും ലാറ്റിനമേരിക്കയിലും മാത്രമല്ല, അടിച്ചമർത്തലിന്റെയും ചൂഷണത്തിന്റെയും കങ്കാണിമാരിൽനിന്നും വിശപ്പിലും ഇല്ലായ്മയിൽനിന്നും ആശ്വാസം തേടുന്ന പാവങ്ങളുള്ള വികസ്വര രാജ്യങ്ങളിൽ മുഴുവനും.

ഔദ്യോഗിക ബഹുമതികളോടെ ഷാവേസ് അന്ത്യാഞ്ജലികൾ ഏറ്റുവാങ്ങിക്കിടക്കുന്ന സമയത്ത് വെനസ്വേലയിലെ പ്രമുഖ ഇടതുപക്ഷ രാഷ്ട്രീയ വിശകലന വിദഗ്ധനായ നിക്മെർ എവാൻസ് ഇങ്ങനെയാണ് അദ്ദേഹത്തെപ്പറ്റി പറഞ്ഞത്. അദ്ദേഹത്തിന്റെ നിരീക്ഷണത്തിന്റെ സാധുതയ്ക്ക് അടിവരയിടുന്ന രംഗങ്ങളായിരുന്നു വെനസ്വേലയുടെ തെരുവോരങ്ങളിലും ഗ്രാമാന്തരങ്ങളിലും മറ്റുപല ലാറ്റിനമേരിക്കൻ രാജ്യങ്ങളിലും ഇതേ സമയത്ത് കണ്ടത്. ഹ്യൂഗോ ഷാവേസിന്റെ മരണം കഴിഞ്ഞ് മണിക്കൂറുകൾക്കുള്ളിൽ ഇവിടങ്ങളിലെല്ലാം വീടുകളിലും റോഡരികുകളിലും താൽക്കാലിക അൾത്താരകൾ ഉയർന്നു. പരേതനായ പ്രസിഡന്റിന്റെ ചിത്രങ്ങളും അദ്ദേഹത്തിനായുള്ള മെഴുകുതിരികളും നിവേദ്യങ്ങളും അവയിലെല്ലാമുണ്ടായിരുന്നു. ശവപ്പെട്ടിക്കരികെ ഉണ്ടായിരുന്ന പൊട്ടിക്കരയുന്ന അനുയായികൾ സ്വാതന്ത്ര്യസമരനായകൻ സൈമൺ

ബൊളിവറിനോടും യേശുക്രിസ്തുവിനോടുമായിരുന്നു അദ്ദേഹത്തെ ഉപമിച്ചത്.

ഈ സ്നേഹപ്രവാഹവും ഷാവേസിനെ ഐതിഹ്യവൽക്കരിക്കലും അമിതോക്തിയായി വിമർശകർക്ക് തോന്നിയിരിക്കാം. പക്ഷേ, അദ്ദേഹത്തിന്റെ പ്രവർത്തനരീതിയും പാവങ്ങളോടുള്ള സ്നേഹവും ആരാധിച്ച കോടിക്കണക്കായ ആരാധകർക്കുള്ള വികാരങ്ങൾ അതിനേക്കാൾ ആഴമുള്ളതായിരുന്നു. ലാറ്റിനമേരിക്കൻ നിലവാരം വെച്ച് ഷാവിസം എന്നത് ഇരുപതും ഇരുപത്തിഒന്നും നൂറ്റാണ്ടുകൾ നീളുന്ന കാലത്തെ നാലാമത്തെ പ്രത്യയശാസ്ത്ര ധാരകളിലൊന്നായിട്ടാണ് കാണേണ്ടത്. ഈ ധാരകളെ പെരോണിസ്മോ, സ്പാടിസ്മോ, കാസ്ട്രയിസ്മോ, ഷാവിസ്മോ എന്നിങ്ങനെയാണ് വിളിക്കപ്പെടുന്നത്. അർജന്റീനിയൻ നേതാക്കളായ ഹുവാൻ, ഇവപെറോണുകൾ, മെക്സിക്കൻ വിപ്ലവകാരി എമിലിയാമോ സപാട, ക്യൂബൻ വിപ്ലവകാരി ഫിദൽ കാസ്ട്രോ, ഹ്യൂഗോ ഷാവേസ് എന്നിവരോടനുബന്ധിച്ചാണ് ഈ പേരുകൾ. ഈ ഓരോ പ്രത്യയശാസ്ത്രത്തിനും അവയോടു ബന്ധപ്പെട്ട പ്രസ്ഥാനങ്ങൾക്കും ലാറ്റിനമേരിക്കൻ പശ്ചാത്തലത്തിൽ ഉയർച്ചകളും താഴ്ചകളുമുണ്ടായിട്ടുണ്ട്. അവയെല്ലാം ഐതിഹാസികമായ എതിർപ്പുകളെ അതിജീവിച്ചു. യുണൈറ്റഡ് സ്റ്റേറ്റ്സ് ഓഫ് അമേരിക്കയുടെ കുത്സിത ശ്രമങ്ങളുടെയെല്ലാം മുന്നിൽ കാസ്ട്രോയിസ്മോയും ഷാവിസ്മോയും നടത്തിയ അതിജീവനം വേറൊരു ഇതിഹാസം തന്നെയാണ്. മറ്റു പ്രത്യയശാസ്ത്ര ധാരകളെ അപേക്ഷിച്ച്, ഷാവിസ്മോയുടെ പുരോഗതി കുറേക്കൂടി കേമമാണ്. കാരണം, അത് ജനസംഖ്യയിൽ വലിയൊരു വിഭാഗത്തിന് താരതമ്യേന നല്ല ജീവിതസാഹചര്യങ്ങളും ഒരുക്കിക്കൊടുത്തു. ലോകത്തിലെ വലിയ എണ്ണശേഖരങ്ങളിലൊന്നും 2.9 കോടി ജനങ്ങളുമുള്ള ദക്ഷിണ അമേരിക്കൻ രാജ്യത്ത് ഷാവിസ്മോയ്ക്ക് വളരെ സുരക്ഷിതമായ പിടിപാടുണ്ടായിരുന്നു എന്നാണ് ഇതിനെ വേറൊരു രീതിയിൽ പറയേണ്ടത്. ഈ അതിജീവനം അമേരിക്കയ്ക്കും അതിന്റെ സാമ്രാജ്യത്വവികസന ദൗത്യങ്ങളിലേർപ്പെട്ട ശിങ്കിടികൾക്കും പ്രത്യക്ഷമായ വെല്ലുവിളിയായിരുന്നു. ചൂഷണാത്മകവും കളവുനിറഞ്ഞതുമായ യു എസിന്റെ രാഷ്ട്രീയക്കളികളാണ് ഭൂഗോളമൊട്ടാകെ, പ്രത്യകിച്ചും വികസ്വര ലോകത്തിലെ അധ്വാനവർഗത്തിന്റെ ദുരിതവും കഷ്ടപ്പാടുകളും വർധിപ്പിച്ചതെന്ന് ഷാവേസ് ഉറച്ചു വിശ്വസിച്ചു. ഈ വിശ്വാസം പ്രകടിപ്പിക്കുമ്പോൾ അദ്ദേഹം വാക്കുകൾക്ക് ഒരു പഞ്ഞവും കാണിച്ചില്ല. ഇതുകൊണ്ട് തന്നെയാണ് ഒരു യു എൻ സമ്മേളനത്തിൽ വെച്ച് മുൻ യു എസ് പ്രസിഡന്റ് ജോർജ് ബുഷിനെ അൽപ്പം നാടകീയമായി അദ്ദേഹം ചെകുത്താൻ എന്നു വിളിച്ചത്. അദ്ദേഹത്തിലും കുറഞ്ഞവർക്ക് ഇത് കഴിയില്ലായിരുന്നു. അതായിരുന്നു ഷാവേസ്. എല്ലാ വേദികളിലും അദ്ദേഹം മനസിലുള്ളത് തുറന്നു പറഞ്ഞു. തന്റെ രാജ്യത്തിനും ജനങ്ങൾക്കും വേണ്ടി അദ്ദേഹം ഉറച്ചു നിന്നു.

വെനസ്വേലയിൽനിന്നുള്ള ഈ കരുത്തന് തന്റെ രാഷ്ട്രീയ, സാമൂഹിക ചിന്താധാര ഇങ്ങനെ ഫലപ്രദമായ രീതിയിൽ ഉയർത്തിപ്പിടിക്കാൻ

കഴിഞ്ഞു എന്നുള്ളതു തന്നെ ഒരു ഇതിഹാസമാണ്. വ്യക്തിത്വ വിശേഷങ്ങൾ, നിസ്തുലമായ രാഷ്ട്രീയതത്വശാസ്ത്രങ്ങളുടെ രൂപീകരണം, സവിശേഷമായ സോഷ്യൽ എഞ്ചിനീയറിങ്ങിന്റെ സൃഷ്ടി, കൗശലപൂർണമായ സംഘടനാ പ്രവർത്തനം എന്നിവയാണ് ഇത് പ്രതിഫലിപ്പിച്ചത്. കരുത്തുള്ള ശാരീരികശേഷിയും ആളുകളെ പിടിച്ചിരുത്തുന്ന പ്രഭാഷണ വൈഭവവുമാണ് വ്യക്തിത്വ വിശേഷങ്ങൾ. ആ മനുഷ്യന് ഏത് കഷ്ടപ്പാടുള്ള സ്ഥലത്തും ചെന്നെത്താനും അവിടെയെത്തിയാൽ മണിക്കൂറുകൾ നീളുന്ന പ്രസംഗങ്ങൾ നടത്താനും കഴിയുമായിരുന്നു. ചെറുപ്പത്തിൽ അദ്ദേഹം ഒരു സകലകലാവല്ലഭൻ തന്നെയായിരുന്നു – ഒരു ലോക്കൽ ബേസ്ബോൾ ടീമിൽ കളിച്ചു, പ്രാദേശിക പത്രത്തിൽ പംക്തിയെഴുതി, ബിംഗോ ഗെയ്മുകൾ സംഘടിപ്പിച്ചു, സൗന്ദര്യമത്സരങ്ങളിൽ ജഡ്ജിയായി.

വിപ്ലവാത്മകമായ ബൊളീവറിസം, പങ്കാളിത്ത ജനാധിപത്യം, 21–ാം നൂറ്റാണ്ടിലെ സോഷ്യലിസം എന്നിവ രൂപപ്പെടുത്തിയതിൽ അദ്ദേഹത്തിന്റെ നിസ്തുലമായ സാമൂഹിക ദർശനങ്ങൾ പ്രതിഫലിക്കുന്നുണ്ട്. ഈ സങ്കൽപ്പങ്ങൾ ജനാധിപത്യത്തെയും സോഷ്യലിസത്തെയും പറ്റിയുള്ള പരമ്പരാഗത ചിന്തകളിൽനിന്നും മുന്നോട്ടുപോയി. ഷാവേസിന്റെ ബൊളീവറിസത്തിന്റെ മുഖ്യഘടകങ്ങൾ വിദ്യാഭ്യാസത്തിന് ഊന്നൽ നൽകൽ, സിവിലിയൻ–മിലിട്ടറി ഐക്യം രൂപപ്പെടുത്തൽ, ലാറ്റിനമേരിക്കൻ ഉദ്ഗ്രഥനം, സാമൂഹികനീതി, ദേശീയ പരമാധികാരം എന്നിവയായിരുന്നു. മുൻ സോവിയറ്റ് യൂണിയനിലും ചൈനയിലും നടപ്പിലാക്കിയതുപോലുള്ള സർക്കാർ സോഷ്യലിസമല്ല 21–ാം നൂറ്റാണ്ടിലെ സോഷ്യലിസമെന്ന് അദ്ദേഹം വ്യക്തമാക്കി. 21–ാം നൂറ്റാണ്ടിലെ സോഷ്യലിസമെന്നാൽ സ്വാതന്ത്ര്യവും സമത്വവും സാമൂഹികനീതിയും ഐക്യവും ഉൾക്കൊള്ളുന്നതാണെന്ന് ഷാവേസ് തന്നെ പറഞ്ഞു. തന്റെ സോഷ്യലിസ്റ്റ് സങ്കൽപ്പങ്ങളുടെ ഭാഗമായി 'പങ്കാളിത്ത ജനാധിപത്യ'ത്തിന്റെ പങ്കിനെ അദ്ദേഹം ഊന്നിപ്പറഞ്ഞു. ജനാധിപത്യപരമായ കൂടുതൽ പങ്കെടുക്കൽ എന്നാണ് അദ്ദേഹമതിനെ നിർവചിച്ചത്. തൃണമൂൽ തലത്തിലുള്ള പങ്കാളിത്ത ജനാധിപത്യത്തിന്റെ ഉദാഹരണങ്ങളായി അദ്ദേഹം ചൂണ്ടിക്കാട്ടുന്ന വെനസ്വേലൻ കമ്യൂണൽ കൗൺസിലുകൾ, ബൊളിവാറൻ സർക്കിളുകൾ എന്നിവ സ്ഥാപിച്ചുകൊണ്ടാണ് അദ്ദേഹമിത് സാധ്യമാക്കിയത്. രാജ്യത്ത് പാർശ്വങ്ങളിൽ ഉപേക്ഷിക്കപ്പെടുകയും രാഷ്ട്രീയ വർഗം അവഗണിക്കുകയും ചെയ്ത ജനങ്ങൾക്ക് സമ്പദ്വ്യവസ്ഥയിൽ പങ്കെടുക്കാൻ, തീരുമാനങ്ങളെടുക്കുന്നതിൽ പങ്കെടുക്കാൻ അവസരം വാഗ്ദാനം ചെയ്തുകൊണ്ടാണ് ഷാവേസ് അധികാരത്തിലെത്തിയത്. ആ വാഗ്ദാനം നടപ്പാക്കാൻ വേണ്ടിയുള്ള മൂർത്തമായ നടപടികളായിരുന്നു കമ്യൂണൽ കൗൺസിലുകളും ബൊളിവാറൻ സർക്കിളുകളും. എവാൻസ് ചൂണ്ടിക്കാണിച്ചതുപോലെ ഇത് ലോകത്തിന്റെ മറ്റു ഭാഗങ്ങളിലും പുനഃസൃഷ്ടിക്കാവുന്ന മാതൃകയാണ്. മൊത്തം വികസ്വര ലോകത്തിനും ഷാവേസിന്റെ പ്രസക്തി ഇവിടെയാണ്.

ഈ ആശയങ്ങൾ വികസിപ്പിച്ചെടുക്കുന്നതിനുമപ്പുറം അവ നടപ്പാ

ക്കുകയെന്ന വെല്ലുവിളിയും ഷാവേസ് ഭംഗിയായി കൈകാര്യം ചെയ്തു. ഇത് നേടാനുള്ള അദ്ദേഹത്തിന്റെ സോഷ്യൽ എഞ്ചിനീയറിങ് തന്ത്രം ക്രിസ്തുമതത്തെയും മാർക്സിസത്തെയും കൈകോർക്കുക എന്നതായിരുന്നു – മനുഷ്യസ്നേഹത്തിൽ അധിഷ്ഠിതമായ രണ്ട് തത്വശാസ്ത്രങ്ങളെ ഒന്നിച്ചുചേർക്കൽ. ഈ പ്രക്രിയക്കായി, യേശുവും മാർക്സും മനുഷ്യരാശിയുടെ രക്ഷകരാണെന്ന കാര്യം അദ്ദേഹം അടിവരയിട്ടു പറഞ്ഞു. ഈ തന്ത്രം വെനസ്വേലയിൽ വളരെ നന്നായി ഫലിച്ചു; മറ്റ് ലാറ്റിനമേരിക്കൻ രാജ്യങ്ങളിൽ ഭാഗികമായും. ഇത് നടക്കാനുള്ള സംഘടനാപാടവവും തന്ത്രനിർമാണശേഷിയും ഷാവേസിനുണ്ടായിരുന്നു. ഇതിന് കൈക്കരുത്തും ബുദ്ധിയും കൂടി വേണമായിരുന്നു. ബാരിനാസിലെ സബാനെറ്റയിൽ തൊഴിലാളി കുടുംബത്തിൽ പിറന്ന ഷാവേസ് ആരംഭത്തിൽ സൈന്യത്തിൽ ജീവിതമെന്ന് നിശ്ചയിച്ച ഒരു ഉദ്യോഗസ്ഥൻ മാത്രമായിരുന്നു. ആ സൈന്യത്തിൽനിന്നുതന്നെ ലഭിച്ച പരിശീലനം ഉപയോഗിച്ച് ഗവൺമെന്റിനെ അട്ടിമറിക്കുക എന്ന ലക്ഷ്യത്തോടെ 1980 കളിൽ രഹസ്യമായി റവലൂഷണറി ബൊളിവാറിയൻ മൂവ്മെന്റ്–200 സ്ഥാപിച്ചു. 1992 ൽ ഈ സംഘടന ഉപയോഗിച്ച് അദ്ദേഹം പ്രസിഡന്റ് കാർലോസ് ആൻഡ്രേസ് പെരസിന്റെ ഗവൺമെന്റിനെ അട്ടിമറിക്കാൻ ശ്രമിച്ചു, അതിന് ജയിലിലുമായി. രണ്ടുവർഷംകഴിഞ്ഞ് മോചിതനായ അദ്ദേഹം ഫിഫ്ത് റിപ്പബ്ലിക് മൂവ്മെന്റ് എന്ന പേരിൽ ഒരു സോഷ്യൽ ഡെമോക്രാറ്റിക് രാഷ്ട്രീയ കക്ഷി സ്ഥാപിച്ചു, 1998 ൽ വെനസ്വേലയുടെ പ്രസിഡന്റായി തിരഞ്ഞെടുക്കപ്പെടുകയും ചെയ്തു. അതിനുശേഷം തനിക്കു നേരെ വന്ന വെല്ലുവിളികളെയെല്ലാം അദ്ദേഹം നേരിട്ടു.

അദ്ദേഹത്തിന്റെ ഏതാണ്ട് ഒന്നര പതിറ്റാണ്ട് നീളുന്ന വെനസ്വേല ഭരണത്തെ മൊത്തമായി വിലയിരുത്തുമ്പോൾ അത് ഗുണാത്മകമായേ കാണാൻ കഴിയൂ. അദ്ദേഹത്തിന്റെ കാലത്ത് വെനസ്വേലയുടെ ദാരിദ്ര്യം നാടകീയമായി കുറഞ്ഞെന്നു മാത്രമല്ല അതേ മേഖലയിലെ യു എസ് അടക്കമുള്ള സമ്പദ്‌വ്യവസ്ഥകൾ നേരിട്ടതരം ഇടിവുകളൊന്നും അത് നേരിട്ടുമില്ല. 2003 ൽ 55.1 ശതമാനമെന്ന മൂർധന്യത്തിലെത്തിയ ദാരിദ്ര്യനിരക്ക് 2006 ആയപ്പോഴേക്കും 30.4 എന്ന സ്ഥിതിയിലേക്ക് ദ്രുതഗതിയിൽ കുറഞ്ഞു. സാമൂഹ്യാവശ്യങ്ങൾക്കായുള്ള ചെലവിടൽ ഷാവേസ് ഗവൺമെന്റ് വൻതോതിൽ വർധിപ്പിച്ചു – ആരോഗ്യപരിരക്ഷയും സബ്സിഡി നിരക്കിലുള്ള ഭക്ഷണവും വിദ്യാഭ്യാസവുമെല്ലാം അതിൽ പെടും. ഏറ്റവും വ്യക്തമായ ഫലം ആരോഗ്യ പരിരക്ഷയുടെ മേഖലയിലായിരുന്നു. ഉദാഹരണത്തിന്, 1998–ൽ 2.34 കോടി ജനങ്ങൾക്ക് 1628 പ്രാഥമികാരോഗ്യ ഡോക്ടർമാരുണ്ടായിരുന്ന സ്ഥാനത്ത് ഇന്ന് 2.7 കോടി ജനങ്ങൾക്ക് 19,571 ഡോക്ടർമാരുണ്ട്. വെനസ്വേലൻ ഗവൺമെന്റ് സബ്സിഡി നിരക്കിലുള്ള ഭക്ഷണത്തിന്റെ ലഭ്യതയും വ്യാപകമാക്കി.

സി ഐ എ തയാറാക്കുന്ന ഫാക്ട്ബുക്ക് തന്നെ പറയുന്നത് സമ്പത്തിന്റെ അസമമായ വിതരണം അമേരിക്കൻ ഭൂഖണ്ഡങ്ങളിൽ ഏറ്റവും കുറഞ്ഞ തോതിൽ നടന്ന രാജ്യം അദ്ദേഹത്തിന്റെ ഭരണകാലത്തെ വെനസ്വേലയാണെന്നാണ്.

സാമ്പത്തിക അസമത്വ സൂചികയായ ഗിനികോഎഫിഷന്റ് 1990 ൽ .5 ആയിരുന്നത് 2011 ൽ .39 ആയി. ഷാവേസ് അധികാരത്തിലെത്തുമ്പോൾ 1000 ജനനങ്ങൾക്ക് 20.3 എന്ന തോതിലുണ്ടായിരുന്ന ശിശുമരണനിരക്ക് 2011–ൽ 12.9 ആയി കുറഞ്ഞെന്ന് ലോകബാങ്ക് പറയുന്നു. യുനെസ്കോയുടെ കണക്കുകളനുസരിച്ച് 1999 ൽ വെറും 48 ശതമാനം കുട്ടികൾ മാത്രം സെക്കൻഡറി സ്കൂളുകളിൽ ചേർന്ന നാട്ടിൽ 2010 ൽ അത് 72 ശതമാനമായി.

എങ്കിലും മുതലാളിത്ത സ്വാധീനമുള്ള ധനശാസ്ത്രജ്ഞന്മാർ അദ്ദേഹത്തെ വിമർശിച്ചിട്ടുമുണ്ട്. ''അദ്ദേഹം തന്റെ സാമൂഹ്യ പദ്ധതികളൊക്കെ നടത്തുന്നത് കയറ്റുമതി വരുമാനത്തിന്റെ 95 ശതമാനവും ജിഡി പിയുടെ 12 ശതമാനവും സംഭാവന ചെയ്യുന്ന ഗവൺമെന്റ് എണ്ണക്കമ്പനിയുടെ ചോര ഉപയോഗിച്ചിട്ടാണ്", ഹൂവർ ഇൻസ്റ്റിറ്റ്യൂട്ട് ഗവേഷകനായ വില്യം റാറ്റ്ലിഫ് ഈയിടെ എഴുതി. എന്നാലും തിരഞ്ഞെടുപ്പുകളിലെല്ലാം അദ്ദേഹത്തെ ജയിപ്പിച്ച ജനങ്ങളിലെ വലിയൊരു വിഭാഗവും അത്തരം വിശകലനങ്ങൾക്ക് വില കൊടുക്കാതെ ഷാവേസിന്റെ ജനപ്രീതി ഉയർത്തിക്കൊണ്ട് തന്നെ ഇരുന്നു. യുണൈറ്റഡ് സ്റ്റേറ്റ്സ് സ്പോൺസർ ചെയ്ത ഒരു സൈനിക അട്ടിമറിയെ ജനാധിപത്യപരമായി തോൽപ്പിച്ച ഏക ലാറ്റിനമേരിക്കൻ നേതാവായി മാറിയപ്പോൾ ഈ വമ്പിച്ച ജനപിന്തുണയാണ് ലോകം കണ്ടത്. അവരുടെ പ്രിയപ്പെട്ട നേതാവിനു വേണ്ടി ഭീമമായ ജനക്കൂട്ടങ്ങൾ ഒന്നിച്ചപ്പോൾ 2002 ൽ അട്ടിമറി ആസൂത്രണം ചെയ്തവർക്ക് യു എസ് പിന്തുണ ഉണ്ടായിട്ടുകൂടി ഷാവേസിനെ തിരിച്ച് അധികാരത്തിലിരുത്തേണ്ടി വന്നു. "വെനസ്വേലക്കാരാവുന്നതിൽ വെനസ്വേലക്കാർക്ക് അഭിമാനം നൽകി അദ്ദേഹം. ആ രാജ്യത്തെ മറ്റൊരു നേതാവും അന്നേവരെ ചെയ്യാത്ത കാര്യമായിരുന്നു അത് – സത്യത്തിൽ അവരെല്ലാം അതിനു നേർവിപരീതമാണ് ചെയ്തുകൊണ്ടിരുന്നത്", ഒരു മുൻ ഷാവേസ് ഉപദേഷ്ടാവായ ഇവ ഗോളിംഗർ അങ്ങനെയാണ് ഇതിഹാസതുല്യനായ നേതാവിന്റെ സംഭാവനകളെ വിലയിരുത്തിയത്.

ഷാവേസിന്റെ നിയുക്ത പിൻഗാമി നിക്കോളാസ് മഡുറോ ഏതാനും ആഴ്ചകൾക്കുള്ളിൽ നടക്കുന്ന തിരഞ്ഞെടുപ്പിൽ ജയിക്കുമെന്നാണ് കരുതപ്പെടുന്നത്. പക്ഷേ, ഷാവേസിന് വെനസ്വേലക്കാരുമായി ഉണ്ടായിരുന്ന പ്രേമബന്ധം നിലനിർത്താനും പ്രസ്ഥാനത്തിനുള്ളിലെ പിരിമുറുക്കങ്ങളെ നിയന്ത്രിക്കാനും അദ്ദേഹത്തിന് കഴിയുമോ എന്നതിനെ പറ്റി മാത്രമേ അത്ര ഉറപ്പില്ലാതുള്ളൂ. പക്ഷേ, വെനസ്വേലക്കാർ മാത്രമല്ല ആയിരക്കണക്കിന് മറ്റ് ലാറ്റിനമേരിക്കക്കാരും വിശ്വസിക്കുന്നത് മഡുറോയ്ക്ക് രണ്ട് അനുഗ്രഹങ്ങളുണ്ടെന്നാണ് – ഹ്യൂഗോ ഷാവേസിന്റെ വ്യക്തിപരമായ അനുഗ്രഹവും ഷാവിസ്മോ എന്ന സമഗ്രമായ തത്വശാസ്ത്രം വഴികാട്ടാനുണ്ട് എന്ന അനുഗ്രഹവും. സമകാലീന ലോകത്ത് താരതമ്യങ്ങളില്ലാത്ത ഒരു രാഷ്ട്രീയ ഇതിഹാസത്തിൽനിന്നുള്ള ശക്തമായ രണ്ട് സമ്മാനങ്ങളാണവ, സംശയം വേണ്ട.

പാഠപുസ്തകം

എൻ ഇ സുധീർ

സോവിയറ്റ് പരീക്ഷണത്തിന്റെ തകർച്ചയ്ക്കുശേഷം ലോക രാഷ്ട്രീയരംഗത്തുനിന്ന് വിടപറഞ്ഞ സോഷ്യലിസ്റ്റ് ആശയത്തെ വീണ്ടും ആഗോളശ്രദ്ധയിലേക്ക് കൊണ്ടുവന്നത് ഹ്യൂഗോ ഷാവേസായിരുന്നു. ആ രാഷ്ട്രീയ പ്രത്യയശാസ്ത്രത്തെ പുനഃസംവിധാനം ചെയ്യുവാനോ ക്രിയാത്മകമായി മുന്നോട്ടു നയിക്കുവാനോ വേണ്ട തയാറെടുപ്പുക ളൊന്നും തന്നെ ഇല്ലാതിരുന്നിട്ടും ഷാവേസ് എന്ന വ്യക്തി സോഷ്യലിസ്റ്റ് രാഷ്ട്രീയത്തിന്റെ രക്ഷകനായി വിലയിരുത്തപ്പെട്ടു. താത്വികമായ അടി ത്തറയോ പ്രത്യയശാസ്ത്രപരമായ സന്ദേഹങ്ങളോ ഇല്ലാതെ തന്റെ രാജ്യത്തിന്റെ ഭാവി സോഷ്യലിസ്റ്റ് ചട്ടക്കൂടിൽ കെട്ടിപ്പടുക്കുന്നതിൽ ഈ വിപ്ലവ നേതാവിന് വലിയ വിജയം കാണാൻ സാധിച്ചു. അതിലൂടെ ഇടതു പക്ഷലോകത്തിന്റെ പ്രതീക്ഷയായി മാറാനും കഴിഞ്ഞു. ഇടതുപക്ഷ ചിന്താഗതിയിൽ ഉറച്ചുനിന്ന ഉശിരനായ ഒരു നേതാവിനെയാണ് ലോക ത്തിന് നഷ്ടമായിരിക്കുന്നത്.

പാശ്ചാത്യ മുതലാളിത്തത്തോട് കലഹിക്കുവാൻ കാണിച്ച ധീരത അദ്ദേഹത്തിന് ലോകമെമ്പാടും ആരാധകരെ സൃഷ്ടിച്ചു. ക്യൂബയിലെ ഫിദൽ കാസ്ട്രോ തൊട്ട് നമ്മുടെ നാട്ടിലെ കുട്ടിസഖാക്കൾ വരെ ഷാവേ സിന്റെ ആരാധകരായി. ഷാവേസിലെ വൈരുധ്യങ്ങളെ അവരൊക്കെ കണ്ടില്ലെന്നു നടിച്ചു. പ്രിയനായകനായ സൈമൺ ബൊളിവറുടെ പേരിൽ തുടങ്ങിവച്ച 'ബൊളിവേറിയൻ വിപ്ലവം' അതിവേഗം ലോകശ്രദ്ധ പിടി ച്ചെടുത്തു. ഒരേസമയം വിശ്വാസിയും വിപ്ലവകാരിയുമായി മുന്നേറിയ ഷാവേസിനെ വെനിസ്വേലയുടെ ജനത നെഞ്ചോടുചേർത്ത് സ്നേഹിച്ചു. നീണ്ട പതിനാലുവർഷം ആ രാജ്യത്തെ അദ്ദേഹം നിയന്ത്രിച്ചു. രാജ്യ ത്തിന്റെ അഭിവൃദ്ധി ഉറപ്പാക്കുന്നതിൽ അദ്ദേഹം നിതാന്ത ജാഗ്രത തന്നെ

പാലിച്ചു. പട്ടിണിയും ദാരിദ്ര്യവും നിരക്ഷരതയും അദ്ദേഹം തുടച്ചുമാറ്റി. ആരോഗ്യപരിപാലനത്തിൽ വലിയ മുന്നേറ്റങ്ങളുണ്ടാക്കി. ഇതിനെല്ലാം അദ്ദേഹത്തെ സഹായിച്ചത് വെനിസ്വേലയുടെ എണ്ണ സംഭരണികളാണ്. ഭൂമിശാസ്ത്രപരമായ ആ പിൻബലം ധിക്കാരിയായ ഷാവേസിനെ കൂടുതൽ കരുത്തനാക്കി. പാശ്ചാത്യ മാധ്യമങ്ങൾ അദ്ദേഹത്തെ വൻ അഴിമതിക്കാരനായി ചിത്രീകരിക്കുന്നുണ്ടെങ്കിലും സ്വന്തം ജനതയുടെ കണ്ണീരൊപ്പുന്നതിൽ ഷാവേസ് ബദ്ധശ്രദ്ധനായിരുന്നു. സാമ്പത്തിക അസമത്വം ഏറ്റവും കുറഞ്ഞ ലാറ്റിനമേരിക്കൻ രാജ്യമാണ് ഇന്നിപ്പോൾ വെനിസ്വേല എന്ന കാര്യത്തിൽ ആർക്കും തർക്കിക്കാനാവില്ല. എണ്ണ വ്യവസായത്തെ ദേശസാൽക്കരിച്ചത് വിപ്ലവകരമായ ഒരു തീരുമാനം തന്നെയായിരുന്നു. സാമ്പത്തികരംഗത്തുണ്ടാക്കിയ മാറ്റങ്ങളും ഏറെ പ്രയോജനകരമായി. ഷാവേസിന്റെ ബദൽനയങ്ങൾ വെനിസ്വേലയെ ക്ഷേമരാഷ്ട്രത്തിന്റെ പടിവാതിൽക്കലെത്തിച്ചു. ഇതൊന്നും അവഗണിക്കാവുന്ന കാര്യങ്ങളല്ല. അതുകൊണ്ടുതന്നെ ഷാവേസ് അമേരിക്കയുടെ കണ്ണിലെ കരടായി.

സാമ്രാജ്യത്വത്തിനെതിരായ കാഹളം

ഒരു പുതിയ ലോകക്രമം ഷാവേസിന്റെ സ്വപ്നമായിരുന്നു. സാമ്രാജ്യത്വവിരോധത്തിൽ അടിയുറച്ച ആ ലോകത്തിനുവേണ്ടി ആരുമായും കൂട്ടുകൂടാൻ ഷാവേസ് തയാറായിരുന്നു. അത്തരം ചില ബന്ധങ്ങൾ അദ്ദേഹത്തിന്റെ പ്രശസ്തിക്ക് കളങ്കമേൽപ്പിക്കുകയും ചെയ്തു. കാസ്ട്രോയ്ക്കുശേഷം അമേരിക്കൻ സാമ്രാജ്യത്തെ ഇത്രയേറെ വിമർശിച്ച മറ്റൊരു രാജ്യത്തലവൻ വേറെയില്ല. അതിലദ്ദേഹം കാസ്ട്രോയുടെ ശിഷ്യൻ തന്നെയായിരുന്നു. ഷാവേസ് ഒരിക്കലും തന്റെ നിലപാടുകളിൽനിന്ന് മാറിയില്ല. 2006 ൽ ഐക്യരാഷ്ട്രസംഘടനയുടെ യോഗത്തിൽ ഷാവേസ് നടത്തിയ പ്രസംഗം ലോകത്തെ ഞെട്ടിച്ചു. അന്നത്തെ അമേരിക്കൻ പ്രസിഡന്റിനെ ചെകുത്താനെന്നു വിശേഷിപ്പിച്ചുകൊണ്ടു നടത്തിയ ആ പ്രസംഗം ചരിത്രത്തിന്റെ ഭാഗമായി. അന്ന് ഷാവേസിന്റെ കൈയിലുണ്ടായിരുന്നത് അമേരിക്കൻ വിദേശനയത്തിന്റെ കടുത്ത വിമർശകനായ നോം ചോംസ്കിയുടെ *ആധിപത്യമോ അതിജീവനമോ?* എന്ന പ്രസിദ്ധ ഗ്രന്ഥമായിരുന്നു. 2009 ൽ അമേരിക്കൻ ഉച്ചകോടിയിൽ പങ്കെടുത്തപ്പോൾ അമേരിക്കൻ പ്രസിഡന്റ് ബറാക്ക് ഒബാമയ്ക്ക് ഷാവേസ് സമ്മാനിച്ചത് എഡ്വേഡോ ഗലീനയുടെ *ദ ഓപ്പൺ വെയിൻസ് ഓഫ് ലാറ്റിനമേരിക്ക* എന്ന പുസ്തകമാണ്. ഇവ രണ്ടും സാമ്രാജ്യത്വ ചൂഷണത്തെ കൃത്യമായി അടയാളപ്പെടുത്തിയ ലോകക്ലാസിക്കുകളാണ്. യഥാർഥത്തിൽ ഷാവേസ് തന്റെ നിലപാട് ലോകത്തോടും അമേരിക്കയോട് പ്രത്യേകിച്ചും പ്രഖ്യാപിക്കുകയായിരുന്നു ഇവയിലൂടെ. സാമ്പത്തികമായി തകർന്നു കിടന്നിരുന്ന ലാറ്റിനമേരിക്കൻ രാജ്യങ്ങളുടെമേൽ അമേരിക്ക ചെലുത്തിയ മേൽക്കോയ്മ അവസാനിപ്പിക്കാൻ ഷാവേസിനു സാധിച്ചു. ലാറ്റിനമേരിക്കയുടെ മുഖം അപ്പാടെ മാറുകയും ഇതിനകം അവർക്ക് നഷ്ടപ്പെട്ട

ആത്മവിശ്വാസം വീണ്ടെടുക്കാൻ സാധിക്കുകയും ചെയ്തു. ഷാവേസ് തരംഗം ആ പ്രദേശത്തു മുഴുവൻ നിലനിന്നിരുന്നു. സാമ്പത്തികരംഗത്തും ഷാവേസിന്റെ നിലപാടുകൾ അവർക്ക് ഗുണംചെയ്തു. എണ്ണ സമ്പാദ്യം പൂർണമായും ലാറ്റിനമേരിക്കയിൽതന്നെ ഉപയോഗപ്പെടുത്തുവാൻ അദ്ദേഹം തയാറായി. എണ്ണവിൽപ്പനയിലൂടെ രാജ്യം നേടുന്ന വരുമാനം പാശ്ചാത്യ നിക്ഷേപങ്ങളിൽ സൂക്ഷിക്കുവാൻ ഷാവേസ് വിസമ്മതിച്ചു. ഇവ സമീപപ്രദേശത്തെ രാജ്യങ്ങളുടെ സഹായത്തിനായി വിനിയോഗിക്കുകയും ചെയ്തു. ലോക സാമ്പത്തികക്രമത്തെ ചോദ്യം ചെയ്യാനും അദ്ദേഹം ശ്രമിച്ചു. ആഗോള മുതലാളിത്തത്തിന്റെ നിയന്ത്രണത്തിലുള്ള ലോകബാങ്കിനും ഐ എം എഫിനും പകരം ബദൽ സംവിധാനങ്ങളുണ്ടാക്കാൻ തയാറായി.

അമേരിക്കയുടെ നേതൃത്വത്തിലുള്ള സാമ്രാജ്യത്വ ലോകക്രമത്തെ തന്നാലാവുംവിധം പ്രതിരോധിക്കുവാൻ ഷാവേസ് തയാറായി. ഇറാഖിലെയും അഫ്ഗാനിസ്ഥാനിലെയും അമേരിക്കൻ സൈനിക മുന്നേറ്റങ്ങളെ ശക്തമായി എതിർത്തു. ഭീകരതയെ നേരിടേണ്ടത് ഭീകരതകൊണ്ടാവരുതെന്ന് തുറന്നടിച്ചു. അമേരിക്കയുടെ ശത്രുരാജ്യങ്ങളുമായി നല്ല ബന്ധം പുലർത്താനും അവരുടെ സഹായത്തിനെത്താനും ഷാവേസിന് സാധിച്ചു. ഒരമേരിക്കൻ വിരുദ്ധചേരി വീണ്ടും ലോകരാഷ്ട്രീയത്തിൽ നിലവിൽ വരുന്നതിന്റെ നാന്ദി കുറിക്കുവാൻ ഷാവേസിന്റെ നേതൃത്വത്തിനു കഴിഞ്ഞു. അതിനെല്ലാം ഇനിയിപ്പോൾ തുടർച്ചയുണ്ടാകുമോ എന്ന വലിയ ചോദ്യം ബാക്കി നിൽക്കുന്നു.

ഹ്യൂഗോ ഷാവേസിനെ സോഷ്യലിസ്റ്റ് സ്വേച്ഛാധികാരി എന്നാണ് വിമർശകർ വിശേഷിപ്പിച്ചത്. പതിനാലുവർഷം വെനിസ്വേലയുടെ പ്രസിഡന്റായി തുടർന്നിട്ടും അധികാരം കൈവിടാൻ അദ്ദേഹം തയാറായില്ല. 2011 മുതൽ അർബുദബാധിതനാണെന്നറിഞ്ഞിട്ടും 2012 ലെ തിരഞ്ഞെടുപ്പിൽ മത്സരിച്ച് നാലാം തവണയും അധികാരമേൽക്കാനാണ് അദ്ദേഹം ശ്രമിച്ചത്. ഇക്കാര്യത്തിലും ക്യൂബയിലെ ഫിദൽ കാസ്ട്രോയുടെ മാതൃകയാണ് ഷാവേസ് അവലംബിച്ചത്. ഇന്നിപ്പോൾ ഒഴിവാക്കാനാകാത്ത ദുരന്തം സംഭവിച്ചപ്പോൾ ആ രാജ്യത്തെ ആരു നയിക്കുമെന്ന ചോദ്യം എല്ലാവരെയും അലട്ടുന്നു. ബൊളിവേറിയൻ വിപ്ലവത്തിന് തുടർച്ചയുണ്ടാകുമോ? ഷാവേസിന്റെ സോഷ്യലിസത്തിന് ഭാവിയുണ്ടോ? ലാറ്റിനമേരിക്കയുടെ നല്ല നാളുകൾ അവസാനിക്കുമോ?

ഇരുപത്തിയൊന്നാം നൂറ്റാണ്ടിലെ തലമുറയോട് സോഷ്യലിസത്തെക്കുറിച്ച് പറഞ്ഞത് ഷാവേസ് മാത്രമായിരുന്നു. അദ്ദേഹമില്ലായിരുന്നെങ്കിൽ അവരുടെ മുന്നിൽ സോഷ്യലിസം വെറുമൊരു പാഠപുസ്തക വിഷയമായി ഒതുങ്ങുമായിരുന്നു. ഇന്നതല്ല. ശരിതെറ്റുകൾക്കപ്പുറത്ത് ഒരു പ്രായോഗിക സാധ്യത എന്ന നിലയിൽ സോഷ്യലിസത്തെ കാണിച്ചുകൊടുക്കുവാൻ ഷാവേസിന് സാധിച്ചു. ജീവിച്ചിരുന്ന കാലഘട്ടത്തെ സ്വാധീനിക്കാനും നിലവിലുള്ള അധികാര മേൽക്കോയ്മകളെ നിരന്തരം

ചോദ്യം ചെയ്യാനും ഈ മനുഷ്യൻ കാണിച്ച ധീരത ചെറുതല്ല. അതുകൊണ്ടാണ് ഷാവേസ് ഒരു വികാരമായി ലോകമെമ്പാടും അലയടിച്ചത്. ഇടതുപക്ഷവിശ്വാസികൾക്ക് ഷാവേസിൽനിന്ന് പലതും പഠിക്കാനുണ്ട്. പ്രത്യയശാസ്ത്രപാഠങ്ങളല്ല, ഇടതുപക്ഷ രാഷ്ട്രീയത്തിന്റെ പ്രായോഗിക പാഠങ്ങൾ സോഷ്യലിസ്റ്റ് ആശയത്തിന്റെ കോരിത്തരിപ്പിക്കുന്ന ഊർജം. ഒരുവേള ഷാവേസിന്റെ നാട് മറ്റൊരു വഴിയിലേക്ക് നടന്നേക്കാം. എന്നാലും ഷാവേസ് സൃഷ്ടിച്ച കാലം ലോകചരിത്രത്തിലെ അവിസ്മരണീയമായ ഒരേടായി മാറിനിൽക്കും.

തിളക്കമേറെയെങ്കിലും ആവേശം വേണോ?

എം കെ ഭദ്രകുമാർ

ചെ ഗുവേര, ഫിദൽ കാസ്ട്രോ തുടങ്ങിയവർക്കുശേഷം ലാറ്റിനമേരിക്കയുടെ പ്രതിരൂപമായി ലോകശ്രദ്ധ നേടിയ വ്യക്തിത്വമായിരുന്നു ഹ്യൂഗോ ഷാവേസിന്റേത്.

പതിനാലുവർഷം വെനിസ്വേലയുടെ പ്രസിഡന്റായിരുന്ന ഷാവേസിന്റെ സ്ഥാനം ലോക രാഷ്ട്രീയഭൂപടത്തിൽ ഇത്തരത്തിലാണ് ആലേഖനം ചെയ്യുന്നതെന്ന പ്രത്യേകത അദ്ദേഹത്തിന്റെ കരിസ്മ വ്യക്തമാക്കുന്നു. ആ ഹീറോയിസത്തെ അമേരിക്കൻവിരുദ്ധ പ്രചാരണത്തിന്റെ ഭാഗമായി മാത്രം വിലയിരുത്തുന്നതിൽ അർഥമില്ല. ലാറ്റിനമേരിക്കൻ രാഷ്ട്രീയത്തെ ഒന്നാകെ സാമ്രാജ്യത്വവിരുദ്ധ ചേരിയിൽ അണിനിരത്താൻ അദ്ദേഹത്തിനു കഴിഞ്ഞു എന്ന യാഥാർഥ്യം മറക്കുന്നില്ല. ഇറാൻ ഭരണാധികാരി നെജാദുമായുള്ള അടുത്ത ബന്ധംകൂടി കണക്കിലെടുക്കുമ്പോൾ അമേരിക്കൻവിരുദ്ധ നേതാവെന്ന നിലയിലും ഷാവേസ് അറിയപ്പെടുകയും വിലയിരുത്തപ്പെടുകയുമുണ്ടായി. എന്നാൽ വളരെ സങ്കീർണമായ വ്യക്തിത്വത്തിന് ഉടമയായിരുന്നു ഷാവേസ്.

വെനിസ്വേലയിൽ 14 വർഷം എന്തു നടന്നു എന്നു നാം പഠിക്കേണ്ടിയിരിക്കുന്നു. ഇന്ത്യയിലെ ഇടതുപക്ഷ പ്രസ്ഥാനങ്ങളെ സംബന്ധിച്ച് ഇത് വളരെ പ്രസക്തമാണ്. ഷാവേസിന്റെ ലെഗസിയെ മൂന്നായി വിലയിരുത്താം. ഒന്നാമതായി എന്താണ് വെനിസ്വേലയിൽ അദ്ദേഹം ചെയ്തത് എന്നു നോക്കാം. രാജ്യത്തിന്റെ സാമ്പത്തിക വ്യവസ്ഥിതി ചുരുക്കം ചില വ്യക്തികളുടെ നിയന്ത്രണത്തിൽ മധ്യവർഗത്തിനുവേണ്ടി മാത്രമായിരുന്നു. പ്രത്യേകിച്ച്, പെട്രോളിയം രംഗത്ത് വിദേശ കമ്പനികളുമായി ഒത്തുകളിച്ച് സ്വന്തം രാജ്യത്തിന്റെ വിഭവം കൊള്ളയടിക്കുന്നവരുടെ നിയന്ത്രണം. വെനിസ്വേലയുടെ ഏറ്റവും പ്രധാന സ്വത്ത് പെട്രോളിയമാണ്.

സൗദി അറേബ്യയെ കവച്ചുവയ്ക്കുന്ന എണ്ണ ശേഖരമാണ് വെനിസ്വേലയ്ക്കുള്ളതെന്ന് പെട്രോളിയം രംഗത്തെ പ്രമുഖർ സാക്ഷ്യപ്പെടുത്തുന്നു. ഇത്രയും വലിയൊരു വിഭവശേഖരമുള്ള രാജ്യം ദാരിദ്ര്യത്തിൽ മുങ്ങിക്കഴിയേണ്ട ആവശ്യമെന്തെന്ന ചോദ്യത്തിന് ഉത്തരം തേടുകയായിരുന്നു ഷാവേസ്. വെനിസ്വേലയിലെ എണ്ണവിപണി നിയന്ത്രിച്ചിരുന്ന അമേരിക്കൻ കമ്പനികളെ 2007 ൽ ഷാവേസ് പുകച്ചുപുറത്താക്കിയതാണ് ഏറ്റവും പ്രധാന നടപടി. പ്രത്യേകിച്ച് മൊബിൽ കമ്പനിയെ. എണ്ണക്കമ്പനികളെ പുറത്താക്കി എണ്ണപ്പാടങ്ങളുടെ നിയന്ത്രണം സർക്കാർ ഏറ്റെടുത്തെങ്കിലും അമേരിക്ക എന്ന വിപണി ഷാവേസിന്റെ മനസിൽ തുറന്നുതന്നെ കിടന്നു. അമേരിക്കയിലേക്ക് വെനിസ്വേല നിത്യേന കയറ്റി അയയ്ക്കുന്നത് ഒരു മില്യൻ ബാരൽ എണ്ണയാണ്. അതായത് കാനഡ കഴിഞ്ഞാൽ അമേരിക്കയുടെ ഏറ്റവും വലിയ എണ്ണ ഇറക്കുമതി രാജ്യമാണ് വെനിസ്വേല. സത്യത്തിൽ അതിലേറെ വിധേയത്വം അമേരിക്കയ്ക്ക് വെനിസ്വേലയോട് ഉണ്ട്. വെനിസ്വേലയുടെ കട്ടികൂടിയ ക്രൂഡോയിൽ സംസ്കരിക്കാൻ തക്കവിധമുള്ള പെട്രോളിയം കമ്പനികളാണ് അമേരിക്കയിൽ പ്രവർത്തിക്കുന്നത്. അതിനാൽ വെനിസ്വേലയുടെ ക്രൂഡോയിലിന് അമേരിക്കയിൽ വലിയ പ്രാധാന്യമുണ്ട്. വെനിസ്വേല ക്രൂഡോയിൽ കൊടുത്തില്ലെങ്കിൽ പൂട്ടിപ്പോകുന്നത് അമേരിക്കൻ കമ്പനികൾ തന്നെ. ഷാവേസിന് ഇക്കാര്യം നല്ലപോലെ അറിയാം.

എണ്ണക്കയറ്റുമതിയിലൂടെ അമേരിക്കയിൽനിന്നു കിട്ടിയ പണം ഷാവേസ് വിനിയോഗിച്ചത് വെനിസ്വേലയിലെ സാമൂഹിക വികസനത്തിനായിരുന്നു. സബ്സിഡികൾ ജനങ്ങളുടെ കൈകളിൽ നേരിട്ടെത്തിച്ചു.

രണ്ടാമതായി വെനിസ്വേലയുടെ എണ്ണവിപണിയിലേക്ക് റഷ്യ, ചൈന തുടങ്ങിയ രാജ്യങ്ങളെക്കൂടി ക്ഷണിച്ചുവരുത്തിയതോടെ വില പേശാനുള്ള സൗകര്യം വർധിച്ചു.

ജനാധിപത്യം മുന്നിൽ കണ്ടുകൊണ്ടാണ് ഷാവേസ് പ്രവർത്തിക്കുന്നതെന്ന പൊതുവിശ്വാസമാണ് അദ്ദേഹം ആവർത്തിച്ച് തിരഞ്ഞെടുക്കപ്പെടാൻ കാരണമായത്. അതുതന്നെയാണ് അമേരിക്ക ഭയന്നതും. അമേരിക്കൻ കമ്പനികളെ ആട്ടിപ്പുറത്താക്കിയപ്പോഴും അമേരിക്കൻ ഭരണകൂടത്തിന് ഷാവേസിനെ അട്ടിമറിക്കാനോ വധിക്കാനോ ഉള്ള നടപടികൾ കൈക്കൊള്ളാൻ അത്ര ധൈര്യമില്ലായിരുന്നു. കാരണം ഷാവേസ് ഇളക്കിവിട്ട ഇടതുപക്ഷ തിരമാല അത്ര ശക്തമായിരുന്നു. അത് വെനിസ്വേലയിൽ മാത്രമായിരുന്നില്ല, ലാറ്റിനമേരിക്ക ഒന്നാകെ പ്രകടമായിരുന്നു. ആ ആവേശത്തിരമാല, ഷാവേസ് ഇല്ലെങ്കിലും തുടരുമെന്നതും ഒരു മുന്നറിയിപ്പായി ഉണ്ട്. വെനിസ്വേലയ്ക്ക് ചുറ്റുമുള്ള ദരിദ്രരാഷ്ട്രങ്ങൾക്ക് സബ്സിഡി നിരക്കിലോ സൗജന്യമായോ ഷാവേസ് ക്രൂഡോയിൽ നൽകിയിരുന്നു. ഇടതുപക്ഷത്തിരമാല തെക്കേ അമേരിക്ക ഒന്നാകെ ആഞ്ഞുവീശാൻ ഈ നടപടിയും കാരണമായി.

ചുരുക്കത്തിൽ ലാറ്റിനമേരിക്കൻ രാഷ്ട്രീയ അജണ്ട പുതുക്കിയെഴുതുന്നതിനായി ക്രൂഡോയിലിനെ ഷാവേസ് സമർഥമായി ഉപയോഗിച്ചു. അമേരിക്കയും യൂറോപ്പും പറഞ്ഞുപ്രചരിപ്പിച്ചതിന് ബദലായ ഒരു വികസനം ലാറ്റിനമേരിക്കയിൽ നടപ്പാക്കാനാകുമെന്ന് വ്യക്തമായി കാട്ടിക്കൊടുക്കുകയായിരുന്നു ഷാവേസ്. ഈ വികസനം വെനിസ്വേലയ്ക്ക് ഒറ്റയ്ക്കുനിന്ന് നടപ്പാക്കാനാവില്ലെന്ന് അദ്ദേഹത്തിന് ബോധ്യമുണ്ടായിരുന്നു. അതിനായി അദ്ദേഹം ക്യൂബയെ കൂട്ടുപിടിച്ചു.

ശീതയുദ്ധം കഴിഞ്ഞശേഷം സോവിയറ്റ് ചേരി തളരുകയും ചൈന സ്വന്തം വഴിയിലൂടെ പോകുകയും ചെയ്തതോടെ ക്യൂബയുടെ ഗതി വളരെ വഴിമുട്ടിനിൽക്കുകയായിരുന്നു. മാത്രമല്ല കാസ്ട്രോ അധികാരത്തിൽനിന്ന് മെല്ലെ മാറിനിൽക്കാനും തുടങ്ങിയിരുന്നു – ആ സമയത്താണ് ക്യൂബയ്ക്ക് ഷാവേസ് സൗജന്യമായി ക്രൂഡോയിൽ നൽകുന്നത്. സത്യത്തിൽ കഴിഞ്ഞ പതിനാലുവർഷത്തെ ക്യൂബയുടെ നിലനിൽപ്പിന്റെ രഹസ്യം തന്നെ ഈ സൗജന്യ ക്രൂഡോയിൽ ആയിരുന്നു.

ക്രൂഡോയിലിനു പകരമായി ആരോഗ്യപ്രവർത്തകരെ വെനിസ്വേലയ്ക്ക് നൽകിയാണ് ക്യൂബ പ്രത്യുപകാരം ചെയ്തത്. വെനിസ്വേലയിലെ ആരോഗ്യരംഗം തീർത്തും പരിതാപകരമായിരുന്നു. അതുപോലെ തന്നെ സുരക്ഷാ ഉപദേഷ്ടാക്കളെയും ക്യൂബ വെനിസ്വേലയിലേക്ക് അയച്ചിരുന്നു. അമേരിക്കയുടെ അട്ടിമറി തടയാൻ ഇതു വളരെ സഹായകമായെന്ന് പിന്നീട് തെളിഞ്ഞു. സൈനികനായിരുന്നതിനാൽ ഷാവേസ്, പട്ടാളത്തിനു സ്വാധീനമുള്ള ഒരു രാഷ്ട്രീയ സംവിധാനമാണ് വളർത്തിയെടുത്തത്. ഇറാൻ, ലിബിയ, ബലറോസ് തുടങ്ങി അമേരിക്ക ഒറ്റപ്പെടുത്തിയ രാഷ്ട്രങ്ങളെ സഖ്യത്തിലാക്കുന്നതിലും ഷാവേസ് വിജയിച്ചു.

വെനസ്വേലയ്ക്ക് മുൻകാലത്ത് ആയുധങ്ങൾ കിട്ടിക്കൊണ്ടിരുന്നത് അമേരിക്കയിൽ നിന്നായിരുന്നു. അതവസാനിപ്പിച്ച് റഷ്യയിൽനിന്നും ആയുധം വാങ്ങാൻ തുടങ്ങി ഷാവേസ്. ചൈന 40 ബില്യൻ ഡോളറിന്റെ ഒരു വായ്പ വെനിസ്വേലയ്ക്ക് നൽകി. പകരം ക്രൂഡോയിൽ വെനസ്വേല നൽകി. പലതവണ ചൈന സന്ദർശിക്കുകയും ചെയ്തു ഷാവേസ്.

വികസനകാര്യത്തിൽ ഒരു അമേരിക്കൻ ബദൽ ഉണ്ടാകുക ഷാവേസിന്റെ അടങ്ങാത്ത ആഗ്രഹമായിരുന്നു. അന്താരാഷ്ട്ര തർക്കപ്രശ്നങ്ങൾ പരിഹരിക്കാൻ പട്ടാളത്തെ നിയോഗിക്കരുതെന്ന നിലപാടുകാരനായിരുന്നു ഷാവേസ്.

ഇതൊക്കെയാണ് അദ്ദേഹത്തിന്റെ നേട്ടങ്ങൾ.

ഇനി പോരായ്മകളിലേക്കും കോട്ടങ്ങളിലേക്കും പോയാൽ ഷാവേസ് ഒരു ഒറ്റയാനായിരുന്നു. ഒരു ആൽമരം പോലെയാണ് അദ്ദേഹം വളർന്നത്. ആ തണലിൽ മറ്റൊന്നും വളരില്ലല്ലോ. ലാറ്റിനമേരിക്കൻ രാഷ്ട്രീയശൈലി കൂടിയാണത്. അതായത് കരിസ്മയുള്ള വലിയ നേതാവിനു പിന്നിൽ എല്ലാവരും അനുയായികൾ മാത്രമാവുക, ഒരിക്കലും

രണ്ടാംനിര നേതൃത്വം സൃഷ്ടിക്കപ്പെടാതാകുക. ഈ നിലപാട് ഒരിക്കലും ഇടതുപക്ഷത്തിന് ഗുണകരമല്ല.

മറ്റൊന്ന് ക്രൂഡോയിലിനെ ആശ്രയിച്ചുള്ള വികസനം മാത്രമാണ് വെനിസ്വേലയിൽ തുടർന്നു വന്നത്. അതിനാൽ പെട്രോളിന്റെ വിലവ്യതിയാനം വെനിസ്വേലയുടെ സാമൂഹിക രാഷ്ട്രീയ സ്ഥിതിഗതികളെ നിരന്തരം ബാധിച്ചുകൊണ്ടിരിക്കുന്നു. വിപുലമായ ഒരു സോഷ്യൽ ഇൻഫ്രാസ്ട്രക്ചർ ഉണ്ടാക്കിയെടുക്കാൻ കഴിഞ്ഞില്ല എന്നതാണ് ഷാവേസിന്റെ വീഴ്ച. അദ്ദേഹം 14 വർഷം ഭരിച്ചിട്ടും വെനിസ്വേലയിൽ തൊഴിലില്ലായ്മ വളരെ കൂടുതലായി തുടരുന്നു. ലോകത്ത് ഏറ്റവും കുറ്റകൃത്യങ്ങളുള്ള രാജ്യം കൂടിയാണ് വെനിസ്വേല. ഇതൊക്കെ നോക്കുമ്പോൾ ഷാവേസിന്റെ നേട്ടങ്ങൾ എത്ര സ്ഥായിയായിരിക്കുമെന്ന് കണ്ടറിയേണ്ടിയിരിക്കുന്നു. ഒരു നേതാവിനെ മാത്രം ആശ്രയിച്ചുള്ള ഇടതുപക്ഷ പ്രസ്ഥാനത്തിന് ഇത്തരമൊരു ആശങ്ക സ്വാഭാവികമാണ്. ഷാവേസിന്റെ അവസാന കാലത്ത് പിൻഗാമി ആര് എന്ന ചോദ്യം ഉയർന്നപ്പോൾ വെനിസ്വേലയിലെ ഇടതുപക്ഷ പ്രസ്ഥാനത്തിനുള്ളിൽ വ്യക്തിവിദ്വേഷങ്ങൾ ഏറെ പ്രകടമായി. തന്റെ വികസനപദ്ധതികളും രാഷ്ട്രീയവും ഏകോപിപ്പിച്ച് ഒരു രാഷ്ട്രീയ ചാലകശക്തിയെ സൃഷ്ടിക്കാൻ ഷാവേസിന് കഴിഞ്ഞില്ല. മറിച്ച് ഷാവേസിനെ ചുറ്റിപ്പറ്റിയുള്ളതായി വെനിസ്വേലയിലെ എല്ലാക്കാര്യവും. തമാശക്കാരനും പ്രസംഗകനും സാധാരണക്കാരുമായി അടുത്തിടപഴകാൻ വളരെ മിടുക്കനുമായിരുന്നു ഷാവേസ്. തന്റെ സുഹൃത്തായി ഏതു സാധാരണക്കാരനും ഷാവേസിനെ കാണാൻ കഴിഞ്ഞു എന്നത് അദ്ദേഹത്തിന്റെ കരിസ്മ വ്യക്തമാക്കുന്നു. എന്നാൽ ആത്യന്തികമായി ഇതെല്ലാം ഷാവേസിന്റെ വ്യക്തിഗത നേട്ടങ്ങളായി; ഇടതുപക്ഷ മുന്നേറ്റത്തിന്റെ നേട്ടങ്ങളായില്ല. ഈ പശ്ചാത്തലത്തിൽ ഷാവേസിന്റെ വേർപാട് ഒരു ശൂന്യത സൃഷ്ടിക്കുന്നു.

വെനസ്വേലയിൽ ഇനിയൊരു വോട്ടെടുപ്പ് നടന്നാൽ വലതുപക്ഷം വീണ്ടും അധികാരത്തിൽ വന്ന് ഷാവേസിന്റെ പരിഷ്കരണ നടപടി മുഴുവൻ തിരുത്തിയെഴുതിക്കൂടെന്നില്ല.

ലാറ്റിനമേരിക്കയിൽ ഇപ്പോൾ പൊതുവിലുള്ള ഇടതുപക്ഷ അനുഭാവത്തിൽ പൈതൃകം ഷാവേസിന് അവകാശപ്പെടാനാകില്ല. ഉദാഹരണമായി ക്യൂബയെ നോക്കിയാൽ അരനൂറ്റാണ്ടിന്റെ ഇടതുപക്ഷ പാരമ്പര്യമുണ്ട്. ലാറ്റിനമേരിക്കൻ രാഷ്ട്രീയത്തിന് പൊതുവിൽ ഇടതുചായ്വാണുള്ളത്. ഷാവേസിന്റെ മോഡൽ വെനിസ്വേലയിൽ മാത്രമാണുള്ളത്. പലതരത്തിലുള്ള ഇടതു രാഷ്ട്രീയമാണ് ലാറ്റിനമേരിക്കയിലുള്ളത്. ബ്രസീലിലും പെറുവിലും വ്യത്യസ്ത ഇടതുപക്ഷങ്ങളാണുള്ളത്. ഇപ്പോൾ വെനിസ്വേലയിലെ ഇടതു മോഡലിനെക്കാൾ സ്വീകാര്യത ബ്രസീലിലെ ഇടതുപ്രസ്ഥാനത്തിനാണ്.

ലാറ്റിനമേരിക്കയിലെ ഇടതുപ്രസ്ഥാനങ്ങൾ എല്ലാംതന്നെ നവലിബറൽ നയങ്ങൾ ഉൾക്കൊള്ളുകയും ജനാധിപത്യത്തിൽ വിശ്വസിക്കുകയും

ചെയ്യുന്നു. ബ്രസീലിലെ ഇടതുപക്ഷം അനാവശ്യമായി അമേരിക്കൻ വിരുദ്ധ മുദ്രാവാക്യം മുഴക്കാൻ ശ്രമിക്കുന്നുമില്ല. അമേരിക്കയെ എങ്ങനെ പ്രയോജനപ്പെടുത്താം എന്നാണ് അവർ ആലോചിക്കുന്നത്. എന്നുവച്ച് അമേരിക്കയുടെ ചൊൽപ്പടിയിലുമല്ല ഈ ഇടതുപ്രസ്ഥാനങ്ങൾ പ്രവർത്തിക്കുന്നത്.

ബ്രസീലിലെ ഇടതുപക്ഷത്തിന് വിവിധ ലോകരാജ്യങ്ങളിൽ സ്വീകാര്യത കിട്ടുന്നുണ്ട്. ബ്രസീലിലെ ഇപ്പോഴത്തെ പ്രസിഡന്റ് ലുല ട്രേഡ് യൂണിയൻ നേതാവായി വളർന്നുവന്നയാളാണ്. അതായത് ജനങ്ങൾക്കു നടുവിൽനിന്നും അധികാരത്തിലേക്കു വന്ന വ്യക്തി.

അങ്ങനെ നോക്കുമ്പോൾ ഇന്ത്യയിലെ ഭരണാധികാരി 'ആം ആദ്മി' എന്ന് ഇടയ്ക്കിടെ പറഞ്ഞുകൊണ്ട് ബൂർഷ്വയുടെ പ്രതിനിധിയായി ഭരണം തുടരുകയാണ്. "ഞങ്ങൾ പാവങ്ങൾക്കൊപ്പമാണ്" എന്ന് ഇടയ്ക്കിടെ പറഞ്ഞുകൊണ്ട് മറ്റു താൽപ്പര്യങ്ങൾ സംരക്ഷിക്കുകയാണിവിടെ. ബ്രസീലിൽ അത്തരത്തിലല്ല ഭരണാധികാരി. ആഗോളവൽക്കരണത്തിന്റെ വലിയ വക്താവായി നിൽക്കുമ്പോഴും ബ്രസീലിൽ സാമൂഹിക സുരക്ഷാകാര്യത്തിൽ ഒരു വിട്ടുവീഴ്ചയുമില്ല.

ഇന്ത്യൻ ഇടതുപക്ഷം ഇപ്പോഴും വളരെ സെന്റിമെന്റലായി ചെ ഗുവേരയുടെയും കാസ്ട്രോയുടെയും ഷാവേസിന്റെയും പേരു പറയുന്നുണ്ട്. ഇക്കാര്യത്തിൽ ഒരു പുനരാലോചന ആവശ്യമുണ്ട്. ഇന്ത്യ വലിയ തോതിൽ മാറിക്കൊണ്ടിരിക്കുന്ന ഒരു സമൂഹമാണ്. ഇന്ത്യയുടെ വികസനത്തിൽ ഈ വ്യക്തികളുടെ പേരുപറഞ്ഞാൽ എത്ര തരംഗമുണ്ടാകുമെന്ന് നിഷ്പക്ഷമായി ചിന്തിക്കേണ്ടിയിരിക്കുന്നു.

ഷാവേസിന്റെ രീതിയിലുള്ള അമേരിക്കൻവിരുദ്ധ നിലപാടിന്റെ പ്രസക്തി ഇന്ത്യയിലുണ്ടോ? ഷാവേസിനു തന്നെ ഖജനാവിലേക്ക് പണം വന്നിരുന്നത് അമേരിക്കയിൽ വിൽക്കുന്ന പെട്രോളിൽ നിന്നായിരുന്നല്ലോ. മാത്രമല്ല, ഒബാമ പ്രസിഡന്റായ ശേഷം വെനിസ്വേലയെ തകർക്കുന്ന നീക്കങ്ങൾക്ക് വലിയ ഊർജം ഒന്നുമില്ലായിരുന്നു. അപ്പോൾ വെനസ്വേലയിലെ അമേരിക്കൻവിരുദ്ധതയുടെ പ്രാധാന്യം എത്രമാത്രമുണ്ട്?

ഈ പശ്ചാത്തലത്തിൽ ഇന്ത്യൻ ഇടതുപക്ഷം ഷാവേസിനെ നോക്കി അമിതമായി ആവേശംകൊള്ളുന്നതിൽ കാര്യമുണ്ടോ?

ആഗോള വികസന രാഷ്ട്രീയം നോക്കിയാൽ മേൽക്കൈ നേടാനുള്ള അമേരിക്കയുടെ ശേഷി വളരെ വളരെ കുറഞ്ഞുവരുന്നു എന്നതാണ് യാഥാർഥ്യം. അമേരിക്ക നേരിട്ട സാമ്പത്തികപ്രതിസന്ധിമൂലം അടുത്തകാലത്തൊന്നും മേൽക്കൈ വീണ്ടെടുക്കാനാവുമെന്ന് തോന്നുന്നില്ല. അമേരിക്ക തന്നെ സ്വന്തം മിലിട്ടറി ബജറ്റ് കുറച്ചിരിക്കുന്നു. ഈ പശ്ചാത്തലത്തിൽ അമേരിക്കയെ പേടിക്കുകയോ വെറുക്കുകയോ ചെയ്യേണ്ട ആവശ്യമുണ്ടോ? അതിനാൽ വെനിസ്വേലയുടെ ഇടതുരാഷ്ട്രീയത്തിൽ അമിത ആവേശം ആവശ്യമില്ല.

ജനാധിപത്യ വിപ്ലവത്തിന്റെ നായകൻ

എ ശ്യാം

രണ്ട് നൂറ്റാണ്ടിനിടെ ലാറ്റിനമേരിക്ക ലോകത്തിന് നൽകിയ വീര നായകരുടെ പട്ടികയിലാണ് ഹ്യൂഗോ ഷാവേസിന്റെ സ്ഥാനം.

തെക്കനമേരിക്കയുടെ വിമോചകരായ സൈമൺ ബൊളിവറിന്റെയും ഹോസെ സാൻ മാർത്തീനിന്റെയും ക്യൂബൻ സ്വാതന്ത്ര്യനായകൻ ഹോസെ മാർത്തിയുടെയും ഫിദൽ കാസ്ട്രോയുടെയും ചെ ഗുവേരയു ടെയും മറ്റും നിരയിൽ. വെനസ്വേലക്കാരനായ ബൊളിവറിന്റെയും അർജ ന്റീനക്കാരനായ സാൻ മാർത്തീനിന്റെയും ഹോസെ മാർത്തിയുടെയും പോരാട്ടങ്ങൾ കൊളോണിയലിസത്തിനെതിരെയായിരുന്നു. ഫിദൽ ക്യൂബയെ സ്വേച്ഛാധിപത്യത്തിൽനിന്ന് മോചിപ്പിച്ചപ്പോൾ അദ്ദേഹത്തിന്റെ വലംകൈയായി പോരാടാൻ ചെ യുമുണ്ടായിരുന്നു. തുടർന്ന് കോംഗോ യിലെ പോരാട്ടത്തിനുശേഷം ബൊളീവിയയിൽ എത്തിയ ചെ അവിടെ രക്തസാക്ഷിത്വം വരിച്ചത് ചരിത്രം. ഇവരെല്ലാം വിമോചനത്തിന് സായുധ പോരാട്ടം മാർഗമാക്കിയപ്പോൾ പുതിയ കാലത്ത് ജനാധിപത്യമാർഗ ത്തിൽ പുതിയ ഒരു വിപ്ലവത്തിന് തുടക്കമിടുകയായിരുന്നു ഷാവേസ്.

വെനസ്വേലയിൽ ഇരുപതാം നൂറ്റാണ്ടിന്റെ അവസാന ദശകത്തിൽ ആരംഭിച്ച ആ വിപ്ലവത്തിന്റെ അമരക്കാരനായിരുന്നു ഹ്യൂഗോ ഷാവേസ്.

വെനസ്വേലയുടെ മാത്രമല്ല, ലാറ്റിനമേരിക്കയുടെയാകെ മുഖഛായ മാറ്റി ആ വിപ്ലവം. അതുവരെ അമേരിക്കയുടെ പിന്നാമ്പുറമായിരുന്ന ഭൂഖ ണ്ഡത്തെ പുതിയ ഒരു ലോകമാക്കി. പുതിയ ഒരു ലോകം സാധ്യമാ ണെന്ന വിശ്വാസം മറ്റ് ഭൂഖണ്ഡങ്ങളിലേക്കും പടർത്തി. രണ്ട് നൂറ്റാണ്ടു മുമ്പ് ലാറ്റിനമേരിക്കയുടെ ഐക്യം സ്വപ്നംകണ്ട ബൊളിവറും ഇരു പതാം നൂറ്റാണ്ടിന്റെ രണ്ടാം പകുതിയിൽ സോഷ്യലിസത്തിനായുള്ള പോരാട്ടങ്ങൾക്ക് ലാറ്റിനമേരിക്കൻ ജനതകളെ പ്രചോദിപ്പിച്ച ഫിദലും

ചെ യും ആയിരുന്നു ഷാവേസിന്റെ വീരനായകർ. ഷാവേസ് ഫിദലിന് മാനസപുത്രനായി.

സോവിയറ്റ് യൂണിയന്റെ തകർച്ചയെത്തുടർന്ന് മുതലാളിത്തത്തിന് ബദലില്ലെന്ന സാമ്രാജ്യത്വ പ്രചാരണം ലോകമെങ്ങും ആധിപത്യം സ്ഥാപിച്ചുവന്ന വേളയിലാണ് 1988 ലെ തിരഞ്ഞെടുപ്പിൽ ഷാവേസ് പ്രസിഡന്റായി തിരഞ്ഞെടുക്കപ്പെട്ടത്. 99 ജനുവരിയിൽ അദ്ദേഹം അധികാരമേൽക്കുമ്പോൾ ദാരിദ്ര്യവും രോഗങ്ങളും നിരക്ഷരതയുംമൂലം വലയുകയായിരുന്നു വെനസ്വേലയിലെ ജനങ്ങൾ.

ഇന്നവർ ഭൂഖണ്ഡത്തിലെ ഏറ്റവും സന്തുഷ്ട ജനതയാണ്. ലോകപ്രശസ്ത സർവേ ഏജൻസിയായ ഗാലപ്പിന്റെ റിപ്പോർട്ടനുസരിച്ച് ഇന്ന് ലോകത്തിലെ ഏറ്റവും സന്തുഷ്ട രാഷ്ട്രങ്ങളിൽ അഞ്ചാം സ്ഥാനമാണ് വെനസ്വേലയ്ക്ക്. ഷാവേസിന്റെ 14 വർഷത്തെ ഭരണത്തിൽ വെനസ്വേല നേടിയ പുരോഗതി ആ രാജ്യത്തെ ഇന്ന് ഒരു ഗണനീയ ശക്തിയായി മാറ്റി എന്നത് അദ്ദേഹത്തിന്റെ രൂക്ഷ വിമർശകരും സമ്മതിക്കും.

എണ്ണസമ്പത്തിൽ പരമാധികാരം

ഷാവേസിന്റെ നേട്ടങ്ങളെ നിസ്സാരവൽക്കരിക്കാൻ, അവയ്ക്ക് കാരണം രാജ്യത്തിന്റെ എണ്ണസമ്പത്താണെന്ന് വിമർശകർ ആക്ഷേപിക്കാറുണ്ട്. അത് അർധസത്യവുമാണ്. എന്നാൽ വെനസ്വേലയുടെ എണ്ണസമ്പത്ത് പെട്ടെന്നുണ്ടായതല്ല. എണ്ണപ്പണം ജനങ്ങളുടെ വികസനത്തിനുവേണ്ടി ഉപയോഗിക്കുന്നത് ആദ്യമായിട്ടായിരുന്നു എന്നുമാത്രം. സമാന്തര രാജ്യംപോലെ പ്രവർത്തിച്ചിരുന്ന രാജ്യത്തെ പ്രധാന എണ്ണക്കമ്പനി പി ഡി വി എസ് എയെ 2003 ൽ ദേശസാൽക്കരിച്ചപ്പോൾ ഷാവേസ് രാജ്യത്തിന്റെ ഊർജ പരമാധികാരം സ്ഥാപിക്കുകയായിരുന്നു. അതിനുമുമ്പുതന്നെ ആഗോള എണ്ണക്കുത്തകകൾ വെനസ്വേലയിൽനിന്ന് കൊള്ളലാഭം കടത്തിക്കൊണ്ടിരുന്നത് തടയാൻ ഷാവേസ് നടപടികൾ ആരംഭിച്ചിരുന്നു. വിദേശ കമ്പനികൾക്ക് എണ്ണ വിൽപ്പനയിൽനിന്ന് കിട്ടിയിരുന്ന പങ്ക് 84 ശതമാനത്തിൽനിന്ന് 70 ശതമാനമാക്കി കുറച്ച് 2001 ൽ തന്നെ നിയമം കൊണ്ടുവന്നിരുന്നു. ഒറിനോക്കോ തടത്തിലെ ഘന അസംസ്കൃത എണ്ണയ്ക്ക് ഇപ്പോൾ വിദേശ കമ്പനികൾ നൽകുന്ന റോയൽറ്റി 16.6 ശതമാനമാണ്. നേരത്തെ ഇത് വെറും ഒരു ശതമാനമായിരുന്നു. ഈ നിബന്ധന അംഗീകരിക്കാൻ കൂട്ടാക്കാതിരുന്ന എക്സണിനെയും കൊണോക്കോ ഫിലിപ്സിനെയും ഷാവേസ് പുറത്താക്കി. വ്യവസ്ഥ അംഗീകരിച്ചാണ് ഷെവ്റൺ തുടരുന്നത്.

അമേരിക്കൻ ഊർജ വകുപ്പിന്റെ കണക്കനുസരിച്ച് വെനസ്വേലയുടെ എണ്ണ ശേഖരം 1.36 ലക്ഷം കോടി വീപ്പ വരും. എണ്ണ ശേഖരത്തിൽ സൗദി അറേബ്യയുടെയും മുന്നിൽ ഒന്നാം സ്ഥാനത്താണ് ഇപ്പോൾ വെനസ്വേല. എണ്ണ കയറ്റുമതിയിൽനിന്നുള്ള പണം തീർത്തും ജനങ്ങളുടെ ക്ഷേമത്തിന് ഉപയോഗിക്കുന്നു എന്നതാണ് ഷാവേസ് വരുത്തിയ മാറ്റം.

മറ്റൊന്ന് പണത്തിനുപകരം ഇറക്കുമതിക്കാരിൽനിന്ന് ചരക്കുകളും സേവനങ്ങളും സ്വീകരിച്ച് പരസ്പര സഹകരണത്തിന്റെ പുതിയ മാതൃകകൾ സൃഷ്ടിക്കാനും ഷാവേസിന് കഴിഞ്ഞു. ക്യൂബയിൽനിന്ന് വിദഗ്ധ ഡോക്ടർമാരുടെയും അധ്യാപകരുടെയും സേവനം സ്വീകരിക്കുമ്പോൾ ഉറുഗ്വായിൽ നിന്ന് പശുക്കളെയാണ് എണ്ണയ്ക്ക് പകരമായി വാങ്ങുന്നത്.

ക്ഷേമപ്രവർത്തനങ്ങൾ, ദാരിദ്ര്യ നിർമാർജനം

2000 നും 2010 നുമിടയിൽ വെനസ്വേലയുടെ സാമൂഹ്യ ക്ഷേമ ചെലവുകൾ 61 ശതമാനം അഥവാ 77,200 കോടി ഡോളർ വർധിച്ചു എന്നാണ് കണക്ക്. എണ്ണപ്പണം ജനക്ഷേമത്തിനുപയോഗിക്കാൻ തുടങ്ങിയതോടെ ജനങ്ങളുടെ ജീവിത നിലവാരത്തിൽ വലിയ പുരോഗതിയുണ്ടായി. 1996 ൽ 71 ശതമാനമായിരുന്ന ദാരിദ്ര്യം ഇപ്പോൾ 21 ശതമാനമായി. കൊടുംദാരിദ്ര്യം 40 ശതമാനത്തിൽനിന്ന് 7.3 ശതമാനമാക്കി കുറയ്ക്കാനും ഷാവേസിന് കഴിഞ്ഞു. രാഷ്ട്രങ്ങളിലെ അസമത്വത്തിന്റെ തോത് അളക്കാൻ ഉപയോഗിക്കുന്ന ഗിനി സൂചിക വെനസ്വേലയിൽ 1999 ൽ 0.46 ആയിരുന്നത് 2011 ൽ 0.39 ആയി കുറഞ്ഞു. ലാറ്റിനമേരിക്കയിൽ ഗിനി സൂചിക ഏറ്റവും കുറവ് – അസമത്വം ഏറ്റവും കുറവ് – വെനസ്വേലയിലാണ്.

ഐക്യരാഷ്ട്ര സംഘടനയുടെ കീഴിലെ ഭക്ഷ്യ കൃഷി സംഘടനയുടെ (എഫ് എ ഒ) കണക്കനുസരിച്ച് ലാറ്റിനമേരിക്കൻ – കരീബിയൻ രാജ്യങ്ങളിൽ പട്ടിണി ഇല്ലാതാക്കുന്നതിൽ ഏറ്റവും മുന്നിൽ വെനസ്വേലയാണ്. 50 ലക്ഷം കുട്ടികൾക്കാണ് ഇപ്പോൾ സ്കൂളുകളിലൂടെ സൗജന്യ ഉച്ചഭക്ഷണം നൽകുന്നത്. 1998 ൽ ഇത് രണ്ടര ലക്ഷം കുട്ടികൾക്ക് മാത്രമാണ് ലഭിച്ചിരുന്നത്. ഭക്ഷ്യ ദൗത്യ പരിപാടിയിലൂടെ 22,000 ഭക്ഷ്യശാലകളടങ്ങുന്ന ഒരു ശൃംഖല തുടങ്ങിയതിന്റെ ഫലമായി 1999 നുശേഷം വെനസ്വേലക്കാരുടെ ശരാശരി കലോറി ഉപഭോഗത്തിന്റെ അളവിൽ 50 ശതമാനം വർധനവുണ്ടായി. മാംസാഹാരത്തിൽ 75 ശതമാനമാണ് വർധന. ഇതിന്റെയെല്ലാം ഗുണഫലമായി പോഷകാഹാരകുറവ് 1998 ൽ 21 ശതമാനമായിരുന്നത് ഇപ്പോൾ മൂന്ന് ശതമാനത്തിൽ താഴെയാണ്.

മിസ്യോണസ് എന്ന സാമൂഹ്യക്ഷേമ പരിപാടികളുടെ ഗുണഭോക്താക്കൾ രണ്ട് കോടിയാളുകളാണ്. ആകെ ജനസംഖ്യ 2.9 കോടി ആണെന്നോർക്കുക. 21 ലക്ഷമാളുകൾക്ക് വാർധക്യ പെൻഷൻ ലഭിക്കുന്നുണ്ട്. ഷാവേസ് അധികാരമേറ്റശേഷം ഇത് ലഭിക്കുന്നവരുടെ എണ്ണം ഏഴു മടങ്ങ് വർധിച്ചു. ഏഴു ലക്ഷം പുതിയ വീടുകൾ നിർമിച്ചതാണ് മറ്റൊരു നേട്ടം. തൊഴിലില്ലാത്ത സ്ത്രീകൾക്കും അംഗവൈകല്യമുള്ളവർക്കും മിനിമം കൂലിയുടെ 80 ശതമാനം (ഇന്ത്യൻ കണക്കിൽ 14,000 രൂപയോളം) പെൻഷനായി നൽകുന്നുണ്ട്.

ജനങ്ങൾക്ക് ആരോഗ്യം

സാമൂഹ്യക്ഷേമ, ഭക്ഷ്യരംഗങ്ങളിലെ നടപടികൾക്ക് പൂരകമായാണ് ആരോഗ്യരംഗത്ത് ഷാവേസ് കൈക്കൊണ്ട നടപടികൾ. മുഴുവൻ പൗരന്മാർക്കും സൗജന്യ ചികിത്സ ഉറപ്പാക്കാൻ ദേശീയ പൊതു സംവിധാനം ആരംഭിച്ചു. 1999 ൽ ഒരുലക്ഷമാളുകൾക്ക് 20 ഡോക്ടർമാർ മാത്രം ഉണ്ടായിരുന്നത് 2010 ൽ 80 ആയി വർധിച്ചു. 400 ശതമാനം വർധന. 98 ൽ 30 ലക്ഷത്തിൽ താഴെയാളുകൾക്ക് മാത്രമാണ് പതിവായി ഡോക്ടറുടെ സേവനം ലഭിച്ചിരുന്നതെങ്കിൽ മിഷൻ ബാരിയോ അഡൈൻട്രോയിലൂടെ 1.7 കോടി ആളുകൾക്ക് ഇത് ലഭ്യമാക്കി. ഭക്ഷ്യ, ചികിത്സാരംഗങ്ങളിലെ പുരോഗതിയുടെ ഫലമായി ശിശുമരണനിരക്ക് 99 ൽ ആയിരത്തിൽ 19.1 ശതമാനമായിരുന്നത് 2012 ൽ 10 ശതമാനമായി കുറഞ്ഞു. 49 ശതമാനത്തിന്റെ കുറവ്, ശരാശരി ആയുർദൈർഘ്യം 1999 ൽ 72.2 വയസായിരുന്നത് 2012 ൽ 74.3 ആയി. 2004 ൽ ആരംഭിച്ച ഓപ്പറേഷൻ മിറക്കിൾ പരിപാടിയിലൂടെ 15 ലക്ഷം ആളുകൾക്ക് കാഴ്ച തിരിച്ചുകിട്ടി.

എല്ലാവർക്കും വിദ്യാഭ്യാസം

ഷാവേസിന്റെ ഭരണത്തിൽ വെനസ്വേല അഭിമാനകരമായ കുതിച്ചുചാട്ടം നടത്തിയ മറ്റൊരു മേഖല വിദ്യാഭ്യാസമാണ്. ഔപചാരിക, അനൗപചാരിക തലങ്ങളിലൂടെ വിദ്യാഭ്യാസത്തിൽ കൈവരിച്ച പുരോഗതി 2005 ഓടെ തന്നെ വെനസ്വേലയെ യുണെസ്കോ സമ്പൂർണ സാക്ഷര രാഷ്ട്രമായി പ്രഖ്യാപിക്കാൻ ഇടയാക്കി (85 ശതമാനം സാക്ഷരതയാണ് ഇതിനുള്ള മാനദണ്ഡം). 98 ൽ സ്കൂൾ വിദ്യാർഥികളുടെ എണ്ണം 60 ലക്ഷമായിരുന്നത് 2011 ൽ 1.3 കോടിയായി. ഇരട്ടിയിലധികം വർധന. സ്കൂൾ പ്രവേശന നിരക്ക് 93.2 ശതമാനമായി. മിഷൻ റോബിൻസൺ എന്നു പേരിട്ട സാക്ഷരതാ പ്രവർത്തനത്തിന്റെ ഫലമായി 15 ലക്ഷമാളുകൾ എഴുത്തും വായനയും പഠിച്ചു. അതിന്റെ തുടർച്ചയിൽ മുഴുവനാളുകൾക്കും സെക്കൻഡറിതലംവരെ വിദ്യാഭ്യാസം ഉറപ്പാക്കാൻ 'റോബിൻസൺ 2' പദ്ധതി നടപ്പാക്കുന്നു. സെക്കൻഡറി സ്കൂൾ പ്രവേശന നിരക്ക് 2000 ൽ 53.6 ശതമാനം ആയിരുന്നത് 2011 ൽ 73.3 ശതമാനമായി. റിബാസ്, സുക്രെ പദ്ധതികളിലൂടെ പതിനായിരക്കണക്കിന് യുവാക്കൾക്ക് സർവകലാശാല വിദ്യാഭ്യാസം സാധ്യമാക്കി. അങ്ങനെ 2000 ൽ ഒമ്പത് ലക്ഷത്തിൽ താഴെയായിരുന്ന സർവകലാശാല വിദ്യാർഥികളുടെ എണ്ണം 23 ലക്ഷത്തിലധികമാക്കി. ഇവർക്കായി പുതിയ സർവകലാശാലകളും സ്ഥാപിച്ചു. ആരോഗ്യ, വിദ്യാഭ്യാസ മേഖലകളിൽ പ്രശസ്തമായ ക്യൂബൻ മാതൃകയാണ് ഷാവേസ് പിന്തുടർന്നത്.

ഭൂപരിഷ്കരണം, കൃഷി, വ്യവസായം

ഷാവേസ് അധികാരമേറ്റശേഷം 10 ലക്ഷം ഹെക്ടറിലധികം ഭൂമി ആദിവാസികൾക്ക് നൽകി. ഭൂപരിഷ്കരണത്തിന്റെ ഫലമായി ലക്ഷക്കണ

ക്കിന് കർഷകർ ഭൂമിക്ക് ഉടമകളായി. മൊത്തം 30 ലക്ഷം ഹെക്ടറില ധികം ഭൂമി പുനർവിതരണം ചെയ്തു. ഭൂപരിഷ്കരണം കാർഷികോൽപ്പാ ദനത്തിൽ കുതിച്ചുചാട്ടമുണ്ടാക്കി. 1999 ൽ ഭക്ഷ്യ ഉപഭോഗത്തിന്റെ 51 ശതമാനമായിരുന്നു വെനസ്വേലയുടെ ഉൽപ്പാദനം. 99 നുശേഷം ഭക്ഷ്യ ഉപഭോഗം 81 ശതമാനം വർധിച്ചിട്ടും ആകെ ഉപഭോഗത്തിന്റെ 71 ശത മാനം ഭക്ഷ്യ ഉൽപ്പാദനം 2012 ൽ ഉണ്ടായി.

വൈദ്യുതി, ടെലികമ്യൂണിക്കേഷൻ മേഖലകളിൽ സ്വകാര്യ കുത്ത കകളുടെ തേർവാഴ്ച അവസാനിപ്പിച്ച് ദേശസാൽക്കരണം നടപ്പാക്കിയ തോടെ ഈ സേവനങ്ങൾ സാർവത്രികമായി ലഭ്യമായി. വിവിധ രംഗങ്ങ ളിലായി അരലക്ഷത്തിൽപ്പരം സഹകരണ സ്ഥാപനങ്ങൾ ആരംഭി ച്ചതാണ് മറ്റൊരു നേട്ടം. 40 ലക്ഷം പുതിയ തൊഴിൽ സൃഷ്ടിക്കപ്പെട്ട തോടെ തൊഴിലില്ലായ്മ 98 ൽ 15.2 ആയിരുന്നത് 2012 ൽ 6.4 ശതമാന മായി കുറഞ്ഞു. മിനിമം കൂലി 98 ൽ മാസം 100 ബൊളിവർ ആയിരു ന്നത് 2012 ൽ 2047.52 ബൊളിവർ (ഉദ്ദേശം 17,640 രൂപ) ആയി. 2000 ശത മാനത്തിലധികം വർധന. ലാറ്റിനമേരിക്കയിലെ ഏറ്റവും ഉയർന്ന മിനിമം കൂലിയാണിത്. 1998 ൽ 65 ശതമാനം തൊഴിലാളികൾക്കും മിനിമം കൂലിയേ ഉണ്ടായിരുന്നുള്ളൂ. എന്നാൽ 2012 ൽ അത് 21 ശതമാനം പേർ ക്കായി കുറഞ്ഞു. മറ്റുള്ളവർക്ക് അതിനുമുകളിലായി. തൊഴിൽസമയം ദിവസം ആറു മണിക്കൂറാക്കി.

സമ്പദ്‌വ്യവസ്ഥ ശക്തം

പല രാജ്യങ്ങളിലും സാമ്പത്തിക വളർച്ചയും ജനങ്ങളുടെ ജീവിത നിലവാരവും തമ്മിൽ പൊരുത്തമില്ലെങ്കിലും വെനസ്വേലയിൽ അതല്ല സ്ഥിതി. ഉൽപ്പാദനശക്തികളെ സ്വതന്ത്രമാക്കി നടപ്പാക്കിയ വിപ്ലവകര മായ നയങ്ങൾ മൊത്തം ആഭ്യന്തര ഉൽപ്പാദനത്തിന്റെ (ജി ഡി പി) ആളോഹരി വിഹിതത്തിലും വർധനവുണ്ടാക്കി. 1999 ൽ 4100 ഡോളറാ യിരുന്ന ഇത് 2011 ൽ 10,810 ഡോളറിലെത്തി. 1998 ൽ ജി ഡി പി യുടെ 45 ശതമാനമായിരുന്ന പൊതുകടം 2011 ൽ 20 ശതമാനമായി താണു. അന്താ രാഷ്ട്ര നാണ്യനിധിയിലും (ഐ എം എഫ്) ലോകബാങ്കിലും ഉണ്ടായി രുന്ന വായ്പകൾ കാലാവധിയെത്തുംമുമ്പേ തിരിച്ചടച്ച് അവയിൽനിന്ന് സ്വതന്ത്രമായി (സലിം ലംറാനി – ഓപെറ മുൻഡി, മാർച്ച് 9, 2013).

ക്ഷേമ പ്രവർത്തനങ്ങൾ വെനസ്വേലയുടെ സാമ്പത്തികനില അപ കടത്തിലാക്കുന്നു എന്നാണ് രാജ്യത്തെ വലതുപക്ഷത്തിന്റെയും അവ യുടെ നിയന്ത്രണത്തിലുള്ള കുത്തക മാധ്യമങ്ങളുടെയും വാദം. 2012ലെ ബജറ്റ്കമ്മി ജി ഡി പി യുടെ 51.3 ശതമാനമായിരിക്കുമെന്നാണ് കണ ക്കാക്കിയത്. ഇത് ശരാശരി 82.5 ശതമാനം ബജറ്റ് കമ്മിയുള്ള യൂറോപ്യൻ യൂണിയൻ രാജ്യങ്ങളുടേതിനേക്കാൾ എത്രയോ താഴെയാണെന്ന് *ഗാർഡി യൻ* പത്രത്തിൽ മാർക് വീസ്ബോട്ട് ചൂണ്ടിക്കാട്ടുന്നു. പണപ്പെരുപ്പനി

രക്കും ഗണ്യമായി കുറഞ്ഞു. 2010 ൽ 19 ശതമാനമായിരുന്നത് ഇപ്പോൾ 10 ശതമാനമാണ്.

ഏറ്റവും മികച്ച ജനാധിപത്യ മാതൃക

ഷാവേസിനെ ഒരു സ്വേച്ഛാധിപതി ആയാണ് പാശ്ചാത്യ മാധ്യമങ്ങളും ലാറ്റിനമേരിക്കയിലെ വലതുപക്ഷ മാധ്യമങ്ങളും വിശേഷിപ്പിക്കുന്നത്. സാമ്രാജ്യത്വവിരുദ്ധ നിലപാട് അടിസ്ഥാനമായുള്ള ചേരിചേരാ പ്രസ്ഥാനത്തിൽ നായകസ്ഥാനം വഹിച്ചിട്ടുള്ള ഇന്ത്യയടക്കമുള്ള വികസ്വര രാജ്യങ്ങളിലെ മാധ്യമങ്ങൾപോലും ഈ പ്രചാരണത്തിൽ വീണുപോവുന്നുണ്ട്. എന്നാൽ ഏറ്റവും ചുരുങ്ങിയ കാലത്തിനുള്ളിൽ ഏറ്റവുമധികം തവണ ജനപിന്തുണ തെളിയിച്ച ഭരണാധികാരിയായിരുന്നു ഷാവേസ് എന്ന യാഥാർഥ്യമാണ് ഇവിടെ തമസ്കരിക്കപ്പെടുന്നത്. ജനാധിപത്യം ശക്തിപ്പെടുത്തിയതാണ് യഥാർഥത്തിൽ വെനസ്വേലയിലെ പുരോഗതിയുടെ അടിത്തറയായത്. തങ്ങളുടെ ജീവിതം തീരുമാനിക്കുന്നതിൽ അധികാരം ലഭിച്ചുതുടങ്ങിയ ജനങ്ങളാണ് 2002 ലെ വലതുപക്ഷ അട്ടിമറിശ്രമം പരാജയപ്പെടുത്തിയത്.

1999 ൽ അധികാരമേറ്റശേഷം ഷാവേസ് വെനസ്വേലയിൽ 16 തെരഞ്ഞെടുപ്പുകൾ നടത്തി. അവയിൽ 15 ലും മികച്ച വിജയം നേടി. അധികാരമേറ്റ വർഷം തന്നെ ഹിതപരിശോധനയുടെ അടിസ്ഥാനത്തിൽ വെനസ്വേലയ്ക്ക് പുതിയ ഭരണഘടനയുണ്ടാക്കിയ ഷാവേസ് അടുത്തവർഷം തന്നെ അതിന്റെ അടിസ്ഥാനത്തിൽ വീണ്ടും പ്രസിഡന്റ് തിരഞ്ഞെടുപ്പ് നടത്തി ജനവിധി നേടി. 2002 ലെ അട്ടിമറിശ്രമവും തുടർന്ന് എണ്ണക്കുത്തകകൾ കമ്പനികൾ പൂട്ടിയിട്ടു നടത്തിയ ലോക്കൗട്ട് സമരവും അതിജീവിച്ച ഷാവേസ് 2004 ൽ തന്നെ ജനാധിപത്യ മാർഗത്തിൽ തന്നെ പുറത്താക്കാൻപോലും പ്രതിപക്ഷത്തിന് അവസരം നൽകി. എന്നാൽ ആ ‘പുറത്താക്കൽ’ തിരഞ്ഞെടുപ്പിലും ഷാവേസിന് അനുകൂലമായി വിധിയെഴുതി ജനങ്ങൾ പ്രതിപക്ഷത്തെയാണ് പരാജയപ്പെടുത്തിയത്.

പ്രസിഡന്റ് സ്ഥാനത്തിനുള്ള ഊഴനിയന്ത്രണം നീക്കുന്നതിനടക്കം ചില ഭരണഘടനാ പരിഷ്കരണങ്ങൾക്ക് 2007 ൽ നടത്തിയ ഹിതപരിശോധനയിൽ മാത്രമാണ് ഷാവേസിന് തോൽവിയുണ്ടായത്. ഷാവേസ് സ്വേച്ഛാധിപത്യം സ്ഥാപിക്കാൻ പോവുന്നു എന്ന വലതുപക്ഷ പ്രചാരണം ചിലരെയെങ്കിലും സ്വാധീനിച്ചതിന്റെ ഫലമായി പോളിങ് കുറഞ്ഞതാണ് ആ പരാജയത്തിനിടയാക്കിയത്. എന്നാൽ 2009 ൽ ചില മാറ്റങ്ങളോടെ ഈ ഭരണഘടനാ പരിഷ്കരണങ്ങൾ വീണ്ടും വോട്ടിനിട്ടപ്പോൾ ജനങ്ങൾ വൻ ഭൂരിപക്ഷത്തോടെ അതിന് അംഗീകാരം നൽകി. ഇതോടെ വീണ്ടും മത്സരിക്കാൻ സാധിച്ച ഷാവേസ് കഴിഞ്ഞ ഒക്ടോബറിൽ നടന്ന തിരഞ്ഞെടുപ്പിൽ 55 ശതമാനം വോട്ടോടെയാണ് വിജയിച്ചത്. തുടർന്ന് രോഗബാധിതനായ ഷാവേസ് ക്യൂബയിൽ ചികിത്സയിലിരിക്കെയാണ് വെനസ്വേലയിൽ ഗവർണർ സ്ഥാനങ്ങളിലേക്ക് തിരഞ്ഞെ

ടുപ്പ് നടന്നത്. 23 സംസ്ഥാനങ്ങളിൽ 20 ലും സോഷ്യലിസ്റ്റ് പാർട്ടി സ്ഥാനാർഥികൾ വിജയിച്ചത് ഷാവേസിന്റെ നേതൃത്വത്തിൽ ഇടതുപക്ഷം അവിടെ അടിത്തറ ഉറപ്പിക്കുക മാത്രമല്ല വിപുലീകരിക്കുകയും ചെയ്തു എന്നാണ് വ്യക്തമാക്കുന്നത്. അതുവരെ വലതുപക്ഷ ഭരണത്തിലായിരുന്ന ചില സംസ്ഥാനങ്ങളിലും ഇടതുപക്ഷം ജയിച്ചു.

പരാജയപ്പെടുമ്പോൾ വലതുപക്ഷം തിരഞ്ഞെടുപ്പ് ക്രമക്കേടുകളുണ്ടായി എന്ന ആരോപണവുമായി രംഗത്തുവരുന്നത് പതിവാണ്. എന്നാൽ ജീവിച്ചിരിക്കുന്ന മുൻ അമേരിക്കൻ പ്രസിഡന്റുമാരിൽ ഏറ്റവും നീതിമാനെന്ന് അറിയപ്പെട്ട ജിമ്മി കാർട്ടർ സാക്ഷ്യപ്പെടുത്തുന്നത് ലോകത്തെ ഏറ്റവും മികച്ച തിരഞ്ഞെടുപ്പ് സംവിധാനമാണ് വെനസ്വേലയിലേത് എന്നാണ്. വെനസ്വേലയിൽ എല്ലാ തിരഞ്ഞെടുപ്പുകളിലും നിരീക്ഷകരായി എത്താറുള്ള യൂറോപ്യൻ യൂണിയന്റെയും അമേരിക്കൻ രാഷ്ട്രസംഘടനയുടെയും തെക്കനമേരിക്കൻ രാഷ്ട്രയൂണിയന്റെയും കാർട്ടർ സെന്ററിന്റെയും പ്രതിനിധികൾ ഏകകണ്ഠമായി സാക്ഷ്യപ്പെടുത്തുന്നത് തിരഞ്ഞെടുപ്പുകൾ സുതാര്യമായാണ് നടന്നത് എന്നാണ്.

ലാറ്റിനമേരിക്കൻ ഐക്യം, മറ്റ് ജനതകളോടും ഐക്യദാർഢ്യം

വെനസ്വേലയുടെ അന്തസുയർത്തിയതു മാത്രമല്ല ഷാവേസിന്റെ സംഭാവന. ബൊളിവർ സ്വപ്നം കണ്ടതുപോലെ ലാറ്റിനമേരിക്കൻ ജനതകളുടെ ഐക്യത്തിന് സുശക്തമായ അടിത്തറ സ്ഥാപിക്കാൻ പ്രധാന പങ്കുവഹിക്കുക കൂടി ചെയ്തു അദ്ദേഹം. പരസ്പര സഹകരണത്തിന്റെ അടിസ്ഥാനത്തിൽ വിശാലമായ മേഖലാ കൂട്ടായ്മകൾ വളർത്തിയെടുക്കാനുള്ള ശ്രമത്തിന്റെ ഭാഗമായി ഷാവേസിന്റെ മുൻകൈയിൽ വിവിധ കൂട്ടായ്മകൾ വളർത്തിയെടുത്ത ക്യൂബയും വെനസ്വേലയും ചേർന്ന് 2004 ൽ രൂപീകരിച്ച അമേരിക്കൻ ജനതകൾക്കായുള്ള ബൊളിവേറിയൻ സഖ്യത്തിൽ (ആൽബയിൽ) ഇപ്പോൾ എട്ട് രാജ്യങ്ങൾ അംഗങ്ങളാണ്. 2011 ൽ ലാറ്റിനമേരിക്കൻ–കരീബിയൻ രാഷ്ട്ര സമൂഹം (സെലാക്) രൂപീകരിക്കുന്നതിനും നേതൃത്വം നൽകിയത് ഷാവേസാണ്. ആദ്യമായാണ് മേഖലയിലെ 33 രാജ്യങ്ങൾ ഒരു കൂട്ടായ്മയിൽ ഒന്നിക്കുന്നത്. 2005 ൽ ഷാവേസ് സ്ഥാപിച്ച പെട്രോ കരീബ് മേഖലയിലെ 18 രാജ്യങ്ങൾക്ക് 40 മുതൽ 60 ശതമാനം വരെ സബ്സിഡിയോടെ എണ്ണ ലഭ്യമാക്കി അവയുടെ ഊർജ സുരക്ഷ ഉറപ്പാക്കുന്നു. ഒമ്പത് കോടിയാളുകൾക്ക് (വെനസ്വേലൻ ജനസംഖ്യയുടെ രണ്ടിരട്ടി) ഇതിന്റെ പ്രയോജനം ലഭിക്കുന്നു. തെക്കനമേരിക്കൻ രാഷ്ട്രങ്ങൾക്ക് ഗ്രാന്റായും വായ്പയായും ഊർജ സഹായമായും 880 കോടി ഡോളർ ഷാവേസ് ചെലവഴിച്ചു.

തെക്കനമേരിക്കൻ രാജ്യങ്ങളെ എന്നും തങ്ങളുടെ കമ്പോളാധിപത്യത്തിൽ നിർത്താൻ അമേരിക്ക ആവിഷ്കരിച്ച നവകൊളോണിയൽ പദ്ധതിയായ അമേരിക്കൻ സ്വതന്ത്രവ്യാപാര കരാർ (എഫ് ടി എ എ)

കുഴിച്ചുമൂടുന്നതിന് ബ്രസീൽ മുൻ പ്രസിഡന്റ് ലുല ഡ സിൽവയും മറ്റുമായി ചേർന്ന് ഷാവേസ് വഹിച്ച പങ്കും എന്നും ഓർമിക്കപ്പെടുന്നതാണ്. തെക്കനമേരിക്കൻ രാജ്യങ്ങളുടെ പൊതു കമ്പോള രൂപമായ മെർക്കോസുർ വെനസ്വേലയും അംഗമായതോടെ ശക്തമായിട്ടുണ്ട്. മെർക്കോസുറിന്റെ തുടർച്ചയായി തെക്കനമേരിക്കൻ രാഷ്ട്രങ്ങളുടെ യൂണിയനായ യൂനസൂർ രൂപീകരണത്തിലും ഷാവേസ് പ്രധാന പങ്ക് വഹിച്ചു. ഐ എം എഫിനും ലോകബാങ്കിനും ബദലായി തെക്കിന്റെ ബാങ്കായ ബാങ്കോ ഡെൽ സൂർ ആണ് ഷാവേസിന്റെ മറ്റൊരു സംഭാവന. 1998 ൽ താൻ ആദ്യമായി ജനവിധി തേടിയപ്പോഴാണ് ഇത്തരം ഒരു ബാങ്കിനുള്ള ആശയം ഷാവേസ് ആദ്യം മുന്നോട്ടുവച്ചത്. പിന്നീട് മറ്റ് ലാറ്റിനമേരിക്കൻ രാജ്യങ്ങളിലും ഇടതുപക്ഷ നേതാക്കൾ അധികാരത്തിലെത്തിയപ്പോൾ ഇത് യാഥാർഥ്യമായി.

ആഫ്രിക്കൻ രാജ്യങ്ങളുമായി ലാറ്റിനമേരിക്കയുടെ ബന്ധം ശക്തമാക്കുന്നതിനും ഷാവേസ് നേതൃത്വം നൽകി. തന്റെ ആഫ്രിക്കൻ പാരമ്പര്യം അഭിമാനത്തോടെ പ്രഖ്യാപിച്ച ആദ്യ ലാറ്റിനമേരിക്കൻ നേതാവാണ് ഷാവേസ്. ആഫ്രിക്കയിൽ വെനസ്വേലയുടെ സ്ഥാനപതി കാര്യാലയങ്ങളുടെ എണ്ണം ഇരട്ടിയാക്കിയ ഷാവേസ് മുമ്പ് വെനസ്വേലയുടെ ഒരു പ്രസിഡന്റും തിരിഞ്ഞുനോക്കിയിട്ടില്ലാത്ത ആഫ്രിക്കൻ രാജ്യങ്ങളും സന്ദർശിച്ചു. ഷാവേസിന്റെ സഹായഹസ്തങ്ങൾ അമേരിക്കയിൽ ആഫ്രിക്കൻ വംശജർ പാർക്കുന്ന ദരിദ്രമേഖലകളിലേക്ക് വരെ നീണ്ടിയിട്ടുണ്ട്. പലസ്തീനിലെയും സഹറാവിയിലെയും ജനതകളുടെ വിമോചന പോരാട്ടങ്ങളുടെ ഉറ്റ ബന്ധുവായിരുന്നു ഷാവേസ്. സാമ്രാജ്യത്വത്തിനെതിരെയും നവകൊളോണിയൽ ആധിപത്യ ശ്രമങ്ങൾക്കെതിരെയും നെഞ്ചുവിരിച്ച് പോരാടാൻ ലോകമെങ്ങുമുള്ള ജനതകൾക്ക് ആവേശം പകർന്നു ഷാവേസ്. പാശ്ചാത്യ വാർത്താ ഏജൻസികളും മറ്റ് മാധ്യമങ്ങളും ലോകമെങ്ങും എത്തിച്ച വിഷലിപ്തമായ പ്രചാരണങ്ങളെയെല്ലാം അതിജീവിച്ച് തന്റെ കാലത്തെ ഏറ്റവും ആദരണീയനായ ലോക നേതാക്കളിൽ ഒരാളായി ഷാവേസ് മാറി. ഒരുപക്ഷേ ഫിദൽ കാസ്ട്രോയും നെൽസൺ മണ്ടേലയും കഴിഞ്ഞാൽ ഏറ്റവും ആദരണീയൻ.

സുസ്ഥിരപാരമ്പര്യം

ജയതിഘോഷ്

ഹ്യൂഗോ ഷാവേസിന്റെ അകാലമരണം സംബന്ധിച്ച് ലോകമെമ്പാടും നിന്നുണ്ടായ പ്രതികരണങ്ങൾ ആ മനുഷ്യൻ എന്തായിരുന്നോ അതിനേക്കാളേറെ നമ്മോടു പറയുന്നുണ്ട്. ലോകം എങ്ങനെയാണ് മാറിക്കൊണ്ടിരിക്കുന്നതെന്ന് അത് സൂചിപ്പിക്കുന്നു. വേദനയുടെയും ദൃഢപ്രതിജ്ഞയുടെയും സ്വാഭാവികവും ആഴത്തിലുള്ളതുമായ പ്രവാഹമാണ് വെനസ്വേലയിൽ മാത്രമല്ല ദക്ഷിണാർധഗോളത്തിലും ഒപ്പം നിരവധി രാജ്യങ്ങളിലുമുണ്ടായത്. ഒരു മനുഷ്യനും അദ്ദേഹത്തിന്റെ നയങ്ങളും ജനങ്ങളുടെ ഭാവനയെ എന്തുമാത്രം സ്വാധീനിച്ചിരുന്നുവെന്നതിന്റെ പ്രകടനമായിരുന്നു അത്.

എന്നാൽ ചില വടക്കൻ തലസ്ഥാനങ്ങളുടെ ഇടനാഴികളിൽ അദ്ദേഹത്തിന്റെ വേർപെടൽ സൃഷ്ടിച്ച ആശ്വാസവും പ്രകടമായി. അദ്ദേഹത്തിന്റെ നയങ്ങളാൽ ഭയപ്പെട്ടിരുന്നവർ, അദ്ദേഹത്തിന്റെ ജനപ്രീതിയും എന്തിന് നിലനിൽപ്പുപോലും ഭയപ്പെട്ടിരുന്നവർ അവരുടെ ധാരണകൾ മറച്ചുവെക്കാൻ വിഫലശ്രമം നടത്തി. ഷാവേസിന്റെ മാതൃക അദ്ദേഹത്തിന്റെ കാലശേഷം നിലനിൽക്കാനിടയില്ല എന്ന പ്രതീക്ഷയാണവർ പ്രകടിപ്പിച്ചത്.

അത്തരം പ്രതികരണങ്ങളിൽ പ്രകടമായ ധ്രുവീകരണം വെനസ്വേലയിലോ ലാറ്റിനമേരിക്കയിലോ മാത്രമായി ഒതുങ്ങിനിന്നില്ല. അനർഹമായ പ്രത്യേകാവകാശങ്ങളിൽ തൂങ്ങിക്കിടക്കുന്നതിൽ ആകാംക്ഷാഭരിതരും എന്നാൽ തകർന്നുകൊണ്ടിരിക്കുന്നവരുമായ ആഗോള വരേണ്യവിഭാഗവും സാമ്പത്തിക വികാസത്തിന്റെ നേട്ടങ്ങളിൽനിന്ന് ഒഴിവാക്കിനിർത്തപ്പെട്ടവരും എന്നാൽ ഈ വികാസത്തിന്റെ ദോഷഫലങ്ങളെല്ലാം അനുഭവിക്കേണ്ടിവരുന്ന ബഹുജനങ്ങളും തമ്മിലുള്ള ആഗോളതല

ത്തിലെ വിഭിന്നതകളാണ് അത് പ്രതിഫലിപ്പിക്കുന്നത്. നാടകീയമാം വിധം വർധിച്ചുവരുന്ന അസമത്വ പ്രക്രിയയോടുള്ള പ്രതികരണങ്ങൾ ഈയിടെയുള്ള പിടിച്ചടക്കൽ പ്രസ്ഥാനങ്ങളിലും തായ്‌ലണ്ടുമുതൽ അറബ്‌രാജ്യങ്ങൾ വരെ പ്രകടമായ സാമൂഹിക-രാഷ്ട്രീയ അസ്വസ്ഥത കളിലും പ്രകടമായി.

കൂടുതൽ സമത്വാധിഷ്ഠിതവും നീതിപൂർവകവുമായ സമ്പദ്‌വ്യവ സ്ഥകളും സമൂഹങ്ങളും സൃഷ്ടിക്കുക എന്ന ലക്ഷ്യം നേടുന്നതിനായി പുതിയ പാതകൾ വെട്ടിയൊരുക്കുന്നതിനു വേണ്ടി ലാറ്റിനമേരിക്കയിലെ വിവിധ ഗവൺമെന്റുകൾ ശ്രമിക്കുന്ന ശക്തമായ ഒരു പ്രവണതയാണി ന്നിവിടെ പ്രകടമായിക്കൊണ്ടിരിക്കുന്നത്.

ഇതുകൊണ്ടാണ് ഹ്യൂഗോ ഷാവേസിന്റെ പാരമ്പര്യം അദ്ദേഹ ത്തിന്റെ രാജ്യത്തിന് പുറത്തും പ്രാധാന്യം നേടുന്നതും വ്യാപിക്കുന്ന തും. ലാറ്റിനമേരിക്കയിലെ വിവിധ രാജ്യങ്ങളിൽ മുഖ്യധാരാ നയമായ വിപ്ലവകരമായ പരിവർത്തനം ഉയർന്നുവന്നത് - അതു ചിലത് സാധ്യ മാവുമായിരുന്നില്ല - വെനസ്വേലയിൽ ഹ്യൂഗോ ഷാവേസ് പ്രസിഡന്റാ യതുകൊണ്ടുമാത്രമാണ്. മുമ്പ് നവലിബറൽ സാമ്പത്തികനയങ്ങളുടെ പരീക്ഷണശാലയായിരുന്ന ഒരു ഭൂഖണ്ഡത്തിലാകെ രാഷ്ട്രീയമായി മാറ്റ ത്തിന്റേതായ ഒരു സമുദ്രം രൂപപ്പെടുന്നതിന് ഇതിടയാക്കി.

കഴിഞ്ഞ കാലത്തെ കെടുതികൾ പെട്ടെന്ന് മറന്നുപോകാനിട യാക്കുംവിധത്തിലുള്ള നിർണായകവും തീവ്രതരവുമായ മാറ്റങ്ങളാണ് ഷാവേസ് ആദ്യമായി അധികാരത്തിൽ വന്നതിനു ശേഷം നടന്നതെന്ന തിനാൽ അന്നത്തെ സാമ്പത്തിക-രാഷ്ട്രീയ പശ്ചാത്തലം ഓർത്തിരി ക്കേണ്ടത് പ്രാധാന്യമർഹിക്കുന്നു. വെനസ്വേലയുടെ സാമ്പത്തികപ്രക ടനങ്ങളുടെ ഹൃദയം എന്നാൽ മൊത്തം ജനങ്ങളുടെയും സ്ഥിതി മെച്ച പ്പെടുത്തുന്നതിനുവേണ്ടി എണ്ണ വരുമാനം ഷാവേസ് ഉപയോഗപ്പെടുത്തി യതായിരുന്നു.

ലാറ്റിനമേരിക്കയിൽ വലതുപക്ഷ, വിപണി അധിഷ്ഠിത, വൻകിട ബൂർഷ്വാധിഷ്ഠിത നയങ്ങൾ നടപ്പിലാക്കുന്നതിനനുസരിച്ച് അമേരിക്കൻ പിന്തുണയോടെ നടന്ന സൈനിക അട്ടിമറിയിൽ 1972 ൽ സാൽവദോർ അലൻഡെയെ അധികാരഭ്രഷ്ടമാക്കിയതോടെയായിരുന്നു. അതേസമ യംതന്നെ ഈ മേഖലയിലെ മിക്കവാറും വരുന്ന മറ്റു ഗവൺമെന്റുകളും അത് ഏകാധിപത്യമായാലും ജനാധിപത്യപരമായി തിരഞ്ഞെടുക്കപ്പെ ട്ടതായാലും ഈ നയങ്ങൾ നടപ്പിലാക്കാൻ ആരംഭിച്ചു. 1982 ൽ വിദേശ കട പ്രതിസന്ധി ശക്തിപ്രാപിക്കാനാരംഭിച്ചതോടെ ഐ എം എഫ് പോലുള്ള വിദേശവായ്പകൾ, കടം പുനക്രമീകരിക്കുന്നതിനെന്ന പേരിൽ നടപടികൾ, വരുന്ന ഒരു ദശക കാലത്തേക്ക് കർശനമായ വ്യവസ്ഥ കൾ നടപ്പിലാക്കുന്നതിനാരംഭിച്ചു.

'നഷ്ടദശകം'

1980 കളിലെ 'നഷ്ടദശകം' ലാറ്റിനമേരിക്കയെ സംബന്ധിച്ചിട

ത്തോളം അവരുടെ ദേശീയ വരുമാനവും വേതന നിലവാരവും ഇടിഞ്ഞു താണ വർഷങ്ങൾ മാത്രമായിരുന്നില്ല; സാമ്പത്തികാധികാരത്തിലും വിഭവങ്ങളുടെ മേലുള്ള നിയന്ത്രണത്തിലും നിർണായകമായ മാറ്റങ്ങൾ വരുത്തി. ഈ മേഖലയിലെ സംഘടിത തൊഴിലാളിവർഗത്തിന്റെ രാഷ്ട്രീയമായ പരാജയവും ഇടതുപക്ഷത്തെ മുൻകാല പ്രസ്ഥാനങ്ങളുടെ തകർച്ചയും വ്യാപകമായ സ്വകാര്യവൽക്കരണവും സാമ്പത്തികനിയന്ത്രണങ്ങൾ എടുത്തുകളയലും അടക്കമുള്ള നവലിബറൽ നയങ്ങൾ നടപ്പിലാക്കുന്നതിനുള്ള മുൻകൂർ വ്യവസ്ഥകളായിമാറി. എല്ലാ തരത്തിലുമുള്ള സംഘടിതതൊഴിലാളിവർഗത്തെ പാർശ്വവൽക്കരിക്കുന്നതിന് ഉറപ്പാക്കുന്നതിനായി തുറന്ന തൊഴിൽരാഹിത്യം വൻതോതിൽ വർധിക്കുന്ന തന്ത്രത്തെയാണ് ഇത് അവലംബിച്ചത്. വർഗശക്തികളുടെ ബലാബലത്തിൽ വന്ന ഈ പിന്തിരിപ്പൻമാറ്റം മറുവശത്ത് പ്രകൃതിവിഭവങ്ങളും പൊതു ഉപഭോഗവസ്തുക്കളും സ്വകാര്യ മേഖലകൾക്ക് കൈമാറിക്കൊണ്ട് ഒരു ചെറു സമ്പന്നവിഭാഗത്തെ ജനസംഖ്യയിൽ ഭൂരിപക്ഷത്തിന്റെ ചെലവിൽ കൂടുതൽ സമ്പന്നരാക്കി മാറ്റുന്നതിൽ ഉപയോഗപ്പെടുത്തി. അന്താരാഷ്ട്രീയവും ദേശീയവുമായ സ്വകാര്യ കോർപ്പറേറ്റ് മൂലധനത്തിന്റെ മേധാവിത്വം, നികുതിപിരിവിലും അത് പൗരന്റെ സാമ്പത്തിക സാമൂഹ്യ അവകാശങ്ങൾ സംരക്ഷിക്കുന്നതിനുവേണ്ടി ഉപയോഗപ്പെടുത്തുകയും ചെയ്യുക എന്ന ഭരണകൂട ചുമതല, നിർവഹിക്കപ്പെട്ടില്ല എന്നത് ഉറപ്പുവരുത്തി.

1990 കളിൽ നവലിബറലിസം പൊതുവായ ഭൗതികമുരടിപ്പിന്റെ കാലത്ത് സാമ്പത്തിക അസ്ഥിരതയുണ്ടാക്കുക മാത്രമല്ല ബഹുജനങ്ങളുടെ സാമ്പത്തിക സ്ഥിതി മോശമാക്കുക കൂടി ചെയ്തു. സാമ്പത്തിക വളർച്ച ഏറെക്കുറെയില്ലാതായി എന്നുമാത്രമല്ല അസമത്വം വളർന്ന് ഈ മേഖല ലോകത്തിലെ തന്നെ ഏറ്റവും സാന്ദ്രീകൃതവും അസമത്വവും നിറഞ്ഞ പ്രദേശമായിത്തീരുകയും ചെയ്തു. വർധിച്ചുവരുന്ന വായ്പാ ബാധ്യതമൂലം വിദേശസാമ്പത്തിക ശക്തികൾക്ക് അതിവേഗം വഴങ്ങിക്കൊടുക്കുന്ന സ്ഥിതിയിലേക്ക് സാമ്പത്തിക വ്യവസ്ഥകൾ മാറി. ആവർത്തിച്ചുണ്ടായ സാമ്പത്തിക-ധനപ്രതിസന്ധികൾ പ്രതിരോധത്തിന്റെ വിത്തുവിതച്ചെങ്കിലും അടിച്ചമർത്തലും നവലിബറലിസത്തിന്റെ ബൗദ്ധിക മേൽക്കോയ്മയും മൂലം വിജയകരമായ രാഷ്ട്രീയബദലുകൾ യോജിച്ച് ഉയർന്നു വരുന്നതിൽ കുറച്ച് സമയമെടുത്തു.

1998 ൽ പ്രസിഡന്റ് സ്ഥാനത്തേക്കു ഹ്യൂഗോ ഷാവേസ് തെരഞ്ഞെടുക്കപ്പെട്ടത് മുമ്പെ പരാജയപ്പെട്ട പട്ടാള അട്ടിമറിയുടെ ഭാഗമായി വെനസ്വേലയിൽ വളർന്നുവന്നിരുന്ന വിശാലമായ സാമൂഹിക രാഷ്ട്രീയ പ്രവണതകളുടെ ജനാധിപത്യപരമായ ഒരു സ്ഥിരീകരണമായിരുന്നില്ല. അതൊരു നിർണായകനിമിഷമായിരുന്നു. ആഭ്യന്തര സാമ്പത്തികനയങ്ങളുടെ കാര്യത്തിൽ നിർണായകമാറ്റമുണ്ടാക്കിയ ഒന്നായിരുന്നു അത്. ബദൽ തന്ത്രങ്ങൾ രൂപപ്പെടുത്തുന്നതിൽ പുതിയതായി തിരഞ്ഞെടുക്ക

പ്പെട്ട ഇടതുനേതാക്കൾക്ക് അത് ഉത്തേജകമായി മാറി. എണ്ണസമ്പത്ത് ഷാവേസ് വെനസ്വേലയിലെ തൊഴിലാളിവർഗത്തിന്റെ സ്ഥിതിമെച്ചപ്പെടുത്തുന്നതിന് വേണ്ടി മാത്രമല്ല ഉപയോഗിച്ചത്; അദ്ദേഹം അത് വിവിധ രാജ്യങ്ങളിലെ ജനങ്ങളെയും അവരുടെ പോരാട്ടങ്ങളെയും സഹായിക്കുന്നതിനായി ഉപയോഗിച്ചു. ഈ മേഖലയിലും മറ്റെവിടെയുമുള്ള പുരോഗമന ഭരണാധികാരികളുടെ നിലനിൽപ്പിനും മുന്നേറ്റത്തിനും വേണ്ടിയും ഉപയോഗിച്ചു. എല്ലാ ശത്രുതകൾക്കുമെതിരെയുള്ള ക്യൂബയുടെ നിലനിൽപ്പും പുരോഗതിയും, ബൊളിവിയയിലും ഇക്വഡോറിലും നടന്ന രാഷ്ട്രീയ പരിവർത്തനങ്ങൾ, ബ്രസീലിലെയും അർജന്റീനയിലെയും ഉറുഗ്വേയിലെയും കൂടുതൽ മാധ്യമമിത്ത് നിൽക്കുന്നതും എന്നാൽ സമത്വാധിഷ്ഠിത ബോധത്തിൽ പ്രവർത്തിക്കുന്നതുമായ ഗവൺമെന്റുകൾ ഒക്കെ ഷാവേസ് നയിച്ച വെനസ്വേലയെ ആശ്രയിച്ചവരോ അതിന്റെ സ്നേഹത്തിന് പാത്രീഭൂതരായിരുന്നവരോ ആയിരുന്നു.

തന്ത്രത്തിന്റെ മുഖ്യമായൊരു ഘടകം – അധികാരം കൈയാളുന്നവരിൽ ഷാവേസ് സൃഷ്ടിച്ച അസ്വസ്ഥയ്ക്കിടയാക്കിയ പ്രധാനപ്പെട്ട ഒരു സ്രോതസ്സ് – അമേരിക്കൻ സാമ്രാജ്യത്വത്തെയും ആഗോള മൂലധനത്തെയും എതിർക്കാനുള്ള നിശ്ചയദാർഢ്യവും ഇച്ഛാശക്തിയുമായിരുന്നു. വെനസ്വേലയ്ക്ക് വലിയ എണ്ണ ശേഖരമുണ്ട്. എന്നാൽ അതിന്റെ നേട്ടങ്ങൾ കൊയ്തിരുന്നത് ചെറിയ പ്രാദേശിക വരേണ്യവിഭാഗവും ഒപ്പം വൻകിട ബഹുദേശീയ കമ്പനികളുമായിരുന്നു. റോയൽറ്റി നൽകുന്നതിന് – പുനഃചർച്ചയ്ക്കു വിധേയമാക്കിയും എണ്ണക്കമ്പനികളുടെ ലാഭത്തിലുള്ള നികുതി നിരക്കുകൾ മാറ്റിയും പ്രമുഖ എണ്ണക്കമ്പനികളുടെയും അവരുടെ വരുമാനത്തിന്റെയും മേൽ കൂടുതൽ പൊതുനിയന്ത്രണമേർപ്പെടുത്തിയും ഷാവേസ് അതിൽ മാറ്റം വരുത്തി.

ഇതിന്റെ പ്രാധാന്യം കുറച്ചു കാണാനാവില്ല. എണ്ണ കയറ്റുമതികൾ വലിയ സാമ്പത്തിക പുരോഗതി ഉറപ്പുവരുത്താനാവില്ല. വാസ്തവത്തിൽ പ്രകൃതിവിഭവങ്ങളുടെ വാണിജ്യ വിഭവശാഖയുമായി ബന്ധപ്പെട്ട എതിർ പ്രവണതകൾ പ്രകടിപ്പിക്കും. ഉയർന്ന കയറ്റുമതിവില ഉൽപ്പന്നങ്ങളുടെ വൈവിധ്യവൽക്കരണത്തെ നിരുത്സാഹപ്പെടുത്തുകയും ഈ വിഭവങ്ങളിൽനിന്നുള്ള സാമ്പത്തിക ഫലങ്ങൾ ജനസംഖ്യയിലെ ഒരു ചെറു ന്യൂനപക്ഷം കൈയടക്കുന്നതിനിടയാക്കുകയും ചെയ്യും. (എണ്ണസമ്പന്ന രാജ്യമായ നൈജീരിയ ഇതിനുദാഹരണമാണ്).

അതിനാൽ എണ്ണവിഭവങ്ങളുടെ സാന്നിധ്യംകൊണ്ടുമാത്രമായില്ല, എണ്ണ വിഭവത്തിനുമേൽ നിയന്ത്രണംകൊണ്ടുവരുന്നതിനുള്ള ഗവൺമെന്റിന്റെ കഴിവും അതിന്റെ വാടക ഉപയോഗപ്പെടുത്തിക്കൊണ്ട് ജനങ്ങളുടെ ഭൗതികജീവിതസാഹചര്യങ്ങൾ മെച്ചപ്പെടുത്തുന്നതിനുള്ള താൽപ്പര്യവുമാണ് സാമ്പത്തിക പ്രകടനത്തിന്റെ മാറ്റങ്ങളുടെ ഹൃദയം നിലകൊള്ളുന്നത്. ഇക്കാര്യത്തിൽ വെനസ്വേല നയരൂപീകർത്താവായി മാറി. ഇക്വഡോറിനും ബൊളിവിയക്കും അതുപോലുള്ള രാജ്യങ്ങൾക്കും

ഒരുദാഹരണമായി മാറി. ആരോഗ്യവിദ്യാഭ്യാസമേഖലയിലും റോഡ്, വൈദ്യുതി, ജലസേചനം, ശുചീകരണം തുടങ്ങിയ പശ്ചാത്തല വികസന മേഖലകളിലും പൊതുചെലവു വിപുലപ്പെടുത്താനെടുത്ത തീരുമാനം ഇതുവരെ അവികസതമായിരുന്ന മേഖലയിലെയും മറ്റും ദരിദ്രജനവിഭാഗങ്ങൾക്ക് ഗുണം ചെയ്തു. ആഗോളമായി എണ്ണവിലയിലുണ്ടായ വർധനയാണ് എണ്ണവരുമാനം ഇങ്ങനെ വികേന്ദ്രീകരിച്ച് ചെലവഴിക്കുന്നതിന് സഹായിച്ചത്. എന്നാൽ ഇത് മറ്റൊരു തരത്തിലും നിർണായകമായിരുന്നു. പ്രകൃതിവിഭവങ്ങൾ രാജ്യത്തെ മുഴുവൻ ജനങ്ങൾക്കും അവകാശപ്പെട്ടതാണ്. അതിനാൽ അത്തരം വിഭവങ്ങളുടെ ചൂഷണംവഴി കിട്ടുന്ന പണം ഏതാനും ചിലർക്കല്ല മൊത്തം ജനങ്ങൾക്കും ഗുണകരമാക്കാനാണ് ചെലവഴിക്കേണ്ടത് എന്നതായിരുന്നു ആ നിർണായകത്വം. ഈ നയത്തിന്റെ ഫലമായി ദാരിദ്ര്യം കുറയുകയും മിനിമം കൂലി വർധിക്കുകയും പൊതുവായ തൊഴിലവസരങ്ങളിൽ വർധനയുണ്ടാകുകയും ചെയ്തു.

കാർഷികപരിഷ്കാരങ്ങൾ

ഭൂമിയെ സംബന്ധിച്ചിടത്തോളം ഭൂവുടമസ്ഥതയുടെ പ്രശ്നവും അതിന്റെ പുനർവിതരണവും പുനഃസ്ഥാപിക്കുകയും അതുവഴി സാമ്പത്തിക നയങ്ങൾക്ക് അതിൽനിന്ന് മാറിനിൽക്കാനാവില്ല എന്ന ചിന്താഗതി ആവർത്തിച്ചുറപ്പിക്കുകയും ചെയ്തതാണ് ഒരു പ്രധാനപ്പെട്ട ഇടപെടൽ. വെനസ്വേലയുടെ കാർഷികപരിഷ്കരണം 2001 നവംബറിൽ ഷാവേസ് ഭൂനിയമത്തിൽ ഒപ്പുവച്ചതോടെയാണ് ആരംഭിച്ചത്. ചരിത്രത്തിൽ സിംഹഭാഗവും കാർഷികരംഗത്ത് മേധാവിത്വം വഹിച്ചുവന്നിരുന്ന 'ലാറ്റിഫണ്ടിയ' (ഭൂപ്രഭുത്വം) യുടെ ഭാഗമായ തരിശായി കിടന്നിരുന്ന എസ്റ്റേറ്റുകൾ മുറിച്ച് വിതരണം ചെയ്യുന്നതിന് ആ നിയമം കാരണഭൂതമായി. ആവശ്യത്തിന് ഉപയോഗിക്കാത്തതോ, നിയമവിരുദ്ധമായി കൈവശപ്പെടുത്തിയതോ ആയ ഭൂമി പിടിച്ചെടുക്കാനും അത് പിടിച്ചെടുത്ത് ഭൂരഹിത കൂലിവേലക്കാരുടെ കാർഷിക കൂട്ടായ്മകൾക്ക് പുനർവിതരണം ചെയ്യാനും ഈ നിയമം ഗവൺമെന്റിന് അധികാരം നൽകി. അന്നുമുതൽ 77 ദശലക്ഷം ഹെക്ടർ ഭൂമി സർക്കാർ പിടിച്ചെടുക്കുകയും അതിൽ 1.1 ദശലക്ഷം ഹെക്ടർ ഭൂമി ഗ്രാമീണതൊഴിലാളികൾക്കും ചെറുകിട കർഷകർക്കുമായി വിതരണം ചെയ്യുകയും ചെയ്തു. ബാക്കി വരുന്നതിൽ ഭൂരിഭാഗവും സ്റ്റേറ്റ് തോട്ടങ്ങൾ, ഗവേഷണ പരീക്ഷണശാലകൾ എന്നിവയ്ക്കായി മാറ്റിവെക്കുകയും ചെയ്തു. കാർഷിക പരിഷ്കരണത്തിന്റെ വിജയത്തിന് ഇവ രണ്ടും അത്യാവശ്യമാണ്. ഭക്ഷ്യസുരക്ഷ മെച്ചപ്പെടുത്തുന്നതിനും, ഇറക്കുമതി ഭക്ഷണത്തിൽ രാജ്യത്തിന്റെ ആശ്രിതത്വം കുറയ്ക്കുന്നതിനും ഉപയോഗിക്കപ്പെടാതെ കിടന്നിരുന്ന ഭൂമിയിൽ ഉൽപ്പാദനപരമായി ഉപയോഗിക്കേണ്ടത് ആവശ്യമാണ്.

2010 ൽ കൊണ്ടുവന്ന ഒരു ഭേദഗതിയിലൂടെ ഭൂമി ലഭിക്കുന്നതിനുള്ള ഭൂരഹിത പാട്ടകൃഷിക്കാരുടെ ഭൂമി ലഭിക്കുന്നതിനുള്ള ശേഷി വർധിക്കുകയും വെറുതെ കിടക്കുന്ന (തോട്ടങ്ങൾ, വലിയ തോട്ടങ്ങൾ എന്നിവ ഭക്ഷ്യോൽപ്പാദനത്തിനായി മാറ്റുന്നതിനുള്ള ഭരണകൂടത്തിന്റെ അധികാരം ശക്തിപ്പെടുത്തുകയും ചെയ്തു. 'ലാറ്റിഫണ്ടിയോ'വിന്റെ നിർവഹണത്തിൽ പരിഷ്കരണം മാറ്റം വരുത്തുകയും 5000 ഹെക്ടറിൽ അധികമുള്ളതും ആ മേഖലയിലെ ശരാശരിയേക്കാൾ വലുതോ ഉൽപ്പാദനക്ഷമതയുടെ 80 ശതമാനം ഉൽപ്പാദിപ്പിക്കുന്നതോ ആയ ഏതൊരു തോട്ടവും ഉൾപ്പെടുത്തുകയും ചെയ്തു. സാമൂഹിക കൗൺസിലുകൾ, കർഷക കൗൺസിലുകൾ, "മറ്റേതൊരു തലത്തിലുമുള്ള കൂട്ടായ്മകൾ" എന്നിവരെയൊക്കെ സ്വകാര്യ ഉടമസ്ഥതയുള്ള ഭൂമിയുടെ നിയമപരമായ കൈവശക്കാരായി ഉൾപ്പെടുത്തുകയും ചെയ്തു. ഭൂമി കൈവശംവെക്കുന്ന കർഷകർ, പാട്ടക്കാരായി ജോലി ചെയ്യുന്നവർ എന്നിവരെയൊക്കെ കുടിയൊഴിക്കലിൽ നിന്നൊഴിവാക്കി. നിയമവിരുദ്ധമായോ നീതിരഹിതമായോ ജോലി ചെയ്യുന്നവരായി നിശ്ചയിക്കുന്നുവരെ മാത്രമാണ് ഇതിൽ നിന്നൊഴിവാക്കിയത്. ചെറുകിട കർഷകർക്ക് അല്ലെങ്കിൽ ആഭ്യന്തര ഉൽപ്പാദനത്തിനായി സ്വന്തം ഭൂമി സമർപ്പിക്കാൻ തയാറുള്ളവർക്ക്, കുറഞ്ഞ പലിശയ്ക്ക് സർക്കാർ നൽകുന്ന വായ്പ, സാങ്കേതികസഹായം, കാർഷിക യന്ത്രോപകരണങ്ങളുടെ വിതരണം, ഒപ്പംതന്നെ ജൈവകൃഷി സാങ്കേതികവിദ്യയും ലഭ്യമാക്കി.

മേഖലാപരതയെ പ്രോത്സാഹിപ്പിക്കൽ

മറ്റൊരു വഴിയിൽ ഷാവേസിന് കീഴിലെ വെനസ്വേല ആഗോള അധികാരബന്ധങ്ങൾ മാറ്റുന്നതിനും സാമ്രാജ്യത്വ മേധാവിത്വം തകർക്കുന്നതിനും സംഭാവന നൽകി. ക്യൂബക്ക് എണ്ണ നൽകി പകരം ഡോക്ടർമാരെ സ്വീകരിച്ച ക്രിയാത്മകനടപടി പോലെ ലോകത്തിലെ നിരവധി രാജ്യങ്ങൾക്ക് ഉഭയകക്ഷിതലത്തിൽ സഹായം വാഗ്ദാനം ചെയ്യുകയും അതിനെ ഉപയോഗപ്പെടുത്തുകയും ചെയ്തു. മേഖലാതര ബന്ധങ്ങൾ പ്രോത്സാഹിപ്പിക്കുന്നതിൽ അവർ ശ്രദ്ധാലുക്കളായിരുന്നു. ദക്ഷിണ - ദക്ഷിണ സഹകരണം, സാമ്രാജ്യത്വവും ആഗോള മൂലധനവുമായി ഏറ്റുമുട്ടുന്നതിന് പിന്തുണ നൽകുന്ന സൗഹൃദരാജ്യങ്ങളുമായി സംവാദം എന്നീ കാര്യങ്ങളിലും ശ്രദ്ധ ചെലുത്തി. വിവിധ മാർഗങ്ങളിലൂടെ ലാറ്റിനമേരിക്കൻ ഐക്യം ഉണ്ടാക്കുന്നതിന് അവർ ശ്രമിച്ചു. അമേരിക്കൻ രാജ്യങ്ങളുമായുള്ള ബൊളിവേറിയൻ സഖ്യം (അൽബ) ദക്ഷിണ രാജ്യങ്ങൾക്കുള്ള ബാങ്ക് (ബാങ്കൊ ദെൽസുർ) വികസനത്തിനുള്ള മേഖലാതല ബാങ്ക് മുതൽ ദക്ഷിണ അമേരിക്കൻ രാജ്യങ്ങൾക്കുള്ള സംഘടന, മെർകൊസുർ, ആൻസിയൻ ഗ്രൂപ്പ് മുതലായ ദ്വികക്ഷിവ്യവഹാര ഉടമ്പടി സംഘാടനം എന്നിവയൊക്കെ രൂപപ്പെടുത്തി.

ചുരുക്കിപ്പറഞ്ഞാൽ വിപ്ലവകരസ്വഭാവംമൂലം ഷാവേസിന് കീഴിലെ വെനസ്വേല തീവ്രതരമായ രാഷ്ട്രീയ പ്രത്യാഘാതങ്ങൾ ഉളവാക്കുകയും ഒപ്പംതന്നെ അകത്തും പുറത്തുമുള്ള അസ്ഥിരീകരണ സ്വാധീനങ്ങളിൽ നിന്ന് ഭീഷണി നേരിടുകയും ചെയ്തു. റിപ്പബ്ലിക്കന്മാർക്കു കീഴിലായാലും ഡെമോക്രാറ്റുകാർക്കു കീഴിലായാലും അമേരിക്കൻ ഭരണകൂടം പ്രതിപക്ഷത്തെ പരസ്യമായി പിന്തുണയ്ക്കുകയും വിമതഗ്രൂപ്പുകൾക്ക് പണം നൽകുകയും ലോകത്തിന്റെ മറ്റു ഭാഗങ്ങളിൽ ഉണ്ടാവുന്ന സംഭവങ്ങളിലടക്കം ഭ്രാന്തമായ ആവേശത്തോടെ ഇടപെടുകയും ചെയ്തു. കേന്ദ്രീകരണ പ്രവണതകളുണ്ടായതുകൊണ്ട് നയരൂപീകരണത്തിൽ പലപ്പോഴും തെറ്റുകൾ പറ്റുകയും എണ്ണ മേഖലയിൽ ആവശ്യമായത്ര ഉൽപ്പാദനപരമായ നിക്ഷേപം നടത്താതിരിക്കുകയും മറ്റും ചെയ്തിട്ടുണ്ടെന്നത് ശരിയാണ്. ചില സാമൂഹികപ്രശ്നങ്ങൾ തുടർന്നുക്കൊണ്ടിരിക്കുകയും ചെയ്യുന്നു.

ഇത് ഒരു ഉൽക്കണ്ഠാകുലമായ സ്ഥിതിയുണ്ടാക്കുന്നുണ്ട്. എന്തുകൊണ്ടെന്നാൽ വരേണ്യവിഭാഗവും ഭരണവർഗങ്ങളും അവരുടെ പ്രത്യേകാവകാശങ്ങൾ ഒരു പോരാട്ടത്തിലൂടെയല്ലാതെ ഒഴിവാക്കില്ല. സാമ്രാജ്യത്വവും മറ്റൊരു ദിശയിൽ സംസാരിക്കാനുള്ള സാധ്യതകുറവാണ്. വിവിധ രാഷ്ട്രീയ ശക്തികൾ ഒന്നിച്ചു ശ്രമിച്ചാലും ജനങ്ങൾക്ക് അവരുടെ അവകാശങ്ങളെ സംബന്ധിച്ച് അത് ഉറപ്പാക്കുന്നതിൽ അവർക്കുള്ള പങ്കിനെ സംബന്ധിച്ചും കൂടുതൽ ബോധവാന്മാരാക്കാൻ കഴിഞ്ഞ വർഷങ്ങളിൽ നടത്തിയ അടിസ്ഥാനപരമായ പ്രവർത്തനങ്ങൾ പെട്ടെന്ന് ഇല്ലാതാക്കാനാവില്ല.

ഷാവേസിനെ അദ്ദേഹത്തിന്റെ അകാലികമായ മരണത്തിന് തൊട്ടുമുമ്പ് അധികാരത്തിൽ എത്തുന്നതിനായി തിരഞ്ഞെടുക്കപ്പെട്ട തിരഞ്ഞെടുപ്പിൽ അദ്ദേഹത്തിന്റെ മുഖ്യശത്രുവിന് വ്യത്യസ്തമായ സാമ്പത്തിക നയങ്ങളൊന്നും മുന്നോട്ടുവെക്കാനുണ്ടായിരുന്നില്ല. എന്നാൽ കാണിക്കുന്നത് ആ നയങ്ങൾക്ക് ആഭ്യന്തരമായി ലഭിക്കുന്ന പിന്തുണയാണ്. അതിന് ശേഷം ഉണ്ടായ ദുഃഖവും ഷാവേസിന്റെ പാർട്ടിക്കനുകൂലമായ ജനപിന്തുണയും യഥാർഥത്തിൽ ജനാധിപത്യപരവും സമത്വാധിഷ്ഠിതവും നീതിപൂർവകവുമായ വിധത്തിൽ സമ്പദ്വ്യവസ്ഥയെയും സമൂഹത്തെയും നയിക്കുന്ന ഒരു നേതാവായി വെനസ്വേല തുടരുമെന്നാണ് കാണിക്കുന്നത്.

(വിവർത്തനം: കെ എ വേണുഗോപാലൻ)

മരണാനന്തരമുള്ള ഷാവേസിന്റെ തിരിച്ചുവരവ്: സ്വത്വവും വർഗവും സാമ്രാജ്യത്വത്തിന് മുമ്പിൽ

ഡോ. പി കെ പോക്കർ

വെനസ്വേലയെ മാത്രമല്ല സാമ്രാജ്യത്വ – അധിനിവേശ വിരുദ്ധ മനോഭാവമുള്ള മുഴുവൻ മനുഷ്യരെയും ആകുലചിത്തരാക്കുന്ന അന്ത്യ മാണ് ഷാവേസിന് സംഭവിച്ചത്. അദ്ദേഹത്തിന്റെ മരണം എല്ലാവരും പ്രതീ ക്ഷിച്ചതാണ്. മരണത്തെ മുഖാമുഖം കാണുന്ന രോഗാതുരമായ അവ സ്ഥയിൽ അദ്ദേഹം ചികിത്സക്കു പോയത് കൊച്ചുക്യൂബയിലേക്കാണ്. അമേരിക്കയിലേക്കല്ല. ചൈനയിൽ പോലുമല്ല. അമേരിക്കയിലെ പ്രാന്ത ങ്ങളിൽ പട്ടിണിയിലോ അർധപട്ടിണിയിലോ കഴിയുന്ന ക്യൂബയിൽ ചികിത്സ തേടുന്നതിലൂടെ ഷാവേസ് പ്രകടിപ്പിച്ച ഒരു സാഹോദര്യഭാവ മുണ്ട്. അത് പ്രതിരോധത്തിന്റെ മാത്രമല്ല മറിച്ച് സമരത്തിന്റേത് മാത്ര മാണ്; നിങ്ങളുടെ സഹായം വേണ്ടെന്ന് അമേരിക്കയോട് മുഖത്തു നോക്കി പറയാനും ഞങ്ങൾ ചെറിയ രാജ്യങ്ങൾ ഒരു ബദലായി മാറുക യാണെന്ന് പ്രഖ്യാപിക്കാനും അദ്ദേഹത്തിന്റെ ആവർത്തിച്ചുള്ള ക്യൂബൻ ചികിത്സാ സന്ദർശനങ്ങൾ തന്നെ ധാരാളം മതി. ഇന്നത്തേതുപോലെ സങ്കീർണമായ ഉപഭോഗ/ആഡംബര സംസ്കാര സന്ദർഭത്തിൽ രോഗവും ചികിത്സയും സമരമായി അഥവാ സമരമാക്കി മാറ്റാൻ ഷാവേ സിന് സാധിച്ചു.

ചികിത്സയെ സംബന്ധിച്ച് ഒരു നിരുത്തരവാദപരമായ പ്രസ്താവന നടത്തുകയല്ല. മറിച്ച് ഷാവേസിന്റെ നിര്യാണത്തിൽ മൗനം പാലിച്ച അമേ രിക്കൻ പ്രസിഡണ്ട് ബരാക്ക് ഒമാബയുടെ വൈറ്റ്ഹൗസ് തികച്ചും ഒരു കൊച്ചു രാജ്യത്തെയും അവിടത്തെ ഭരണാധികാരിയെയും ഭീതിയോടെ യാണ് നോക്കിക്കണ്ടത്! അമേരിക്കൻ പ്രസിഡണ്ടിന് മരണത്തിന് മുന്നിൽ പ്പോലും അമാന്യമാവാൻ മാത്രം എന്തുകുറ്റമാണ് ഷാവേസ് ചെയ്തത്? ഈ ചോദ്യം ചോദിച്ചത് അമേരിക്കൻ സമാന്തര പ്രസിദ്ധീകരണമായ

*കൗണ്ടർ പഞ്ചാ*ണ്. 1998 മുതലുള്ള എല്ലാ തിരഞ്ഞെടുപ്പുകളിലും വിജയം വരിച്ച് അധികാരത്തിലെത്തിയ ഷാവേസിനെ അമേരിക്ക ഭീതിയോടെ യാണ് കണ്ടത്. അമേരിക്കയിലെ പാവങ്ങൾക്ക് സൗജന്യ നിരക്കിൽ ഇന്ധനം നൽകിയതു കൊണ്ടാണോ എന്ന ചോദ്യമാണ് *കൗണ്ടർ പഞ്ച്* ചോദിക്കുന്നത്.

അനശ്വരമോ, അനന്തമോ, അസാധ്യമോ ആയ ചോദ്യങ്ങളോ മുദ്രാ വാക്യങ്ങളോ ഉയർത്തുകയല്ല ഷാവേസ് ചെയ്തതെന്ന് സിസക്ക് പറ യുന്നുണ്ട്. മറിച്ച് ഷാവേസ് സാധ്യമായ നിശ്ചിത ആസൂത്രണങ്ങളും പരി പാടികളുമാണ് ഉണ്ടാക്കിയത്. അധികാരം പിടിച്ചെടുക്കുകയാണ് ഷാവേസ് ചെയ്തത്. അധികാരത്തിന്റെ അടിത്തറയായി ചേരിപ്രദേശ ങ്ങളിൽപോലും കമ്മിറ്റിയുണ്ടാക്കിയാണ് ഷാവേസ് സംഘടനയുടെ വേരു കൾ ജനങ്ങളിലുറപ്പിച്ചത്. ബഹുരാഷ്ട്രകുത്തകകളുടെയും അമേരി ക്കയുടെയും സർവവിധ എതിർപ്പുകളെയും ഷാവേസ് അതിജീവിച്ചത് ജനങ്ങൾക്കിടയിൽ സംഘടന ശക്തിപ്പെടുത്തിയാണ്.

അമേരിക്ക ഇറാഖിൽ അധിനിവേശം നടത്തിയപ്പോൾ ലണ്ടനിൽ പതിനായിരങ്ങൾ പങ്കെടുത്ത പ്രതിഷേധ പ്രകടനമുണ്ടായി. എന്നാൽ പ്രതിഷേധത്തെ ജോർജ് ബുഷ് പോലും പിന്തുണച്ച കാര്യം സിസക്ക് പരിഹാസത്തോടെ ഓർക്കുന്നു! കാരണം ഇത്തരം പ്രതിരോധങ്ങൾ സാമ്രാജ്യത്വത്തിന് യാതൊരു വിധ പരുക്കും ഉണ്ടാക്കുന്നില്ല. സാമ്രാജ്യ ത്വത്തിനോ മുതലാളിത്തത്തിനോ ഭീഷണിയാവുന്നത് അധികാരം പിടി ച്ചെടുക്കുമ്പോൾ മാത്രമാണ്. അതുകൊണ്ട് തന്നെയാണ് എത്ര പരിമിത മായ രീതിയിലാണെങ്കിലും ഇടതുപക്ഷം 1957 മുതൽ കേരളത്തിൽ അധി കാരത്തിൽ വരുന്നത് പോലും സാമ്രാജ്യത്വം ഭീതിയോടെ കണ്ടതും അട്ടി മറി ശ്രമം നടത്തിയതും.

ഷാവേസ് പല നിലയിലും വർത്തമാന ബദലിന്റെ മാതൃക നൽകു ന്നുണ്ട്. ഒരേസമയം സംഘടിച്ച് ശക്തരാകാൻ ജനങ്ങളെ പ്രാപ്തരാ ക്കുന്നു; അതോടൊപ്പം അധികാരം പിടിച്ചെടുത്ത് സാധ്യമായ ജനക്ഷേമ പരിപാടികൾ നടപ്പിലാക്കുന്നു; എല്ലാ സാമ്രാജ്യവിരുദ്ധ ശക്തികളോടും ഐക്യപ്പെടുന്നു; ജനങ്ങളുടെ വിശ്വാസത്തെയും ജീവിത രീതിയെയും അംഗീകരിക്കുന്നു. ഒരു ബഹുസ്വര ജനാധിപത്യ ക്രമത്തെ നിലനിർത്തി ക്കൊണ്ട് സാമ്രാജ്യവിരുദ്ധ ഭരണം നടപ്പാക്കുകയാണ് ഷാവേസ് ചെയ്തത്. സോവിയറ്റ് മാതൃകയെയോ ചൈനീസ് മാതൃകയെയോ പിൻപറ്റുന്നതിനു പകരം പുതിയകാലം ആവശ്യപ്പെടുന്ന സായുധ– ജനാ ധിപത്യ സമ്മിശ്ര തന്ത്രമാണ് വെനിസ്വലയിൽ പ്രയോഗിച്ചത്. ജനങ്ങളെ ആകർഷിക്കുവാൻ മാധ്യമങ്ങളെ കൂട്ടുപിടിക്കുകയല്ല, മറിച്ച് അവർക്കിട യിൽ പ്രവർത്തിച്ചും സംഘാടനം നടത്തിയും ആശ്വാസം പകർന്നുമാണ് സ്വാധീനം വർധിപ്പിച്ചത്. കാസ്ട്രോയുടെയും. ചെ ഗുവേരയുടെയും പാത പോലുമല്ല ഷാവേസ് പിന്തുടർന്നത്. അധികാരത്തിലേക്കുള്ള പാതയും രീതിയും സമരങ്ങളിലും തിരിച്ചറിവിലും സ്വയം തെളിഞ്ഞു വന്നതാണ്.

പൗളോ പ്രയറുടെ 'മർദിതരുടെ ബോധനശാസ്ത്രം' (Pedagogy of the oppresses) ലാറ്റിനമേരിക്കൻ രാജ്യങ്ങളിലെ ജനങ്ങൾക്കിടയിൽ നിന്നു ഉയർന്നുവന്ന വിദ്യാഭ്യാസപരമായ രീതിശാസ്ത്രമാണ്. സമ്പൽസമൃദ്ധിയിൽ ജീവിക്കുന്ന അമേരിക്കയുടെ മൂക്കിനു കീഴിൽ എന്തുകൊണ്ട് ദാരിദ്ര്യത്തിലും അഴിമതിയിലും നിരക്ഷതയിലും ജീവിക്കേണ്ടി വരുന്നു എന്ന ചോദ്യം ജനങ്ങൾക്കിടയിൽ നിന്ന് സംവാദാത്മകമായി ഉയർത്തുകയാണ് ഫ്രയറും, ഇല്ലിച്ചും ചെയ്തത്. വിമോചന ദൈവശാസ്ത്രത്തിനും അതോടൊപ്പം സോഷ്യലിസ്റ്റ് പോരാട്ടത്തിനും വഴിയൊരുക്കിയ വിദ്യഭ്യാസ രീതിയായിരുന്നു അവരുടേത്. ജനങ്ങളെ അവരുടെ യഥാർഥ പ്രശ്നങ്ങളിലേക്ക് കൊണ്ടുവരികയാണ് ആദ്യം ചെയ്യേണ്ടത്. അതിന് അവർക്കിടയിൽ ജീവിക്കാനും ഇടപെടാനും അവരുടെ ഭാഷ സംസാരിക്കാനും കഴിയുന്ന രാഷ്ട്രീയനേതൃത്വവും ഇച്ഛാശക്തിയുമാണ് വേണ്ടത്.

ഷാവേസ് അധികാരമേൽക്കുന്നതിന് മുമ്പുള്ള നാൽപ്പതുവർഷത്തെ 'ജനാധിപത്യ' ഭരണത്തിൽ മുന്നൂറ്ബില്യൻ ഡോളർ (1,45,710,00,000 രൂപ) വെനീസ്വലയിൽനിന്ന് സാമ്രാജ്യത്വ പിന്തുണയോടെ കടത്തിക്കൊണ്ടുപോയതായി കാസ്ട്രോ സാക്ഷ്യപ്പെടുത്തുന്നുണ്ട്. (My Life, പു. 524) ഷാവേസ് 2002 ലെ പട്ടാള അട്ടിമറിയിൽ രക്ഷപ്പെട്ട കഥ കാസ്ത്രോ വിവരിക്കുന്ന സന്ദർഭം ശരിയായ രാഷ്ട്രീയ വിദ്യാഭ്യാസമാണ് നൽകുന്നത്. എങ്ങനെ അലൻഡേയുടെ 1973ലെ സന്ദർഭത്തിൽ നിന്നും 2002 ഏപ്രിലിലെ ലാറ്റിനമേരിക്കൻ സാഹചര്യം വ്യത്യാസപ്പെട്ടിരിക്കുന്നു എന്ന വിലയിരുത്തലാണ് കാസ്ട്രോ നടത്തുന്നത്. കാസ്ട്രോയുടെ ഉപദേശ നിർദേശങ്ങൾ എത്രമാത്രം പ്രായോഗികവും അതിജീവനത്തിന് അഭികാമ്യവുമായിരുന്നെന്നും ഇവിടെ നമുക്ക് കാണാൻ കഴിയുന്നു. കീഴടങ്ങിയാൽ ജനങ്ങളുടെ ഇച്ഛാശക്തികൊണ്ട് ഷാവേസിനെപ്പോലൊരു നേതാവിന് തിരിച്ചു വരാമെന്നും മരിച്ചാൽ ഷാവേസും അദ്ദേഹത്തോടൊപ്പമുള്ള പോരാളികളും ദീർഘകാലത്തേക്കോ എന്നന്നേക്കുമായോ അപ്രത്യക്ഷമാവുകയാണ് ചെയ്യുകയെന്നും കാസ്ട്രോ നൽകിയ ഉപദേശം വാസ്തവത്തിൽ ഷാവേസിന് വലിയ വഴികാട്ടിയായതായി രേഖപ്പെടുത്തിയിട്ടുണ്ട്.

"Fidel's call was decisive in determining factor. His advice allowed us to see better through the obscurity. It helped us a great deal."(our Chavez) മരിക്കാൻ തയ്യാറാണെങ്കിലും എപ്പോഴും മരിക്കുന്നത് വ്യക്തിപരമായോ, രാഷ്ട്രീയമായോ ഗുണകരമാവണമെന്നില്ല. ജീവിക്കുന്നവരുടെ ബാധ്യത ഒരിക്കലും മരണത്തിൽ പ്രത്യേകിച്ച് ആത്മഹത്യയിൽ ഇല്ല. ചെ ഗുവേരയും കാസ്ട്രോയും തമ്മിൽ നടന്ന സംവാദങ്ങൾ തന്നെ ഇതുപോലുള്ള സന്ദിഗ്ധ സന്ദർഭങ്ങളെ അടയാളപ്പെടുത്താനും വിശകലം ചെയ്യാനും വളരെ സഹായിക്കുന്നുണ്ട്.

ഷാവേസ് ഇറാനുമായും അഹമദി നെജാദിയുമായും പുലർത്തിയ ബന്ധവും ഐക്യദാർഢ്യവും വിശകലന വിധേയമാക്കേണ്ടതാണ്. ഇറാ

നെന്നോ അഹമ്മദ് നെജാദ് എന്നോ കേട്ടാൽ തലകറങ്ങുന്ന മതേതര വാദികളും, കാസ്ട്രോ, ഷാവേസ്, സോഷ്യലിസം എന്നെല്ലാം കേൾക്കുമ്പോൾ മുട്ടുവിറയ്ക്കുന്ന മതവാദികൾക്കും ഷാവേസ്, നെജാദ് ഐക്യദാർഢ്യം ഒരു പാഠമാവേണ്ടതാണ്. മാർക്സിസത്തിന്റെ ബാലപാഠമായ മുഖ്യവൈരുധ്യത്തെ തിരിച്ചറിയുകയും ചെയ്യുക എന്ന ദൗത്യമാണ് ഷാവേസ് നിർവഹിച്ചത്. ഇറാനിലെ മതമോ, മതവിശ്വാസമോ പരിഗണിച്ചല്ല ഇറാനോടുള്ള ഐക്യദാർഢ്യത്തിന്റെ മാനദണ്ഡം ഷാവേസ് തീരുമാനിച്ചത്. മറിച്ച് ഇറാൻ സാമ്രാജത്വവിരുദ്ധ സമീപനത്തിൽ ഉറച്ചു നിൽക്കുകയും ധീരമായ നിലപാട് സ്വീകരിക്കുകയും ചെയ്യുന്ന രാജ്യവും അഹമ്മദ് നെജാദ് സാമ്രാജത്വ വിരുദ്ധ പോരാട്ടത്തിൽ തൽപ്പരനാണെന്നുമുള്ള വസ്തുതയാണ് ഷാവേസ് സ്വീകരിച്ചത്. ബോംബ് നിർമാണവുമായി ബന്ധപ്പെട്ട് ഷാവേസിന്റെ തമാശ സോഷ്യൽ നെറ്റ്വർക്കിൽ പ്രചരിച്ചതാണല്ലോ. ഒരു കാര്യം കാസ്ട്രോവിനോ ഷാവേസിനോ സംശയമുണ്ടായിരുന്നില്ല– അമേരിക്കൻ സാമ്രാജ്യത്വത്തെ നേരിടാനുള്ള ഐക്യമുന്നണിയാണ് ലോകരാജ്യങ്ങളുടെയും, ജനങ്ങളുടെയും നിലനിൽപ്പിനും അതിജീവനത്തിനും അനിവാര്യമായിട്ടുള്ളത്! സ്വത്വം വർഗം മുതലായ പദങ്ങൾ യാന്ത്രികമായി ഉരുവിടുകയും സാമ്രാജത്വം ഫാഷിസ്റ്റ് ആശയങ്ങൾ പ്രഛന്നമായി അവതരിപ്പിക്കുകയും ചെയ്യുന്നവരോട് ഷാവേസ് പറയുന്നത് ഇത്രമാത്രം: നീതിക്കും സ്വാതന്ത്ര്യത്തിനും വേണ്ടി പ്രവർത്തിക്കുക. ബൊളിവാറുടെയും, മാർക്സിന്റെയും, യേശുക്രിസ്തുവിന്റെയും സന്ദേശങ്ങളിലന്തർഭവിച്ച നീതിയുടെയും സമത്വത്തിന്റെയും സന്ദേശം ഏറ്റെടുക്കാനും പ്രക്ഷേപിക്കാനും ഷാവേസ് സന്നദ്ധമായിരുന്നു. ആഗോളവൽക്കരണത്തിന്റെയും സാങ്കേതിക മുതലാളിത്തത്തിന്റെയും പുതിയകാലം ആവശ്യപ്പെടുന്ന രാഷ്ട്രീയ സമന്വയത്തിന് ഷാവേസ് ധീരത പ്രകടിപ്പിച്ചു. ഷാവേസിനെ അനുസമരിച്ചുകൊണ്ട് ലോകപ്രസിദ്ധ നിരൂപകനും ദാർശനികനുമായ സ്ലാവേജ് സിസക് ഇങ്ങനെ പറയുന്നു:

> ഇവിടെ നമുക്കു ലഭിക്കുന്ന പാഠം, അധികാരത്തിലുള്ളവർക്ക് സാക്ഷാത്കരിക്കാൻ കഴിയില്ലെന്ന് നമുക്കുറപ്പുള്ള അനന്തമായ ആവശ്യങ്ങൾക്കുവേണ്ടി ശഠിക്കുകയല്ല ശരിയായ വിധ്വംസകപ്രവർത്തനം. കാരണം 'അനന്തമായ ആവശ്യങ്ങൾ' ഉന്നയിക്കുന്ന സമീപനം അധികാരത്തിലിരിക്കുന്നവർക്ക് ഒരു പ്രശ്നവും ഉണ്ടാക്കുകയില്ലെന്ന് നമുക്കറിയാമെന്നത് അവർക്കറിയാം..... അതുകൊണ്ട് ചെയ്യേണ്ട അതേ ക്ഷമാപണംകൊണ്ട് നേരിടാൻ കഴിയാത്ത കാര്യം നയപരമായി നന്നായി തിരഞ്ഞെടുക്കപ്പെട്ട പരിമിതവും കൃത്യവുമായ ആവശ്യമുന്നയിച്ചകൊണ്ട് ഭരണകൂടത്തെ തകർക്കുകയാണ്." (London Review of Books, resistance is Snrender, www.lrb.uk/v29/n22/slavojzizek/)

ഷാവേസ് തിരിച്ചുവരുമെന്ന് അനുശോചന പ്രഭാഷണത്തിൽ ഇറാൻ പ്രസിഡണ്ട് അഹമ്മദ് നെജാദ് പറയുന്നതാണ് ഇപ്പോൾ ഭൗതികവാദികളെയും മതവാദികളെയും അസ്വസ്ഥപ്പെടുത്തുന്നത്. പറയുന്ന വാക്കുകൾ എങ്ങിനെ അവിടെ ഉപയോഗിച്ചെന്ന് നോക്കിയാണ് അവ പ്രക്ഷേപിക്കുന്ന ധ്വനി തിരിച്ചറിയാറുള്ളത്! സാമ്രാജത്വ വിരുദ്ധ ഐക്യനിരയെന്ന സങ്കൽപ്പം ഷാവേസോടെ അവസാനിച്ചെന്ന സാമ്രാജ്യത്വപക്ഷമോഹികൾക്കുള്ള മറുപടിയാണ് നെജാദ് നൽകിയത്. ഷാവേസിന്റെ രോഗത്തിലും മരണത്തിലും (CIA) സി ഐ എ ക്ക് പങ്കുണ്ടെന്ന് സൂചിപ്പിച്ച നെജാദ് ഷാവേസിന്റെ മരണം അദ്ദേഹത്തിന്റെ ശരീരത്തെ മാത്രമാണ് അവസാനിപ്പിച്ചതെന്നും ഷാവേസിന്റെ ഇച്ഛകളും, ആശയങ്ങളും കൂടുതൽ ശക്തമായി തിരിച്ചുവരുമെന്നുമാണ് പ്രഖ്യാപിച്ചത്. 'ക്രിസ്തുമത വിശ്വാസി'കളുടെ ഭാഷ ഉപയോഗിച്ച് ദുഃഖാർത്തരായ വെനസ്വേലൻ ജനതയെ സമരോത്സുകരാക്കുകയാണ് നെജാദ് ചെയ്തത്. ഇവിടെ തിരിച്ചു വരുന്നത് ആശയും ആദർശവും സമരവുമാണ്. ഷാവേസ് ആഹ്വാനം ചെയ്ത സാമ്രാജ്യ വിരുദ്ധ സമരങ്ങൾ! ഷാവേസ് പ്രഖ്യാപിച്ച ക്ഷേമപദ്ധതികൾ, പ്രഖ്യാപിച്ച വിശാല ഐക്യം. വിവാദങ്ങൾ സംഘടിപ്പിക്കുന്നവർക്ക് സാമ്രാജ്യദാസ്യം ഉദ്ദേശ്യമുണ്ടാവണമെന്നില്ല. എന്നാൽ വിവാദങ്ങൾകൊണ്ട് സുരക്ഷിതരാവുന്നത് സാമ്രാജത്വ- ഫാഷിസ്റ്റ് ശക്തികളാണ്. ശരീരത്തെയല്ല, ഹൃദയത്തെയാണ് കാണേണ്ടത്; ഭിന്നവസ്ത്രങ്ങളിൽ, ഭാഷകളിൽ, ദേശങ്ങളിൽ, പ്രാർഥനകളിൽ ഒളിഞ്ഞിരിക്കുന്ന ദുരിതങ്ങളുടെ ഭാരങ്ങൾ പേറിയ മനുഷ്യരുടെ ഹൃദയങ്ങൾ; അവരുടെ ഹൃദയങ്ങളിലാണ് ഷാവേസ് തിരിച്ചു വരുന്നത്.

> The thing to do is, on the contrary to bombard those in power, is the startegically well- selected, precise, finite demands, which can't be met with the same excuse. (Slavej Zizek)

ആ രക്തതിലകം പൊലിഞ്ഞു

പി പി സത്യൻ

ഹ്യൂഗോ റാഫേൽ ഷാവേസിനെക്കുറിച്ചുള്ള ഓർമകൾ പോലും സാമ്രാജ്യത്വത്തെ അസ്വസ്ഥമാക്കും. തീരാത്ത, തീരാത്ത പോരാട്ടവീര്യ വുമായി ധിക്കാരിയായ ആ വിപ്ലവകാരി അത്രമേൽ ലോകത്തെ ഇളക്കി മറിച്ചിരുന്നു. സൈമൺ ബൊളിവറും ഏണസ്റ്റോ ചെ ഗുവേരയും ഫിദൽ കാസ്ട്രോയും വെട്ടിത്തെളിയിച്ച വിപ്ലവപ്പാതയിലൂടെ ഒരു നാടിനെ മാത്ര മല്ല, അനേകം നാടുകളെ നയിച്ച പോരാളിയായിരുന്നു ഷാവേസ്. 1998 ലാണ് വെനീസ്വലയുടെ പ്രസിഡണ്ടായി ഷാവേസ് തിരഞ്ഞെടുക്കപ്പെ ടുന്നത്. 14 വർഷക്കാലം അദ്ദേഹം ആ നാടിനെ നയിച്ചു. വിപ്ലവത്തിന് അനേകം വഴികളുണ്ടെന്ന് ലോകത്തെ പഠിപ്പിച്ച ഊർജസ്വലനായ ഷാവേസ് ലോകമെങ്ങുമുള്ള ജനതക്ക് പ്രചോദനമായി. മുതലാളിത്ത ത്തിനും സാമ്രാജ്യത്വത്തിനും മുന്നിൽ മുട്ടുമടക്കാൻ കഴിയാത്ത സമര വീര്യം അമേരിക്കയെ അക്ഷരാർഥത്തിൽ നടുക്കി. 21-ാം നൂറ്റാണ്ടിലെ വിമോചനാത്മകലോകത്തിന്റെ പ്രതിപുരുഷനെപ്പോലെ ഷാവേസ് യുവ ജനങ്ങളെ ആവേശംകൊള്ളിച്ചു. ലാറ്റിനമേരിക്കയുടെ സവിശേഷ രാഷ്ട്രീ യസന്ദർഭത്തിൽ നിന്നടർത്തിയെടുത്തുകൊണ്ട് ഷാവേസിനെ വിലയിരു ത്താനാകില്ല. മാർക്സിസത്തിന്റെ ലാറ്റിനമേരിക്കൻ ഭാഷ്യമാണ് ഷാവേ സിന്റെ ഇതിഹാസതുല്യമായ ജീവിതം. അതിനാൽ വിപ്ലവങ്ങളുടെയും പോരാട്ടങ്ങളുടെയും വിളഭൂമിയായ ആ ഭൂഖണ്ഡത്തിലൂടെ ഒരു ഹ്രസ്വസ ഞ്ചാരം നടത്തുന്നത് ഉചിതമായിരിക്കാമെന്ന് തോന്നുന്നു.

ക്യൂബൻ വിപ്ലവവും ലാറ്റിനമേരിക്കൻ രാജ്യങ്ങളും

ലോകത്തിലെ മഹത്തായ വിപ്ലവങ്ങളിലൊന്നായിരുന്നു ക്യൂബൻവി പ്ലവം. മധ്യ അമേരിക്കയിൽ കരീബിയൻ കടലിൽ മെക്സിക്കോ കടലി

ടുക്കിൽ കിടക്കുന്ന ഒരു ദ്വീപ് രാജ്യമാണ് ക്യൂബ. ലാറ്റിനമേരിക്കൻ രാഷ്ട്ര സമൂഹത്തിലെ ഒരു സോഷ്യലിസ്റ്റ് അംഗം എന്ന നിലയിൽ ക്യൂബയക്ക് ലോകരാഷ്ട്രീയത്തിൽ വളരെ പ്രധാനപ്പെട്ട ഒരു സ്ഥാനമാണുള്ളത്. സോവിയറ്റ് യൂണിയൻ, ചൈന തുടങ്ങിയ രാജ്യങ്ങളിൽ നടന്നതുപോലെ ഒരു വിജയകരമായ വിപ്ലവമായിരുന്നു ക്യൂബൻ വിപ്ലവവും. ആഭ്യന്തര സ്വേഛാധിപത്യത്തിനും സാമ്രാജ്യത്തിനുമെതിരായി ത്യാഗോജ്ജ്വലമായ യുദ്ധം നടത്തിക്കൊണ്ടാണ് ക്യൂബൻവിപ്ലവം വിജയിച്ചത്. സർക്കാർ സംവിധാനമാകെ ആഭ്യന്തരചൂഷകവർഗങ്ങൾക്കും വിദേശശക്തികൾക്കും കീഴ്പ്പെടുത്തപ്പെട്ട രാജ്യമായിരുന്നു ക്യൂബ. അതിന്റെ വിപണികളും സാമ്പത്തിക മേഖലകളും സാമ്രാജ്യത്വകുത്തകകൾ കൈയടക്കിവെച്ചതായിരുന്നു. അങ്ങനെ അഭിനിവേശവാഴ്ചയുടെ നുകം പേറിക്കഴിഞ്ഞ അവികസിത രാജ്യമായിരുന്ന ക്യൂബ ലോകത്തിന്റെ ശ്രദ്ധയാകർഷിക്കുന്ന രീതിയിൽ പുരോഗതി കൈവരിച്ചത് മഹത്തായ വിപ്ലവത്തിലൂടെയാണ്. ജനസംഖ്യയിൽ പരിമിതവും വലിപ്പത്തിൽ ചെറുതും സാമ്പത്തിക കാര്യത്തിൽ പിന്നണിയിൽ കിടക്കുന്നതുമായ ഒരു രാജ്യം ലോകത്തിലെതന്നെ വമ്പൻ ശക്തിയായ അമേരിക്കൻ സാമ്രാജ്യത്വത്തോട് പടവെട്ടി മുന്നേറിയത് ആവേശോജ്ജ്വലമായ ഒരു ചരിത്രമാണ്. ഇന്നും ഒരു സോഷ്യലിസ്റ്റുരാജ്യമെന്ന നിലയിൽ ക്യൂബ ലോകരാഷ്ട്രീയത്തിൽ പൊരുതിനിൽക്കുന്നു. ഫിദൽകാസ്ട്രോ ആണ് ക്യൂബൻ വിപ്ലവത്തിന്റെ മഹാനായ നേതാവ്. ലോകപ്രസിദ്ധ ലാറ്റിൻ അമേരിക്കൻ വിപ്ലവനായകൻ ചെ ഗുവേരയുടെ ഉറ്റതോഴനും സഹസൈനികനുമായിരുന്ന ഫിദൽ കാസ്ട്രോ ഇന്ന് ലോകത്തിലെ ഒരു ജീവിക്കുന്ന ഇതിഹാസമാണ്. കാൾ മാർക്സ്, ഫ്രെഡറിക് എംഗൽസ്, ലെനിൻ, സ്റ്റാലിൻ, മൗ, ചെ ഗുവേര, ഫിദൽകാസ്ട്രോ എന്നിവർ ലോക കമ്യൂണിസ്റ്റുപ്രസ്ഥാനത്തിന്റെ ആചാര്യന്മാരായി അംഗീകരിക്കപ്പെടുന്നു.

അമേരിക്കൻ സാമ്രാജ്യത്വത്തിന്റെ സൈനികവും രാഷ്ട്രീയവും സാമ്പത്തികവുമായ പിൻബലത്തിൽ പ്രവർത്തിച്ച ബാത്തിസ്റ്റ ഭരണകൂടത്തിനെതിരായി നടന്ന സൈനികവിപ്ലവമായിരുന്നു ഫിദൽകാസ്ട്രോയുടെ നേതൃത്വത്തിൽ നടന്ന ക്യൂബൻവിപ്ലവം. അഞ്ചുവർഷത്തിലധികം കാലത്തെ പോരാട്ടങ്ങളിലൂടെ 1959–ജനുവരി 1 ന് സോഷ്യലിസ്റ്റ് ക്യൂബ സ്ഥാപിതമായി. കരീബിയൻ ദ്വീപ്സമൂഹങ്ങളിലെ ഏറ്റവും വലിയ രാജ്യമാണ് ക്യൂബ. ക്രിസ്റ്റഫർ കൊളംബസ് 1492–ൽ ഈ ദ്വീപ് രാജ്യത്തിൽ എത്തിയതോടെയാണ് ക്യൂബ ലോകത്ത് അറിയപ്പെടുന്നത്. കൊളംബസിന്റെ വരവോടെ ക്യൂബയെക്കുറിച്ച് പുറംലോകം അറിയാൻതുടങ്ങി. പിൽക്കാലത്ത് സ്പെയിൻകാർ ക്യൂബയെ ഒരു കോളനിയാക്കിമാറ്റി. 1762 ൽ ബ്രിട്ടീഷുകാർ ഇവിടെ ആധിപത്യം സ്ഥാപിച്ചു. സ്പാനിഷ് അധിനിവേശകാലത്തുതന്നെ അധീശവാഴ്ചയ്ക്കെതിരായി ക്യൂബയിൽ ധാരാളം കലാപങ്ങൾ നടന്നിട്ടുണ്ട്. പിൽക്കാലത്ത് അമേരിക്കയുടെ ആധിപത്യമായിരുന്നു ക്യൂബയിൽ. അവസാനം സ്പാനിഷ് വിരുദ്ധ അമേരി

ക്കൻ വിരുദ്ധ പോരാട്ടത്തിലൂടെ ക്യൂബ സോഷ്യലിസത്തിലേക്ക് പരിവർത്തിക്കപ്പെട്ടു. 1902–ലാണ് സ്പെയിൻകാർ ഔപചാരികമായി ക്യൂബയിൽനിന്നും പിൻവാങ്ങിയത്. അതോടെ ക്യൂബ ഔപചാരികമായി സ്വാതന്ത്ര്യം നേടി. തുടർന്ന് ക്യൂബയിൽ പ്രധാനപ്പെട്ട സാമ്പത്തിക വികാസങ്ങളുണ്ടായി. എന്നാൽ അഴിമതിയും സ്വേഛാധിപത്യവാഴ്ചയും വീണ്ടും നിലനിന്നു. 1953–മുതൽ 1959–വരെ നടന്ന ഉഗ്രമായ പോരാട്ടത്തിലൂടെയാണ് ക്യൂബ ഒരു സോഷ്യലിസ്റ്റ് രാജ്യമായി മാറിയത്.

പതിനൊന്ന് ദശലക്ഷത്തിലധികം ജനങ്ങൾ അധിവസിക്കുന്ന ക്യൂബയാണ് ജനസംഖ്യയിൽ ഒന്നാംസ്ഥാനത്ത് നിൽക്കുന്ന കരീബിയൻ രാഷ്ട്രം. വിഭിന്ന സംസ്കാരവും ആചാരവും ഉള്ള ഒരു ജനതയാണ് ഇവിടെ അധിവസിക്കുന്നത്. നൂറ്റാണ്ടുകളായി അടിമത്തത്തിനും ചൂഷണത്തിനും വിധേയരായി ജീവിച്ച ജനങ്ങളാണ് ക്യൂബക്കാർ. ഇന്ന് ക്യൂബ എല്ലാരംഗത്തും ഔന്നത്യത്തിൽ വർത്തിക്കുന്നു. 99.8 ശതമാനമാണ് ക്യൂബയുടെ ഇന്നത്തെ സാക്ഷരതാനിരക്ക്. ക്യൂബയുടെ മറ്റൊരു സവിശേഷത ബഹുജനാരോഗ്യത്തിൽ അത് വികസിതരാജ്യങ്ങളെക്കാൾ മുന്നിലാണ് എന്നുള്ളതാണ്. അതുപോലെതന്നെ വിഭവശേഷിയിലും ദേശീയവരുമാനത്തിലും അത് മുന്നിൽനിൽക്കുന്നു. തെയിനോ എന്ന പേരുള്ള തദ്ദേശീയ അമേരിക്കൻ ജനതയാണ് ക്യൂബയിലെ ആദിമനിവാസികൾ. ഉത്തരമധ്യദക്ഷിണ അമേരിക്കൻ രാജ്യങ്ങളിൽനിന്നും കുടിയേറിപ്പാർത്തവരാണ് തെയിനോ നിവാസികളുടെ പൂർവികർ.

ക്രിസ്റ്റഫർ കൊളംബസ് ക്യൂബയിൽ കാലുകുത്തിയതോടെ ഈ രാജ്യം ലോകത്തിൽ അറിയപ്പെടാൻ തുടങ്ങി എന്ന് നേരത്തെ സൂചിപ്പിച്ചുവല്ലോ. കൊളംബസ് ഈ രാജ്യത്തെ സ്പെയിനിന്റെ പുതിയ രാജപ്രവിശ്യയായി വിശേഷിപ്പിച്ചു. സ്പെയിൻകാർ ഇവിടത്തെ ആദിമനിവാസികളെ അടിമകളാക്കുകയും ഇവിടെ ആധിപത്യം ചെലുത്തുകയും ചെയ്തു. ഈ കാലഘട്ടത്തിൽ ക്യൂബയിലെ തദ്ദേശീയജനസംഖ്യ ഏതാണ്ട് ഒരു ലക്ഷമായിരുന്നു. സ്പെയിൻകാർ ഈ ജനതയെ ക്രൈസ്തവ മതത്തിലേക്ക് നിർബന്ധിത പരിവർത്തനം നടത്തിയതായി ചരിത്രകാരന്മാർ പറയുന്നു. സ്വർണത്തിന്റെ ഉറവിടമായിരുന്ന ക്യൂബയെ ഒരു സ്വർഗഭൂമിയായിട്ടാണ് സ്പെയിൻകാർ കണ്ടത്. അതിനുശേഷം ഒരു നൂറ്റാണ്ടിനുള്ളിൽ ഫലത്തിൽ ഇവിടത്തെ തദ്ദേശീയജനത ഉന്മൂലനം ചെയ്യപ്പെടുകയായിരുന്നു. അതിന് പലകാരണങ്ങൾ ഉണ്ടായിരുന്നു. ഒന്ന് കൊളോണിയൽ മർദനവും ചൂഷണവും. രണ്ടാമതായി മാരകമായ രോഗങ്ങൾ. 1529 ൽ ക്യൂബയിൽ പടർന്നുപിടിച്ച വസൂരിരോഗത്തിന്റെ ഫലമായി ഇവിടത്തെ ജനസംഖ്യയിൽ മൂന്നിൽ രണ്ടുഭാഗവും ഉന്മൂലനം ചെയ്യപ്പെട്ടു.

1511–മുതൽ 1898വരെയുള്ള നാനൂറ് വർഷക്കാലം സ്പാനിഷ് ആധിപത്യമായിരുന്നു ക്യൂബയിൽ നിലനിന്നത്. കൃഷി, ഖനനം, പഞ്ചസാര, കോഫി, പുകയില എന്നിവയുടെ കയറ്റുമതി ഇവയൊക്കെയായിരുന്നു ക്യൂബൻ സാമ്പത്തികവ്യവസ്ഥയുടെ അടിത്തറ. പ്രധാനമായും തോട്ടം

കൃഷിയായിരുന്നു ഇവിടെ നിലനിന്നത് എന്നർഥം. ഈ കാർഷികോൽപ്പന്നങ്ങളെല്ലാം തന്നെ യൂറോപ്പിലേക്കും പിൽക്കാലത്ത് വടക്കേ അമേരിക്കയിലേക്കും വൻതോതിൽ കയറ്റുമതി ചെയ്യപ്പെട്ടു. ഈ ദ്വീപിലേക്ക് കൊണ്ടുവരപ്പെട്ട ആഫ്രിക്കൻ അടിമകളാണ് ഇത്തരം പ്രവർത്തനങ്ങളിൽ ഗണ്യഭാഗം ചെയ്തുതീർത്തത്. ചെറുകിട കർഷകർ ക്യൂബയിലെ സമ്പദ്വ്യവസ്ഥയിലെ പ്രധാനപ്പെട്ട വിഭാഗമായിരുന്നു. ഇതിലേറിയകൂറും കുടിയേറ്റക്കാരായ സ്പെയിൻകാരായിരുന്നു. വെള്ളക്കാരും ഇവിടേക്ക് കുടിയേറിപ്പാർത്തിരുന്നു. ലാറ്റിനമേരിക്കയിലെ സ്പാനിഷ് സാമ്രാജ്യത്തിൻ കീഴിലുള്ള രാജ്യങ്ങളെല്ലാം സ്പാനിഷ് അധിനിവേശത്തിനെതിരെ പൊരുതി സ്വതന്ത്രരാഷ്ട്രങ്ങളായപ്പോൾ ക്യൂബമാത്രം സ്പാനിഷ് സാമ്രാജ്യത്തിനോട് വിധേയത്വം പുലർത്തി നിൽക്കുകയായിരുന്നു. 1820–ലാണ് സ്പാനിഷ് ആധിപത്യത്തിൻ കീഴിൽനിന്ന് മറ്റുരാഷ്ട്രങ്ങൾ സ്വതന്ത്രമാവുന്നത്. അതുകൊണ്ടുതന്നെ ക്യൂബയെ സ്പെയിൻകാർ ഒരു അടിമരാജ്യമായി പരിഗണിച്ചു. ക്യൂബയുടെ ഈ വിധേയത്വത്തിന് കാരണം താഴെപ്പറയുന്നവയായിരുന്നു:

1. വാണിജ്യത്തിൽ സ്പെയിനിനുള്ള ആധിപത്യം.
2. കടൽക്കൊള്ളക്കാരുടെ ഭീഷണി.
3. അമേരിക്കയുടെ ഭീഷണി.

1868 ൽ ക്യൂബയിൽ സ്പാനിഷ് ആധിപത്യത്തിനെതിരായിട്ട് ഒരു കലാപം നടന്നു. സ്വതന്ത്രക്യൂബ സ്ഥാപിക്കുക എന്നതായിരുന്നു ഈ കലാപത്തിൽ പങ്കെടുത്ത അടിമകളുടെ ലക്ഷ്യം. പത്തുവർഷക്കാലം നീണ്ടുനിന്ന കലാപമായിരുന്നു അത്. 19–ാം നൂറ്റാണ്ടിൽ ക്യൂബയിലെ ഏറ്റവും പ്രധാനപ്പെട്ട വ്യവസായം പഞ്ചസാരവ്യവസായമായിരുന്നു. പഞ്ചസാര ഉൽപ്പാദനത്തിൽ ലോകത്തിലെതന്നെ പ്രധാനപ്പെട്ട ഒരു ശക്തിയാണ് ക്യൂബ. 19–ാം നൂറ്റാണ്ടിലും ക്യൂബയിൽ അടിമത്തം നിലനിന്നിരുന്നു.

1892–ൽ ജോസ്മാർട്ടി ക്യൂബൻവിപ്ലവപ്പാർട്ടി രൂപീകരിച്ചു. സ്പെയിനിന്റെ അധീനതയിൽനിന്നും ക്യൂബയെ സ്വതന്ത്രമാക്കുക എന്നതായിരുന്നു 1892–ൽ ന്യൂയോർക്കിൽ രൂപീകരിച്ച ക്യൂബൻ വിപ്ലവപ്പാർട്ടിയുടെ ലക്ഷ്യം. അദ്ദേഹം രൂപീകരിച്ച വിപ്ലവപ്പാർട്ടി 1895 ൽ സ്പാനിഷ് സൈന്യത്തോട് പോരാടിയെങ്കിലും അദ്ദേഹം ആ യുദ്ധത്തിൽ കൊല്ലപ്പെട്ടു. ക്യൂബയുടെ ആദ്യത്തെ ദേശീയനായകനായി അംഗീകരിക്കപ്പെടുന്ന രക്തസാക്ഷിയാണ് ജോസ്മാർട്ടി. ക്യൂബൻ വിപ്ലവപ്പാർട്ടി ഗറില്ലാസമരതന്ത്രം ഉപയോഗിച്ചുകൊണ്ടാണ് സ്പാനിഷ് ആധിപത്യത്തിനെതിരായി പോരാടിയത്. എന്നാൽ രണ്ടുലക്ഷത്തിലധികം വരുന്ന സ്പാനിഷ് സൈന്യം സംഖ്യാബലംകൊണ്ട് ക്യൂബൻ വിപ്ലവപ്പാർട്ടിയേക്കാൾ മുന്നിലായിരുന്നു. സ്പാനിഷ് സൈന്യം കലാപകാരികളെ അമർച്ചചെയ്തു. സ്പാനിഷ് ഭരണകൂടം ക്യൂബൻ വിപ്ലവകാരികളെ ക്രൂരമായി പീഡിപ്പിച്ചു. 20–ാം ശതാബ്ദത്തിലെ ഫാസിസ്റ്റുകളുടെ കോൺസെൻട്രേഷൻ ക്യാമ്പുകളുടെ

ആദിരൂപങ്ങളായിരുന്നു സ്പാനിഷ്ഭരണകൂടം ക്യൂബയിൽ പടുത്തുയർത്തിയത്. സ്പാനിഷ് ആധിപത്യത്തിൻകീഴിൽ രണ്ടുലക്ഷത്തിനും നാല് ലക്ഷത്തിനും ഇടയിലുള്ള ക്യൂബൻ പൗരന്മാർ നിർമാർജനം ചെയ്യപ്പെട്ടു. അന്നത്തെ സ്പാനിഷ് ജയിലറകളിലെ പട്ടിണിയും രോഗങ്ങളുമാണ് ഇവരുടെ ജീവൻ കവർന്നത്. അമേരിക്കക്കാരും പാശ്ചാത്യരും അക്കാലത്ത് ക്യൂബയിലെ സ്പാനിഷ്മേധാവിത്വത്തെ എതിർത്തു. ക്യൂബയിലെ അമേരിക്കൻ നിവാസികളെ സംരക്ഷിക്കാൻവേണ്ടി 1898–ൽ അമേരിക്കൻ കപ്പൽ ക്യൂബയിലെത്തി. എന്നാൽ സ്പാനിഷ്ഭരണകൂടം ഈ കപ്പൽ തകർക്കുകയും അതിലെ സഞ്ചാരികളെ വധിക്കുകയും ചെയ്തു. എന്നാൽ ക്യൂബയിലെ സ്പാനിഷ് ആധിപത്യത്തിനെതിരായി വിപുലമായ ഒരു പ്രതിരോധപ്രസ്ഥാനം ശക്തിപ്പെട്ടുവരികയായിരുന്നു. അമേരിക്കൻസ്വാതന്ത്ര്യസമരം, ഫ്രഞ്ചുവിപ്ലവം തുടങ്ങിയ ലോകത്തിലെ പ്രധാനപ്പെട്ട വിപ്ലവപ്രസ്ഥാനങ്ങളും കലാപങ്ങളും ക്യൂബയിലെ വിപ്ലവത്തിന് വളരെയേറെ പ്രചോദനം നൽകിയിട്ടുണ്ട്. ലാറ്റിനമേരിക്കൻ രാജ്യങ്ങളിലാകെ നടന്നിട്ടുള്ള ഉജ്വലമായ പോരാട്ടങ്ങളും ക്യൂബൻവിപ്ലവത്തെ അഗാധമായി പ്രചോദിപ്പിച്ചിട്ടുണ്ട്. ലോകപ്രസിദ്ധ കമ്യൂണിസ്റ്റ്വിപ്ലവകാരിയും ഗറില്ലാപോരാളിയും ഫിദൽകാസ്ട്രോവിന്റെ ഉറ്റസഖാവുമായിരുന്ന രക്തസാക്ഷി ഏണസ്റ്റോ ചെ ഗുവേര ക്യൂബയെക്കുറിച്ച് പറയുന്ന വാക്കുകൾ ഇവിടെ ഉദ്ധരിക്കട്ടെ:

അങ്ങേ അറ്റത്തെ അസമാനതകളും പൊരുത്തക്കേടുകളും നിറഞ്ഞ രണ്ടു ശക്തികളുടെ ധ്രുവീകരണം നടന്നുകൊണ്ടിരിക്കുന്ന ഈ ലോകത്ത്, ഭൂമിശാസ്ത്രപരവും സാമൂഹികവുമായ ഏകകത്തിന്റെ ഒറ്റ അതിരിനുള്ളിൽ ഒതുക്കി നിർത്താവുന്നതല്ല, ഈ അധികാരസമ്പാദനം. വിപ്ലവശക്തികളുടെ അധികാര സമ്പാദനലക്ഷ്യം ലോകവ്യാപകമാണ്. ഭാവിയെ കീഴടക്കുക എന്നതാണ് വിപ്ലവത്തിന്റെ തന്ത്രപരമായ ലക്ഷ്യം. ലോകത്തിലെ പിന്തിരിപ്പൻ ശക്തികളുടെ പ്രതിതന്ത്രം വർത്തമാനകാലത്തെ അതേപടി മരവിപ്പിച്ചു നിർത്തുക എന്നതാണ്. കാരണം, വിപ്ലവശക്തികളുടെ മുന്നേറ്റത്തെ പ്രതിരോധിക്കുക എന്നതാണ് അവരുടെ ലക്ഷ്യം.

ലോകവ്യാപകമായ ഈ സമരത്തിൽ നിശ്ചിതമായ നിലപാടിൽ നിൽക്കുക എന്നത് പ്രധാനമാണ്. സങ്കീർണമായ സന്ദർഭങ്ങളിൽ അതു നിർണായകവുമാണ്. ഉദാഹരണമായി ക്യൂബ, മുന്നണി സേനയുടെ കാവൽപ്പുരയാണ്. സാമ്പത്തികമായി താറുമാറായി കിടക്കുന്ന ലാറ്റിനമേരിക്കയുടെ വിശാലമായ ഭൂമികയിലാകെ കണ്ണോടിച്ചുകൊണ്ടു നിൽക്കുന്ന കാവൽത്താവളം. ക്യൂബയുടെ വിപ്ലവ മാതൃക ലാറ്റിനമേരിക്കയുടെ ജനതയ്ക്കാകെ വെളിച്ചം കാണിക്കുന്ന ദീപസ്തംഭമാണ്.

ലോകത്തിന്റെ ആധിപത്യത്തിനുവേണ്ടി ഇംപീരിയലിസവും സോഷ്യലിസവും തമ്മിൽ മത്സരിക്കുന്ന ഈ സുപ്രധാന ലോകസാഹ

ചര്യത്തിൽ, ക്യൂബയുടെ ഈ സൈനിക കാവൽത്താവളത്തിന് തന്ത്ര പരമായ പ്രാധാന്യമുണ്ട്.

ഭൂമിശാസ്ത്രപരവും സാമൂഹികവുമായ മറ്റേതെങ്കിലും ഭൂമികയി ലാണ് ക്യൂബ സ്ഥിതിചെയ്യുന്നതെങ്കിൽ, അതിന്റെ തന്ത്രപരമായ മൂല്യം മറ്റൊന്നാകുമായിരുന്നു. വിപ്ലവത്തിനുമുമ്പ് അതിന്റെ മൂല്യം മറ്റൊന്നാ യിരുന്നു. സാമ്രാജ്യത്വലോകം അതിനോട് മറ്റൊരുതരം അടവായിരിക്കും പയറ്റുക. അതിന്റെ തന്ത്രപരമായ മൂല്യം വിപ്ലവാനന്തരം വർധിച്ചിട്ടുണ്ട്. തെക്കെ അമേരിക്കൻ രാജ്യങ്ങളിലേക്ക് പ്രവേശിക്കാനായി തുറന്നിട്ട വാതിൽപോലുള്ള അതിന്റെ സ്ഥാനമല്ല കാരണം. മറിച്ച് സൈനികവും തന്ത്രപരവും ആയ സ്ഥാനത്തിനു പുറമെ അതിന് ചെലുത്താനാവുന്ന ധാർമിക സ്വാധീനത്തിന്റെ ശക്തിയാണ് ഈ മൂല്യവർധനവിനു കാര ണം. "ധാർമിക മിസൈലുകൾ"എന്നു വിശേഷിപ്പിക്കാവുന്ന ഈ കരു ത്തുറ്റ ആയുധമാണ് ക്യൂബയുടെ വില വർധിപ്പിച്ചിരിക്കുന്നത്. രാഷ്ട്രീയ സമരത്തിൽ അതിന്റെ ഘടകങ്ങളെ വിശകലനം ചെയ്യുമ്പോൾ, സമര സാഹചര്യങ്ങളിൽ നിന്ന് അതിനെ അടർത്തി മാറ്റാനൊക്കുകയില്ല. ചെറിയ ചെറിയ പൂർവ സംഭവങ്ങളെല്ലാം തന്ത്രപരമായ വലിയ ലക്ഷ്യ ത്തിലേക്കു നയിക്കുന്നതായിരിക്കണം.

തെക്കെ അമേരിക്കയെക്കുറിച്ചുള്ള ഈ ചർച്ചയിൽ സ്വാഭാവികമായി ഉയരുന്ന ചോദ്യം ഇതാണ്: ലോകത്തിന്റെ ഈ മൂലയിൽ അധികാരം പിടിച്ചെടുക്കുന്നു എന്ന തന്ത്രപരമായ അന്തിമലക്ഷ്യത്തിലെത്താൻ എന്തെല്ലാം അടവുകളാണ് സ്വീകരിക്കേണ്ടത്? നമ്മുടെ ഈ വൻകര യിൽ വർത്തമാന സാഹചര്യത്തിൽ സമാധാനപരമായ മാർഗങ്ങളിലൂടെ സോഷ്യലിസ്റ്റ് നിർമാണത്തിനുള്ള അധികാരം നേടാൻ സാധിക്കുമോ, ഇല്ലയോ? സമാധാനമാർഗത്തിലൂടെ അത് അസാധ്യമാണെന്ന് മിക്കവാറും ഞങ്ങൾക്ക് ഉറപ്പിച്ചു പറയാൻ സാധിക്കും. ബൂർഷ്വാ അധികാര ഘടന ഔപചാരികമായി സ്വീകരിച്ചുകൊണ്ട്, ആ ഗവൺമെന്റ് വഴി വേണം സോഷ്യലിസം കെട്ടിപ്പടുക്കാൻ-അപ്പോഴും സംഘട്ടനം ആവശ്യമായി വരും. കാരണം പുതിയ സാമൂഹിക സംവിധാനം ഏർപ്പെടുത്താനുള്ള ശ്രമത്തെ, ഒരു വിധത്തിൽ അല്ലെങ്കിൽ മറ്റൊരു വിധത്തിൽ തടയാൻ ശ്രമം നടക്കുമെന്ന് തീർച്ചയാണ്. ഏറ്റവും അധികം ചർച്ചചെയ്യപ്പെടുന്ന, ഏറ്റവും പ്രധാനപ്പെട്ട വിഷയമാണിത്. ഈ വിഷയത്തിൽ ഞങ്ങൾ മറ്റു ലാറ്റിനമേരിക്കൻ വിപ്ലവപ്രസ്ഥാനങ്ങളുമായി വിയോജിപ്പിലുമാണ്. ഞങ്ങ ളുടെ നിലപാട് ഞങ്ങൾ വിശദമാക്കുകയും അതിന്റെ യുക്തി ചൂണ്ടിക്കാ ട്ടുകയും ചെയ്യാം.

ഇന്ന്, ലാറ്റിനമേരിക്ക പുകയുന്ന അഗ്നിപർവതമാണ്. ഇപ്പോൾ അത് പൊട്ടിത്തെറിച്ചിട്ടില്ലെങ്കിലും അതിനുള്ള സൂചന നൽകുന്ന ചലനങ്ങൾ പ്രത്യക്ഷപ്പെട്ടിട്ടുണ്ട്. കാണുകയും കേൾക്കുകയും ചെയ്യുന്ന അടയാള ങ്ങൾ തെളിഞ്ഞിട്ടുണ്ട്. അത്തരം ചലനത്തിന്റെ വ്യക്തമായ ചിഹ്നമാണ് രണ്ടാം ഹവാനാ പ്രഖ്യാപനം. വിപ്ലവകരമായ മാറ്റം ആവശ്യമാണെന്നും

ആ മാറ്റം സാധ്യമാണെന്നുമുള്ള അവബോധം സൃഷ്ടിക്കാൻ ആ പ്രഖ്യാപനം സഹായിച്ചു. രണ്ടു വിരുദ്ധശക്തികൾ ഏറ്റുമുട്ടുകയും ചരിത്രപരമായ പൊതുധാരണാ രൂപീകരണം നടക്കുകയും ചെയ്യുന്ന വർത്തമാന കാലസാഹചര്യങ്ങളുമായി ബന്ധപ്പെട്ടതുതന്നെയാണ് തെക്കെഅമേരിക്കയിൽ പ്രക്ഷുബ്ധമാവുന്ന ഈ അഗ്നിമല.

ലാറ്റിനമേരിക്കൻ രാജ്യങ്ങളെല്ലാംതന്നെ സാമ്രാജ്യത്വരാഷ്ട്രങ്ങളുടെ നുകത്തിൻകീഴിലാണ് സംവത്സരങ്ങളോളം കഴിഞ്ഞത്. ലാറ്റിനമേരിക്കയുടെ വിവിധഭാഗങ്ങളിൽ സ്പെയിനിന് ആധിപത്യമുണ്ടായിരുന്നു. സ്പെയിനിന് പിന്നാലെ ധാരാളം യൂറോപ്യൻരാജ്യങ്ങൾ ഇവിടെ എത്തിച്ചേർന്നു. അതിൽ പ്രധാനപ്പെട്ട ശക്തികളാണ് ഇംഗ്ലണ്ടും ഫ്രാൻസും. ഈ കൊളോണിയൽ ആധിപത്യത്തിനെതിരെ ലാറ്റിനമേരിക്കൻ രാജ്യങ്ങളിൽ പൊതുവിൽ ദേശീയപ്രസ്ഥാനങ്ങളും വിപ്ലവപ്രസ്ഥാനങ്ങളും കരുത്താർജിച്ചതിന്റെയും അങ്ങനെ ഈ രാഷ്ട്രങ്ങളെല്ലാം വിമോചിതമായതിന്റെയും ചരിത്രമാണ് ആധുനിക ലാറ്റിനമേരിക്കയുടെ ചരിത്രം. ഇങ്ങനെ വിമോചിതമാവുക മാത്രമല്ല ലോകത്തിലെ പൊരുതുന്ന ജനവിഭാഗങ്ങൾക്കും വിപ്ലവശക്തികൾക്കും അവ തീവ്രമായ പ്രചോദനം നൽകുകയും ചെയ്തു. 19–ാം നൂറ്റാണ്ടിന്റെ അന്ത്യത്തിലും 20–ാം നൂറ്റാണ്ടിന്റെ തുടക്കത്തിലും സാമ്രാജ്യത്വം ശക്തിപ്പെട്ടതോടെ അമേരിക്ക ലാറ്റിനമേരിക്കയുടെ വടക്കുഭാഗത്തും മധ്യഭാഗത്തും ദക്ഷിണഭാഗത്തും ആധിപത്യം സ്ഥാപിച്ചു. ലാറ്റിനമേരിക്കയുടെ തെക്കേഅറ്റത്ത് സ്ഥിതിചെയ്യുന്ന രാജ്യമാണ് അർജന്റീന. മറ്റൊരു തെക്കൻ രാജ്യമാണ് ഉറുഗ്വെ. ഈ രണ്ടു രാജ്യങ്ങളിലും രണ്ടാംലോകമഹായുദ്ധത്തിന്റെ അവസാനം വരെ ബ്രിട്ടീഷ് സാമ്രാജ്യത്വശക്തികൾ ആധിപത്യം സ്ഥാപിച്ചു. അങ്ങനെ വിവിധ സാമ്രാജ്യത്വശക്തികൾ ലാറ്റിനമേരിക്കയെ തങ്ങളുടെ കോളനികളാക്കിമാറ്റി. ഇവിടെ അധിനിവേശം സ്ഥാപിക്കാൻവേണ്ടി ഈ സാമ്രാജ്യത്വശക്തികൾ ഏഷ്യനാഫ്രിക്കൻ രാജ്യങ്ങളിൽ ചെയ്തതുപോലെ പരസ്പരം കടുത്തമത്സരങ്ങളിലും യുദ്ധങ്ങളിലും ഏർപ്പെട്ടു. ഇംഗ്ലീഷുകാരും ജർമൻകാരും ലാറ്റിനമേരിക്കയിൽ എണ്ണക്കുത്തക സ്ഥാപിക്കാൻവേണ്ടി നടത്തിയ രക്തരൂക്ഷിതമായ യുദ്ധം അതിന്റെ ഒരു ഉദാഹരണംമാത്രമാണ്. ഇക്വഡോർ, ബൊളീവിയ, പരാഗ്വ എന്നീ രാജ്യങ്ങളിലെല്ലാം സാമ്രാജ്യത്വശക്തികൾ അവരുടെ അധീശത്വത്തിനുവേണ്ടി രൂക്ഷമായ യുദ്ധങ്ങളിലേർപ്പെട്ടു. മധ്യഅമേരിക്കയിൽ നിയന്ത്രവാഴത്തോട്ടങ്ങൾ പിടിച്ചെടുക്കാൻ വേണ്ടിയും അവർ യുദ്ധങ്ങൾ നടത്തി. നൈട്രേറ്റ് ശേഖരം പിടിച്ചടക്കാൻ ചിലിയും ബൊളിവിയയും പെറുവും തമ്മിൽ ദക്ഷിണഅമേരിക്കയിൽ യുദ്ധം നടന്നു. ഇതിന്റെ പിറകിലും സാമ്രാജ്യത്വശക്തികളായിരുന്നു. അക്കാലത്ത് നൈട്രേറ്റ് കൃത്രിമമായി ഉൽപ്പാദിപ്പിക്കാനുള്ള സാങ്കേതികവിദ്യ കണ്ടുപിടിക്കപ്പെട്ടിരുന്നില്ല. പ്രകൃതിസമ്പത്തിന്റെ അക്ഷയസ്രോതസ്സായിരുന്ന ലാറ്റിനമേരിക്കയിൽ ധാരാളം പ്രകൃതിജന്യ നൈട്രേറ്റ് ശേഖരമുണ്ടായിരുന്നു.

രണ്ടാംലോകമഹായുദ്ധാനന്തരം ലാറ്റിനമേരിക്കൻ രാജ്യങ്ങളിൽ പൊതുവിൽ രാഷ്ട്രീയ ഐക്യം ശക്തിപ്പെട്ടു. തങ്ങളുടെ പൊതുശത്രു സാമ്രാജ്യത്വശക്തികളാണെന്ന് ക്രമേണ ലാറ്റിനമേരിക്കൻ രാഷ്ട്രങ്ങളെല്ലാം തന്നെ തിരിച്ചറിയാൻ തുടങ്ങി. അങ്ങനെയാണ് ക്യൂബയ്ക്കെതിരായ സാമ്രാജ്യത്വ കടന്നാക്രമണത്തിനെതിരെ ലാറ്റിനമേരിക്കൻ രാജ്യങ്ങൾ ഒന്നിച്ചുനിൽക്കാൻ തുടങ്ങിയത്. അവർ ക്യൂബയോട് ഐക്യദാർഢ്യം പ്രഖ്യാപിച്ചു. ലാറ്റിനമേരിക്കയുടെ പൊതുശത്രുവാണ് സാമ്രാജ്യത്വം എന്ന ബോധ്യം ഈ രാഷ്ട്രങ്ങളിൽ ഉണ്ടാവാൻ തുടങ്ങി. ലാറ്റിനമേരിക്കയിലെ പനാമപോലുള്ള രാജ്യങ്ങൾ സാമ്രാജ്യത്വത്തിനെതിരായി ശക്തമായി സമരം നടത്തി. ചരിത്രപരവും സാംസ്കാരികവുമായി തങ്ങളെല്ലാം ഒന്നിച്ചുനിൽക്കേണ്ടതാണെന്ന് ഈ രാജ്യങ്ങളെല്ലാം തിരിച്ചറിയാൻ തുടങ്ങിയത് സാമ്രാജ്യത്വശക്തികളുടെ മേൽക്കോയ്മയ്ക്ക് കനത്ത പ്രഹരമായി.

മിക്ക ലാറ്റിനമേരിക്കൻ രാജ്യങ്ങളിലും 20–ാംശതാബ്ദത്തിൽ ജനകീയ സമരങ്ങൾ ശക്തിപ്പെടാൻ തുടങ്ങി. ലാറ്റിനമേരിക്കൻ രാജ്യങ്ങളിലെ പ്രക്ഷോഭസമരങ്ങൾ പരസ്പരം പ്രചോദനാത്മകമായിരുന്നു. തെക്കനമേരിക്കയിലെ പ്രബലമായ ഒരു രാജ്യമാണ് അർജന്റീന. ഈ രണ്ടുരാജ്യങ്ങളിലും പ്രധാനപ്പെട്ട സമ്പത്ത് കന്നുകാലികളാണ്. ഇവിടത്തെ മേച്ചിൽപ്പുറങ്ങളും കൃഷിഭൂമികളും മറ്റും നിയന്ത്രിച്ചിരുന്നത് അമേരിക്കയായിരുന്നു. ഈ രാജ്യങ്ങളെയെല്ലാം തന്നെ അമേരിക്കൻ സാമ്രാജ്യത്വം ക്രൂരമായി ചൂഷണം ചെയ്തു. പിന്നോക്കരാജ്യങ്ങളായ ഇവിടത്തെ ജനങ്ങളെ കൊടിയമർദനത്തിനും ചൂഷണത്തിനും അവർ വിധേയരാക്കി. കരിമ്പ്, കാപ്പി, പുകയില എന്നിവയാണ് ഇവിടത്തെ പ്രധാനപ്പെട്ട കാർഷികോൽപ്പന്നങ്ങൾ.

ലാറ്റിനമേരിക്കൻ രാജ്യങ്ങളിൽവെച്ച് പല സവിശേഷതകളുമുള്ള രാജ്യമാണ് ക്യൂബ. പ്രകൃതിസമ്പത്തുകൊണ്ടും മനുഷ്യവിഭവശേഷികൊണ്ടും അനുഗൃഹീതമാണ് ഈ രാജ്യം. സാമ്രാജ്യത്വത്തിനെതിരായി പോരാട്ടം നടത്തുന്നതിൽ അസാമാന്യമായ വീറും വാശിയും കരുത്തുമാണ് ക്യൂബൻ ജനത പ്രകടിപ്പിച്ചത്. അതുപോലെ സായുധ സമരത്തിലൂടെ അമേരിക്കൻ സാമ്രാജ്യത്തിനെതിരെ ഉജ്വലമായ പോരാട്ടം നടത്തിയചരിത്രമാണ് ക്യൂബയ്ക്കുള്ളത്. ലാറ്റിനമേരിക്കയുടെ ചരിത്രത്തെത്തന്നെ രൂപപ്പെടുത്തുന്നതിൽ ക്യൂബൻ വിപ്ലവം അതിന്റേതായ പങ്കുവഹിച്ചിട്ടുണ്ട്. ഒരിക്കലും മറ്റൊരു രാജ്യത്തിന്റെ ആഭ്യന്തരമോ വൈദേശികമോ ആയ കാര്യങ്ങളിൽ ഇടപെടാൻ ക്യൂബ തയാറായിട്ടില്ല. എന്നാൽ എല്ലാരാജ്യങ്ങളിലെയും വിമോചന പോരാട്ടങ്ങൾക്ക് പിൻതുണനൽകാൻ ക്യൂബ ഒരിക്കലും മടികാണിച്ചിട്ടുമില്ല. ഇടതുപക്ഷ പ്രസ്ഥാനത്തിന് ശക്തിയുള്ള ഒരു രാജ്യമാണ് ചിലി. കമ്യൂണിസ്റ്റുപാർട്ടിക്ക് അവിടത്തെ ജനങ്ങളിൽ നിർണായക സ്വാധീനമുണ്ടായിരുന്നു. ബൊളീവിയ എന്ന രാജ്യത്തിലും സാമ്രാജ്യത്വത്തിനെതിരെ പോരാട്ടങ്ങൾ നടന്നു. സാമ്രാ

ജ്യത്ത്വത്തിന് അനുകൂലമായ നിലപാടെടുത്ത മുതലാളിത്ത ശക്തികളായിരുന്നു ബൊളീവിയയുടെ സമ്പദ്‌വ്യവസ്ഥയിൽ പിടിമുറുക്കിയിരുന്നത്. ചൈനയിലെ ദല്ലാൾ മുതലാളിത്തത്തെ സാമ്രാജ്യത്വശക്തികൾ സംരക്ഷിച്ചതുപോലെ ബൊളീവിയയിലെ ദേശീയബൂർഷ്വാസിയെയും അവർ സംരക്ഷിച്ചു. അങ്ങനെയാണ് ബൊളീവിയൻ ജനത സാമ്രാജ്യത്വത്തിന്റെ കൊടിയചൂഷണത്തിന് ഇരയായത്. എന്നിട്ടും ക്യൂബൻ വിപ്ലവപ്രസ്ഥാനത്തോട് അവിടത്തെ ജനത ഐക്യദാർഢ്യം പ്രഖ്യാപിച്ചു. ബൊളീവിയയിലെ വിപ്ലവപ്രസ്ഥാനത്തിന് മറ്റ് ലാറ്റിനമേരിക്കൻ രാജ്യങ്ങളെ അപേക്ഷിച്ച് തൊഴിലാളിവർഗ പ്രാതിനിധ്യം കുറവായിരുന്നു. അവിടത്തെ രാഷ്ട്രീയത്തിൽ ദേശീയ ബൂർഷ്വാസിക്കായിരുന്നു മേൽക്കോയ്മ. അവിടത്തെ ദേശീയബൂർഷ്വാസി ഫ്യൂഡലിസ്റ്റുകളുമായി ഐക്യത്തിൽ വർത്തിച്ചു. അതുകൊണ്ട് ബൊളിവിയയിൽ നടന്ന കാർഷികപരിഷ്കാരങ്ങൾ അടിസ്ഥാനവർഗങ്ങൾക്ക് പ്രയോജനം ചെയ്തില്ല. അവർ അതായത് ദേശീയബൂർഷ്വാസി ഫ്യൂഡലിസ്റ്റുകളെയും ഇടത്തരം വർഗക്കാരെയും സംരക്ഷിക്കുന്ന നയമാണ് പിൻതുടർന്നത്. അവിടെ ഭൂപരിഷ്കരണം നടന്നപ്പോൾ കണക്കില്ലാത്ത ഭൂമി കൈവശംവെച്ച പള്ളികളെ ഒഴിവാക്കുകയായിരുന്നു.

ലാറ്റിനമേരിക്കയിലെ മറ്റൊരു രാജ്യമായ പരാഗ്വെ വളരെ ദരിദ്രമായ ഒരു രാജ്യമായിരുന്നു. ക്യൂബയെക്കാൾ ഭൂമിശാസ്ത്രപരമായി വിസ്തൃതിയുള്ള പരാഗ്വെയിൽ ധാരാളം ഗറില്ലകൾ ഉണ്ട്. ധാരാളം കുഷ്ഠരോഗികൾ ഉള്ള ദരിദ്ര രാജ്യമായിരുന്നു ഇത്. കാർഷികമായും വ്യാവസായികമായും പിന്നോക്കം നിൽക്കുന്ന ഒരു രാജ്യമാണിത്. കൃഷിഭൂമി പ്രായേണ കുറവായ പരാഗ്വേയുടെ നല്ലൊരു ഭാഗവും കാടാണ്. എന്നിട്ടും അവിടെ കമ്യൂണിസ്റ്റുപാർട്ടി അതിന്റെ പ്രവർത്തനം സംഘടിപ്പിച്ചു. മാത്രമല്ല അവർ ഗറില്ലാ പോരാട്ടങ്ങൾ സംഘടിപ്പിച്ചു. പരാഗ്വെയുടെ ഭൂമിശാസ്ത്രം ഗറില്ലാസമരതന്ത്രത്തിന് വളരെ ഇണങ്ങിയതാണ്. ധാരാളം നദികളും കൊടുംകാടുകളും ഉള്ള രാജ്യമാണിത്. അർജന്റീനയിലെ ഫ്യൂഡലിസ്റ്റുകളെ പിൻതുണയ്ക്കുന്ന സ്വേഛാധിപത്യഭരണമായിരുന്നു പരാഗ്വെയിൽ നിലനിന്നത്. അതായത് അർജന്റീനയുടെ ഒരു അർധകോളനി. അമേരിക്കൻ സാമ്രാജ്യത്വം ഇവിടെയും അതിന്റെ അധിനിവേശം സ്ഥാപിച്ചിരുന്നു.

പരാഗ്വെയിൽനിന്നും വടക്കുകിടക്കുന്ന ഒരു രാജ്യമാണ് പെറു. ഇവിടത്തെ എൺപത് ശതമാനം ജനങ്ങളും തദ്ദേശീയർതന്നെ. സ്പാനിഷ്–പോർത്തുഗീസ് സങ്കരവർഗക്കാരാണ് ബാക്കിയുള്ള ഇരുപതുശതമാനവും. പെറുവിലെ നല്ലൊരുഭാഗം ഭൂമിയും സമ്പത്തും കൈയടക്കിവെച്ചിരുന്നത് വളരെ ചെറിയ ഒരു വിഭാഗമായ വെള്ളക്കാരായിരുന്നു. കാർഷികരാജ്യമാണ് പെറു. തോട്ടംവ്യവസായത്തിന് അതിന്റെ സമ്പദ് മേഖലയിൽ ഗണ്യമായ സ്ഥാനമുണ്ട്. അതുപോലെ ഇടതുപക്ഷപ്രസ്ഥാനത്തിന് വളരെയധികം സ്വാധീനമുള്ള ലാറ്റിനമേരിക്കയിലെ വിശാലമായ കാർഷിക മേഖലയാണിത്. കമ്യൂണിസ്റ്റുപാർട്ടിക്ക് ഇവിടത്തെ ജനങ്ങളിലുള്ള

സ്വാധീനം വളരെ ശക്തമായിരുന്നു. മറ്റൊരു ലാറ്റിനമേരിക്കൻ രാജ്യത്തെപ്പോലെതന്നെ ഇവിടെയും ധാരാളം പോരാട്ടങ്ങൾ നടന്നിട്ടുണ്ട്. വളരെ ദരിദ്രവും ജനസാന്ദ്രതയുമുള്ള രാജ്യമാണ് പെറു. മറ്റൊരു പ്രധാനപ്പെട്ട രാജ്യമാണ് കൊളംബിയ. ആന്റിയന്മാരും കച്ചുവക്കാരും ആണ് അവിടത്തെ പ്രധാനനിവാസികൾ.

ലാറ്റിനമേരിക്കയിലെ മറ്റൊരു രാജ്യമാണ് ഇക്വഡോർ. ഇടതുപക്ഷത്തിന് നല്ല സ്വാധീനമുള്ള രാജ്യമായിരുന്നു ഇത്. ക്യൂബയുമായി നല്ല ബന്ധം സ്ഥാപിച്ചവരാണ് ഇവിടത്തെ ജനങ്ങൾ. കാർഷികമായ പുരോഗതി കൈവരിക്കാൻ ഒരു വിപ്ലവത്തിലൂടെ മാത്രമേ സാധ്യമാവൂ എന്ന് ഇവിടത്തെ നല്ലൊരു വിഭാഗം ജനങ്ങൾക്കും ബോധ്യമുണ്ടായിരുന്നു. ലാറ്റിനമേരിക്കയിലെ മറ്റൊരുപ്രബല രാജ്യമാണ് കൊളംബിയ. പന്ത്രണ്ടുവർഷത്തോളം യുദ്ധത്തിന്റെ ചൂടും ചൂരും അനുഭവിച്ച രാജ്യമാണത്. ഗറില്ലാ പോരാളികളുടെ നാടാണ് കൊളംബിയ. എന്നാൽ ക്യൂബൻ ജനതയ്ക്ക് ലഭിച്ചതുപോലെയുള്ള വിപ്ലവത്തിന്റെ നേട്ടങ്ങൾ കൊളംബിയൻ ജനതയ്ക്ക് അനുഭവിക്കാൻ കഴിഞ്ഞിട്ടില്ല. നേതൃത്വത്തിന്റെ അഭാവമാണിതിന് കാരണം. ഇവിടത്തെ ഗറില്ലാപോരാളികൾക്ക് കൂട്ടായ ഒരു നേതൃത്വത്തിന്റെ അഭാവമുണ്ട്. പലപ്പോഴും കൊള്ളയുംകൊലയും പിടിച്ചുപറിയും നടത്തിജീവിക്കുകയാണ് ഇവിടത്തെ ഗറില്ലകളുടെ സ്വഭാവം.

മാർക്സിസം ലാറ്റിനമേരിക്കയിൽ

'സോഷ്യലിസമാണ് ബദൽ', 'പുതിയലോകം സാധ്യമാണ്' തുടങ്ങിയ ആശയങ്ങൾ ഉയർത്തിപ്പിടിച്ചുകൊണ്ട് ലാറ്റിനമേരിക്കൻ ഭൂഖണ്ഡത്തിലാകെ ജ്വലിച്ചുയർന്ന വിപ്ലവതരംഗത്തിന് നിശ്ചയമായും ഒരു ദാർശനിക–രാഷ്ട്രീയ പശ്ചാത്തലമുണ്ട്. മാർക്സിസം–ലെനിനിസമാണത്. എന്നാൽ മാർക്സിന്റെ അവസാനകാല നിരീക്ഷണങ്ങളിൽ അധിഷ്ഠിതമായ മാർക്സിസത്തിനാണ് ലാറ്റിനമേരിക്കയിൽ കൂടുതൽ പ്രസക്തി കൈവന്നിട്ടുള്ളത്. ഇവിടെ സ്വാഭാവികമായും ഒരു സംശയം ഉയർന്നുവരാം. മാർക്സിന്റെ ആദ്യകാല നിരീക്ഷണങ്ങളും അവസാനകാല നിരീക്ഷണങ്ങളും തമ്മിൽ പറയത്തക്ക വ്യത്യാസങ്ങളുണ്ടോ? ഉണ്ടെങ്കിൽത്തന്നെ അത് ലാറ്റിനമേരിക്കക്ക് മാത്രം ബാധകമാണോ? ഇതിൽ രണ്ടാമത്തെ ചോദ്യത്തിന് എളുപ്പം ഉത്തരം നൽകാൻ കഴിയില്ലെങ്കിലും ആദ്യത്തേത് വളരെ പ്രകടമായിത്തന്നെ മനസിലാക്കാൻ കഴിയുന്ന സംഭവഗതികൾ ഇന്ന് വൈജ്ഞാനികമേഖലകളിൽ ലഭ്യമായതുകൊണ്ട്, ആ ചോദ്യവുമായി ബന്ധപ്പെട്ട പ്രശ്നങ്ങൾ ചർച്ചചെയ്യപ്പെടേണ്ടതാണെന്ന് തോന്നുന്നു. മാർക്സിന്റെ ആദ്യകാല നിരീക്ഷണങ്ങൾ വിശേഷിച്ചും മുതലാളിത്ത വികാസത്തെ സംബന്ധിച്ചും സോഷ്യലിസത്തെക്കുറിച്ചുമുള്ളവ, മുഖ്യമായും പാശ്ചാത്യകേന്ദ്രിതമായ സംഭവങ്ങളുടെയും പഠനങ്ങളുടെയും വെളിച്ചത്തിലുള്ളതായിരുന്നുവെന്ന്, മാർക്സിസ്റ്റുകാരായ പല ചിന്തകരും ചരിത്രകാരന്മാരും വസ്തുനിഷ്ഠമായിത്തന്നെ തെളിയിച്ച

താണ്. 'ഏഷ്യാറ്റിക് ഉൽപ്പാദനരീതി,' 'ഏഷ്യാറ്റിക് സമൂഹം' തുടങ്ങിയ മാർക്സിന്റെ പ്രയോഗങ്ങളുമായി ബന്ധപ്പെട്ട ചർച്ചകളിലും വിവാദങ്ങളിലും അത് പ്രകടമായിരുന്നു. സോഷ്യലിസം സാധ്യമാവാൻ മുതലാളിത്ത വികാസം പൂർണമാവേണ്ടതുണ്ടെന്ന പൊതുവായ കാഴ്ചപ്പാടാണ് മാർക്സ് ആദ്യകാലത്ത് നിലനിർത്തിയിരുന്നത്. എംഗൽസിനും സമാനമായ അഭിപ്രായമാണുണ്ടായിരുന്നത്. എന്നാൽ മാർക്സിന്റെ അവസാനകാല പഠനങ്ങൾ ഏഷ്യ, ആഫ്രിക്ക, ലാറ്റിനമേരിക്ക, ചൈന, റഷ്യൻ കർഷകകമ്യൂണുകൾ എന്നിവയെ സ്പർശിക്കുന്നതായിരുന്നു. അവയെക്കുറിച്ചുള്ള മാർക്സിന്റെ നിരീക്ഷണങ്ങൾ സമഗ്രമായിരുന്നില്ലെങ്കിലും വിലപ്പെട്ടതായിരുന്നു. റഷ്യയിലെ കർഷകസമൂഹത്തിന് സോഷ്യലിസത്തിലേക്ക് ജനങ്ങളെ നേരിട്ട് പരിവർത്തിപ്പിക്കാൻ കഴിവുണ്ടെന്ന് മാർക്സ് അഭിപ്രായപ്പെട്ടത് മരിക്കുന്നതിന് ഒന്നോരണ്ടോ വർഷം മുമ്പായിരുന്നു. ചിലിയിലെ വനിതയായിരുന്ന മാർത്ത ഹാർനേക്കർ (Marta Harnecker) നടത്തിയ പഠനങ്ങൾ മാർക്സിന്റെ അവസാനകാല നിരീക്ഷണങ്ങളെ കേന്ദ്രീകരിച്ചുകൊണ്ടുള്ളതായിരുന്നു. 'മാർക്സിന്റെ ലാറ്റിനമേരിക്കൻ ഭാഷ്യ' ത്തിന് നിസ്തുലസംഭാവന നൽകിയ അറിയപ്പെടുന്ന ആദ്യത്തെ പ്രമുഖ ചിന്തകനായിരുന്നു, ജോസ് കാർലോസ് മറിയാത്തെഗി (Jose Carlos Mariategui). സാമ്പത്തിക നിർണയവാദത്തെയും സോഷ്യൽ ഡെമോക്രാറ്റിക്കുകളുടെ തിരുത്തൽവാദ സമീപനങ്ങളെയും ഒരേസമയം നിരാകരിക്കുന്നവയായിരുന്നു അദ്ദേഹത്തിന്റെ നിരീക്ഷണങ്ങൾ. ലാറ്റിനമേരിക്കയിൽ മുതലാളിത്തം വികസിച്ചുവന്നത് പാശ്ചാത്യ മാതൃകകളിൽ നിന്നും ഭിന്നമായിരുന്നുവെന്ന് അദ്ദേഹം സമർഥിച്ചു. ലാറ്റിനമേരിക്കയിൽ മുതലാളിത്തത്തിനു മുമ്പുള്ള സാമൂഹ്യവ്യവസ്ഥകളെ മുതലാളിത്തം തകർക്കുകയുണ്ടായില്ല. മാത്രമല്ല, സാമ്രാജ്യത്വമൂലധനം കൂടുതൽ ആധിപത്യം ചെലുത്തുകയാണവിടെയുണ്ടായതെന്ന് അദ്ദേഹം വിശദമാക്കി.

മുതലാളിത്ത വികാസം സാധിച്ച രാജ്യങ്ങളിലേതിനേക്കാൾ സാമ്രാജ്യത്വമൂലധനം കൊള്ളചെയ്തത് മുതലാളിത്ത പൂർവ സമൂഹങ്ങളെയാണെന്ന് അദ്ദേഹം വിലയിരുത്തി. മാത്രമല്ല, യൂറോപ്യൻ രാജ്യങ്ങളിൽനിന്നും ഭിന്നമായി ലാറ്റിനമേരിക്കയിലെ ദേശീയബൂർഷ്വാസിക്ക് പുരോഗമനപരമായ കർത്തവ്യങ്ങൾ നിറവേറ്റാൻ കഴിയില്ലെന്നും അത് സ്വതന്ത്രമായി വികസിക്കാൻ കഴിവുള്ളതല്ലെന്നും അദ്ദേഹം നിരീക്ഷിച്ചു. അതുകൊണ്ടുതന്നെ മുതലാളിത്തം പൂർണമായി വികസിക്കുന്നതുവരെ സോഷ്യലിസ്റ്റ് വിപ്ലവത്തിനുവേണ്ടി വിപ്ലവകാരികൾ കാത്തുനിൽക്കേണ്ടതില്ലെന്നും അദ്ദേഹം വ്യക്തമാക്കി. പാശ്ചാത്യ മാതൃകയിൽനിന്നു ഭിന്നമായി കർഷകജനതയുടെ വിപ്ലവപരമായ ശേഷിയിൽ ഊന്നുന്ന സമീപനമായിരുന്നു അദ്ദേഹത്തിന്റേത്. പെറുവിയൻ ഗ്രാമമേഖലയിൽ സോഷ്യലിസ്റ്റ് പരിവർത്തനത്തിന്റെ വിത്തുകൾ പാകാൻ കഴിയുമെന്ന് അദ്ദേഹം അഭിപ്രായപ്പെട്ടു. 'ആഭ്യന്തര കൊളോണിയലിസം' (internal colonialism)എന്ന ആശയം ഉയർന്നുവരുന്നതും ലാറ്റിനമേരിക്കയിലാണ്. ഗോൺസലേസ് കാസനോവ (Gonzalez Casanova)ആയിരുന്നു ഇതിന്റെ മുഖ്യപ്രണേതാവ്. ഇതനുസരിച്ച് സ്വതന്ത്ര മൂന്നാംലോക രാജ്യങ്ങളിൽ കൊളോണിയലിസം ശക്തമാണെന്ന് വിലയിരുത്തപ്പെട്ടു. പാശ്ചാത്യ ആധുനീകരണ സിദ്ധാന്തം നിശിതമായ വിമർശനത്തിനു വിധേയമാകുന്നത് ഇതോടെയാണ്. മാത്രമല്ല, വർഗം, വംശീയത, പ്രാദേശികത എന്നിവയെ പരസ്പരം ബന്ധിപ്പിക്കാതെ പരിശോധിക്കുന്ന യാന്ത്രിക സമീപനവും നിരാകരിക്കപ്പെട്ടു. 'പാർശ്വവൽക്കൃത ജനങ്ങൾ' (marginalized mass) തുടങ്ങിയ സങ്കൽപ്പങ്ങളും ഇക്കാലത്തുയർന്നുവന്നു. ലാറ്റിനമേരിക്കയിൽ ഇങ്ങനെ ചർച്ചചെയ്യപ്പെട്ട ആശയങ്ങൾ ഒന്നാകെ കുറ്റമറ്റതാണെന്നോ മാർക്സിന്റെ ആദ്യകാലനിരീക്ഷണങ്ങളും പഠനങ്ങളും തീർത്തും തിരസ്കരിക്കപ്പെടേണ്ടതാണെന്നോ ഒരിക്കലും ഇവിടെ അർഥമാക്കുന്നില്ല. എന്നാൽ പാശ്ചാത്യമാതൃകകളിൽ നിന്നു ഭിന്നമായ സമീപനങ്ങളാണ് ഓരോ സവിശേഷ സമൂഹങ്ങളോടും മാർക്സിസ്റ്റുകാർ പുലർത്തേണ്ടത് എന്നു വ്യക്തമാക്കുകയാണ്. ഏണസ്റ്റോ ചെ ഗുവേര മുതൽ ഷാവേസ് വരെയുള്ള വിപ്ലവകാരികൾ നയിച്ച ലാറ്റിനമേരിക്കയുടെ പാഠങ്ങൾ നമുക്കു പകർന്നുനൽകുന്നതും മറ്റൊന്നല്ല. വെനസ്വേലയിൽ ഷാവേസ് നടപ്പാക്കിയ പരിഷ്കാരങ്ങൾ അമേരിക്കയുടെ നിയന്ത്രണത്തിലുള്ള ബഹുരാഷ്ട്രകുത്തകകളുടെ മേധാവിത്വം അവിടെ അവസാനിപ്പിക്കുന്നതായിരുന്നു.

നേരത്തെ പരാമർശിച്ച 'ലാറ്റിനമേരിക്കൻ മാർക്സിസ' ത്തിന്റെ ചുവടുപിടിച്ചാണ് ഹ്യൂഗോ ഷാവേസ് വെനീസ്വലയിൽ കാർഷിക പരിഷ്കരണങ്ങളും മറ്റും നടപ്പാക്കിയത് എന്നത് വിസ്മരിക്കാവുന്നതല്ല. 2001 ലാണ് ഷാവേസ് അവിടെ ഭൂനിയമം നടപ്പാക്കുന്നത്. അതനുസരിച്ച് രാജ്യത്തെ ഭൂവുടമകൾ കൈവശംവെച്ചുകൊണ്ടിരുന്ന വൻകിട എസ്റ്റേറ്റുകൾ സർക്കാർ നേരിട്ടേറ്റെടുത്ത് കൃഷിക്കാർക്കും ഭൂരഹിതർക്കുമായി വിതരണം ചെയ്തു. വെനസ്വേലയുടെ ഭരണഘടന, ജനങ്ങൾക്ക് ഭൂമിയുടെ ഉടമസ്ഥത ഉറപ്പുനൽകുന്നുണ്ട്. ഭക്ഷ്യധാന്യങ്ങൾക്കായി ബഹുരാഷ്ട്രകുത്തകകളെ ആശ്രയിക്കുന്ന രീതി ഇല്ലാതാക്കി. ഭക്ഷ്യസുരക്ഷ നടപ്പാക്കാൻ പര്യാപ്തമായ കാർഷികനയമാണ് വെനീസ്വലയിൽ ഷാവേസ് നടപ്പാക്കിയത്. 2010–ൽ പരിഷ്കരിക്കപ്പെട്ട ഭൂനിയമം കൂട്ടുകൃഷി തുടങ്ങിയ സാമൂഹിക സംരംഭങ്ങളെ പ്രോത്സാഹിപ്പിക്കുന്നതായിരുന്നു. മാത്രമല്ല ഭക്ഷ്യഉൽപ്പാദനമെന്നത് സർക്കാരിന്റെ ഉത്തരവാദിത്വമായി ഏറ്റെടുത്തു. ആഗോള മൂലധനത്തിനെതിരായ സന്ധിയില്ലാത്ത പോരാട്ടത്തിലധിഷ്ഠിതമായിരുന്നു ഷാവേസിന്റെ നയങ്ങൾ. ഭരണനയങ്ങളും രാഷ്ട്രീയനയങ്ങളും തമ്മിൽ വൈരുധ്യമില്ലാത്തതുകൊണ്ടാണ് ഹ്യൂഗോ ഷാവേസിന് ഇത്രമേൽ ജനകീയ അംഗീകാരം ലഭിച്ചത്. ഐ എം എഫ്, വേൾഡ് ബാങ്ക്, ഡബ്ല്യു ടി ഒ തുടങ്ങിയ സാമ്രാജ്യത്വ സ്ഥാപനങ്ങളുമായി ഏറ്റുമുട്ടിക്കൊണ്ടാണ് ഷാവേസ് തന്റെ ഭരണനയങ്ങൾ രൂപപ്പെടുത്തിയത്.

സാമ്രാജ്യത്വത്തെയും ആഗോളമൂലധനത്തെയും നേരിടുന്നതിന്റെ ഭാഗമായി നിരവധി പദ്ധതികൾക്ക് അദ്ദേഹം രൂപംകൊടുത്തു. പ്രാദേശിക കൂട്ടായ്മകളും ചെറുകിട ഉൽപ്പാദനസംഘങ്ങളും വളർത്തിയെടുത്തുകൊണ്ടാണ് വെനിസ്വലയുടെ സാമ്പത്തികവ്യവസ്ഥ വികസിച്ചത്. അത്യാവശ്യകാര്യങ്ങളൊഴിച്ച് മറ്റെല്ലാ കാര്യങ്ങളിലും കേന്ദ്രീകൃത ഉടമസ്ഥതയിൽ സർക്കാർ നിയന്ത്രണവും അവസാനിപ്പിക്കുക എന്നതായിരുന്നു ഷാവേസിന്റെ നയം. ഇത്തരത്തിൽ ജനകീയ താൽപ്പര്യത്തിലധിഷ്ഠിതമായ നയങ്ങൾ പിൻതുടർന്ന ഷാവേസിന്റെ നയങ്ങൾ ഭാവിലോകത്തിന്റെ സാധ്യതകളിലേക്ക് വഴിതുറക്കുന്നതാണ്.

ലാറ്റിനമേരിക്കയുടെ സോഷ്യലിസ്റ്റുപാത

ഡോ. എൻ ആർ ഗ്രാമപ്രകാശ്

ആഗോളവൽക്കരണത്തിനു കീഴ്പ്പെട്ട സമ്പദ്വ്യവസ്ഥ സർക്കാർ നിയന്ത്രണങ്ങളിൽനിന്നു സ്വതന്ത്രമായ വിപണി, ഉൽപ്പാദന വ്യവസ്ഥയുടെ സ്വകാര്യവൽക്കരണം, ക്ഷേമ പ്രവർത്തനങ്ങളിൽനിന്നുള്ള സർക്കാരിന്റെ പിന്മാറ്റം, അന്താരാഷ്ട്ര ധനവ്യാപാരസംഘങ്ങളിൽനിന്നുള്ള കടമെടുപ്പ് എന്നിങ്ങനെ ഒരു രാജ്യത്തിന്റെ പരമാധികാരവും സ്വാതന്ത്ര്യവും പണയം വെയ്ക്കുന്നതിലേക്കു നയിക്കുന്ന നവ ഉദാരീകരണനയത്തിന്റെ പരീക്ഷണശാലയായിരുന്നു ലാറ്റിനമേരിക്കൻ രാജ്യങ്ങൾ.

ബാഹ്യമായി സമ്പദ്വ്യവസ്ഥയിൽ ഉണർവേകാൻ ആദ്യകാലത്ത് സാധിച്ചുവെങ്കിലും സ്വാഭാവികമായും നവ ഉദാരീകരണം അതിന്റെ തകർച്ച വെളിപ്പെടുത്തി. 1990 കളോടെ മുതലാളിത്തശക്തികൾക്കു ഈ ആദ്യകാല നേട്ടങ്ങൾ നിലനിർത്താനാവാതെ വന്നു. നിക്ഷേപത്തിൽ വന്നു ഭവിച്ച മാന്ദ്യവും ആളോഹരി വരുമാനത്തിലെ വീഴ്ചയും ഇതിനു തെളിവായി. സാമ്പത്തിക അരക്ഷിതത്വവും സാമൂഹിക അരാജകത്വവും വ്യാപകമായി. അതൃപ്തിയുടെ ജനകീയ പൊട്ടിത്തകർച്ചകൾ പലേടത്തും പ്രത്യക്ഷമായി.

പെറുവിൽ കർഷകർ നേരിട്ടു കലാപത്തിനിറങ്ങി. ഇക്വഡോറിൽ തദ്ദേശീയരുടെ ഉയിർത്തെഴുന്നേൽപ്പുണ്ടായി. അർജന്റീനയിലെ തെരുവുകൾ കലാപഭരിതമായി. ബൊളിവിയ അനുഭവിച്ചത് കലാപോജ്ജ്വലമായ കാലാവസ്ഥയായിരുന്നു. ഭൂമി പിടിച്ചെടുക്കലും (ബ്രസീൽ) രാഷ്ട്രീയ കലാപങ്ങളും (ഉറുഗ്വേ) സാമ്രാജ്യത്വ വിരുദ്ധ പ്രക്ഷോഭങ്ങളും (ചിലി) സർക്കാർ അട്ടിമറിസംഘങ്ങൾക്കെതിരെയുള്ള യുദ്ധങ്ങളും (വെനസ്വേല) തുടങ്ങി അസ്വസ്ഥമായ ഭൂമേഖലയുടെ ചിത്രമാണ് ലാറ്റിനമേരിക്ക് കാഴ്ചവെയ്ക്കുന്നത്.

സാമ്പത്തികരംഗത്തെ പോരാട്ടങ്ങളും സർക്കാർതലത്തിലെ വൻ അഴിമതികളും നവ ഉദാരീകരണം നൽകിയ നിരാശയും ഭരണവർഗ ങ്ങളെ ആത്മവിശ്വാസതകർച്ചയിലേക്കു നയിച്ചു.

ഇതോടെ, ഇടതുപക്ഷസ്വഭാവമുള്ള പ്രസ്ഥാനങ്ങളുടെ ആക്കം കൂടുന്നതിനു സഹായകമായ സാഹചര്യം ഈ രാജ്യങ്ങളിൽ ഉരുത്തി രിഞ്ഞുവന്നു. ബൊളീവിയയയുടെ കാര്യമെടുക്കാം. ഉൽപ്പാദനവളർച്ച കിഴക്കൻ ദേശത്തെ തകര (TIN) ഖനനത്തിൽനിന്ന് പെട്രോളിയം ഉൽ പ്പാദന മേഖലയായ പടിഞ്ഞാറൻ ദേശത്തേക്കു നീങ്ങിയതോടെ സാമ്പ ത്തിക തകർച്ച വേഗത്തിലായി. ഖനികൾ പൂട്ടിയത് തൊഴിലില്ലായ്മ വർ ധിപ്പിച്ചു. കാർഷിക നയങ്ങൾ കൊക്കൊ നിരോധനം പോലുള്ളവ, കർ ഷകരെ നിലംപരിശാക്കി. പടർന്നുപിടിച്ച ദാരിദ്ര്യം രാജ്യത്തെ ശൈഥില്യ ത്തിലേക്കു നയിച്ചു. വൻകിട കച്ചവടക്കാരാകട്ടെ സാന്താക്രൂസ് പ്രദേശം സ്വതന്ത്രമാക്കാൻ ആവശ്യപ്പെട്ടു രംഗത്തിറങ്ങി. എണ്ണ ഖനനത്തിലൂടെ ലാഭം കൊയ്യാനുള്ള തന്ത്രമായിരുന്നു അത്. എണ്ണ, വാതക വ്യവസായ ത്തിന്റെ ദേശസാൽക്കരണത്തിനായുള്ള ജനകീയ ആവശ്യത്തിനെതി രായിരുന്നു ഇത്. ജനകീയ ഉയിർപ്പുകളുടെ അസാധാരണ പാരമ്പര്യ മുള്ള ബൊളിവിയയ്ക്കു ഇതു തിരിച്ചറിയാൻ ബുദ്ധിമുട്ടേണ്ടി വന്നില്ല. സമാന സാഹചര്യങ്ങളാണ് മിക്ക ലാറ്റിനമേരിക്കൻ രാജ്യങ്ങളിലും നിലനിന്നത്. പുതിയ സാമൂഹിക പ്രസ്ഥാനങ്ങളുടെയും സമര നേതൃത്വങ്ങളുടെ രംഗപ്രവേശനത്തിനു വഴിയൊരുക്കുന്ന രാഷ്ട്രീയ പരിസ്ഥിതിയായിരുന്നു അത്.

മറ്റു രാജ്യങ്ങളിൽ നിന്നു വ്യത്യസ്തമായ ഉജ്വലമായ ഇടതുപക്ഷ സ്വഭാവം പ്രകടിപ്പിച്ചുകൊണ്ടാണ് വെനസ്വേലയിൽ ഷാവേസ് ഉയർന്നു വന്നത്. സാമൂഹ്യ പരിഷ്ക്കരണം ലക്ഷ്യമാക്കിയും പുരോഗമനോ ന്മുഖമായ ദേശീയ ഭരണഘടന അംഗീകരിച്ചുമുള്ള തുടക്കം തന്നെ ഇതിനു തെളിവായിരുന്നു. ത്വരിതഗതിയിലുള്ള ഭരണനിർവഹണനീക്ക ങ്ങളിലൂടെ ഷാവേസ് ജനവിശ്വാസം ആർജിച്ചു. വൻകിട കച്ചവടക്കാരെ നിലയ്ക്കു നിർത്തി. വലതുപക്ഷ ഗൂഢാലോചനകളെ അഭിമുഖീകരി ക്കാൻ ജനങ്ങളെ പരിശീലിപ്പിച്ചു വിജയം വരിച്ചു. അട്ടിമറിശ്രമങ്ങളെയും എണ്ണഭീകരന്മാരെയും അടക്കി നിർത്തി. അധികാരത്തിൽനിന്നു ഗൂഢ തന്ത്രത്തിലൂടെ നീക്കാനുള്ള ശ്രമത്തെ തകർത്തു. പഴയ ഭരണവർ ഗത്തെ അധികാരത്തിന്റെ എല്ലാ മേഖലകളിൽ നിന്നും മാറ്റി നിർത്താൻ സാധിച്ചു. ജനങ്ങൾ നൽകിയ വാഗ്ദാനങ്ങൾ പാലിക്കുന്നതിൽ വിട്ടു വീഴ്ചയില്ലാതെ നിലപാടെടുത്തു. മാറ്റത്തിനായുള്ള ജനാഭിലാഷം നിറവേറ്റുംവിധം ഭൂപരിഷ്ക്കരണം, കാർഷിക സഹകരണസ്ഥാപനങ്ങളെ സഹായിക്കൽ, വിദ്യാഭ്യാസ സൗകര്യങ്ങൾ മെച്ചപ്പെടുത്തൽ, ആരോഗ്യ മേഖലയിൽ പുതിയ കാൽവെയ്പുകൾ എന്നിങ്ങനെ ജനക്ഷേമപ്രവർ ത്തനങ്ങൾക്കു ഊന്നൽ നൽകി. മൂലധനശക്തികളുമായി സന്ധിയില്ല

സമരം പ്രഖ്യാപിച്ചു. സോഷ്യലിസ്റ്റു ക്യൂബയുമായി ദൃഢബന്ധം സ്ഥാപിച്ചും പരസ്പരം സഹകരിച്ചും അമേരിക്കൻ സാമ്രാജ്യശക്തിയെ വെല്ലുവിളിച്ചു. മറ്റു രാജ്യങ്ങളിൽ നിന്നു വ്യത്യസ്തമായി സോഷ്യലിസ്റ്റു ചേരിയിൽ ഉറച്ചു നിന്ന് ഷാവേസ് പൊരുതുന്ന മറ്റു രാജ്യങ്ങളുടെ മാതൃകയും നേതാവുമായി. 1991 ലെ സോവിയറ്റ് യൂണിയന്റെ തകർച്ച മുതലാളിത്തത്തിന്റെ അന്തിമവിജയമായും ചരിത്രത്തിന്റെ അവസാനമായും വിലയിരുത്തിയവർക്കും മനുഷ്യരാശിയുടെ ഭാവി ഉദാരമുതലാളിത്ത (Liberal Capitalism) മാണെന്നു പ്രഖ്യാപിച്ചവർക്കും ഉള്ള മറുപടിയായിരുന്നു വെനസ്വേലയിൽ ഷാവേസ് കൈകൊണ്ട നടപടികൾ. സോഷ്യലിസത്തിന്റെ തകർച്ചയെക്കുറിച്ചുള്ള വിശകലനങ്ങളേക്കാൾ ഇരുപത്തി ഒന്നാം നൂറ്റാണ്ടിലെ സോഷ്യലിസ്റ്റു ഭാവിയെക്കുറിച്ചുള്ള ആലോചനകൾക്കു കരുത്തു പകരുവാൻ ഷാവേസിനു കഴിഞ്ഞു. ബൊളിവിയ, ഇക്വഡോർ, നിക്കരാഗ്വേ, ഉറുഗ്വേ എന്നിവിടങ്ങളിലെ ഇടതു ആഭിമുഖ്യമുള്ള സർക്കാരുകൾക്ക് മാർഗദർശനം നൽകാനും വെനിസ്വലയ്ക്കു കഴിഞ്ഞു.

നവ ഉദാരീകരണത്തിനു ബദലുകൾ അവതരിപ്പിച്ചുകൊണ്ട് മറ്റൊരു ലോകം സാധ്യമാണെന്നു തെളിയിച്ചു. രാജ്യത്തിന്റെ പരമാധികാരം ശക്തിപ്പെടുത്തിയും സാമ്പത്തികമേഖലയിൽ പൊതു ഉടമസ്ഥതയെ പ്രോത്സാഹിപ്പിച്ചും വികസന പ്രവർത്തനങ്ങളിൽ ജനപങ്കാളിത്തം വർധിപ്പിച്ചും ജനാധിപത്യപ്രക്രിയ വേഗത്തിലാക്കിയും ഉള്ളതായിരുന്നു ഷാവേസ് നൂതനമായി ആവിഷ്ക്കരിച്ച ബൊളിവേറിയൻ വിപ്ലവപ്രക്രിയ.

ദേശീയതയുടെ ആവേശം ഉയർത്തികൊണ്ടാണ് ബൊളിവറിന്റെ പേര് ഇന്ന് ലാറ്റിനമേരിക്കൻ രാജ്യങ്ങൾ ഉപയോഗിക്കുന്നത്. സ്പെയിനിന്റെ ആധിപത്യത്തിൽ നിന്ന് ബൊളിവിയ, പനാമ, കൊളംബിയ, ഇക്വഡോർ, പെറു, വെനസ്വേല എന്നീ ലാറ്റിനമേരിക്കൻ രാഷ്ട്രങ്ങളെ സ്വതന്ത്രമാക്കിയ തുടർ പോരാട്ടങ്ങൾക്ക് നേതൃത്വം നൽകിയത് സൈമൺ ബൊളീവറാണ്. അമേരിക്കയിലെ മഹാനായ ജനറൽ ആയി ബൊളിവർ അറിയപ്പെടുന്നു. ഇന്നത്തെ വെനസ്വേലയുടെ തലസ്ഥാനമായ കാരക്കസിലാണ് അദ്ദേഹം ജനിച്ചത്. അമേരിക്കൻ വിപ്ലവത്തിന്റെയും ഫ്രഞ്ചു വിപ്ലവത്തിന്റെയും ആരാധകനായിരുന്ന ബൊളിവർ ജനതയുടെ സ്വാതന്ത്ര്യത്തിനും ജനാധിപത്യ അവകാശങ്ങൾക്കും വില കൽപ്പിച്ചു. മേൽ എഴുതിയ രാജ്യങ്ങളുടെ ദേശീയ വികാരമുണർത്തുന്നതിൽ പ്രമുഖപങ്കാണ് ബൊളിവറിന്റെ ഓർമ്മകൾക്കുള്ളത്. ആ പേര് രാഷ്ട്രനാമമായി സ്വീകരിച്ചു ബൊളിവിയ. വെനിസ്വലയ്ക്ക് ബൊളിവേറിയൻ റിപ്പബ്ലിക് ഓഫ് വെനസ്വേല എന്ന് പുനർ നാമകരണം ചെയ്തു. കൊളോണിയൽ അധിനിവേശത്തിനെതിരെ രണ്ടു നൂറ്റാണ്ടിന്റെ സുദീർഘമായ പോരാട്ട പാരമ്പര്യമുള്ള ബൊളിവേറിയൻ രാജ്യങ്ങളാണ് ഇരുപത്തിയൊന്നാം നൂറ്റാണ്ടിലെ സോഷ്യലിസത്തിന്റെ മുൻനിരയിലെന്നത് യാദൃച്ഛികമല്ല.

വെനസ്വേലയിൽ ഹ്യൂഗോ ഷാവേസ് നയിച്ച ഇടതു സാമൂഹിക പ്രസ്ഥാനം അറിയുന്നത് ബൊളിവേറിയൻ വിപ്ലവ പ്രക്രിയ എന്ന പേരിലാണെന്ന് നേരത്തെ സൂചിപ്പിച്ചുവല്ലോ. ബൊളിവേറിയനിസം പ്രായോഗികമാകാനുള്ള രാഷ്ട്രീയ, ബഹുജനമുന്നേറ്റമാണിത്. എന്താണ് ഇതിന്റെ ലക്ഷ്യം? ജനകീയ ജനാധിപത്യം, സാമ്പത്തിക സ്വാതന്ത്ര്യം, റവന്യൂ വരുമാനത്തിന്റെ നീതിപൂർവമായ (equitable) വിതരണം, അഴിമതിരഹിതമായ രാഷ്ട്രീയമേഖല എന്നിവ അതിൽ പ്രധാന പങ്കുവഹിക്കുന്നു. അർബുദ ചികിത്സയിൽ കഴിയവേ വന്നു ചേർന്ന 57–ാം ജന്മദിനത്തിൽ "മാതൃരാജ്യം, സോഷ്യലിസം അല്ലെങ്കിൽ മരണം" എന്ന തന്റെ മുൻ മുദ്രാവാക്യം ഷാവേസ് പുനർനിർമിച്ചു. "സോഷ്യലിസ്റ്റ് മാതൃരാജ്യവും വിജയവും, നാം ജീവിക്കും, നാം വിജയികളാണ് എന്നും." ഇതായിരുന്നു പുതിയ മുദ്രാവാക്യം.

സൈനികസേവനത്തിനിടെ, 1980 ൽ ഷാവേസും സഹ സൈനിക ഓഫീസർമാരും ചേർന്ന് വെനിസ്വലയുടെ സൈനികനിരയിൽ സ്ഥാപിച്ച പ്രസ്ഥാനം MBR-200 (Movimiento Bolivariano Revelucionario) ബൊളിവറുടെ പേരിലാണ് അറിയപ്പെട്ടിരുന്നത്. ബൊളിവറുടെ രീതികളും ചിന്തകളും പിന്തുടർന്ന പ്രസ്ഥാനം അന്ന് അത്ര ജനാധിപത്യവിശ്വാസികളല്ലായിരുന്നു. നിലവിലുള്ള രാഷ്ട്രീയ വ്യവസ്ഥയെ മാറ്റിമറിക്കുന്നതിന് അക്രമമാർഗം സ്വീകരിക്കാനും ആ പ്രസ്ഥാനം തയ്യാറായിരുന്നു. സർക്കാർ തലത്തിലുള്ള അഴിമതിയും ജനതയുടെ സാമ്പത്തികക്ലേശങ്ങളും മുൻനിർത്തി 1992ൽ ഷാവേസ് നേതൃത്വം കൊടുത്ത സർക്കാർ അട്ടിമറിശ്രമം (Coup) പരാജയപ്പെടുകയും ഷാവേസ് ജയിലിലടയ്ക്കപ്പെടുകയും ചെയ്തു. ജനങ്ങളുടെ സമ്മർദത്തെ തുടർന്ന് ജയിൽ വിമോചിതനായ അദ്ദേഹം പുതിയ പ്രസ്ഥാനത്തിനു തുടക്കമിട്ടു. പ്രസിഡന്റു തിരഞ്ഞെടുപ്പിൽ പ്രത്യക്ഷപ്പെട്ട ഷാവേസ് ഈ പ്രസ്ഥാനത്തെ തുണയ്ക്കായി വളർത്തിയെടുക്കുകയായിരുന്നു. 1998ലെ തിരഞ്ഞെടുപ്പിൽ ദേശീയ അസംബ്ലിയിൽ രണ്ടാമത്തെ വലിയ കക്ഷിയായി. പ്രസിഡന്റു പദവിയിലെത്തിയ ഷാവേസ് 2013 വരെയുള്ള കാലയളവിൽ 16 തിരഞ്ഞെടുപ്പുകളെ അഭിമുഖീകരിച്ചു. 2007ൽ പുതിയ രാഷ്ട്രീയ പാർട്ടിക്കു തുടക്കമിട്ടു. അതാണ് വെനിസ്വല ഐക്യസോഷ്യലിസ്റ്റ് പാർട്ടി (PSUV- Partido Socialitsa Unido de Venezuela).

ബൊളിവേറിയൻ വിപ്ലവപ്രക്രിയയിലൂടെ പ്രകടമായ 21–ാം നൂറ്റാണ്ടിലെ സോഷ്യലിസ്റ്റു പാതയെക്കുറിച്ചുള്ള ചർച്ചയിൽ ഇടതുപക്ഷം അധികാരം കയ്യാളുന്ന മൂന്നു രാജ്യങ്ങളിലെ ഭരണരീതി സവിശേഷ ശ്രദ്ധ അർഹിക്കുന്നു. പല നിലയിലും വ്യത്യസ്തതകളുണ്ടെങ്കിലും സമൂഹഘടനയിൽ സമൂലപരിവർത്തനം ഉദ്ദേശിച്ചുള്ള നയങ്ങളും സമീപനങ്ങളും സ്വീകരിക്കുന്നതിൽ ഏകീകൃതസ്വഭാവമാണ് ബൊളിവിയ, വെനിസ്വല, ഇക്വഡോർ എന്നിവയ്ക്കുള്ളത്. സോഷ്യലിസ്റ്റിതരവും മധ്യഇടതുപക്ഷവുമായ അർജന്റീന, ബ്രസീൽ, ഉറുഗ്വേ എന്നീ സർക്കാരു

കളിൽ നിന്നു തികച്ചും വ്യത്യസ്തനയമാണ് അവയുടേത്. ഈ രാജ്യങ്ങളിൽ രാഷ്ട്രീയസംഘർഷവും ധനിക–ദരിദ്ര കേന്ദ്രീകരണവും മൂർച്ഛിച്ചിട്ടില്ല. അമേരിക്കൻ ഐക്യനാടുകളുമായുള്ള ബന്ധം സംഘർഷാത്മകമല്ല. സോഷ്യലിസം ലക്ഷ്യമായി ഇവ പ്രഖ്യാപിച്ചിട്ടുമില്ല. വളരെ സങ്കീർണമായ രാഷ്ട്രീയ സാഹചര്യങ്ങളിൽ നിന്ന് ലാറ്റിനമേരിക്കയിലെ യഥാർഥ ഇടതുപക്ഷശക്തികളെ തിരിച്ചറിയുക വളരെ പ്രയാസകരമാണ്. വലിയ പ്രതീക്ഷകളോടെ ജനങ്ങൾ അധികാരത്തിലേറ്റിയ പ്രസിഡണ്ടുമാർ നവ ഉദാരീകരണമൂല്യങ്ങളുമായി ഒത്തുതീർപ്പുണ്ടാക്കിയതിന്റെ ഉദാഹരണങ്ങളുമുണ്ട്.

സോഷ്യലിസ്റ്റു പാതയിലൂടെ സഞ്ചരിക്കുന്ന ഗവൺമെന്റുകളുടെ സ്വഭാവം വിശകലനം ചെയ്യുന്ന Lettovers എന്ന പുസ്തകത്തിന്റെ പ്രസാധനത്തോടെ ഹ്യൂഗോ ഷാവേസ് (വെനിസ്വല) ഇവോ മോറേൽസ് (ബൊളീവിയ) റാഫേൽ കൊറിയ (ഇക്വഡോർ) എന്നിവരെ ജനപ്രിയ ഇടതന്മാരെന്നും പ്രസീലിലെ ലുലാ ഡ സിൽവയെ നല്ല ഇടതുമെന്നാണ് വിമർശകർ കളിയായി വിശേഷിപ്പിക്കുന്നത്. ലാറ്റിനമേരിക്കൻ രാഷ്ട്രീയ വിശകലത്തിന്റെ വക്താവ് മർത്താ ഹർനേക്കാൾ ഈ മൂന്നു നേതാക്കളിലൂടെ പുത്തൻ ഇടതുപക്ഷം (ചലം Left) ആവിർഭവിച്ചതായി എഴുതി. ഇരുപത്തൊന്നാം നൂറ്റാണ്ടിലെ സോഷ്യലിസവുമായി ബന്ധപ്പെടുത്തുമ്പോൾ വിമർശകരായാലും പിന്തുണക്കാരായാലും പരിശോധിക്കേണ്ടത് ആ ഗവൺമെന്റുകൾ കൈകൊണ്ട നയപരിപാടികളാണ്. അവയിൽ പ്രത്യക്ഷമാകുന്ന സോഷ്യലിസ്റ്റ് ആഭിമുഖ്യമാണ്.

എണ്ണസമ്പന്നമായ വെനസ്വേലയുടെ നയപരിപാടി ഒന്നുകൂടി നോക്കാം. എണ്ണ മേഖലയിലെ മർമ്മസ്ഥാനങ്ങളുടെ നിയന്ത്രണം സർക്കാർ ഏറ്റെടുത്തു. വിദേശബഹുരാഷ്ട്ര കമ്പനികളുടെ ഓഹരി പങ്കാളിത്തം കുറച്ചുകൊണ്ടുവന്നു. ഏറ്റവും വലിയ ടെലകോം കമ്പനിയും ഏറ്റവും വലിയ വൈദ്യുതി ബോർഡും ഗവൺമെന്റ് ഏറ്റെടുത്തു. ധീരമായ ചുവടുവെയ്പുകളായിരുന്നു ഇവ. ബാങ്കിംഗ് മേഖലയിലാകട്ടെ, പൊതുമേഖലയെ പുഷ്ടിപ്പെടുത്തി. വിദേശബാങ്കുകളുടെ ആധിപത്യം കുറച്ചു. വെനിസ്വല അധികാരവികേന്ദ്രീകരണത്തിനു മാതൃകയായി കമ്മ്യൂണിറ്റി കൗൺസിലുകൾ രൂപീകരിച്ച് ബജറ്റ് നിശ്ചയിക്കുന്നതിലും തദ്ദേശഭരണ ആസൂത്രണത്തിലും പങ്കാളികളാക്കി. സർക്കാർ സംരംഭങ്ങളിൽ തൊഴിലാളികളുടെ പങ്കാളിത്തം ഉറപ്പുവരുത്തി. അതിബൃഹത്തായ ഭൂപരിഷ്കരണം ഏറ്റെടുത്തതാണ് ബൊളിവിയയിലെ സുപ്രധാന രാഷ്ട്രീയനീക്കം. ഭൂമിയില്ലാത്ത തദ്ദേശീയ വംശജർക്ക് 12 ദശലക്ഷം ഏക്കർ ഭൂമി ഇപ്രകാരം വിതരണം ചെയ്തു. പ്രകൃതിവാതകം, എണ്ണ തുടങ്ങിയവ ദേശസാൽക്കരിക്കുന്നതിന് നടപടികളാരംഭിച്ചു. രണ്ടു രാഷ്ട്രങ്ങളിലും പ്രബല സ്വാധീനമുള്ള ബൂർഷ്വാസിയുടെയും വിദേശ മൂലധനതാൽപ്പര്യങ്ങളുടെയും ഇടപെടലുകളെ ചെറുക്കുന്നതിന് ബഹുജന പ്രസ്ഥാനവും രാഷ്ട്രീയ സംഘങ്ങളും രൂപംകൊണ്ടിരുന്നു. ബൊളിവിയ

യിലെ സോഷ്യലിസ്റ്റു പ്രസ്ഥാനവും വെനസ്വേലയിൽ ബൊളിവേറിയൻ വിപ്ലവപ്രസ്ഥാനവും ഉദാഹരണം.

വിമർശകരുടെയും ന്യായവാദക്കാരുടെയും വാക്കുകൾക്കപ്പുറത്ത് ഈ മൂന്നു ലാറ്റിൻ അമേരിക്കൻ ഗവൺമെന്റുകളും പൊതുവായി പങ്കിടുന്ന ഇടതുപക്ഷ സ്വഭാവങ്ങൾ അന്വേഷിക്കുന്നതാണ് സ്റ്റീവ് എല്ലനറുടെയും ജയതി ഘോഷിന്റെയും പഠനങ്ങൾ. സ്റ്റീവ് എല്നർ ചൂണ്ടിക്കാണിക്കുന്ന മുഖ്യസാമ്യം, കോൺസ്റ്റിറ്റ്യുവെന്റ് അസംബ്ലിയിലേക്കു നടത്തിയ തിരഞ്ഞെടുപ്പും തുടർന്ന് നടപ്പിലാക്കിയ സാമൂഹിക–സാമ്പത്തിക മേഖലകളിലെ സമൂല പരിവർത്തനങ്ങളുമാണ്. മൂന്നു ഗവൺമെന്റും കേവല ഭൂരിപക്ഷത്തോടെ അധികാരത്തിലെത്തിയവയും പിന്നീട് ജനാധിപത്യപാതയിലൂടെ ദൂരവ്യാപകമായ മാറ്റങ്ങൾ വരുത്താൻ അവസരം ലഭിച്ചവയുമാണ്.

മുൻകാല സോഷ്യലിസ്റ്റു രീതികളുമായി ഇണക്കമില്ലാത്ത, പുതുമാതൃകയാണ് ഇവർ പ്രായോഗികമാക്കിയത്. ഇറക്കുമതി ചെയ്തതായിരുന്നില്ല ആ സോഷ്യലിസ്റ്റ് മാതൃക. പ്രത്യേകിച്ചും സോവിയറ്റ് യൂണിയൻ സോഷ്യലിസ്റ്റുപാത അവർ നിരാകരിച്ചു. ലാറ്റിനമേരിക്കയുടെ ജനതയിലും ചരിത്രത്തിലും വേരൂന്നിയായിരുന്നു അവരുടെ സോഷ്യലിസ്റ്റുചിന്തകൾ. സോഷ്യലിസം കെട്ടിപ്പടുക്കുന്നതിൽ അവർ ആശ്രയിച്ചിരിക്കാവുന്ന ഒരൊറ്റ മാതൃക ക്യൂബയുടെ വിപ്ലവാനുഭവങ്ങൾ മാത്രമായിരിക്കുമെന്ന് പ്രകാശ് കാരാട്ട് ചൂണ്ടിക്കാണിക്കുന്നുണ്ട്. തെളിച്ചു പറഞ്ഞാൽ സോവിയറ്റ് യൂണിയന്റെ സോഷ്യലിസ്റ്റുപാതയല്ല, തനതായ വഴി കണ്ടെത്തുകയാണ് ഈ രാജ്യങ്ങൾ ചെയ്തത്. അധികാരത്തിലിരുന്ന്, തങ്ങൾ പ്രഖ്യാപിക്കുന്ന നയങ്ങൾക്കും നടപടികൾക്കും അംഗീകാരം വാങ്ങുന്നതിന് തുടർച്ചയായ റഫറണ്ടങ്ങളും ആവശ്യമായ തിരഞ്ഞെടുപ്പുകളും തുടർച്ചയായി നടത്തിക്കൊണ്ടിരുന്നു. 1999ൽ കോൺസ്റ്റിറ്റ്യുവന്റ് അസംബ്ലിക്ക് അനുകൂലമായി വെനസ്വേലയിൽ നടന്ന തിരഞ്ഞെടുപ്പിൽ 88% പേർ വോട്ട് രേഖപ്പെടുത്തി.

ആധുനിക ജനാധിപത്യ സംവിധാനത്തിൽ ഉയർന്ന ശതമാനം വോട്ടു ലഭിച്ച പ്രസിഡന്റായിരുന്നു ഷാവേസ്. 2009 ലെ തിരഞ്ഞെടുപ്പിൽ 64% വോട്ടുനേടിയാണ് ഇവോ മൊറേൽസ് രണ്ടാംതവണ പ്രസിഡന്റായത്. കോൺഗ്രസിന്റെ രണ്ടു സഭകളിലും അദ്ദേഹത്തിന്റെ അനുയായികൾക്ക് മൂന്നിൽ രണ്ടു ഭൂരിപക്ഷം നേടാനായി. പ്രതിപക്ഷത്തിന്റെ എതിർപ്പുകളെ അതിജീവിച്ച് വൻഭൂരിപക്ഷത്തോടെയാണ് മൂന്നു രാജ്യങ്ങളിലും പുതിയ ഭരണഘടന നടപ്പിലാക്കിയത്. സമൂലമായ മാറ്റങ്ങൾക്കു തുടക്കം കുറിക്കാൻ ഇതു സഹായകരമായി. മുൻകാല ഇടതുപക്ഷ ഭരണാധികാരികൾക്കു ലഭിക്കാത്ത വലിയ ആനുകൂല്യമാണ് ജനങ്ങൾ ഇവർക്കു നൽകിയത്. 1970 ൽ അലൻഡെ (ചിലി) അധികാരത്തിലെത്തിയപ്പോൾ 36% വോട്ടും 2006ൽ ഡാനിയേൽ ഓർട്ടേഗേ പദവിയിൽ തിരിച്ചെത്തിയപ്പോൾ 38% വോട്ടും ആണ് നേടിയത് എന്നോർക്കുക.

ഗവൺമെന്റു നടപടികളോടു പ്രതിപക്ഷം അക്രമാസക്തമായി പ്രതികരിച്ചപ്പോഴും അടിച്ചമർത്തലിന്റെ വഴി സ്വീകരിക്കാൻ ഈ ഗവൺമെന്റുകൾ തയ്യാറായില്ല. സർക്കാർ പ്രവർത്തനത്തെ സ്തംഭിപ്പിക്കുന്ന അനാവശ്യ സമരങ്ങൾ ഒരു ഭാഗത്ത്, സർക്കാരനുകൂല സംഘംചേരലുകളെ അക്രമിക്കൽ മറുവശത്ത്. ബ്രസീലിലേക്കുള്ള ബൊളീവിയയുടെ ഗ്യാസ് പൈപ്പ് ലൈൻ തകർത്തതും ചില ഭാഗങ്ങളിലെ സർക്കാർ ഓഫീസുകൾ തീയിട്ടു നശിപ്പിച്ചതും ഇതിന്റെ ഭാഗമായിരുന്നു. തികച്ചും സഹിഷ്ണുതയോടെ, ജനപിന്തുണ ആർജിച്ച് എതിർപ്പുകളെ നേരിടലായിരുന്നു ഗവൺമെന്റു ചെയ്തത്. ഉദാരജനാധിപത്യമല്ല (Liberal Democracy) റാഡിക്കൽ ജനാധിപത്യമാണ് ഇവർ പിന്തുടർന്നത്. ഈ മൂന്നു രാഷ്ട്രതലവന്മാരും ലെനിനിസ്റ്റു പാർട്ടി രീതികളെ തിരസ്കരിക്കുകയും ചെയ്തു.

മുൻവർഷങ്ങളിലെ ഉദാരജനാധിപത്യ ഗവൺമെന്റുകളിൽ നിന്നു വ്യത്യസ്തമായി, സാമൂഹിക–സാമ്പത്തിക മേഖലകളിൽ സമൂല പരിഷ്കരണത്തിന്റെ പ്രയോഗങ്ങളുമായി ഇവർ രംഗത്തെത്തി. വെനിസ്വലയിൽ ഷാവേസ് നടപ്പിലാക്കിയ ഭൂപരിഷ്കരണം (2001) എണ്ണവ്യവസായത്തിലെ കമ്പനികളിൽ സർക്കാർ നിയന്ത്രണം (2001) സ്വകാര്യസ്വത്തിന്റെ പുനഃനിർവചനം (2205) സുപ്രധാനമേഖലകളിലെ ചില കമ്പനികളെ ജനോപയോഗത്തിനായി ഏറ്റെടുക്കൽ (2007) തുടങ്ങിയവ എൽനർ ചൂണ്ടിക്കാണിക്കുന്നു. 2011 ൽ വെനിസ്വലൻ നാഷണൽ അസംബ്ലി ഭൂനിയമം വീണ്ടും പരിഷ്കരിച്ച് ഭൂരഹിതകർഷകർക്ക് ഭൂമി നൽകാനും വൻകിട എസ്റ്റേറ്റ് ഭൂമി പരിവർത്തനം ചെയ്ത് ഭക്ഷ്യവസ്തുക്കൾ അവിടെ ഉൽപ്പാദിപ്പിക്കാനും സർക്കാരിന് അധികാരം നൽകുന്നതാക്കി.

അധികാരമേറ്റ് മാസങ്ങൾക്കകം ഇവാ മൊറേത്സ് പ്രകൃതിവാതകമെടുക്കുന്ന 56 കേന്ദ്രങ്ങളും രാജ്യത്തെ രണ്ടു പ്രമുഖ ഓയിൽ റിഫൈനറികളും ഏറ്റെടുത്തതിലൂടെ പുതിയ ദേശീയ നിയമനിർമ്മാണം അനുസരിക്കാൻ വിദേശകമ്പനികളുടെ മേൽ സമ്മർദം ചെലുത്തി. വെള്ളത്തിന്റെ സ്വകാര്യവൽക്കരണത്തിനെതിരെ സാധാരണജനങ്ങളെ സംഘടിപ്പിച്ചാണ് മൊറേൽസ് പൊതുപ്രവർത്തനരംഗത്തു വന്നതുതന്നെ. സർക്കാർ, പ്രകൃതി സംരക്ഷണവും കാർഷിക പരിഷ്കരണവും മുഖ്യലക്ഷ്യമായി പ്രവർത്തിക്കുന്നു.

തിരഞ്ഞെടുപ്പു കഴിഞ്ഞു മാസങ്ങൾക്കുള്ളിൽ (2008) റാഫേൽ കൊറിയ, തന്നെ തിരഞ്ഞെടുത്ത ദുർബല – അധഃസ്ഥിത – പുരോഗമന–സാമൂഹിക പ്രസ്ഥാനങ്ങളെ ചേർത്ത് പാർട്ടിയുണ്ടാക്കി, സോഷ്യലിസ്റ്റു പാത തിരഞ്ഞെടുത്തു. നവ ഉദാരീകരണത്തിനെതിരെ സമരം പ്രഖ്യാപിച്ചു. ഉയർന്ന ഗുണനിലവാരമുള്ള ജീവിതം ഭരണഘടനാദത്തമാക്കി. ജനാധിപത്യപരമായ ഉൽപ്പാദനാധിഷ്ഠിതമായ പരസ്പരസഹകരണത്തോടെയുള്ള സുസ്ഥിരമായ സാമ്പത്തികസംവിധാനം ഗവൺമെന്റ് ഉറപ്പു നല്കി.

ഏക ധ്രുവലോകത്തെ എതിർക്കുന്നതിലുള്ള ഐക്യം പ്രകടിപ്പിച്ച ഇവർ അനേകധ്രുവലോകത്തെ (Multi-Polar World) അനുകൂലിച്ചു. സാമ്രാജ്യത്വ വിരുദ്ധ നയത്തിന്റെ ഭാഗമായി ഷാവേസ് തന്നെയാണ് ഈ ആശയം അവതരിപ്പിച്ചതും. മൂവരും ഐക്യപ്പെട്ട് നമ്മുടെ അമേരിക്കൻ ജനതയ്ക്കായുള്ള ബൊളിവേറിയൻ സഖ്യ (ALA) ത്തിൽ പ്രവർത്തിക്കുമ്പോൾ തന്നെ, ഭൂഖണ്ഡത്തിലെ രാജ്യങ്ങൾ തമ്മിലുള്ള ഐക്യം കെട്ടിപ്പടുക്കാനും പരിശ്രമിച്ചു. നെഹ്രുവും നാസറും എൻക്രൂമയും ടിറ്റോയും തുടങ്ങിവെച്ച ചേരിചേരാപ്രസ്ഥാനത്തിന്റെ മാതൃക അവരെ പ്രലോഭിപ്പിച്ചിരുന്നു. ജാതി, വംശ, മത, രാഷ്ട്രീയ വ്യത്യാസങ്ങൾക്കതീതമായി പൊതു ലക്ഷ്യങ്ങളും ആവശ്യങ്ങളുമായി ഒത്തുചേരലാണ് അതിന്റെ പുറകിലുള്ളത്. സാമ്രാജ്യത്വ വിരുദ്ധനയങ്ങളും വാഷിങ്ടണുമായുള്ള ഏറ്റുമുട്ടലും നടക്കുമ്പോഴും മിതവാദികളോ മധ്യ ഇടതുപക്ഷക്കാരോ ആയ ബ്രസീൽ, അർജന്റീന, ഉറുഗ്വേ, പരാഗ്വെ എന്നീ രാജ്യങ്ങളുമായി യോജിച്ചു പ്രവർത്തിക്കാനും സന്നദ്ധരായി.

ജനങ്ങളുടെ അടിസ്ഥാനജീവിതാവശ്യങ്ങൾ നിറവേറ്റുന്നതിലും നവലിബറലിസത്തിനെതിരായ പോരാട്ടത്തിലും ഐക്യപ്പെട്ട ഈ രാജ്യങ്ങൾക്ക് ഇക്കാര്യത്തിൽ വിജയകരമായി മുന്നേറാൻ കഴിഞ്ഞു. നവ സാമ്രാജ്യത്വ ശക്തിയായ അമേരിക്കയുടെ മൂക്കിനു താഴെ, താരതമ്യേന ദുർബലമായ ഈ രാജ്യങ്ങൾക്ക്, നിലനിന്നു പോകാൻ കഴിയുന്നതെങ്ങനെയെന്നത് ന്യായമായ സംശയമാണ്. പ്രൊഫ. ജയതി ഘോഷ് നൽകുന്ന മറുപടി ഇതാണ്. (1) മുൻപ് എണ്ണവില വർധനവിലൂടെ ലഭിക്കുന്ന വരുമാനം ജനക്ഷേമത്തിന് ഉപയോഗിക്കാൻ കഴിഞ്ഞിരുന്നില്ല. അവയുടെ നിയന്ത്രണം അന്താരാഷ്ട്ര കമ്പനികളുടെ കൈവശമായിരുന്നു. അന്താരാഷ്ട്ര കമ്പനികളുമായുള്ള കരാറുകൾ പുനഃപരിശോധിക്കുകയും ചിലവ റദ്ദാക്കുകയും സർക്കാർ തന്നെ നേരിട്ടു നിയന്ത്രണം ഏറ്റെടുക്കുകയും ചെയ്തതോടെ വരുമാന വർധനവ് പൂർണമായും ജനക്ഷേമ പ്രവർത്തനങ്ങളിലേക്ക് തിരിച്ചു വിടാൻ സാധിച്ചു. (2) ഏകാധിപതികളായ മുൻ ഭരണാധികാരികൾ യാതൊരു തത്വദീക്ഷയുമില്ലാതെ വാങ്ങിക്കൂട്ടിയതും രാജ്യത്തെ വരുമാനം വൻതോതിൽ ചോർത്തിക്കളയുന്നതുമായ വിദേശ കടങ്ങളുടെ തിരിച്ചടവ് ഏകപക്ഷീയമായി റദ്ദു ചെയ്തു. ഇക്വഡോറിലെ സർക്കാരിനു മാത്രം ഇതുവഴി നേടാനായത് 7.5 ബില്യൺ ഡോളറാണ്. അത്രയും പണം സാമൂഹ്യക്ഷേമ പ്രവർത്തനത്തിന് ഉപയോഗിക്കാനായി.

സാമ്രാജ്യത്വ, നവ ലിബറൽ ശക്തികളിൽനിന്ന് യാതൊരു എതിർപ്പുമില്ലാതെയാണ് ഇവ നടപ്പിലാക്കുന്നത് എന്നു ധരിക്കരുത്. സാമ്രാജ്യത്വശക്തികൾ വെറുതെ ഇരിക്കയില്ലല്ലോ. ആഗോള മൂലധനശക്തികളുടെ എതിർപ്പുകളെ നേരിടുന്നതിന് ജനകീയ കൂട്ടായ്മകളും രാജ്യങ്ങൾ തമ്മിലുള്ള ഐക്യം കെട്ടിപ്പടുക്കുകയും ചെയ്യുന്നത് ഈ എതിർപ്പുകളെ മുൻകൂട്ടി കണ്ടതിന്റെ ഭാഗമാണ്. വെനിസ്വലയുടെ മുൻകൈയാൽ

സ്ഥാപിതമായ (ALRA -Bolivian Alternative to the America, Bank of South,) എന്നിവ ഉദാഹരണം. പരസ്പരം അറിവുകളും സാങ്കേതികവിദ്യകളും കൈമാറാനുള്ള പദ്ധതികൾക്കും തുടക്കം കുറിച്ചിട്ടുണ്ട്. തുടർച്ചയായ ചെറുത്തുനിൽപ്പുകൾക്ക് സന്നദ്ധരാണ് ഈ രാജ്യങ്ങളിലെ പൊരുതുന്ന ജനത എന്നറിയാം.

അവലംബം:

The Centre Left, Nationalism and Socialism - Claudis Kat (www. netdforsys.comcloudiokatz)

Towards a Socialism for the 21st Centuary - Prakash Karat (Social on November Resolution Anniversary, 2013)

The Distinguishing Features of Latin America's New Left in Power: The Government of Hugo Chavez, Evo Moraleo and Rafael Correa- Jan 17, 2012, Steve Ellner, venenzuelanalysis.com

ഇരുപത്തിയൊന്നാം നൂറ്റാണ്ടിലെ സോഷ്യലിസം - പ്രൊഫ. ജയതി ഘോഷ്, പുതുവഴി, ഖണ്ഡം 1, നമ്പർ 1.

ഹ്യൂഗോ ഷാവേസും ലാറ്റിനമേരിക്കൻ തൃണമൂല രാഷ്ട്രീയവും

ഡോ. അനിൽ ചേലേമ്പ്ര

ഒന്ന്

മാർച്ച് 2005-ൽ വെനസ്വേലൻ പ്രസിഡന്റായിരുന്ന ഹ്യൂഗോ ഷാവേസ് ഇന്ത്യ സന്ദർശിച്ചു. അതിനുമുമ്പും പലരും ലാറ്റിനമേരിക്കയിൽ നിന്ന് ഇന്ത്യയിലെത്തിയിരുന്നെങ്കിലും ഷാവേസിന്റെ സന്ദർശനം ഉണ്ടാക്കിയതുപോലുള്ള ഒരാവേശം അന്നൊന്നും കണ്ടിട്ടില്ല. 2002-ൽ വെനസ്വേലയിലെ ഏകാധിപത്യശക്തികൾ അമേരിക്കൻ പിന്തുണയോടെ നടത്തിയ അട്ടിമറിശ്രമത്തെ ചെറുത്തുതോൽപ്പിക്കാൻ ഷാവേസിന് കഴിഞ്ഞു. നിയമനിർമാണത്തിലൂടെയും സാമൂഹികമായ പദ്ധതികളിലൂടെയും അദ്ദേഹം തന്റെ ഭരണത്തിന്റെ അടിത്തറ വികസിപ്പിച്ചു. വെനസ്വേലയുടെ ഭരണഘടന തന്നെ അദ്ദേഹം മാറ്റിയെഴുതി. എണ്ണപ്പാടങ്ങളിൽ നിന്നുള്ള വരുമാനം ഉപയോഗപ്പെടുത്തി ഷാവേസ് വെനസ്വേലയുടെ വർഗഘടനയിൽ മൗലികമായ പരിഷ്കാരം സൃഷ്ടിച്ചു. ഷാവേസിന്റെ ഇടപെടലുകൾ തൊട്ടടുത്ത ലാറ്റിനമേരിക്കൻ രാജ്യങ്ങളിലും രാഷ്ട്രീയമാറ്റത്തിനുള്ള സമ്മർദം ഉണ്ടാക്കി. അവയെല്ലാം ഇടതുപക്ഷത്തേക്ക് ചായുന്ന കാഴ്ചയാണ് നാം കണ്ടത്. ഷാവേസ് ക്യൂബയുമായുണ്ടാക്കിയ നയതന്ത്രബന്ധം, ലാറ്റിനമേരിക്കയെ പൊതുവിൽ സാമ്രാജ്യത്വവിരുദ്ധമായ അച്ചുതണ്ടിൽ അണിനിരത്തുന്നതിൽ കലാശിച്ചു. ഈ സന്ദർഭത്തിലായിരുന്നു ഹ്യൂഗോ ഷാവേസിന്റെ ഇന്ത്യാ സന്ദർശനം.

നാലുദിവസം ഷാവേസ് ഇന്ത്യയിൽ തങ്ങി. ഡൽഹിയിലും ബാംഗ്ലൂരിലുമുള്ള വ്യവസായികളുടെ സംഘടനയുമായി അദ്ദേഹം കൂടിക്കാഴ്ച നടത്തി. മിതമായ നിരക്കിൽ ഇന്ത്യക്ക് എണ്ണ നൽകാനും പകരം മരുന്ന്, കമ്പ്യൂട്ടർ ഉപകരണങ്ങൾ, ഭക്ഷ്യസംസ്കരണ സംവിധാനങ്ങൾ എന്നിവ വെനസ്വേലക്ക് കൈമാറാനുള്ള നിരവധി കരാറുകളിൽ ഒപ്പുവെച്ചു.

കൽക്കത്തയിലെ രബീന്ദ്ര സരോവർ സ്റ്റേഡിയത്തിൽ അദ്ദേഹം നടത്തിയ പ്രഭാഷണം ശ്രദ്ധേയമായിരുന്നു.

> പത്തൊമ്പതും ഇരുപതും നൂറ്റാണ്ടുകൾ യഥാക്രമം യൂറോപ്പിന്റേതും അമേരിക്കയുടേതുമായിരുന്നു. എന്നാൽ ഇരുപത്തൊന്നാം നൂറ്റാണ്ട് ഏഷ്യ, ആഫ്രിക്ക, ലാറ്റിനമേരിക്ക എന്നീ വൻകരകളുടെതായിരിക്കണം. ഈ വൻകരകൾ തമ്മിൽ യോജിച്ചാൽ ഒരു വലിയ ശക്തിയായി മാറാൻ കഴിയും.

1955–ലെ ബന്ദുങ്ങ് അജണ്ട പുനരുജ്ജീവിക്കേണ്ടതിന്റെ ആവശ്യകതയെക്കുറിച്ചും അദ്ദേഹം ഊന്നിപ്പറഞ്ഞു.

കൽക്കത്തയിൽ നിന്ന് അദ്ദേഹം ചാന്ദ്പൂർ ഗ്രാമപഞ്ചായത്തിലേക്ക് പോയി. ഇന്ത്യക്ക് സ്വാതന്ത്ര്യം കിട്ടുന്ന വേളയിൽ ഈ പഞ്ചായത്തിലെ സാക്ഷരത 0% ആയിരുന്നു. ഇന്നത് 70% ആയി മാറിയിട്ടുണ്ട്. ഭൂപരിഷ്കരണത്തിലൂടെ ജനങ്ങളുടെ ജീവിതനിലവാരം ഉയർത്താൻ കഴിഞ്ഞു. ഈ പഞ്ചായത്തിലെ ബഗു ലോവർ പ്രൈമറി സ്കൂളിലെത്തി ഷാവേസ് നൂറ്റമ്പതോളം വിദ്യാർഥികൾക്ക് ഉച്ചക്കഞ്ഞി പകർന്നുനൽകിയത് ആവേശകരമായ അനുഭവമായി. അവിടെ സ്ത്രീകൾക്കിടയിൽ പ്രവർത്തിക്കുന്ന സ്വയം സഹായ സംഘങ്ങളെക്കുറിച്ച് അദ്ദേഹം പഠിച്ചു. “ബംഗാളിൽ നിന്ന് താനുൾക്കൊണ്ട പാഠങ്ങൾ താൻ വെനസ്വേലക്കാർക്ക് പകർന്നുനൽകുമെന്ന്” പിന്നീട് ഷാവേസ് പറഞ്ഞു.

ലാറ്റിനമേരിക്കയിലെ സാമൂഹ്യ വിപ്ലവത്തെക്കുറിച്ച് മാധ്യമങ്ങൾ വളരെ കുറച്ചുമാത്രമേ റിപ്പോർട്ട് ചെയ്യാറുള്ളൂ. യഥാർഥത്തിൽ ഇന്ത്യയെപ്പോലുള്ള ഒരു രാജ്യം കൂടുതൽ ശ്രദ്ധയോടെ പിന്തുടരേണ്ടത് ലാറ്റിനമേരിക്കൻ രാഷ്ട്രീയത്തെയാണ്.

‘ദേശീയത’ എന്ന സങ്കൽപ്പം രൂപപ്പെടുന്നത് യൂറോപ്പിലല്ല. ലാറ്റിനമേരിക്കയിലാണ്. ഇക്കാര്യം സശ്രദ്ധം നിരീക്ഷിച്ച ഇന്ത്യക്കാരനാണ് രാജാറാംമോഹൻ റായ്. പത്തൊമ്പതാം നൂറ്റാണ്ടിന്റെ ആദ്യപാദത്തിൽത്തന്നെ സൈമൺ ബൊളിവർ സ്പാനിഷ് കൊളോണിയലിസത്തിനെതിരെ നടത്തിയ സമരത്തെക്കുറിച്ച് രാജാ റാംമോഹൻറായ് ആവേശത്തോടെ ഉദ്ധരിക്കുന്നുണ്ട്. ബൊളിവറും കൂട്ടരും സ്പെയിനിന്റെ ആധിപത്യത്തിനെതിരെ നടത്തിയ സമരത്തിന് സമാനമായ ഒന്ന് ഇന്ത്യയിൽ ബ്രിട്ടീഷുകാർക്കെതിരെ നടക്കേണ്ടതാണെന്ന് റാംമോഹൻറായ് അന്നുതന്നെ സൂചിപ്പിച്ചിട്ടുണ്ട്.

പുതുതായി സ്വാതന്ത്ര്യം പ്രഖ്യാപിച്ച ലാറ്റിനമേരിക്കൻ രാഷ്ട്രങ്ങൾ, ചില പുതിയ സാമ്പത്തിക കരാറുകളിലേർപ്പെട്ടു. കരീബിയക്കും ലാറ്റിനമേരിക്കക്കും വേണ്ടിയുള്ള ഇക്കണോമിക് കമ്മീഷൻ (CEPAL) ആണ് ഈ കരാറുകൾക്ക് രൂപം നൽകിയത്. കൊളോണിയലിസത്തിന്റെ കാലം മുതൽ രണ്ടാം ലോക മഹായുദ്ധത്തിന്റെ സന്ദർഭം വരെ ലാറ്റിനമേരിക്ക പിന്തുടർന്ന സാമ്പത്തിക നയത്തെ തിരുത്തലായിരുന്നു CEPAL–ന്റെ

ലക്ഷ്യം. CEPAL-ന് മുമ്പ് ലാറ്റിനമേരിക്കൻ രാജ്യങ്ങളിൽനിന്ന് അസംസ്കൃതവസ്തുക്കൾ യൂറോപ്പിലേക്കും അമേരിക്കയിലേക്കും കയറ്റുമതി ചെയ്യുകയും പകരം ഉപഭോഗവസ്തുക്കൾ ഇറക്കുമതി ചെയ്യുകയും ചെയ്യുന്ന നയമാണ് പ്രസ്തുത രാജ്യങ്ങൾ പിന്തുടർന്നത്. ഈ നയം ഒടുവിൽ ലാറ്റിനമേരിക്കയുടെ പാപ്പരീകരണത്തിലാണ് കലാശിച്ചത്. ഈ സന്ദർഭത്തിലാണ് രണ്ടാം ലോക മഹായുദ്ധത്തിന് ശേഷം CEPAL നിർദേശമനുസരിച്ച് ഇറക്കുമതിക്ക് പകരം വ്യവസായവൽക്കരണം എന്ന നയം പിൻപറ്റാൻ ലാറ്റിനമേരിക്കൻ രാജ്യങ്ങളും പുതുതായി സ്വാതന്ത്ര്യം നേടിയ ആഫ്രിക്കൻ രാജ്യങ്ങളും തയ്യാറായത്. അമേരിക്കയുടെ കടുത്ത എതിർപ്പുണ്ടായിട്ടും പല രാജ്യങ്ങളും ഇറക്കുമതിക്ക് പകരം വ്യവസായവൽക്കരണം എന്ന നയം പിന്തുടർന്നു. ഇതിന്റെ ഫലമായി പ്രസ്തുത രാജ്യങ്ങളിൽ സാമ്പത്തിക വളർച്ചയുണ്ടായി. എന്നാൽ സമൂഹത്തിന്റെ വർഗഘടനയിൽ സമൂലമായ മാറ്റം വരാതിരിക്കുന്നതുകാരണം ഈ വളർച്ച ജനജീവിതത്തിൽ പ്രതിഫലിച്ചില്ല. CEPAL-ന്റെ പരിമിതികളെ ആദ്യം ചൂണ്ടിക്കാണിച്ചത് 1966 ൽ ക്യൂബയാണ്.

ഇക്കാര്യം ഉൾക്കൊണ്ടുകൊണ്ട് 1973-ൽ സഖാവ് ഇ എം എസ് എഴുതിയ *ചിലിയും സോഷ്യലിസത്തേക്കുള്ള പാർലമെന്ററി പാതയും* എന്ന ലേഖനം ശ്രദ്ധേയമാണ്. ഒരു രാജ്യത്തിലെ ഇടതുപക്ഷ പാർട്ടികൾ പാർലമെന്ററി പ്രവർത്തനങ്ങളിൽ എന്തുകൊണ്ട് ഇടപെടണം എന്ന് വിശദീകരിക്കുകയാണ് ഈ ലേഖനത്തിൽ ഇ എം എസ് ചെയ്യുന്നത്. അല്ലാത്തപക്ഷം ചിലിയിലെ ഇടതുപക്ഷത്തിനുണ്ടായ ദുർഗതി സംഭവിക്കുമെന്നാണ് അദ്ദേഹം നിരീക്ഷിക്കുന്നത്. ഇടതുപക്ഷം അധികാരത്തിൽ വന്നു എന്നതുകൊണ്ട് മാത്രം പ്രയോജനമില്ല. പ്രതിലോമശക്തികൾ നടത്താനിടയുള്ള അട്ടിമറി ശ്രമങ്ങളെ മുൻകൂട്ടിക്കാണാനും അവർക്കു കഴിയണം. കാരണം പാർലമെന്റിൽ പ്രതിഫലിക്കുന്ന മാറ്റം അതേ അളവിൽ സമൂഹത്തിൽ സംഭവിച്ചിട്ടുണ്ടാകണമെന്നില്ല. ചിലിയിൽ ഏറെക്കാലമായി നടത്തിയ ചില പരീക്ഷണങ്ങൾ 1973 ൽ പരാജയപ്പെടുകയുണ്ടായി. അമേരിക്കൻ പിന്തുണയോടെ അധികാരത്തിലേക്ക് തിരിച്ചുവന്ന സ്വേച്ഛാധികാരികളിൽ പലരും പുത്തൻ സാമ്പത്തികനയങ്ങൾ നടപ്പാക്കുന്നതിൽ പ്രതിബദ്ധരായിരുന്നു. 1980 കൾ, ഈ രാജ്യങ്ങളിൽ പലതും വലിയ അളവിൽ കടം വാങ്ങുകയും ആ പണം ഏകാധിപതികളുടെ സമ്പത്ത് വർധിപ്പിക്കാനും പട്ടാളത്തെ തീറ്റിപ്പോറ്റാനുമാണ് ഉപയോഗിച്ചത്. നവലിബറൽ നയങ്ങളുടെ ഈ കാലത്ത് (1982 മുതൽ 1993 വരെ) ലാറ്റിനമേരിക്കയിലെ ദരിദ്രരുടെ എണ്ണം 78 ദശലക്ഷത്തിൽ നിന്ന് 150 ദശലക്ഷമായി ഉയർന്നു.

1989 ൽ വെനസ്വേലയിലെ ഏകാധിപത്യ ഭരണകൂടം സാമ്പത്തിക വളർച്ച ലക്ഷ്യമിട്ടുകൊണ്ട് കടുത്ത ചില നടപടികളിലേക്ക് നീങ്ങി. അന്ന് വെനസ്വേലയുടെ പ്രസിഡന്റായിരുന്ന കാർലോസ് ആൻഡ്രേസ് പെരെസ് 'സ്വതന്ത്ര കമ്പോള'ത്തിന്റെ വക്താവായി രംഗത്തെത്തി. അതോടെ തൊഴിലാളികളുടെ ജീവിതനിലവാരം കുത്തനെ ഇടിഞ്ഞു. ഇതേ മാതൃക

മറ്റ് പല ലാറ്റിനമേരിക്കൻ രാജ്യങ്ങളും പിന്തുടർന്നു. 1991 മുതൽ ഇന്ത്യയും ഈ സാമ്പത്തികനയങ്ങൾ നടപ്പാക്കാൻ തുടങ്ങി. ബർട്ടൺവുഡ് സ്ഥാപനങ്ങളിലും അമേരിക്കയിലും പരിശീലനം ലഭിച്ച സാമ്പത്തിക വിദഗ്ധരാണ് ഈ സംക്രമണഘട്ടത്തിന് ഓരോ രാജ്യങ്ങളിലും ചുക്കാൻ പിടിച്ചത്. മൊയ്സസ് നെയിമും മിഗുൽ റെഡ്രിഗസുമാണ് വെനസ്വേലയിൽ ഈ മാറ്റങ്ങൾക്ക് നേതൃത്വം നൽകിയതെങ്കിൽ, മൊണ്ടേസിങ് അലുവാലിയയും മൻമോഹൻസിങ്ങുമാണ് ഇന്ത്യയിൽ ഇതിന് ചുക്കാൻ പിടിച്ചത്.

എന്നാൽ ഈ നയങ്ങൾക്കെതിരെ പ്രതികരിച്ച രാജ്യങ്ങളിൽ ഒന്നാമത്തേതാണ് വെനസ്വേല. 1989 ഫെബ്രുവരിയിൽത്തന്നെ രാജ്യം ഭരിക്കുന്ന ഏകാധിപത്യശക്തികൾക്ക് താക്കീത് നൽകിക്കൊണ്ട് തൊഴിലാളികൾ തെരുവിലിറങ്ങി. ദേശീയപണിമുടക്കുകൾ ഉൾപ്പെടെയുള്ള വലിയ സമരങ്ങൾ നടന്നു. ഈ സമരങ്ങളാണ് ഷാവേസിനും കൂട്ടർക്കും ആവേശമായിത്തീർന്നത്. 1998 ൽ തിരഞ്ഞെടുപ്പിലൂടെ അധികാരത്തിൽ വരാൻ അദ്ദേഹത്തെ സഹായിച്ചത് പുത്തൻ സാമ്പത്തികനയങ്ങൾക്കെതിരെ വെനസ്വേലയിൽ നടന്ന പോരാട്ടങ്ങൾക്ക് നേതൃത്വപരമായ പങ്ക് വഹിക്കാൻ ഷാവേസിന് കഴിഞ്ഞു.

അമേരിക്കയുടെ നേതൃത്വത്തിൽ 1994 മുതൽ നടപ്പാക്കി വന്ന FTAA (Free Trade Area of the Americas) എന്ന പദ്ധതി, സൈനിക അട്ടിമറിക്ക് ബദലായ ഒരു സാമ്പത്തിക അട്ടിമറിയായിരുന്നു. ഇതിന് ബദലായി 2005–ൽ ബൊളിവിയൻ ആൾട്ടർ നേറ്റീവ് ഫോർ അമേരിക്കൻസിന് (ALBA) രൂപം നൽകുകയാണ് ഷാവേസ് ചെയ്തത്.

ഈ പോരാട്ടത്തിൽ ഷാവേസും വെനസ്വേലയും ഒറ്റക്കായിരുന്നില്ല. അർജന്റീന IMFന് കൊടുക്കാനുണ്ടായിരുന്ന കടം മുഴുവൻ വീട്ടിത്തീർത്ത്, അവരുമായുള്ള കരാറുകളിൽ നിന്ന് പിന്മാറി. ബൊളിവിയൻ ഗവൺമെന്റ് തങ്ങളുടെ വിഭവങ്ങൾ ദേശസാൽക്കരിക്കുന്നതിന് തീരുമാനിച്ചു. ഈ അനുഭവങ്ങളുടെയെല്ലാം പശ്ചാത്തലത്തിൽ ഉയരുന്ന ചോദ്യമിതാണ്. ലാറ്റിനമേരിക്കൻ രാജ്യങ്ങൾക്ക് ഇങ്ങനെയൊക്കെയാകാമെങ്കിൽ, ഇന്ത്യക്ക് അതിന് കഴിയാതെ പോകുന്നതെന്തുകൊണ്ടാണ്?

രണ്ട്

വെനസ്വേലയിൽ ഹ്യൂഗോ ഷാവേസ് പ്രകടിപ്പിച്ച ഇച്ഛാശക്തിക്ക് ലാറ്റിനമേരിക്കയിൽ ഉടനീളം വലിയ സ്വാധീനമുണ്ടാക്കാൻ കഴിഞ്ഞു. ആഗോളവൽക്കരണത്തിന് ബദലില്ല എന്ന സങ്കൽപ്പത്തെയാണ് ഷാവേസ് അട്ടിമറിച്ചത്. അർജന്റീനയിലും ബ്രസീലിലും ഉറുഗ്വേയിലും അധികാരത്തിൽവന്ന ഇടതുപക്ഷ ഗവൺമെന്റുകൾക്ക് വഴികാട്ടിയായത് ഷാവേസിന്റെ നയങ്ങളാണ്. തനിക്ക് കിട്ടിയ അധികാരത്തെ സാമൂഹികമാറ്റത്തിനുള്ള ഉപാധിയായി മാറ്റുകയാണ് ഷാവേസ് ചെയ്തത്. വെനസ്വേലയിൽ കുത്തകകളുടെ താൽപ്പര്യങ്ങളെ അവഗണിച്ചുകൊണ്ടാണ്

അദ്ദേഹം തന്റെ നയങ്ങൾ നടപ്പാക്കിയത്. വെനസ്വേലയിലെ അലുമിനിയം, എണ്ണ തുടങ്ങിയ വ്യവസായങ്ങൾ സ്വകാര്യവൽക്കരിക്കുന്നതിനായി തന്റെ മുൻഗാമികൾ തുടങ്ങിവെച്ച ശ്രമങ്ങളെ ഷാവേസ് തിരസ്കരിച്ചു. മറിച്ച്, പൊതുജനാരോഗ്യം, വിദ്യാഭ്യാസം, തൊഴിൽ, ചെറുകിട കച്ചവടക്കാർക്കുള്ള ആനുകൂല്യങ്ങൾ എന്നിവക്കായി ബഡ്ജറ്റിലെ തുകയിൽ നല്ലൊരു വിഹിതം മാറ്റിവെച്ചു. അതോടൊപ്പം ഭൂമി കൈമാറ്റത്തിനുള്ള നിയമങ്ങൾ കർശനമായി ഭൂമാഫിയകളെ നിയന്ത്രിച്ചു.

2001 നവംബർ മാസം മുതലാണ് വെനസ്വേലയിൽ ഭൂപരിഷ്കരണം ആരംഭിച്ചത്. തരിശിട്ട ഭൂമി പിടിച്ചെടുക്കാൻ ഇപ്പോൾ വെനസ്വേലയിൽ നിയമമുണ്ട്. അനധികൃതമായി കൈവശം വെച്ചിരിക്കുന്ന ഭൂമിയും ഷാവേസ് ഭരണകൂടം തിരിച്ചുപിടിച്ചു. ഈ ഭൂമി മുഴുവൻ ഭൂരഹിതരായ കർഷകത്തൊഴിലാളികൾക്ക് വിതരണം ചെയ്തു. 7.7 മില്യൻ ഹെക്ടർ ഭൂമിയാണ് ഈ പരിഷ്കരണത്തിലൂടെ ഷാവേസ് ഭരണകൂടം പിടിച്ചെടുത്തത്. ഇതിൽ 1.1 മില്യൺ ഹെക്ടർ ഭൂമി കർഷകത്തൊഴിലാളികൾക്ക് വിതരണം ചെയ്തു. ബാക്കി ഭൂമിയിൽ സർക്കാർ ഉടമസ്ഥതയിലുള്ള കൂട്ടുകൃഷിയാണ് നടക്കുന്നത്. കാർഷിക മേഖലയിലെ പരീക്ഷണങ്ങൾക്കും ഈ ഭൂമി പ്രയോജനപ്പെടുത്തുന്നു. തരിശുഭൂമിയിൽ കൃഷി ചെയ്യുന്ന കർഷകർക്ക് കുറഞ്ഞ പലിശക്ക് വായ്പ, സാങ്കേതിക സഹായങ്ങൾ എന്നിവയും ഗവൺമെന്റ് നൽകുന്നുണ്ട്. ഇതിന്റെയെല്ലാം ഫലമായി വെനസ്വേല ഇന്ന് ഭക്ഷ്യസുരക്ഷിതത്വമുള്ള രാജ്യമായി മാറിക്കഴിഞ്ഞിരിക്കുന്നു.

അധികാരമേറ്റയുടൻ ഭരണഘടനാ പരിഷ്കാരത്തിനാണ് ഷാവേസ് മുൻതൂക്കം നൽകിയത്. ഇത് അമേരിക്കയുമായി നേരിട്ടുള്ള സംഘർഷത്തിനിടയാക്കി. ബുഷ് ഭരണകൂടം ഷാവേസ് ഭരണത്തെ അട്ടിമറിക്കാനുള്ള ശ്രമത്തിന് 2002 ഏപ്രിൽ മാസത്തിൽ നേതൃത്വം നൽകി. വെനസ്വേലയിലെ പ്രതിപക്ഷം നടത്തിയ 10 ആഴ്ച നീണ്ടുനിന്ന പണിമുടക്കിനെ അമേരിക്ക പിന്തുണച്ചു. എന്നാൽ അത് ഫലം കാണാതെ കെട്ടടങ്ങുകയാണുണ്ടായത്. വെനസ്വേലയെ ഒറ്റപ്പെടുത്താൻ അമേരിക്ക നടത്തിയ ശ്രമവും വിജയിച്ചില്ല. സോവിയറ്റ് യൂണിയന്റെ തകർച്ചയെ മുൻനിർത്തി, സാമ്പത്തിക മേഖലയിൽ ഗവൺമെന്റ് ഇടപെടുന്നതുകൊണ്ട് പ്രയോജനമില്ലെന്ന വാദം ആഗോളതലത്തിൽ അമേരിക്ക സ്ഥാപിച്ചെടുക്കാൻ ശ്രമിച്ചിരുന്നു. എന്നാൽ വെനസ്വേലയിലെ പരിഷ്കാരങ്ങൾ അമേരിക്കൻ വാദത്തിനെതിരായിരുന്നു. നവലിബറൽ നയങ്ങളെ ചെറുത്തുതോൽപ്പിക്കാൻ ബദൽ നടപടികളുണ്ടെന്ന വിശ്വാസം ഊട്ടിയുറപ്പിക്കുന്നതായിരുന്നു വെനസ്വേലൻ പരിഷ്കാരങ്ങൾ. ഷാവേസിന്റെ നിശ്ചയദാർഢ്യത്തിന് വലിയ പിന്തുണയാണ് ലാറ്റിനമേരിക്കയിലുടനീളം ലഭിച്ചത്.

ലാറ്റിനമേരിക്കയിൽ ഇടതുപക്ഷ ഐക്യം ഉണ്ടാക്കിയെടുക്കാനാണ് 1960 ൽ ക്യൂബ ശ്രമിച്ചത്. എന്നാൽ ഇത് ക്യൂബയെ ഒറ്റപ്പെടുത്തുന്നതിലേക്കാണ് നയിച്ചത് എന്ന അനുഭവം ഷാവേസിന് മുന്നിലുണ്ടായിരുന്നു.

അതുകൊണ്ട് നവലിബറൽ നയങ്ങൾ പിന്തുടരുന്ന അയൽരാജ്യങ്ങളുമായിപ്പോലും സുദൃഢമായ ബന്ധങ്ങളുണ്ടാക്കാൻ ഷാവേസ് ശ്രദ്ധിച്ചു. പക്ഷെ, ഷാവേസിന്റെ നീക്കങ്ങളെല്ലാം ലാറ്റിനമേരിക്കയിലെ ഇടതുപക്ഷത്തിന് പൊതുവിൽ ആവേശം നൽകുന്നതായിരുന്നു.

അമേരിക്ക രൂപീകരിച്ച FTAA (Free Trade Area of the Americas)ക്ക് ബദലായി ALBA (ബൊളിവിയൻ ആൾട്ടർ നേറ്റീവ് ഫോർ ദ അമേരിക്ക)ക്ക് രൂപം നൽകാൻ ഷാവേസ് നിരന്തരം ശ്രമിക്കുകയും അതിൽ വിജയിക്കുകയും ചെയ്തു. ലാറ്റിനമേരിക്കയുടെ വിദേശകടത്തിന്റെ 10% കൊണ്ട് International Humanitarian Fund രൂപീകരിക്കണമെന്ന ഷാവേസിന്റെ നിർദേശത്തിന് ലാറ്റിനമേരിക്കയിൽ വലിയ സ്വീകാര്യത കിട്ടി. 2003 നവംബറിൽ നടന്ന ഇബറിയൻ–അമേരിക്കൻ പ്രസിഡന്റ് കൂടിക്കാഴ്ചയിൽ ഷാവേസിന്റെ നിർദേശം അംഗീകരിക്കപ്പെട്ടത് അതുകൊണ്ടാണ്.

അന്താരാഷ്ട്ര വിപണിയിൽ എണ്ണ വ്യാപാരം ഡോളറിൽ മാത്രമേ നടത്താവൂ എന്ന അമേരിക്കൻ നിർദേശത്തെയും വെനസ്വേല വെല്ലുവിളിച്ചു. സേവനത്തിന് പകരം എണ്ണ എന്ന പദ്ധതിയിലൂടെ എണ്ണ വ്യാപാരത്തിൽനിന്ന് പണത്തെ മാറ്റിനിർത്തിക്കൊണ്ട് ഒരു ബാർട്ടർ സമ്പ്രദായം കൊണ്ടുവരാൻ ഷാവേസിന് കഴിഞ്ഞു. ക്യൂബയിൽ നിന്ന് 12,000 ഡോക്ടർമാരുടെ സേവനത്തിന് പകരമായി ഷാവേസ് ആ രാജ്യത്തിന് എണ്ണ നൽകുകയുണ്ടായി. OIEC രാജ്യങ്ങളോടും അത്തരം കരാറുകളിലേർപ്പെടാൻ ഷാവേസ് നിർദേശിച്ചു. എണ്ണ വ്യാപാരത്തിലൂടെ കുത്തകകളെ സഹായിക്കാനല്ല ജനങ്ങളുടെ ദാരിദ്ര്യം നിർമാർജ്ജനം ചെയ്യുക, തൊഴിലവസരങ്ങൾ വർധിപ്പിക്കുക, മിനിമം കൂലി ഉറപ്പാക്കുക എന്നിവക്കാണ് ഷാവേസ് മുൻഗണന നൽകിയത്.

ഷാവേസിനെ സംബന്ധിച്ചിടത്തോളം അധികാരം എന്നത് സ്വന്തം രാജ്യത്തിന്റെ നയങ്ങൾ തീരുമാനിക്കാനുള്ള പരമാധികാരം തന്നെയാണ്. ശീതസമരത്തിന് ശേഷമുള്ള കാലത്ത് അമേരിക്ക സ്വീകരിച്ച നയം ലാറ്റിനമേരിക്കയെ അമേരിക്കയുടെ കോളനിയാക്കുമെന്ന് ഷാവേസ് ഭയപ്പെട്ടു. അതുകൊണ്ട് വളരെ കരുതലോടുകൂടിയ ഒരു സൈനികനയമാണ് അദ്ദേഹം പിന്തുടർന്നത്.

ഒരു ബഹുധ്രുവലോകത്തിന് വേണ്ടിയാണ് ഷാവേസ് നിലകൊണ്ടത്. അധികാരത്തിലിരുന്ന കാലത്ത് അദ്ദേഹം ചൈനയുമായുണ്ടാക്കിയ വ്യാപാരക്കരാറുകൾ വലിയ തോതിൽ വിജയം കണ്ടു. റഷ്യ, സ്പെയിൻ, ബ്രസീൽ എന്നീ രാഷ്ട്രങ്ങളിൽനിന്ന് അദ്ദേഹം സൈനികോപകരണങ്ങൾ വാങ്ങിയത് അമേരിക്കയെ ചൊടിപ്പിച്ചിരുന്നു. പക്ഷെ, ഷാവേസിനെ തടയാൻ അമേരിക്കക്ക് കഴിഞ്ഞില്ല.

ആഗോളവൽക്കരണത്തിനെതിരെയുള്ള പോരാട്ടത്തിൽ ദേശീയതയ്ക്കുള്ള പങ്കിനെ ഊന്നിപ്പറയുന്നതാണ് ഷാവേസിന്റെ നിലപാട്. ദേശീയതയെയും ദേശരാഷ്ട്രത്തെയും അപ്രസക്തമാക്കിക്കൊണ്ട് ആഗോളവൽക്കരണത്തെ ചെറുക്കാനാവില്ലെന്നുതന്നെയാണ് വെനസ്വേല നൽകുന്ന പാഠം.

പാർലമെന്റിലെ ഭൂരിപക്ഷം, ബദൽ നയങ്ങൾക്ക് വേണ്ടിയുള്ള ജനകീയ പ്രസ്ഥാനങ്ങൾ, ബദൽ നയങ്ങൾ പടിപടിയായി നടപ്പാക്കുന്നതിൽ പുലർത്തുന്ന കൃത്യതയും പ്രതിബദ്ധതയും ഇതെല്ലാമാണ് ഷാവേസിന് തുണയായത്. അദ്ദേഹം പറഞ്ഞു. "നമുക്ക് സോഷ്യലിസത്തെ കയ്യൊഴിയാനാവില്ല. മാനവികമുഖമുള്ള ഒരു സോഷ്യലിസത്തെത്തന്നെയാവണം നാം ലക്ഷ്യം വെക്കേണ്ടത്. യന്ത്രങ്ങളോ ഭരണകൂടമോ അല്ല മനുഷ്യനായിരിക്കണം എല്ലാറ്റിനും മുന്നിൽ."

അമേരിക്കൻ നയങ്ങൾക്കെതിരെ ലാറ്റിനമേരിക്ക പതിയെ ഉയിർത്തെഴുന്നേൽക്കുകയാണ്. അതിനുമുഴുവൻ കരുത്തും ശക്തിയും പകരുന്നത് വെനസ്വേലയാണ്. നിലവിൽ മേൽക്കോയ്മ നേടിയ ആശയങ്ങളെ തകർക്കാൻ ശേഷിയുള്ള ഒരു സഖ്യമായി ലാറ്റിനമേരിക്ക പരിവർത്തിക്കപ്പെടുകയാണ്. ഷാവേസിന്റെ മരണം ലാറ്റിനമേരിക്കക്കാരെ കടുത്ത ദുഃഖത്തിലാഴ്ത്തുമെങ്കിലും അവരുടെ ഇച്ഛാശക്തിയെ അതൊരിക്കലും തകർക്കുകയില്ലെന്ന് നമുക്ക് പ്രത്യാശിക്കാം. കാരണം അതാണ് ഷാവേസ് ലോകത്തിന് നൽകിയ പാഠം.

മൂന്ന്

ലാറ്റിനമേരിക്കയിൽ ഭരണകൂടവും പൗരസമൂഹവും തമ്മിലുള്ള ബന്ധം ഇക്കാലയളവിൽ വലിയ അളവിൽ മാറ്റത്തിന് വിധേയമായിട്ടുണ്ട്. ഭരണകൂടം, സമൂഹത്തിലെ വൈരുധ്യങ്ങളെ അതിവർത്തിച്ച് നിലകൊള്ളുന്ന നിഷ്പക്ഷ സ്ഥാപനമാണെന്നാണ് സാമാന്യമായ സങ്കൽപ്പം. പൗരസമൂഹമാകട്ടെ വിവിധ താൽപ്പര്യങ്ങൾ തമ്മിലിടയുന്ന ഒന്നാണ്. അതുകൊണ്ട് പൗരസമൂഹത്തെ പരമാവധി അകലത്തിൽ നിർത്തി, സാർവലൗകിക സ്വഭാവം പുലർത്തുന്ന ഭരണകൂടത്തിന്റെ സങ്കൽപ്പങ്ങൾ പൗരസമൂഹത്തെക്കൊണ്ട് അംഗീകരിപ്പിക്കാനാണ് ഭരണകൂടം എല്ലായ്പ്പോഴും ശ്രമിക്കുക. ഭരണത്തിൽ പൗരസമൂഹത്തിന്റെ പങ്കാളിത്തം പരമാവധി ചുരുക്കാനാണ് ഭരണകൂടം ശ്രമിക്കുക. വോട്ട് ചെയ്യുക, അഭിപ്രായപ്രകടനം നടത്തുക എന്നതിൽ കവിഞ്ഞ ഇടപെടൽ പൗരസമൂഹത്തിലെ വ്യക്തികളിൽ നിന്ന് ഗവൺമെന്റ് പ്രതീക്ഷിക്കുന്നില്ല. പരസ്പരബന്ധമില്ലാത്ത സ്വതന്ത്രചിന്തയുള്ള വ്യക്തികളുടെ ഗണമായാണ് ഭരണകൂടം സാമാന്യമായി പൗരസമൂഹത്തെ കാണുന്നത്.

എന്നാൽ ലാറ്റിനമേരിക്കയിൽ ഈയടുത്ത കാലത്തായി ഭരണകൂടവും പൗരസമൂഹവും തമ്മിലുള്ള ബന്ധത്തിൽ കാതലായ മാറ്റം വന്നിരിക്കുന്നു. ഭരണകൂടത്തിന്റെ തിരുത്തൽ ശക്തിയായി പൗരസമൂഹം മാറിയിരുന്നു. കമ്യൂണിസ്റ്റുകാർ, സോഷ്യലിസ്റ്റുകൾ, കത്തോലിക്കാ മതവിശ്വാസികൾ, കറുത്തവർഗക്കാർ എന്നിവരെല്ലാം പൗരസമൂഹത്തിൽ വ്യത്യസ്ത ആശയങ്ങളും താൽപ്പര്യങ്ങളും വെച്ചുപുലർത്തുന്നവരാണ്. എന്നാൽ ഇവരെല്ലാം വ്യത്യസ്ത ഗ്രൂപ്പുകളായി പുതിയ സാമ്പത്തിക നയങ്ങളോടും അത് സൃഷ്ടിക്കുന്ന രാഷ്ട്രീയ പ്രത്യാഘാതങ്ങളോടും പല

മട്ടിൽ പ്രതികരിക്കുന്നു. ഈ പ്രതികരിക്കുന്ന വിഭാഗങ്ങൾ തമ്മിലുള്ള വ്യത്യസ്ത സ്വഭാവത്തിലുള്ള ഐക്യം ഭരണകൂടത്തിന്റെ തിരുത്തൽ ശക്തിയായി പ്രവർത്തിക്കുന്നു. സ്ഥിരരൂപമില്ലാത്ത, എല്ലായ്പ്പോഴും മാറിക്കൊണ്ടിരിക്കുന്ന ഒരുതരം Fluid സ്വഭാവമുള്ള കൂട്ടായ്മകളാണിത്. പക്ഷെ, സമൂഹത്തിലെ വിവിധ ഗണങ്ങളെ ഒരേസമയം പ്രതിനിധീകരിക്കുന്ന ഇത്തരം കൂട്ടായ്മകളുടെ അഭിപ്രായത്തെ പരിഗണിക്കാതെ ലാറ്റിനമേരിക്കൻ ഗവൺമെന്റുകൾക്ക് മുന്നോട്ടു പോവാൻ കഴിയില്ല എന്ന് വന്നിട്ടുണ്ട്. ഈ ഗണങ്ങളെയും അവർ മുന്നോട്ട് വെക്കുന്ന രാഷ്ട്രീയത്തെയും പ്രധാനമായിക്കണ്ടു എന്നതാണ് ഷാവേസിന്റെ വിജയം. ഒരർഥത്തിൽ ലാറ്റിനമേരിക്കൻ രാഷ്ട്രീയം തൃണമൂലത്തിലാണ് പ്രവർത്തിച്ചിരുന്നത്. അവിടെ സാമ്രാജ്യത്തിനെതിരെ സൃഷ്ടിക്കുന്ന പ്രതിരോധം ഗവൺമെന്റുകളുടെ തീരുമാനമായി മുകളിൽനിന്ന് അരിച്ചിറങ്ങുന്നതല്ല. മറിച്ച് തൃണമൂലതലത്തിൽ സൃഷ്ടിക്കപ്പെട്ട രാഷ്ട്രീയ പ്രതിരോധം ഗവൺമെന്റുകൾ ഏറ്റെടുക്കുക മാത്രമാണ് ചെയ്തത്.

ലാറ്റിനമേരിക്കയിലെ ഉയർന്ന സാക്ഷരതാനിരക്ക് ഇത്തരത്തിലുള്ള തൃണമൂല രാഷ്ട്രീയം വളർത്തിയെടുക്കുന്നതിൽ പ്രധാന പങ്ക് വഹിച്ചിട്ടുണ്ട്. ഭരണത്തിന്റെ സുതാര്യതക്ക് വേണ്ടിയുള്ള പോരാട്ടം ലാറ്റിനമേരിക്കൻ രാജ്യങ്ങളിൽ സുശക്തമായിക്കൊണ്ടിരിക്കുകയാണ്. അഴിമതിയുടെ മറവിലൂടെയാണ് സാമ്രാജ്യത്വം ഭരണകൂടങ്ങളെ സ്വാധീനിച്ചത്. സ്വന്തം താൽപ്പര്യങ്ങൾ നേടിയെടുക്കുന്നത്. അതുകൊണ്ട് ലാറ്റിനമേരിക്കൻ പൗരസമൂഹത്തിൽ അഴിമതിവിരുദ്ധപോരാട്ടം ഏറെ സജീവമാണ്. പൊതുസമൂഹത്തിൽ പ്രവർത്തിക്കുന്ന പ്രധാനപ്പെട്ട രാഷ്ട്രീയ പ്രസ്ഥാനങ്ങൾ പൗരസമൂഹത്തിൽ രൂപപ്പെട്ടുവരുന്ന ജനകീയ കൂട്ടായ്മകളുമായി സൃഷ്ടിക്കാൻ ശ്രമിക്കുന്ന ബന്ധം വലിയ അളവിൽ ലാറ്റിനമേരിക്കൻ രാഷ്ട്രീയത്തെ സ്വാധീനിച്ചിട്ടുണ്ട്. പൗരസമൂഹത്തിലെ ഓരോ വ്യക്തിയെയും രാഷ്ട്രീയ പ്രതിബദ്ധതയുള്ളവരാക്കിത്തീർക്കാൻ ഈ തൃണമൂലസംഘങ്ങൾ കഠിനമായി യത്നിച്ചുകൊണ്ടിരിക്കുന്നു. അതുവഴി പൗരസമൂഹത്തിന്റെ അതിശക്തമായ പങ്കാളിത്തം ലാറ്റിനമേരിക്കൻ രാഷ്ട്രീയത്തെ പ്രബലമാക്കുന്നു. പൗരസമൂഹത്തിലെ ഓരോ സംഘങ്ങൾക്കും വിലപേശൽ ശേഷിയുണ്ട്. മാത്രമല്ല സാമ്രാജ്യത്വവിരുദ്ധമായ അജണ്ടയിൽ അവയെല്ലാം യോജിച്ചുനിൽക്കുകയും ചെയ്യുന്നു. ഭൂതകാലത്ത് തങ്ങൾക്ക് സംഭവിച്ചിട്ടുള്ള പിഴവുകൾ മൂടിവെക്കാനോ അവയ്ക്ക് പകരം വീട്ടാനോ അല്ല, പകരം അവയെ പരസ്യമായി വിലയിരുത്താനും തിരുത്താനുമാണ് പൗരസമൂഹത്തിലെ സംവാദങ്ങൾ, ഓരോ സംഘത്തെയും പ്രേരിപ്പിക്കുന്നത്.

ബഹുസംസ്കാരങ്ങൾ നിലനിൽക്കുന്ന ഒരു സമൂഹത്തിൽ സാമ്രാജ്യത്വവിരുദ്ധപോരാട്ടം നയിക്കേണ്ടതിന്റെ മാതൃകയാണ് ലാറ്റിനമേരിക്ക മുന്നോട്ടുവെക്കുന്നത്. ആ മാതൃകയുടെ ശിൽപ്പികളിലൊരാളായിരുന്നു ഹ്യൂഗോ ഷാവേസ് എന്നതാണ് നമ്മെ സംബന്ധിച്ചിടത്തോളം പ്രധാനം.

ഭാഗം മൂന്ന്

അനുബന്ധം

ഷാവേസിന്റെ പ്രസംഗങ്ങൾ

അനുബന്ധം 1

ഇവിടെ പിശാചിന്റെ സാന്നിധ്യത്തിന് ഗന്ധകത്തിന്റെ മണം

ഹ്യൂഗോ ഷാവേസ്

(2006 സെപ്തംബർ 20 ന് ഐക്യരാഷ്ട്ര സഭ ജനറൽ അസംബ്ലിയിൽ വെനിസ്വേലൻ പ്രസിഡന്റ് ഹ്യൂഗോ ഷാവേസ് നടത്തിയ പ്രസംഗം).

ആദ്യമേതന്നെ, വളരെ ആദരവോടെ ഞാനൊരുകാര്യം ആവശ്യപ്പെടട്ടെ. എന്റെ കൈയിലുള്ള ഈ പുസ്തകം ഇതുവരെ വായിക്കാത്ത ആരെങ്കിലുമുണ്ടെങ്കിൽ ദയവായി അതുവായിക്കുക. നോം ചോംസ്കിയുടെ ഏറ്റവും പുതിയ ഗ്രന്ഥമാണത്. അമേരിക്കയിലെയും ലോകത്തിലെതന്നെയും ഏറ്റവും പ്രമുഖരായ മനീഷികളിൽ ഒരാളാണദ്ദേഹം. *ആധിപത്യമോ അതിജീവനമോ: ഭൂഗോളാധിപത്യത്തിനുവേണ്ടിയുള്ള അമേരിക്കൻ ത്വര* എന്നാണ് ഈ ഗ്രന്ഥത്തിന്റെ പേര്. ഇരുപതാം നൂറ്റാണ്ടിൽ ലോകത്ത് എന്തു സംഭവിച്ചുവെന്നും ഇപ്പോഴെന്തു സംഭവിക്കുന്നുവെന്നും മനസിലാക്കാൻ ഈ ഗ്രന്ഥം നമ്മെ സഹായിക്കുന്നുണ്ട്. നമ്മുടെ ഈ ഗ്രഹം നേരിടുന്ന ഏറ്റവും വലിയ വിപത്താണതിൽ സൂചിപ്പിക്കുന്നത്. അതെ, അമേരിക്കൻ സാമ്രാജ്യത്വത്തിന്റെ അധിനിവേശപരമായ, ആധിപത്യാഭിമുഖമായ അവകാശവാദങ്ങൾ. അതാവട്ടെ മനുഷ്യവംശത്തിന്റെ നിലനിൽപ്പിനെ തന്നെ ഭീഷണിപ്പെടുത്തുന്നു. ഈ വിപത്തിനെപ്പറ്റി നാം മുന്നറിയിപ്പ് നൽകുന്നു, അമേരിക്കൻ ഐക്യനാടുകളിലെയും ലോകത്തെയും ജനങ്ങളോട് ഈ വിപത്തവസാനിപ്പിക്കാൻ പ്രവർത്തിക്കണമെന്നാഹ്വാനം ചെയ്യുന്നു; നമ്മുടെ തലയ്ക്കുമുകളിൽ തൂങ്ങിനിൽക്കുന്ന ഡെമോക്ലസിന്റെ ഖഡ്ഗമാണത്.

പുസ്തകത്തിലെ ഒരധ്യായം ഇവിടെ വായിക്കണമെന്ന് ഞാൻ കരുതിയിരുന്നു. പക്ഷേ, സമയം ലാഭിക്കുന്നതിനുവേണ്ടി ഇവിടെ ഞാൻ ഒരു

ശുപാർശവയ്ക്കുക മാത്രമേ ചെയ്യുന്നുള്ളൂ. വളരെ നല്ലൊരു ഗ്രന്ഥമാണിത്, എളുപ്പത്തിൽ വായിച്ചുപോകാം. ഭവതിക്ക് അതറിയാമെന്ന്, മദാം പ്രസിഡന്റ്, എനിക്കുറപ്പുണ്ട്. ഇംഗ്ലീഷ്, ജർമൻ, റഷ്യൻ, അറബിക് എന്നീ ഭാഷകളിൽ ഇത് പ്രസിദ്ധീകരിച്ചിട്ടുണ്ട്. അത് ആദ്യം വായിച്ചിരിക്കേണ്ടത്, ഐക്യനാടുകളിലെ നമ്മുടെ സഹോദരീ സഹോദരന്മാരാണ്. കാരണം ഭീഷണി അവരുടെ സ്വന്തം വീട്ടിനകത്താണ്. പിശാച് അവിടെയാണ്, അവരുടെ വീട്ടിനകത്താണ്.

ആ പിശാച് ഇന്നലെ ഇവിടെ വന്നു; ഈ സ്ഥലത്ത്. അതിന്റെ ഗന്ധകമണം ഇന്നും ഇവിടെയുണ്ട്. ഇന്നലെ അമേരിക്കൻ ഐക്യനാടുകളുടെ പ്രസിഡന്റ്, ഈ പ്രസംഗപീഠത്തിൽനിന്നുകൊണ്ട് പ്രസംഗിച്ചു, അയാളെയാണ് ഞാൻ പിശാച് എന്ന് പരാമർശിക്കുന്നത്. ഈ ലോകത്തിന്റെ ഉടമസ്ഥനാണെന്ന പോലെയാണ് അയാൾ പ്രസംഗിച്ചത്. അമേരിക്കൻ പ്രസിഡന്റിന്റെ ഇന്നലത്തെ പ്രസംഗം വിശകലനം ചെയ്യാൻ ഒരു സൈക്യാട്രിസ്റ്റുണ്ടാവുന്നത് ഉചിതമായിരിക്കുമെന്ന് ഞാൻ കരുതുന്നു. സാമ്രാജ്യത്വത്തിന്റെ പ്രവക്താവെന്നനിലയിൽ, ലോകജനതയുടെമേൽ ഇന്നു നടപ്പാക്കുന്ന ആധിപത്യവും ചൂഷണവും കൊള്ളയും തുടരുന്നതിനുള്ള നിർദേശങ്ങൾ പങ്കുവയ്ക്കുകയാണയാൾ ചെയ്തത്. ആൽഫ്രഡ് ഹിച്ച്കോക്കിന്റെ സിനിമപോലെയായിരുന്നു അത്. അതിന് ഞാനൊരു ശീർഷകം നിർദേശിക്കുകപോലും ചെയ്യും: 'പിശാചിന്റെ വഴി.'

ഇവിടെ ഈ പുസ്തകത്തിൽ നോം ചോംസ്കി സുവ്യക്തമായും ആഴത്തിലും പറയുന്നതുപോലെ, സ്വന്തം അധിനിവേശം തുടരുന്നതിനുവേണ്ടി, ആധിപത്യരീതി തുടരുന്നതിനുവേണ്ടി, അമേരിക്കൻ സാമ്രാജ്യത്വം അതിനു സാധ്യമായതെല്ലാം ചെയ്യുകയാണ്. പക്ഷേ നമുക്ക് അതനുവദിക്കാൻ വയ്യ. ലോകസർവാധിപത്യം സ്ഥാപിക്കുന്നതും ഏകോപിപ്പിക്കുന്നതും അനുവദിക്കാൻ വയ്യ. ലോക ഏകാധിപതിയുടെ ഇന്നലത്തെ പ്രസംഗം, മറ്റുള്ളവരിലെല്ലാം കുറ്റം കാണുന്നതും ആത്മവഞ്ചന നിറഞ്ഞതുമായ പ്രസംഗം, ലോകത്തുള്ളതെല്ലാം നിയന്ത്രിക്കാനുള്ള ഉദ്ദേശ്യമാണ് കാണിക്കുന്നത്. അവർ പറയുന്നു, അവർക്ക് ലോകത്തെമ്പാടും ജനാധിപത്യമാതൃക സ്ഥാപിക്കണമെന്ന്. പക്ഷേ, അതവരുടെ സ്വന്തം ജനാധിപത്യമാതൃകയാണ്! കുലീനവർഗത്തിന്റെ സവിശേഷമായ ജനാധിപത്യമാതൃക! മാത്രമല്ല, വളരെ മൗലികമായ ഈ ജനാധിപത്യമാതൃക അവർ സ്ഥാപിക്കുക ബോംബുകൾവഴിയും കൈയേറ്റങ്ങൾ വഴിയും കടന്നാക്രമണങ്ങൾ വഴിയുമാണ്. എന്തൊരത്ഭുതകരമായ ജനാധിപത്യം! മുങ്ങിക്കപ്പലുകൾ വഴി, കടന്നാക്രമണങ്ങൾ വഴി, അക്രമം വഴി, ബോംബുകൾ വഴി അടിച്ചേൽപ്പിക്കുന്ന ഈ ജനാധിപത്യ മാതൃകയുടെ മുന്നിൽ അരിസ്റ്റോട്ടിലിന്റെയും ജനാധിപത്യത്തിന്റെ ഇതര യവനസമാരംഭകരുടെയും ആശയങ്ങൾ തിരുത്തിയെഴുതേണ്ടി വരികതന്നെ ചെയ്യും.

ഇന്നലെ ഈ ഹാളിൽ വച്ച് അമേരിക്കൻ ഐക്യനാടുകളുടെ പ്രസിഡന്റ് നമ്മളോട് പറഞ്ഞു: "എവിടേക്കു തിരിഞ്ഞാലും നിങ്ങൾ കേൾക്കു

ന്നത് ഭീകരവാദികളുടെ ശബ്ദമാണ്, അവർ പറയുന്നത് ഹിംസ വഴി, ഭീകരവൃത്തി വഴി, രക്തസാക്ഷിത്വം വഴി നിങ്ങൾക്കു ദുരിതങ്ങളിൽനിന്ന് രക്ഷപ്രാപിക്കാൻ കഴിയുമെന്നാണ്, നിങ്ങളുടെ അഭിമാനം നിലനിർത്താൻ കഴിയുമെന്നാണ്." അയാളെവിടേക്കു നോക്കിയാലും കാണുന്നത് തീവ്രവാദികളെയാണ്. സഹോദരാ, നിങ്ങളുടെ മുഖത്തുനോക്കി, അതിന്റെ നിറം കാണുമ്പോൾ അയാൾ പറയും: "നിങ്ങളൊരു തീവ്രവാദിയാണ്," ബൊളിവിയയുടെ ആദരണീയനായ പ്രസിഡന്റ് മി. ഇവാ മൊറേത്സ് അയ്മ അയാളുടെ കണ്ണിൽ ഒരു തീവ്രവാദിയാണ്. സാമ്രാജ്യവാദികൾ എവിടെയും തീവ്രവാദികളെ കാണുന്നു.

അല്ല, കാര്യം അതല്ല, നമ്മൾ തീവ്രവാദികളായതല്ല കാരണം. സംഭവിക്കുന്നത് ലോകം ഉണർന്നെണീക്കുകയാണ്, എങ്ങുമുള്ള ജനങ്ങൾ ഉണരുകയാണ്. ലോക സർവാധിപതിയോട് ഞാൻ പറയുന്നു:

> താങ്കളുടെ അവശേഷിച്ച ദിനങ്ങൾ ഒരു പേടിസ്വപ്നമായിരിക്കുമെന്ന തോന്നലുണ്ടെനിക്ക്. കാരണം, എവിടെയും ജനങ്ങൾ അമേരിക്കൻ സാമ്രാജ്യത്വത്തിനെതിരായി ഉണർന്നെഴുന്നേൽക്കുന്നത് താങ്കൾ കാണുകയാണ്; സ്വാതന്ത്ര്യത്തിനു വേണ്ടി, ജനങ്ങൾ തമ്മിലുള്ള സമത്വത്തിനുവേണ്ടി, രാഷ്ട്രങ്ങളുടെ പരമാധികാരത്തിനു വേണ്ടി.

അതെ, ഞങ്ങൾ തീവ്രവാദികളായി വിവരിക്കപ്പെട്ടേക്കാം, പക്ഷേ ഞങ്ങൾ സാമ്രാജ്യത്തിനെതിരായി, ആധിപത്യമാതൃകകൾക്കെതിരായി ഉണർന്നുകൊണ്ടിരിക്കുകയാണ്.

പ്രസിഡന്റ് പിന്നെയും പറഞ്ഞു: "മധ്യപൗരസ്ത്യദേശത്തെ ജനങ്ങളോട് നേരിട്ട് സംസാരിക്കാൻ ഞാനഭിലഷിക്കുന്നു. എന്റെ രാജ്യം സമാധാനം കാംക്ഷിക്കുന്നു." സത്യമാണത്. ബ്രോങ്ക്സിന്റെ, ന്യൂയോർക്കിന്റെ, വാഷിങ്ടണിന്റെ, സാൻദീഗോയുടെ, കാലിഫോർണിയയുടെ, സാൻ അന്റോണിയോവിന്റെ, സാൻഫ്രാൻസിസ്കോവിന്റെ തെരുവുകളിലൂടെ നാം നടക്കുകയാണെങ്കിൽ – അമേരിക്കൻ ഐക്യനാടുകളിലെവിടെയും നാം നടക്കുകയാണെങ്കിൽ – അവിടങ്ങളിലെ പൗരജനങ്ങളോട് വ്യക്തിപരമായി സംസാരിക്കുകയാണെങ്കിൽ, നമുക്കറിയാം രാജ്യത്തിന് സമാധാനമാണ് വേണ്ടത്. എന്നാൽ ഇതിനൊരപവാദമുണ്ട്, അമേരിക്കൻ ഐക്യനാടുകളിലെ ഗവൺമെന്റിന് സമാധാനമാവശ്യമില്ല. അതിനു വേണ്ടത്, യുദ്ധത്തിലൂടെ അതിന്റെ ചൂഷണവും കൊള്ളയും ആധിപത്യവും അടിച്ചേൽപ്പിക്കുകയാണ്. അതിന് സമാധാനമാണ് വേണ്ടതെങ്കിൽ, എന്താണ് ഇറാഖിൽ സംഭവിക്കുന്നത്? എന്താണ് ലബനനിലും പലസ്തീനിലും സംഭവിച്ചത്? കഴിഞ്ഞ ഒരു നൂറ്റാണ്ടുകാലത്തിനിടയ്ക്ക് ലാറ്റിനമേരിക്കയിലും ലോകത്തിലും എന്താണ് നടന്നുകൊണ്ടിരുന്നത്? ഇപ്പോഴാണെങ്കിൽ വെനസ്വേലയ്ക്കും ഇറാനുമെതിരെ പുതിയ ഭീഷണികൾ ഉയർത്തിയിരിക്കുകയാണ്.

പ്രസിഡന്റ് ലബനനിലെ ജനങ്ങളോട് സംസാരിച്ചു: "നിങ്ങൾ പലരും കണ്ടിട്ടുണ്ട്, നിങ്ങളുടെ വീടുകളിലും സമുദായങ്ങളിലുമെല്ലാം സംഘർഷമാണ്." എന്തിനീ ദോഷദർശനം! ഇങ്ങനെ ലജ്ജാരഹിതമായ കളവ് പറയാൻ എന്തൊരു കഴിവ്! ബെയ്റൂത്തിൽ, മില്ലീമീറ്റർ അകലങ്ങളിൽ കൃത്യമായി ബോംബുവർഷം നടന്നതിന്റെ ഫലമായുണ്ടായ സംഘർഷമല്ലാതെ മറ്റെന്തു സംഘർഷമാണവിടെയുള്ളത്? അയാളാലോചിക്കുന്നുണ്ടാവുക ഒരു വെസ്റ്റേണിനെ പറ്റിയാണോ? (വെസ്റ്റേൺ–അമേരിക്കയുടെ വൈൽഡ് വെസ്റ്റിനെ ആധാരമാക്കി വളർന്നുവന്ന സിനിമയുൾപ്പെടെയുള്ള കലാരൂപങ്ങൾ) അതിൽ ആളുകൾ അരയ്ക്കുതാഴെ വെടിവയ്ക്കുന്നു, ചിലർ അഗ്നിനാളങ്ങളിലകപ്പെടുന്നു. പക്ഷേ ഇത് സാമ്രാജ്യത്വത്തിന്റെ അഗ്നിയായിരുന്നു, ഫാസിസ്റ്റ് അഗ്നിയായിരുന്നു, ഘാതകന്റെ അഗ്നിയായിരുന്നു. സാമ്രാജ്യത്വവും ഇസ്രയേലും ചേർന്ന് ലബനനിലേയും പലസ്തീനിലേയും നിഷ്കളങ്കരായ ജനങ്ങൾക്കുനേരെ നടത്തിയ വംശഹത്യക്കുള്ള അഗ്നിയായിരുന്നു. അതാണ് സത്യം.

ഇപ്പോൾ പറയുന്നത്, നാം കഷ്ടപ്പെടുന്നത് ഭവനങ്ങൾ കത്തിയെരിയുന്നത് കാൺകയാലാണെന്നാണ്. എന്റെയീ പ്രസംഗം തയാറാക്കുന്നതിനുവേണ്ടി, ഇന്നു രാവിലെ ഞാൻ ചില പ്രസ്താവനകൾ നോക്കുകയായിരുന്നു. വിവിധ ജനതകളോട് ഐക്യനാടുകളുടെ പ്രസിഡന്റ് സംസാരിക്കുന്നതിന്റെ ഒരു രേഖ ഞാൻ കൊണ്ടുവന്നിട്ടുണ്ട്. അഫ്ഗാനിസ്ഥാനിലെ ജനങ്ങളോട്, ലബനനിലെ ജനങ്ങളോട്, ഇറാനിലെ ജനങ്ങളോട് അയാൾ സംസാരിച്ചു. എല്ലാവരോടും അയാൾ നേരിട്ട് സംസാരിച്ചു. തിരിച്ചെന്തെങ്കിലും പറയാനൊരവസരം ലഭിച്ചാൽ അവർ എന്തു പറയുമായിരുന്നുവെന്ന് നമുക്ക് ആശ്ചര്യപ്പെടാവുന്നതാണ്. അവർക്കെന്താണ് പറയുവാനുണ്ടാവുക? തെക്കേ അമേരിക്കയിലെ അടിച്ചമർത്തപ്പെട്ട ജനങ്ങളുടെ ആത്മാവിനുള്ളിലെന്താണെന്നെനിക്കറിയാം. അവർ പറയും: "യാങ്കീ സാമ്രാജ്യവാദികൾ മടങ്ങിപ്പോവുക!" അമേരിക്കൻ സാമ്രാജ്യത്വത്തിനെതിരായി ഒരുമിച്ച് സംസാരിക്കാൻ ഒരവസരമുണ്ടായാൽ ലോകത്തെമ്പാടുമുള്ള ജനതകളുടെ ശബ്ദമിതായിരിക്കും.

അതുകൊണ്ടാണ് കഴിഞ്ഞവർഷം ഈ ഹാളിലേക്കു കടന്നുവന്നപ്പോൾ, ഇപ്പോൾ തീർത്തും ശരിയായിക്കഴിഞ്ഞ വാക്കുകൾ ഞാൻ പറഞ്ഞത് – ഇത് കഴിഞ്ഞ എട്ടുവർഷമായി ഞാൻ ചെയ്തുകൊണ്ടിരിക്കുകയാണ്. ഇവിടെ സന്നിഹിതരായിരിക്കുന്ന ഒരാൾക്കും ഐക്യരാഷ്ട്രസഭയുടെ രീതിയോട് യോജിക്കാനാവില്ല. നമുക്ക് സത്യസന്ധരാവാം, രണ്ടാം ലോകമഹായുദ്ധത്തിനുശേഷമുണ്ടായ ആ വ്യവസ്ഥ തകർന്നടിഞ്ഞുപോയെന്ന സത്യം നമുക്ക് സ്വീകരിക്കാം. പ്രയോജനരഹിതമാണത്. ഒരു കാര്യം സത്യമാണ്. കൊല്ലത്തിലൊരിക്കൽ ഒരുമിച്ചുകൂടാൻ, പ്രസ്താവന നടത്താൻ, ദീർഘമായ പ്രമാണങ്ങൾ തയാറാക്കാൻ, ഇന്നലെ പ്രസിഡന്റ് ഇവോ മൊറേയൽസും പ്രസിഡന്റ് ലുലയും നടത്തിയതുപോലുള്ള നല്ല നല്ല പ്രസംഗങ്ങൾ കേൾക്കാൻ, ഇപ്പോൾ നാം ശ്രവിച്ചു

കഴിഞ്ഞ ശ്രീലങ്കൻ പ്രസിഡന്റിന്റെയും ചിലിയൻ പ്രസിഡന്റിന്റെയും പോലുള്ള പ്രസംഗങ്ങൾക്ക് ചെവികൊടുക്കാൻ ഇത് നമ്മെ സഹായിക്കുന്നു. പക്ഷേ ജനറൽ അസംബ്ലി, ലോകത്തെ ഭയാനകമായ സംഭവങ്ങളിൽ ഫലപ്രദമായ എന്തെങ്കിലും ചെയ്യാനധികാരമില്ലാത്ത, കേവലമൊരു ചർച്ചാവേദിയായി തകർന്നുപോയിരിക്കുന്നു.

അതുകൊണ്ടാണ് ഇന്ന്, 2006 സെപ്തംബർ 20 ന്, ഐക്യരാഷ്ട്ര സഭ വീണ്ടും സ്ഥാപിക്കണമെന്ന നിർദേശം വെനസ്വേല പിന്നെയും മുന്നോട്ടുവയ്ക്കുന്നത്. പോയ വർഷം ഞങ്ങൾ വളരെ പ്രധാനമായ നാലു നിർദേശങ്ങൾ മുന്നോട്ടു വച്ചു. രാഷ്ട്രത്തലവന്മാരും ഭരണത്തലവന്മാരും അംബാസഡർമാരും രാഷ്ട്രപ്രതിനിധികളും നിർബന്ധമായി ചർച്ചചെയ്യേണ്ടതെന്ന് ഞങ്ങൾക്കു തോന്നിയ മിതമായ നാലു നിർദേശങ്ങളായിരുന്നു അവ.

അവയിലാദ്യത്തേത്, അതിനെപ്പറ്റി ഇന്നലെ പ്രസിഡന്റ് ലുല പറഞ്ഞു – സെക്യൂരിറ്റി കൗൺസിലിലെ സ്ഥിര–അസ്ഥിര അംഗങ്ങളുടെ എണ്ണം വർധിപ്പിക്കുക; മൂന്നാം ലോകത്തെ വികസിത–അവികസിത രാജ്യങ്ങളെക്കൂടി ഉൾപ്പെടുത്തി സ്ഥിരാംഗങ്ങളുടെ സംഖ്യവർധിപ്പിക്കുക. ഇതാണ് ഒന്നാമത്തെ ചുവട്.

രണ്ടാമത്തേത്, സുതാര്യമായ ചർച്ചകളും തീരുമാനങ്ങളും വഴി ലോകസംഘർഷങ്ങൾ പരിശോധിക്കാനും പരിഹരിക്കാനുമുള്ള മാർഗങ്ങളുണ്ടാവണം.

മൂന്നാമത്തേത്, സെക്യൂരിറ്റി കൗൺസിലിൽ തീരുമാനങ്ങൾ വീറ്റോ ചെയ്യുന്ന ജനാധിപത്യവിരുദ്ധമായ സംവിധാനം അവസാനിപ്പിക്കണം, ഇത് എല്ലാവരും ആവശ്യപ്പെടുന്നുണ്ട്. ഒരു സമീപകാല ഉദാഹരണം ഞാൻ പറയാം. ഐക്യരാഷ്ട്രസഭയുടെ അധാർമികമായ വീറ്റോ അധികാരം വഴി, ലബനനിനെ സംബന്ധിച്ച പ്രമേയം പാസായില്ല, മാത്രമല്ല, ഇസ്രയേലി സൈന്യത്തിന് ഒരു വിവേചനവുമില്ലാതെ ലബനനിൽ നശീകരണം നടത്താൻ ഇതുവഴി സാധിച്ചു.

നാലാമത്തേത്, നമ്മളെല്ലാം എല്ലായ്പ്പോഴും പറയാറുള്ളതുപോലെ സെക്രട്ടറി ജനറലിന്റെ പങ്കും അധികാരവും കൂടുതൽ ശക്തമാവണം. ഇന്നലെ സെക്രട്ടറി ജനറൽ ഫലത്തിൽ അദ്ദേഹത്തിന്റെ വിടവാങ്ങൽ പ്രസംഗമാണ് നടത്തിയത്. കഴിഞ്ഞ ഒരു ദശകമായി വിശപ്പ്, ദാരിദ്ര്യം, ഹിംസ, മനുഷ്യാവകാശലംഘനങ്ങൾ തുടങ്ങിയ അതിഗുരുതരമായ പ്രശ്നങ്ങൾ വർധിക്കുകയും സങ്കീർണമായിത്തീരുകയും ചെയ്തതായി അദ്ദേഹം അംഗീകരിക്കുന്നു. ഐക്യരാഷ്ട്രസഭയുടെ പതനത്തിന്റെയും അമേരിക്കൻ ആധിപത്യ നാട്യങ്ങളുടെയും ഭീകരമായ ഫലമാണിത്.

കുറച്ച് വർഷങ്ങൾക്കുമുമ്പ്, ഐക്യരാഷ്ട്രസഭയ്ക്കകത്ത് ഈ സമരം നടത്താൻ വെനസ്വേല നിശ്ചയിച്ചു. അംഗങ്ങളെന്ന നിലയിൽ ഐക്യരാഷ്ട്രസഭയെ അംഗീകരിച്ചുകൊണ്ടുതന്നെ, അതിന് ഞങ്ങളുടെ ശബ്ദവും ഞങ്ങളുടെ ചിന്തയും കടമായി നൽകിക്കൊണ്ട് ഇത് ചെയ്യാ

നാണ് വെനസ്വേല തീരുമാനിച്ചത്. ഞങ്ങളുടെ ശബ്ദം സ്വതന്ത്രമാണ്. അത് മനുഷ്യന്റെ അന്തസ്സിനുവേണ്ടി നിലകൊള്ളുന്നു, സത്യാന്വേഷണത്തിനായി നിലനിൽക്കുന്നു, ഭൂമുഖത്തെ ജനതകൾക്കെതിരെ അധിനിവേശശക്തികൾ നടത്തുന്ന പീഡനത്തെയും ആക്രമണത്തെയും തിരസ്കരിക്കുന്നു.

അങ്ങനെയാണ് ബൊളിവറിന്റെ ജന്മനാടായ വെനസ്വേല സെക്യൂരിറ്റി കൗൺസിലിലെ അസ്ഥിരാംഗപദവിക്കുവേണ്ടി സ്വയംമുന്നോട്ടു വന്നത്. ഇതിനെതിരെ, ഐക്യനാടുകളുടെ ഗവൺമെന്റ്, തുറന്ന, അധാർമികമായ ഒരാക്രമണം ലോകമെമ്പാടും അഴിച്ചുവിട്ടു; സെക്യൂരിറ്റി കൗൺസിലിലെ ഒരു സീറ്റിൽ വെനസ്വേല തെരഞ്ഞെടുക്കപ്പെടുന്നതിനെതിരായി. സാമ്രാജ്യത്വത്തിന് സത്യത്തെ ഭയമാണ്, സ്വതന്ത്രശബ്ദങ്ങളെ ഭയമാണ്. അമേരിക്ക ഞങ്ങളെ തീവ്രവാദികളെന്നു വിളിക്കുന്നു, സത്യത്തിൽ അമേരിക്കയാണ് തീവ്രവാദി.

വെനസ്വേലയെ പിന്തുണയ്ക്കാൻ മുന്നോട്ടുവന്ന എല്ലാ രാജ്യങ്ങളോടും ഞാൻ കൃതജ്ഞതനാണ്. വോട്ടെടുപ്പ് രഹസ്യമാണ്, പിന്തുണ പരസ്യമായി പ്രഖ്യാപിക്കേണ്ടതില്ല. സത്യത്തിൽ അമേരിക്കൻ സാമ്രാജ്യത്തിന്റെ എതിർപ്പുകാരണം പലരാജ്യങ്ങളും പുതുതായി പിന്തുണ പ്രഖ്യാപിച്ച് രംഗത്തുവന്നിട്ടുണ്ട്. ഈ പിന്തുണ വെനസ്വേലയുടെയും ഞങ്ങളുടെ ഗവൺമെന്റിന്റെയും ഞങ്ങളുടെ ജനങ്ങളുടെയും ധാർമിക ചൈതന്യം ബലപ്പെടുത്തിയിട്ടുണ്ട്. ഉദാഹരണത്തിന് സതേൺ കോൺ കോമൺ മാർക്കറ്റിലെ (MERCOSUR) സഹോദരങ്ങൾ ഒന്നിച്ച് ഒരേ ശബ്ദത്തിൽ പ്രഖ്യാപിച്ചുകഴിഞ്ഞു. അർജന്റീന, ബ്രസീൽ, പരാഗ്വേ, ഉറുഗ്വേ എന്നീ രാജ്യങ്ങളോടും ലാറ്റിനമേരിക്കൻ രാജ്യമായ ബൊളീവിയയോടുമൊപ്പം വെനസ്വേല MERCOSURലെ പൂർണ അംഗമാണ്. കരീബിയൻ രാഷ്ട്രസമൂഹവും അറബ് ലീഗും വെനസ്വേലയ്ക്ക് പിന്തുണ പ്രഖ്യാപിച്ചിരിക്കുകയാണ്. അറബ്, കരീബിയൻ സഹോദരങ്ങളോട് എനിക്ക് അളവറ്റ നന്ദിയുണ്ട്. മിക്കവാറും ആഫ്രിക്ക മുഴുവനുമടങ്ങുന്ന ആഫ്രിക്കൻ യൂണിയൻ വെനസ്വേലയ്ക്ക് പിന്തുണ പ്രഖ്യാപിച്ചിരിക്കുന്നു; അതുപോലെ റഷ്യ, ചൈന തുടങ്ങിയ മറ്റനേകം രാജ്യങ്ങളും.

വെനസ്വേലയുടേയും അവിടത്തെ ജനങ്ങളുടേയും പേരിൽ, സത്യത്തിന്റെ പേരിൽ, അവർക്കെല്ലാം ഞാൻ ഊഷ്മളമായി കൃതജ്ഞത രേഖപ്പെടുത്തിക്കൊള്ളട്ടെ. സെക്യൂരിറ്റി കൗൺസിലിൽ അംഗമായാൽ വെനസ്വേലയുടെ ശബ്ദം മാത്രമല്ല ലോകമെമ്പാടും മുഴങ്ങുക, മൂന്നാം ലോകത്തിന്റെ മുഴുവൻ ശബ്ദവും എല്ലാ ജനവിഭാഗങ്ങളുടേയും ശബ്ദവുമായിരിക്കും. മനുഷ്യന്റെയും രാഷ്ട്രങ്ങളുടെയും അന്തസ്സും സത്യവും ഞങ്ങൾ സംരക്ഷിക്കും.

ഇതിലുപരി, ശുഭാപ്തിവിശ്വാസികളായിരിക്കാൻ വേറെയും കാരണങ്ങളുണ്ട്; കവി പറയുന്നതുപോലെ, "നൈരാശ്യജനകമാം വിധം പ്രത്യാശാഭരിതരാവാൻ" ഭീഷണികൾക്കും ബോംബുകൾക്കും യുദ്ധങ്ങൾക്കും

അക്രമത്തിനും പ്രതിരോധയുദ്ധത്തിനും ജനസമൂഹങ്ങളുടെ സമ്പൂർണ നശീകരണത്തിനുമപ്പുറം പുതിയൊരു യുഗം ഉദയംകൊള്ളുകയാണ്. സിൽവിയോ റോഡ്റിഗ്സ് (ക്യൂബൻ ഗായകൻ) പാടുന്നതുപോലെ, "കാലഘട്ടം ഒരു ഹൃദയത്തിന് ജന്മം നൽകുകയാണ്." പുതുപ്രവണതകൾ, ബദൽ ചിന്താരീതികൾ, ബദൽ പ്രസ്ഥാനങ്ങൾ വികാസം പ്രാപിക്കുകയാണ്. യുവജനങ്ങൾ വ്യത്യസ്തമായി ചിന്തിക്കുകയാണ്. ചരിത്രത്തിന്റെ അന്ത്യമെന്ന ആശയം തീർത്തും കപടമാണെന്ന് കഴിഞ്ഞ ഒരു പതിറ്റാണ്ടിനു താഴെയുള്ള കാലയളവിൽത്തന്നെ തെളിഞ്ഞിരിക്കുന്നു. പാക്സ് അമേരിക്കാന എന്ന ആശയവും അതിന്റെ മറവിലുള്ള മുതലാളിത്ത നവഉദാരീകരണ മാതൃകയുമെല്ലാം കപടമാണെന്ന് വ്യക്തമായിരിക്കുകയാണ്; കേവലമായ ദാരിദ്ര്യസൃഷ്ടിക്കുമാത്രമുതകുന്നതാണെന്ന തിരിച്ചറിവിൽ, അത് നിരാകരിക്കപ്പെടുകയാണ്.

ഇനി നാം ലോകത്തിന്റെ ഭാവി നിർവചിക്കേണ്ടതുണ്ട്. എല്ലായിടവും പ്രഭാതം പൊട്ടിവിടരുകയാണ്. ലാറ്റിനമേരിക്കയിലും ആഫ്രിക്കയിലും യൂറോപ്പിലും ഓഷ്യാനിയയിലുമെല്ലാം. ലോകത്തെ രക്ഷിക്കാനും നൂതനവും കൂടുതൽ നന്മയാർന്നതുമായ ഒരു ലോകം പടുത്തുയർത്താനുമുള്ള നമ്മുടെ ഇച്ഛാശക്തിയും നമ്മുടെ സന്നദ്ധതയും ശക്തിപ്പെടുത്തുന്നതിനുവേണ്ടി ഞാൻ ആ ശുഭാപ്തിവിശ്വാസം, ആ ശുഭാപ്തി ദർശനം ഉയർത്തിപ്പിടിക്കട്ടെ.

വെനസ്വേല ആ സമരത്തിൽ പങ്കാളിയാവുന്നു. അതുകൊണ്ടാണ് ഞങ്ങൾക്കെതിരെ ഭീഷണിയുണ്ടാവുന്നത്. വെനസ്വേലയിൽ ഒരു കലാപം സംഘടിപ്പിക്കുന്നതിനുള്ള തയാറെടുപ്പുകൾ അമേരിക്കൻ ഐക്യനാടുകൾ ഇതിനകം നടത്തിക്കഴിഞ്ഞിട്ടുണ്ട്, അതിന്റെ ആസൂത്രണം നടത്തിയിട്ടുണ്ട്. അതിന് സാമ്പത്തികസഹായം ചെയ്തിട്ടുണ്ട്. ഞങ്ങൾക്കെതിരെ കലാപത്തിനും ഭീകരപ്രവർത്തനത്തിനുമുള്ള പരിശ്രമങ്ങൾക്കുള്ള പിന്തുണ തുടർന്നുകൊണ്ടേയിരിക്കുന്നു. അൽപ്പസമയം മുമ്പാണ് പ്രസിഡന്റ് മിഷേലാ ബാഷിലേ മുൻ ചിലിയൻ വിദേശകാര്യമന്ത്രി ഓർലന്റോ ലെതേല്യയുടെ ഭീകരമായ കൊലപാതകത്തെപ്പറ്റി ഇവിടെ പറഞ്ഞത്. അതിനോട് ഞാൻ ഇത്രമാത്രം കൂട്ടിച്ചേർക്കുന്നു: കൂട്ടത്തിൽ ഒരമേരിക്കൻ പൗരൻകൂടി കൊല്ലപ്പെട്ട ആ സംഭവത്തിനുത്തരവാദികളായവർ, ഇപ്പോഴും സ്വതന്ത്രരായി ജീവിക്കുന്നു. അവർ അമേരിക്കക്കാർ തന്നെയാണ്, സി ഐ എ ഭീകരന്മാരാണ്.

അൽപ്പദിവസങ്ങൾക്കകം മറ്റൊരു വാർഷികദിനംകൂടി വന്നെത്തുകയാണെന്ന് നാം ഓർമിക്കണം. നിഷ്കളങ്കരായ 73 മനുഷ്യരെ കശാപ്പു ചെയ്ത സംഭവത്തിന്റെ സ്മരണദിനം. ക്യൂബൻ വിമാനം തകർത്തിട്ട് മുപ്പതുവർഷം കഴിഞ്ഞിരിക്കുന്നു. അതിന്റെ വാർഷികദിനം സമാഗതമാവുകയാണ്. ഈ സംഭവം ആസൂത്രണംചെയ്തു നടപ്പാക്കിയ ഈ വൻകരയിലെ ഏറ്റവും വലിയ ഭീകരവാദി എവിടെയാണ്? അയാൾ കുറച്ചുവർഷങ്ങൾ വെനസ്വേലയിൽ തടവിലായിരുന്നു. സി ഐ എയും

അന്നത്തെ വെനസ്വേലൻ സർക്കാരിന്റെ ഉദ്യോഗസ്ഥരും ചേർന്ന് അയാൾക്ക് രക്ഷപ്പെടാനുള്ള സൗകര്യം ചെയ്തുകൊടുത്തു. അയാളിപ്പോൾ സർക്കാർ പരിരക്ഷിതനായി അമേരിക്കയിലാണ് ജീവിക്കുന്നത്. അയാൾ കുറ്റസമ്മതം നടത്തി, അയാളെ കോടതി ശിക്ഷിച്ചു. പക്ഷേ, അമേരിക്കൻ ഗവൺമെന്റിന് എല്ലാകാര്യത്തിലും ഇരട്ടത്താപ്പാണ്, അവർക്കാവശ്യമുള്ളപ്പോഴൊക്കെ അത് ഭീകരവാദത്തെ സംരക്ഷിക്കുന്നു. തീവ്രവാദത്തിനും ഹിംസയ്ക്കും വെനസ്വേല എതിരാണ്, അവയ്ക്കെതിരായ പോരാട്ടത്തിന് വെനസ്വേല പ്രതിജ്ഞാബദ്ധമാണ്. ഇത് സൂചിപ്പിക്കുന്നതിനുവേണ്ടിയാണ് ഞാനിതു പറയുന്നത്. സമാധാനത്തിനും സമത്വപൂർണമായ ലോകത്തിനും വേണ്ടി പൊരുതുന്നവരുടെ കൂടെ വെനസ്വേല ചേർന്നുനിൽക്കുന്നു.

ക്യൂബൻ വിമാനത്തെപ്പറ്റി ഞാൻ ഇപ്പോൾ പറഞ്ഞുവല്ലോ. അത് നടത്തിയ തീവ്രവാദിയുടെ പേര് ലൂയി പൊസാദാ കാർലസ് എന്നാണ്. അയാൾ ഇവിടെ സംരക്ഷിക്കപ്പെടുകയാണ്. അതുപോലെതന്നെ വെനസ്വേലയിൽനിന്ന് ഓടിപ്പോന്ന ദുഷിച്ച ചിലരും ഇവിടെ സംരക്ഷിക്കപ്പെടുകയാണ്. ഒരുകൂട്ടം തീവ്രവാദികൾ വിവിധ എംബസികളിൽ ബോംബിടുകയും ആളുകളെ കൊലപ്പെടുത്തുകയും ചെയ്തു. ഈ കലാപശ്രമത്തിനിടയിൽ അവർ എന്നെ തട്ടിക്കൊണ്ടുപോയി; അവർ എന്നെ വെടിവച്ചുകൊല്ലാൻ പോവുകയായിരുന്നു. പക്ഷേ അവിടെ ദൈവം ഇടപെട്ടു. ദൈവത്തോടൊപ്പം വിശ്വസ്തരായ ഒരു സംഘം സൈനികരും, അവരോടൊപ്പം ജനങ്ങളും. ജനങ്ങൾ തെരുവിലിറങ്ങി. അതെ, ഞാനിവിടെ നിൽക്കുന്നത്, സത്യം, ഒരത്ഭുതമാണ്. ആ കലാപശ്രമത്തിന് നേതൃത്വം നൽകിയവർ, ആ ഭീകരവൃത്തിയുടെ നേതാക്കൾ ഇവിടെ ഈ രാജ്യത്ത് (അമേരിക്കയിൽ) സുരക്ഷിതരായി ജീവിക്കുകയാണിന്ന്. അവരെ സംരക്ഷിക്കുന്നത് അമേരിക്കൻ ഗവൺമെന്റാണ്. തീവ്രവാദികളെ സംരക്ഷിക്കുന്ന സർക്കാരാണ് അമേരിക്കയിലുള്ളതെന്ന് ഞാൻ കുറ്റപ്പെടുത്തുന്നു; തികച്ചും കാപട്യപൂർണമായ ചർച്ചയാണത് ഈ സഭയിൽപ്പോലും നടത്തുന്നതെന്നും ഞാൻ കുറ്റപ്പെടുത്തുന്നു.

ഞാൻ ക്യൂബയെപ്പറ്റി സംസാരിച്ചു. ഈയിടെ കുറേദിവസം ഞാൻ ഹവാനയിലായിരുന്നു. ഞാൻ അവിടം വിട്ടുപോന്നത് ഏറെ സന്തുഷ്ടനായാണ്. കാരണം എവിടെയും പരിവർത്തനത്തിന്റെ അടയാളങ്ങളുണ്ടായിരുന്നു. ഒരു പുതുയുഗത്തിന്റെ പിറവി എങ്ങും ദൃശ്യമായിരുന്നു. ചേരിചേരാ ഉച്ചകോടി ഐതിഹാസികമായ ഒരു പ്രമാണരേഖയ്ക്ക് അന്തിമരൂപം നൽകി. ഭയപ്പെടേണ്ട, ഞാനതു വായിക്കുന്നില്ല. അതിലുള്ളത് കുറേ പ്രമേയങ്ങളാണ്, അവ അംഗീകരിക്കപ്പെട്ടത് തുറന്ന, സുതാര്യമായ ചർച്ചകൾക്കുശേഷമാണ്. അമ്പതിലധികം രാഷ്ട്രത്തലവന്മാർ അതിൽ പങ്കെടുത്തു. ഒരാഴ്ചക്കാലം ഹവാന തെക്കേ അമേരിക്കയുടെ തലസ്ഥാനമായിരുന്നു.

ഞങ്ങൾ ചേരിചേരാപ്രസ്ഥാനം പുനരാരംഭിച്ചിരിക്കുന്നു. ഇവിടെ സമ്മേളിച്ചിരിക്കുന്ന എല്ലാവരോടും എന്താണ് എനിക്ക് അഭ്യർഥിക്കാനു

ള്ളത്? എന്റെ പങ്കാളികളോട്, സഹോദരീസഹോദരന്മാരോട്? ചേരിചേരാ പ്രസ്ഥാനം ശക്തിപ്പെടുത്തുന്നതിന് അവരുടെ സദ്ഭാവനയുണ്ടായിരിക്കണമെന്നതാണത്; അവരുടെ ഹൃദയപൂർവമായ അഭ്യുദയാശംസകൾ ഉണ്ടായിരിക്കണമെന്നതാണത്. ഒരു നവയുഗത്തിന്റെ ഉദയത്തിന് അത് വളരെ പ്രധാനമാണ്. അധിനിവേശവും സാമ്രാജ്യത്വവും തടയുന്നതിന് വളരെ അത്യാവശ്യമാണത്. പ്രസിഡന്റ് ഫിദൽ കാസ്ട്രോവിനെ വരുന്ന മൂന്നു വർഷത്തേക്കുള്ള ചേരിചേരാപ്രസ്ഥാനത്തിന്റെ ചെയർമാനായി ഞങ്ങൾ തിരഞ്ഞെടുത്തവിവരം ജനറൽ അസംബ്ലിയെ ഞാൻ അറിയിക്കുകയാണ്. അദ്ദേഹം ഞങ്ങളെ ഫലപ്രദമായി നയിക്കുമെന്ന് ഞങ്ങൾക്ക് ഉത്തമബോധ്യമുണ്ട്. ഫിദൽ ആസന്നമരണനാണെന്ന് ആശ്വസിച്ചവർക്ക് നൈരാശ്യം നൽകിക്കൊണ്ട് അദ്ദേഹം ഇപ്പോഴും രംഗത്തുണ്ട്. അവർക്ക് ഇനിയും നിരാശപ്പെടേണ്ടിവരും. തന്റെ ഒലിവ് പച്ചവസ്ത്രമണിഞ്ഞ് അദ്ദേഹം തിരിച്ചുവന്നിരിക്കുന്നു. ഇപ്പോഴദ്ദേഹം ക്യൂബൻ പ്രസിഡന്റ് മാത്രമല്ല, ചേരിചേരാപ്രസ്ഥാനത്തിന്റെ ചെയർമാൻകൂടിയാണ്. സുശക്തമായൊരു പ്രസ്ഥാനം രൂപമെടുത്തിരിക്കുന്നു: തെക്കേ അമേരിക്കക്കാരുടെ പ്രസ്ഥാനം. ഞങ്ങൾ തെക്കേ അമേരിക്കക്കാരായ സ്ത്രീപുരുഷന്മാരാണ്.

ഈ രേഖകളോടെ, ആശയങ്ങളോടെ, വിമർശങ്ങളോടെ, വിചിന്തനങ്ങളോടെ ഞാൻ ഈ ഫയൽ അടച്ചു വയ്ക്കട്ടെ, ഈ പുസ്തകം എടുക്കട്ടെ. ഇവിടെ സന്നിഹിതരായിരിക്കുന്ന എല്ലാവരും ഈ പുസ്തകം വായിക്കണമെന്ന് ഞാൻ ഊഷ്മളമായി, വിനയാന്വിതനായി ശുപാർശ ചെയ്യുന്നു. അതു മറന്നുപോവരുത്. നമ്മുടെ ഈ ഗോളത്തെ രക്ഷിക്കുന്നതിനുള്ള, അതിനെ സാമ്രാജ്യത്വഭീഷണിയിൽനിന്ന് രക്ഷപ്പെടുത്തുന്നതിനുള്ള ആശയങ്ങൾ അവതരിപ്പിക്കുന്നതിനാണ് ഞാൻ ശ്രമിച്ചത്. ഈ നൂറ്റാണ്ടിൽ തന്നെ, വളരെ വിദൂരമല്ലാത്ത ഭാവിയിൽ, നമ്മുടെ മക്കളും പേരമക്കളും പ്രശാന്തമായ ഒരു ലോകത്ത് ജീവിക്കുന്നത് കാണാൻ കഴിയുമെന്ന് ഞാൻ പ്രത്യാശിക്കുന്നു. പുതുക്കിയതും പുനഃസ്ഥാപിതവുമായ ഐക്യരാഷ്ട്രസഭയുടെ മൗലികതത്വങ്ങളിൽ അധിഷ്ഠിതമായ ഒരു ലോകമായിരിക്കുമത്. ഐക്യരാഷ്ട്രസഭ മറ്റൊരു രാജ്യത്തേക്ക്, ഏതെങ്കിലും തെക്കേ അമേരിക്കൻ നഗരത്തിലേക്കു മാറുമെന്ന് ഞാൻ വിശ്വസിക്കുന്നു. അതാണ് ഞങ്ങൾ വെനസ്വേലക്കാർ നിർദേശിച്ചിരിക്കുന്നത്. അസംബ്ലിക്കറിയാം എന്റെ ഡോക്ടറും എന്റെ സെക്യൂരിറ്റി ചീഫും തടഞ്ഞുവച്ച ഒരു വിമാനത്തിനുള്ളിൽ കഴിയുകയാണ്. ഐക്യരാഷ്ട്രസഭയിലേക്കു കടന്നുവരാൻ അവരെ അനുവദിച്ചില്ല. ഇത് പിശാചിന്റെ വകയായ വ്യക്തിപരമായ അവഹേളനമാണെന്ന് ഞങ്ങൾ കരുതുന്നു. ഇവിടെ ഗന്ധകത്തിന്റെ മണമുണ്ട്. പക്ഷേ ദൈവം നമ്മളോടൊപ്പമാണ്.

ഞാൻ നിങ്ങളെല്ലാവരേയും ആലിംഗനം ചെയ്യുന്നു.

ദൈവം നമ്മളെല്ലാവരേയും അനുഗ്രഹിക്കട്ടെ.

(വിവർത്തനം: സി പി അബൂബക്കർ)

അനുബന്ധം 2

മുതലാളിത്തം കാടത്തമാണ്

ഹ്യൂഗോ ഷാവേസ്

(2005 ൽ കാരക്കസിൽ നടന്ന ലോകസോഷ്യൽ ഫോറത്തിൽ ഷാവേസ് ചെയ്ത പ്രസംഗം.)

ഇക്കാഷ്യോ റാമോണെ എന്നെ പരിചയപ്പെടുത്തിക്കൊണ്ട് പറഞ്ഞത് ഞാൻ ഒരു പുതിയതരം നേതാവാണ് എന്നാണ്. ഞാനത് ഏറ്റെടുക്കുന്നു; പ്രത്യേകിച്ചും ഇക്കാഷ്യോവിന്റേതുപോലുള്ള തെളിഞ്ഞ മനസിൽനിന്നുവരുന്ന ആ പ്രയോഗം. പക്ഷേ, ഒട്ടനവധി പ്രായംചെന്ന നേതാക്കൾ എന്റെ പ്രചോദനകേന്ദ്രങ്ങളായുണ്ട്.

എക്കാലത്തെയും വലിയ വിപ്ലവകാരിയായ യേശുക്രിസ്തുവിനെപ്പോലെ വളരെ പഴയവർ; ലോകചരിത്രത്തിലെ സാമ്രാജ്യത്വ വിരുദ്ധ പോരാളിയായ യഥാർഥ ക്രിസ്തു, പാവങ്ങളുടെ വിമോചകൻ!

ഈ ഭൂപ്രദേശങ്ങളുടെ തലങ്ങും വിലങ്ങും സഞ്ചരിച്ച് ജനങ്ങളിൽ പ്രത്യാശ പകർന്നുകൊണ്ട് വിമോചിതരാവാൻ അവരെ സഹായിച്ച സൈമൺ ബൊളിവർ; അല്ലെങ്കിൽ നമ്മുടെ ഭൂഖണ്ഡത്തിന്റെ ഓരോ ഊടുപാതയിലൂടെയും ഒരു മോട്ടോർസൈക്കിളിൽ ചുറ്റിയടിച്ചുകൊണ്ട് 1955 ൽ ഗ്വാട്ടിമാലയിൽ നടന്ന പരദേശി ആക്രമണം – വടക്കനമേരിക്കൻ സാമ്രാജ്യത്വം നമ്മുടെ ഭൂഖണ്ഡത്തിനുമേൽ അടിച്ചേൽപ്പിച്ച മറ്റനേകം അപമാനപ്പെടുത്തലുകളിൽ ഒന്ന് – നേരിൽ കാണാനായി മധ്യ അമേരിക്കയിലെത്തിയ ആ അർജന്റീനിയൻ ഡോക്ടർ; അല്ലെങ്കിൽ ആ താടിക്കാരൻ കാരണവർ – ഫിദൽ കാസ്ട്രോ.

അബ്ര്യു ലിമ, ആർടിഗാസ്, സാൻമാർട്ടിൻ, ഓഹിജിൻസ് എമിലിയാനോ സപാട്ടാ, പാഞ്ചോ വില്ല, സാൻയിനോ, മൊറാസൻ, ട്യൂപാക് അമാറു – ഈ വയോജനങ്ങളിൽനിന്നെല്ലാം ഒരുവന് ആവേശമുൾക്കൊള്ളാം.

ഒരു ചുമതല ഏറ്റെടുത്ത വയോജനങ്ങൾ, ഇപ്പോൾ എനിക്ക് അവരെ എന്റെ ഹൃദയത്തിൽ ചേർത്തുനിർത്തിക്കൊണ്ട് മനസിലാക്കാനാവുന്നുണ്ട് – കാരണം, നാം ഏറെ കടുത്ത ചുമതലയാണ് ഏറ്റെടുത്തിരിക്കുന്നത്; അവരെല്ലാം തിരിച്ചുവരികയാണ്.

ഇന്ന് നാം ദശലക്ഷങ്ങളാണ്. ഈ വൃദ്ധജനങ്ങളിലൊരാൾ, അദ്ദേഹം കഷണങ്ങളായി പിച്ചിച്ചീന്തപ്പെടുകയായിരുന്നു. കൈയിലും കാലിലും കുതിരകളെ കെട്ടിവലിക്കുകയായിരുന്നു. സാമ്രാജ്യത്വങ്ങളെല്ലാം എന്നും എപ്പോഴും ക്രൂരമായിരുന്നു. നല്ല സാമ്രാജ്യത്വവും മോശം സാമ്രാജ്യത്വവുമില്ല. അവ എന്നും അസാധാരണമാംവിധം നിഷ്ഠുരവും കുടിലവുമായിരുന്നു. അവർ എന്തു ധരിക്കുന്നുവെന്നതോ, എങ്ങനെ സംസാരിക്കുന്നുവെന്നതോ ഒരു പ്രശ്നമേയല്ല.

താൻ മരിക്കാൻ പോവുകയാണെന്ന് മനസിലായപ്പോൾ അദ്ദേഹം ഉറക്കെപ്പറഞ്ഞു: “ഇന്നു ഞാൻ മരിക്കുകയാണ്. പക്ഷേ, ഒരുനാൾ ഞാൻ തിരിച്ചെത്തും. ദശലക്ഷങ്ങളായി” അതാഹുവാൽപാ ഇന്ന് തിരിച്ചെത്തിയിരിക്കുന്നു. അദ്ദേഹം ഇപ്പോൾ ദശലക്ഷങ്ങളാണ്, ടുപാക് അമാറു തിരിച്ചെത്തിയിരിക്കുന്നു – ദശലക്ഷങ്ങളായി. ബൊളിവർ തിരിച്ചെത്തിയിരിക്കുന്നു, അദ്ദേഹവും ദശലക്ഷങ്ങളാണ്. സുകർ, സപാട്ടാ, അതേ ഇവിടെ ഇപ്പോൾ അവർ നമുക്കൊപ്പം തിരിച്ചെത്തിയിരിക്കുന്നു – ഈ നിറഞ്ഞു കവിഞ്ഞ ഗിഗാൻ തിൻഹോ സ്റ്റേഡിയത്തിൽ.

രണ്ടുവർഷം മുമ്പ് ഇവിടെ പോർട്ടോ അലേഗ്രെയിൽ മൂന്നാം ലോക സോഷ്യൽഫോറത്തിൽ വച്ച് ഞാൻ പറഞ്ഞതുപോലെ ഈ സോഷ്യൽ ഫോറം ലോകത്തെ ഏറ്റവും പ്രധാനപ്പെട്ട ഒരു രാഷ്ട്രീയ സംഭവമാണ്.

നാമിവിടെ വന്നിരിക്കുന്നത് പഠിക്കാനും വിജ്ഞാനം വശത്താക്കാനുമാണ്. നമ്മെ ഇവിടെ നിറഞ്ഞുകവിയുന്ന അഭിനിവേശത്തിന്റെ വികാരത്തിൽ സ്വയം കുതിരാനുമാണ്. നമ്മൾ അന്വേഷിച്ചുകൊണ്ടേയിരിക്കുകയാണ്. കാരണം വെനസ്വേലൻ പ്രക്രിയ ഏതൊരു ട്രയൽറണ്ണും എന്നതുപോലെ സൂക്ഷ്മനിരീക്ഷണം നടത്തേണ്ടതും പരിഷ്കരിച്ചുകൊണ്ടേയിരിക്കേണ്ടതുമാണ്. ലോകത്ത് സംഭവിച്ചുകൊണ്ടിരിക്കുന്ന എല്ലാ അത്ഭുതകരമായ അനുഭവങ്ങൾക്കുമായി തുറന്നിട്ടുകൊടുത്ത ഒരു പരീക്ഷണമാണത്.

വേൾഡ് സോഷ്യൽഫോറം അതിന്റെ കഴിഞ്ഞ 5 വർഷത്തിനിടയിൽ വാദപ്രതിവാദങ്ങൾക്കും ചർച്ചക്കുമുള്ള ഒരു ബലിഷ്ഠവും വിശാലവും വ്യത്യസ്തവുമായ തറയാണ്. പുറന്തള്ളപ്പെട്ടവരുടെ ഭൂരിപക്ഷവും അധികാരത്തിന്റെ ഇടനാഴികളിൽ യാതൊരു ശബ്ദമില്ലാത്തവരുമാണ് ഇവിടെ തങ്ങളുടെ സ്വയംപ്രകാശനത്തിനും പ്രതിഷേധ പ്രകടനത്തിനുമായി എത്തുന്നത്. തങ്ങൾ ആരാണെന്ന് പറയാനും തങ്ങൾക്ക് എന്താണ് വേണ്ടതെന്ന് പ്രഖ്യാപിക്കാനുമാണ് അവരിവിടെ വന്നു പാടുന്നത്, തങ്ങളുടെ കവിതകൾ ചൊല്ലുന്നത് – ഒരു സമവായത്തിലെത്താം എന്ന തങ്ങളുടെ പ്രതീക്ഷയുമായി.

ഒരു പ്രസിഡന്റാണ് എന്ന് എനിക്ക് തോന്നുന്നേയില്ല. പ്രസിഡന്റായത് തികച്ചും യാദൃച്ഛികമായാണ്. ഏതൊരു ടീമിലെ അംഗത്തെയും പോലെ ഞാൻ എന്റെ ഭാഗം നിറവേറ്റുക മാത്രമാണ്. ഒരു കടമ നിറവേറ്റുന്നുവെന്നേയുള്ളൂ. പക്ഷേ, ഞാനൊരു കർഷകനാണ്, ഞാനൊരു ഭടനാണ്. മെച്ചപ്പെട്ടതും സാധ്യമായതുമായ ഒരു ബദൽ ലോകത്തിനുള്ള, ഈ ഭൂമിയെ രക്ഷിക്കാനാവശ്യമായ ഒരു പദ്ധതിയോട് കൂറുള്ള ഒരു മനുഷ്യനാണ് ഞാൻ. വിപ്ലവകരമായ ഒരു ലക്ഷ്യത്തിനായി പ്രവർത്തിക്കുന്ന മറ്റൊരുശിരൻ പ്രവർത്തകനാണ് ഞാൻ.

മിലിട്ടറി സ്കൂളിൽ ചേർന്നതു മുതൽ ഞാനൊരു മാവോയിസ്റ്റായിരുന്നു. ഞാൻ ചെ ഗുവേര വായിച്ചു. ബൊളിവറിനെ വായിച്ചു. അദ്ദേഹത്തിന്റെ പ്രസംഗങ്ങളും അക്ഷരങ്ങളും പഠിച്ചു. അങ്ങനെ ഒരു ബൊളിവേറിയൻ മാവോയിസ്റ്റായി. അതിന്റെ ഒരു സമ്മിശ്രസങ്കരം.

മൗ പറയുന്നുണ്ട്, ഏതൊരു വിപ്ലവകാരിയും തന്റെ മിത്രങ്ങളാര്, ശത്രുക്കളാര് എന്നത് കൃത്യമായും തിരിച്ചറിയേണ്ടത് ഏറെ പ്രധാനമാണ് എന്ന്.

ലാറ്റിനമേരിക്കയിൽ ഇത് പ്രത്യേകിച്ചും പ്രധാനമാണ്. ശതകങ്ങളായി നാം കുടുങ്ങിക്കിടക്കുന്ന പ്രഹേളികയിൽനിന്ന് പുറത്തുകടക്കാൻ നമുക്കാവണമെങ്കിൽ, അത് വിപ്ലവത്തിന്റെ പാതയിലൂടെ മാത്രമാണ് എന്ന കാര്യത്തിൽ എനിക്ക് ഉത്തമബോധ്യമുണ്ട്.

ഉറുഗ്വേൻ കവിയായ മറിയോ ബെൻഡറ്റിയുടെ ഭാഷയിൽ പറഞ്ഞാൽ, തെക്കും നിലനിൽക്കുന്നുണ്ട്. വടക്കനമേരിക്കയിലും യൂറോപ്പിലുമൊക്കെ ഒട്ടനവധി വിപ്ലവകാരികളുണ്ട്. ഒരുപക്ഷേ, ഞാൻ പറയുന്നത്, തെറ്റായിരിക്കാം, എന്നാലും ഞാൻ കരുതുന്നു, ലോകത്ത് അടിയന്തരമായും ത്വരിതഗതിയിലും മാറ്റം വരണമെന്ന ശക്തമായ അവബോധം കൂടുതലായുള്ളത് തെക്കാണ്.

1956 ൽ നാം ബന്ദൂങ്ങിൽ ഒരുച്ചകോടി ചേർന്നു. അവിടെയാണ് ചേരിചേരാ പ്രസ്ഥാനം പിറവിയെടുത്തത്. തെക്കിന്റെ മനസ്സാക്ഷിയെക്കുറിച്ചുള്ള ആശയം രൂപംകൊണ്ടത് അവിടെ വച്ചാണ്. പക്ഷേ, സോവിയറ്റ് യൂണിയന്റെ തകർച്ചയോടെ, ബർലിൻ മതിലിന്റെ പതനത്തോടെ, സ്റ്റിഗ്ലിറ്റ്സ് പറഞ്ഞതുപോലെ, “ആഹ്ലാദകരമായ 90 കളുടെ” കാലമായി. നമ്മളാകെ, പ്രത്യക്ഷമായ ആഹ്ലാദത്തിലായിരുന്നു. ചരിത്രത്തിന്റെ അവസാനം, ശാസ്ത്രസാങ്കേതിക വിദ്യയുടെ യുഗം, അങ്ങനെ തെക്കിന്റെ മനസ്സാക്ഷി ജഢീഭവിച്ചു. പിന്നെയൊരു ഹിമാനി പതനമായിരുന്നു. വാഷിങ്ടൺ സമവായത്തിന്റെ നിർദേശം, തനി നിയോ കൊളോണിയലിസം, പുതിയ വേഷത്തിൽ നിയോ ലിബറലിസമെന്ന പേരിൽ, ഐ എം എഫിന്റെ സകലമാന നയങ്ങളും ലാറ്റിനമേരിക്കക്കായുള്ള പ്രത്യേകതരം വിഷത്തോടെ, കുത്തിവയ്ക്കപ്പെട്ടു.

ഇന്ന്, ലോക സോഷ്യൽഫോറം – ഇതിനേക്കാൾ ഉചിതമായ മറ്റൊരിടമില്ല – ലോകത്തെ രക്ഷിക്കാനായി എടുക്കേണ്ട ആദ്യ നടപടി

തെക്കിന്റെ മനസ്സാക്ഷി വീണ്ടെടുക്കുകയാണ് എന്നുപറയാനുള്ള അവസരമായിരിക്കുന്നു.

തെക്കിന്റെ മനസ്സാക്ഷി പുനർവിക്ഷേപിക്കുക, വടക്കുള്ള പലർക്കും ഇതറിയാനിടയില്ല. പക്ഷേ, വടക്കിന്റെ ഭാവി തെക്കിനെ ആശ്രയിച്ചാണിരിക്കുന്നത്.

എന്തെന്നാൽ, നാം ചെയ്യേണ്ടത് ചെയ്തില്ലെങ്കിൽ മെച്ചപ്പെട്ട ഒരു ലോകമെന്നത് യാഥാർഥ്യമാക്കാൻ നമുക്കാവുന്നില്ലെങ്കിൽ നാവികരുടെ ബയനറ്റുകൾക്കും ബുഷിന്റെ മാരകബോംബുകൾക്കും മുമ്പിൽ നാം തോറ്റുപോയാൽ, നമുക്ക്, തെക്കിന്, നവസാമ്രാജ്യത്വ ആക്രമണങ്ങളെ ചെറുക്കാനുള്ള ശക്തിയും അന്തഃകരണ വിശുദ്ധിയും സംഘടനയും ഇല്ലെങ്കിൽ ബുഷിന്റെ തിട്ടൂരങ്ങൾ ലോകത്തിനുമേൽ അടിച്ചേൽപ്പിക്കപ്പെടുകയാണെങ്കിൽ ലോകംതന്നെ തകർന്നുപോവും.

ധ്രുവാഗ്രങ്ങൾ ഉരുകിയൊലിച്ച് രാജ്യങ്ങളാകെ വെള്ളത്തിനടിയിലാവുന്നതിനുമുമ്പ് ഈ ഭൂഗോളം നൂറുകണക്കിന് ഹിംസാത്മക കലാപങ്ങൾക്ക് സാക്ഷ്യം വഹിക്കും. നിയോ ലിബറൽ മാതൃകകൾ അടിച്ചേൽപ്പിക്കുന്നത് ജനതകൾ സമാധാനപരമായി കൈയും കെട്ടി സ്വീകരിക്കില്ല. പട്ടിണികിടന്ന് ചാവുന്നതിലും ഭേദം മരണമാണ് എന്ന് അവർ തിരിച്ചറിയും.

ട്രോട്സ്കി പറഞ്ഞിട്ടുണ്ട്, ഏതൊരു വിപ്ലവത്തിനും മുമ്പ് പ്രതിവിപ്ലവത്തിന്റെ ഒരു ചാട്ടവാറുണ്ടാവുമെന്ന്! പ്രതിവിപ്ലവമാകട്ടെ! നമ്മെ നന്നായി ചാട്ടക്കിരയാക്കി – സാമ്പത്തിക – മാധ്യമ – സാമൂഹിക അട്ടിമറികളിലൂടെ, ഭീകരത, ബോംബുകൾ, ഹിംസയും ചോരയും മരണവും, പട്ടാള അട്ടിമറികൾ, സ്ഥാപനപരമായ കൃത്രിമപ്പണികൾ, അന്താരാഷ്ട്ര സമ്മർദം – വെനസ്വേലയെ ഒരു സാമന്തരാജ്യമാക്കി മാറ്റാൻ അവർ പരിശ്രമിച്ചു. ഞങ്ങളുടെ നിയമങ്ങൾക്കുമേൽ അവർ രാഷ്ട്രാന്തരീയ അധികാരം അടിച്ചേൽപ്പിക്കാൻ ശ്രമിക്കുന്നു. ഞങ്ങളുടെ സ്ഥാപനങ്ങൾക്കും ഭരണഘടനകൾക്കും മേലെ. പക്ഷേ, വെനസ്വേലൻ ജനത ഈ പ്രഭു ജനാധിപത്യത്തിന് ഒരു കാര്യം ബോധ്യപ്പെടുത്തിക്കൊടുത്തു – തങ്ങൾ കീഴടങ്ങാൻ തയാറല്ല എന്ന്!

ഞങ്ങൾ ചെറുത്തുനിന്നു. സ്വയം പ്രതിരോധിച്ചു. പിന്നെ പ്രത്യാക്രമണം നടത്തി. അതിന്റെ ഭാഗമായി 2003 ൽ ആദ്യമായി വെനസ്വേല അതിന്റെ എണ്ണക്കമ്പനികൾ വീണ്ടെടുത്തു. അത് അതിനുമുമ്പ് വെനസ്വേലൻ സമ്പന്ന പ്രഭുക്കളുടെയും വടക്കനമേരിക്കൻ സാമ്രാജ്യത്വത്തിന്റെയും കൈയിലായിരുന്നു.

ഞങ്ങളിപ്പോൾ പാവപ്പെട്ടവർക്കുള്ള സാമൂഹിമേഖലക്കും വിദ്യാഭ്യാസത്തിനും ആരോഗ്യത്തിനും ലഘുവായ്പക്കും ഭവനനിർമാണത്തിനുമായി 400 കോടി ഡോളർ നീക്കിവയ്ക്കുന്നുണ്ട്. നിയോലിബറലുകൾ പറയുന്നത്, ഞങ്ങൾ കാശ് എറിഞ്ഞുകളയുകയാണ് എന്നാണ്. പക്ഷേ മുമ്പ്, ഇവർ ഇത് പരദേശികൾക്ക് (ഗ്രിൻഗോ) വിട്ടുകൊടുക്കുകയായി

രുന്നു. അല്ലെങ്കിൽ അവർ തമ്മിൽ വീതിച്ചെടുക്കുകയായിരുന്നു – തങ്ങളുടെ അപവാദപരമായ ബിസിനസ് ഇടപാടുകളിലൂടെ.

ഞങ്ങൾ എല്ലാവരോടും പഠിക്കാൻ പറഞ്ഞു. അമ്മൂമ്മമാരോടും കുഞ്ഞുങ്ങളോടും – അവരിൽ പലരും കടുത്ത ദുരിതത്തിലാണ്. അതുകൊണ്ടുതന്നെ ഞങ്ങൾ ഒരാൾക്ക് ഒരുമാസം 100 ഡോളർ കിട്ടുന്ന നിരക്കിൽ കാശ് നൽകാനാവുന്ന ഒരു സംവിധാനമുണ്ടാക്കി – 5 ലക്ഷം പേർക്ക് ഗ്രാന്റ്, ഏതാണ്ട് 60 കോടി രൂപ വരും ഒരു വർഷത്തേക്ക്. ഇത്രയും തുക മുമ്പ് ഞങ്ങളിൽനിന്നും കവർന്നെടുക്കപ്പെടുകയായിരുന്നു. ഇപ്പോളത് പുനർവിതരണം നടത്തി പാവപ്പെട്ടവരെ ശാക്തീകരിക്കുകയാണ്. തങ്ങളുടെ സ്വന്തം ദാരിദ്ര്യത്തെ തോൽപ്പിക്കാനായി പാവങ്ങളെ സഹായിക്കുകയാണ്.

ഇന്ന് ഞങ്ങൾക്ക് പല പദ്ധതികളുമുണ്ട്. ഉദാഹരണത്തിന് ബാരിയോ ആഡെൻട്രോ. അതൊരു ദേശീയ ധർമസമരമാണ്. എല്ലാവരെയും ഉൾപ്പെടുത്തുന്ന ഒരു കുരിശുയുദ്ധം. സിവിലിയന്മാർ, പട്ടാളക്കാർ, വൃദ്ധർ, യുവാക്കൾ, സമുദായങ്ങൾ, ദേശീയ ഗവൺമെന്റും തദ്ദേശീയ സർക്കാരുകളും കീഴ്ത്തല സാമൂഹിക സംഘടനകൾ – ഇതിനുള്ള സഹായമെത്തിക്കുന്നതാകട്ടെ, ക്യൂബൻ വിപ്ലവകാരികളും. ഇന്ന് ക്യൂബയിൽ നിന്നുള്ള 25,000 ഡോക്ടർമാരും ദന്തവൈദ്യന്മാരും ഞങ്ങളുടെ പരമദരിദ്രർക്കൊപ്പം ജീവിക്കുന്നു. അവർക്കൊപ്പം വെനസ്വേലക്കാരായ സ്ത്രീകളും പുരുഷന്മാരുമടങ്ങുന്ന നേഴ്സുമാരും. 2004 ൽ മാത്രം, 5 കോടി കേസുകളാണ് ഇവർ പരിശോധിച്ചത്. അതാകട്ടെ, വെനസ്വേലൻ ജനസംഖ്യയുടെ ഇരട്ടി വരും. മുമ്പാകട്ടെ, ഇതിനൊക്കെ നീക്കിവയ്ക്കേണ്ട കാശാകെ രാജ്യാതിർത്തി കടന്നിരുന്നു.

മുമ്പ് വിദ്യാഭ്യാസം സ്വകാര്യവൽക്കരിച്ചിരുന്നു. അതാണ് നിയോലിബറൽ സാമ്രാജ്യത്വ പദ്ധതി, ആരോഗ്യമേഖല സ്വകാര്യമുതലാളിമാരുടെ പിടിയിലായിരുന്നു. അതനുവദിക്കാനാവില്ല. അതൊരു മൗലിക മനുഷ്യാവകാശമാണ്. ആരോഗ്യം, വിദ്യാഭ്യാസം, കുടിവെള്ളം, ഊർജം, പൊതുസേവനങ്ങൾ – ഇവയൊന്നും സ്വകാര്യ മൂലധനത്തിന്റെ അത്യാർത്തിക്ക് വിട്ടുകൊടുത്തുകൂടാ. ജനതകൾക്ക് ഈ അവകാശങ്ങൾ നിഷേധിക്കുന്നത് കാടത്തത്തിലേക്കുള്ള പോക്കാണ്. മുതലാളിത്തം കാടത്തമാണ്.

ദിനേനയെന്നോണം, ഞാനൊരു കാര്യം കൂടുതൽക്കൂടുതലായി തിരിച്ചറിയുകയാണ്. കുറഞ്ഞ മുതലാളിത്തം സമം കൂടിയ സോഷ്യലിസം എന്ന കാര്യം.

മുതലാളിത്തത്തെ നമുക്ക് മാറ്റിത്തീർക്കേണ്ടതുണ്ട്. പക്ഷേ അകത്തിരുന്നുകൊണ്ട് അതിനെ പുതുക്കിപ്പണിയാനാവില്ല. സോഷ്യലിസം വഴി മാത്രമേ അതിനെ മാറ്റിത്തീർക്കാനാവൂ. തുല്യതയും നീതിയും – മുതലാളിത്തശക്തിക്ക് അതീതമാവാനുള്ള വഴി അതു മാത്രമാണ്.

ഇത് നിറവേറ്റാൻ ജനാധിപത്യത്തിൽ കഴിയും എന്ന് എനിക്ക് ഉത്തമ ബോധ്യമുണ്ട്. പക്ഷേ, കണ്ണുതുറന്നു നോക്കുക, ഏതുതരം ജനാധിപത്യ മാണോ മിസ്റ്റർ സൂപ്പർമാൻ അടിച്ചേൽപ്പിക്കാൻ ശ്രമിക്കുന്നത്, ആ ജനാധിപത്യമല്ല എന്നുറപ്പു വരുത്തുക.

ചെ ഗുവേരയെ ഞാൻ വളരെയേറെ ആരാധിക്കുന്നുവെങ്കിലും അദ്ദേഹത്തിന്റെ സിദ്ധാന്തം പ്രായോഗികമായിരുന്നില്ല എന്നാണെനിക്ക് തോന്നുന്നത്. അദ്ദേഹത്തിന്റെ ഗറില്ലാ യൂണിറ്റ് ഒരുപക്ഷേ, പർവതമുകളിലെ 100 പേർ, ക്യൂബയിൽ അതിന് സാധ്യതയുണ്ടാവാം. പക്ഷേ, മറ്റെവിടെയും സ്ഥിതി വളരെ വ്യത്യസ്തമാണ്. അതുകൊണ്ടാണ് ചെയ്ക്ക് ബൊളീവിയയിൽ മരണമടയേണ്ടി വന്നത്. ഒരു ക്വിക്സോട്ടിക്കൻ കഥാപാത്രം!

ഇന്ന് ഗറില്ലാ സെല്ലുകൾ ഉൾപ്പെടുന്നതല്ല സ്ഥിതിഗതികൾ. അവരെ പർവതപ്രദേശങ്ങളിൽ റെയ്ഞ്ചർമാർക്കോ നാവികർക്കോ വളഞ്ഞിടാം– ചെ ഗുവേരയോട് കാട്ടിയതുപോലെ. അവർ ആകെ ഒരുപക്ഷേ, 50 പേരേ ഉണ്ടായിരുന്നുള്ളൂ, മറ്റവരുടെ 500 നു പകരമായി. ഇന്ന് ഞങ്ങൾ ദശലക്ഷങ്ങളാണ്, അവരെങ്ങനെയാണ് ഞങ്ങളെ വളയുക? ശ്രദ്ധിക്കുക, നമ്മളായിരിക്കും അവരെ വളയുക.

ഇതുവരെയും അതായിട്ടില്ല. പക്ഷേ, കുറേശ്ശെ കുറേശ്ശെയായി.

സാമ്രാജ്യങ്ങളെ ചിലപ്പോൾ വളയാനാവില്ല. അവ അകത്തുകിടന്ന് അളിയും, എന്നിട്ട് നിലംപൊത്തി തകരും; റോമാസാമ്രാജ്യവും മറ്റു നിരവധി യൂറോപ്യൻ സാമ്രാജ്യങ്ങളും കഴിഞ്ഞ നൂറ്റാണ്ടുകളിൽ തകർന്നതുപോലെ. ഒരുനാൾ അമേരിക്കൻ സാമ്രാജ്യത്വം അത് അകത്ത് പേറുന്ന കെട്ട ഭാഗങ്ങൾ കാരണം നിലംപൊത്തിയേക്കാം. എന്നിട്ട് മാർട്ടിൻ ലൂതർ കിങ്ങിന്റെ മഹത്തായ ജനത, നമ്മുടെ സഹോദരീസഹോദരന്മാർ സ്വതന്ത്രരായേക്കും.

ഞങ്ങളിപ്പോഴും വിജയം പ്രഖ്യാപിക്കുന്നില്ല. പക്ഷേ, യാഥാർഥ്യം തെളിയിക്കുന്നത് ഞങ്ങൾ അതിലേക്കുള്ള വഴിയിലാണെന്നാണ് – പ്രതിദിനം ഞങ്ങൾക്കതിനെ പരിപാലിക്കേണ്ടതുണ്ടെങ്കിലും. എല്ലാ ദിവസവും എന്റെ സഖാക്കളോടുള്ള എന്റെ ഉദ്ബോധനങ്ങളിൽ പെടുന്ന ഒന്നാണ് അക്കാര്യം. ചെ പറഞ്ഞതുപോലെ ഉദ്യോഗസ്ഥ മേധാവിത്വത്തിനും അഴിമതിക്കുമെതിരെ പോരാടിക്കൊണ്ട് നമുക്ക് വിപ്ലവകരമായ ഒരു ശ്രേഷ്ഠത കൈവരിക്കാനാവണം. 2003 ലും 2004 ലും നാം കണ്ട വെനസ്വേലൻ സമ്പദ്വ്യവസ്ഥയുടെ ശക്തിപ്പെടൽ – ഉൽപ്പാദനമേഖലയും കൃഷിയും എല്ലാം മുന്നേറുകയായിരുന്നു. ഒരു ദീർഘകാലത്തിനിടയിൽ ഇതാദ്യമായാണ്, ഇനി അരി ഇറക്കുമതി വേണ്ടെന്നു പറയാൻ നമുക്കാവുന്നത്. ധാന്യങ്ങളുടെ കാര്യത്തിലും നമ്മൾ സ്വാശ്രയമാണ്. ഞങ്ങളുടെ കൃഷിയെ രക്ഷപ്പെടുത്തുന്ന നടപടികൾ ഞങ്ങൾ തുടരുക തന്നെ ചെയ്യും. ഭക്ഷ്യസുരക്ഷ നേടിയെടുക്കും.

ഭൂവുടമകൾക്കെതിരായ യുദ്ധത്തിൽ എം എസ് ടി യുടെ മാതൃക ഞങ്ങൾ അംഗീകരിക്കുന്നു. അത് ഞങ്ങൾക്കും ഈ ഭൂഖണ്ഡത്തിലെ കർഷകർക്കാകെയും ഒരുദാഹരണമാണ്.

2004 ൽ ഞങ്ങൾ മെർകൂസറിൽ അംഗത്വം നേടി (ദക്ഷിണ അമേരിക്കൻ പൊതുവിപണിയാണ് മെർക്കൂസർ). അതിന്റെ രൂപരേഖയെക്കുറിച്ച് എനിക്ക് എതിരഭിപ്രായമുണ്ട്; പക്ഷേ, എന്നിട്ടും ഞങ്ങളതിൽ ചേരാൻ തീരുമാനിച്ചു. 5 വർഷംമുമ്പ് കനഡയിലെ അമേരിക്കാസ് ഉച്ചകോടിയിൽ പങ്കെടുത്തതിന്റെ പേരിൽ ഞാൻ വിമർശിക്കപ്പെട്ടിട്ടുണ്ട്. പക്ഷേ, അവിടെ എഫ് ടി എ എ യെ എതിർക്കുന്നതിന് ഞാനൊരുത്തനേ ഉണ്ടായിരുന്നുള്ളൂ. കാരണം അത് ഒരു കൊളോണിയൽ പദ്ധതിയല്ലാതെ മറ്റൊന്നുമായിരുന്നില്ല. നമുക്ക് വേണ്ടത് ഒരു സംയോജിത ബദൽ മോഡലാണ്. അതിനെ ഞങ്ങൾ വിളിക്കുക ബൊളിവാറിയൻ ബദൽ എന്നാണ് – ALBA (Bolevarian alternative for Latin America and the Caribea) ഈ പദ്ധതി പുരോഗമിക്കുന്നുണ്ട്. അത് കുറേക്കൂടി വേഗത കൈവരിക്കണമെന്ന് ആരും ആഗ്രഹിക്കും. പക്ഷേ, യാഥാർഥ്യങ്ങളുണ്ട്. മുഹൂർത്തങ്ങളുണ്ട്, സമയക്രമങ്ങളും.

2005 ജനുവരി 1 ന് സൂര്യനുദിച്ചു. എഫ് ടി എ എ നാശത്തിലേക്കും പോയി. മിസ്റ്റർ അപകടകാരീ, ഇപ്പോൾ എവിടെയുണ്ട് എഫ് ടി എ എ? എഫ് ടി എ എ ചത്തുപോയി. കൊച്ചു എഫ് ടി എ എ കളുണ്ട്. പക്ഷേ, ഫ്രീട്രേഡ് സോൺ പ്രതിനിധാനം ചെയ്യുന്ന സാമ്രാജ്യത്വാനുകൂല നിയോ കൊളോണിയൽ മോഡൽ അടിച്ചേൽപ്പിക്കാനായി ഇത്രക്കേറെ സമ്മർദങ്ങളും ഭീഷണികളും ഉയർത്തിയിട്ടും അത് നേടിയെടുക്കാനുള്ള ശക്തി വടക്കനമേരിക്കൻ സാമ്രാജ്യത്വത്തിന് ഇനിയും കിട്ടിയിട്ടില്ല. നമ്മളുടെ എതിരാളിയുടെ ദൗർബല്യങ്ങൾ പെരുപ്പിച്ചുകാട്ടാൻ ഞാനുദ്ദേശിക്കുന്നില്ല. അതൊരു മാരകമായ തെറ്റായിത്തീരും.

എന്നിരിക്കിലും എനിക്കു തോന്നുന്നു, അതിന്റെ ദൗർബല്യത്തെ വസ്തുനിഷ്ഠമായി വിലയിരുത്തുന്നത് സൗകര്യപ്രദമാണ് എന്ന്. കാരണം എതിരാളി മർദനാതീതനാണെന്നു ഒരാൾ കരുതിയാൽ അതേ, അത് മർദനാതീതം തന്നെയായിരിക്കും; എന്നും.

ചരിത്രത്തിൽ വിയറ്റ്നാമുണ്ട്, ആക്രമണവും അധിനിവേശവും ചെറുക്കുന്ന ഇറാഖി ജനതയുണ്ട്. നാൽപ്പതു വർഷങ്ങൾക്കുശേഷം ഇന്നും ചെറുത്തുനിൽപ്പ് തുടർന്നുകൊണ്ടേയിരിക്കുന്ന വിപ്ലവ ക്യൂബയുണ്ട്. ബൊളിവേറിയൻ വെനസ്വേലയും 6 വർഷമായി പൊരുതിക്കൊണ്ടിരിക്കുകയാണ്. വടക്കനമേരിക്കൻ സാമ്രാജ്യത്വം അപ്രതിരോധ്യമല്ല. നേരാണ്, സദുദ്ദേശ്യക്കാരായ ഒട്ടനവധി പാവങ്ങൾ കരുതുന്നത് അതിനെ തകർക്കാനാവില്ലെന്നാണ്. റോസാദളം കൊണ്ടുപോലും അതിനെ മർദിക്കാനാവില്ല. സാമ്രാജ്യത്വം കോപിക്കുകയും തിരിച്ചടിക്കുകയും ചെയ്യുമെന്ന് ഭയക്കുന്നവർ!

ഗോലിയാത്ത് അപ്രതിരോധ്യനല്ല. അതുകൊണ്ടാണയാൾ കൂടുതൽ അപകടകാരിയാവുന്നത്. തന്റെ ദൗർബല്യം മനസിലാക്കിത്തുടങ്ങിയാൽ അത് സർവശക്തിയും എടുത്ത് തിരിച്ചടിക്കാൻ തുടങ്ങും – അതിന്റെ മുഴുവൻ മൃഗീയതയും ഉപയോഗിച്ച്! വെനസ്വേലക്കുനേരെ അത് കടന്നാക്രമണം നടത്തുന്നത് ദൗർബല്യത്തിന്റെ അടയാളമാണ്; പ്രത്യയശാസ്ത്രപരമായ ദൗർബല്യമാണത്.

ഇന്ന് പഴയ ലാറ്റിനമേരിക്ക 5 വർഷം മുമ്പുള്ളതുപോലുമല്ല. നിങ്ങളോടുള്ള ബഹുമാനം കാരണം മറ്റേതെങ്കിലും രാജ്യത്തിലെ ആഭ്യന്തര സ്ഥിതിയെക്കുറിച്ച് അഭിപ്രായം പറയാൻ ഞാൻ മുതിരുന്നില്ല. വെനസ്വേലയിൽ, വിശേഷിച്ചും ആദ്യത്തെ രണ്ടുവർഷം എന്റെ പ്രവർത്തനങ്ങളെ പലരും വിമർശിച്ചു. വേഗം കൂട്ടണമെന്നും കുറേക്കൂടി പുരോഗമനപരമാവണമെന്നും ആവശ്യപ്പെട്ടു. അതിനുള്ള നേരമായിട്ടില്ല എന്ന് എനിക്കു തോന്നി. കാരണം ഏതു പ്രക്രിയക്കും ഘട്ടങ്ങളുണ്ടല്ലോ. സഖാക്കളേ പടവുകളുണ്ട് ഏത് പ്രക്രിയയിലും. ഓരോ രാജ്യത്തെയും ആഭ്യന്തര സാഹചര്യങ്ങൾക്കപ്പുറമുള്ള അന്താരാഷ്ട്ര സാഹചര്യങ്ങളുമായി ബന്ധപ്പെട്ടു കിടക്കുന്നതുമായ ആഭ്യന്തര താളമുണ്ട്. നിങ്ങളിൽ ചിലർ എതിർത്തേക്കാമെങ്കിലും ഞാനതു പറയുകതന്നെ ചെയ്യും. എനിക്ക് ലുലയെ ഇഷ്ടമാണ്. ഞാനദ്ദേഹത്തെ അഭിനന്ദിക്കുന്നു. അദ്ദേഹം ഒരു നല്ല മനുഷ്യനാണ്. വലിയൊരു ഹൃദയമുള്ള ഒരു സഹോദരൻ, ഒരു സഖാവ്. എനിക്കുറപ്പാണ്, ലുലയും ബ്രസീലിലെ ജനങ്ങളും നെസ്റ്റർ കിർച്ച്നറും അർജന്റീനിയൻ ജനങ്ങളും താബറെസ് വസ്ക്യൂസും ഉറുഗ്വേയൻ ജനതയും ഒത്തുചേർന്ന് യുണൈറ്റഡ് ലാറ്റിൻ അമേരിക്ക എന്ന വ്യത്യസ്തവും സാധ്യവുമായ സ്വപ്നത്തിലേക്കുള്ള പാത വെട്ടിത്തുറക്കുക തന്നെ ചെയ്യും. ഒരു തകർപ്പൻ ആശ്ലേഷം, ഞാൻ നിങ്ങളെയെല്ലാവരെയും അത്രമേൽ സ്നേഹിക്കുന്നു, എല്ലാവർക്കും ഒരു തകർപ്പൻ സൗഹൃദാശ്ലേഷം. നന്ദി, വളരെ വളരെ നന്ദി.

(വിവർത്തനം: എ കെ രമേശ്)

ലേഖകർ

ജോൺ ചെറിയാൻ	: അസോസിയേറ്റ് എഡിറ്റർ ഫ്രണ്ട്‌ലൈൻ. *ലേഖനം കടപ്പാട്: ഫ്രണ്ട്‌ലൈൻ ഏപ്രിൽ 5, 2013.*
താരിഖ് അലി	: ബ്രിട്ടീഷ്-പാകിസ്ഥാനി എഴുത്തുകാരൻ, പത്രപ്രവർത്തകൻ, ചലച്ചിത്രകാരൻ, ഇടതുപക്ഷചിന്തകൻ. *ലേഖനം കടപ്പാട്: ഫ്രണ്ട്‌ലൈൻ ഏപ്രിൽ 5, 2013.*
ബിനോയ് വിശ്വം	: മുൻമന്ത്രി, സി പി ഐ നേതാവ്, ചീഫ് എഡിറ്റർ ജനയുഗം. *ലേഖനം കടപ്പാട്: കലാകൗമുദി ലക്കം 1958.*
എം എ ബേബി	: സി പി ഐ എം പൊളിറ്റ്ബ്യൂറോ അംഗം, മുൻ വിദ്യാഭ്യാസ-സാംസ്കാരിക വകുപ്പ് മന്ത്രി. *ലേഖനം കടപ്പാട്: കലാകൗമുദി ലക്കം 1958.*
രാജേഷ് ചിറപ്പാട്	: സാഹിത്യ നിരൂപകൻ, ചിന്ത പബ്ലിഷേഴ്സിൽ സബ് എഡിറ്റർ. *ലേഖനം കടപ്പാട്: ജനയുഗം വാരാന്ത്യ*

പതിപ്പ് 2013.

വി ബി പരമേശ്വരൻ	: ചീഫ് റിപ്പോർട്ടർ, ദേശാഭിമാനി ന്യൂഡൽഹി ബ്യൂറോ. ലേഖനം കടപ്പാട്: *ദേശാഭിമാനി വാരിക മാർച്ച് 24, 2013.*
പി രാജീവ്	: രാജ്യസഭാ അംഗം, സി പി ഐ (എം) സംസ്ഥാന കമ്മിറ്റി അംഗം, ഗ്രന്ഥകാരൻ. *ലേഖനം കടപ്പാട്: ദേശാഭിമാനി വാരിക മാർച്ച് 24, 2013.*
വി സുകുമാരൻ	: അധ്യാപകനും മാർക്സിസ്റ്റ് സൈദ്ധാന്തികനും എഴുത്തുകാരനും. *ലേഖനം കടപ്പാട്: ദേശാഭിമാനി വാരിക മാർച്ച് 24, 2013.*
ഐജാസ് അഹമ്മദ്	: മാർക്സിസ്റ്റ് ചരിത്രകാരൻ, രാഷ്ട്രീയ നിരീക്ഷകൻ, ഫെലോ, കണ്ടമ്പററി സ്റ്റഡീസ് ന്യൂയോർക്ക് യൂണിവേഴ്സിറ്റി. *ലേഖനം കടപ്പാട്: ഫ്രണ്ട്ലൈൻ ഏപ്രിൽ 5, 2013.*
എൻ എസ് സജിത്	: ചീഫ് സബ് എഡിറ്റർ, ദേശാഭിമാനി തിരുവനന്തപുരം.
നളിനി രാജൻ	: പ്രൊഫസർ, ഏഷ്യൻ കോളേജ് ഓഫ് ജേർണലിസം, ചെന്നൈ. *ലേഖനം കടപ്പാട്: എക്കണോമിക്ക് & പൊളിറ്റിക്കൽ വീക്കിലി മാർച്ച് 23,2013.*
പ്രകാശ് കാരാട്ട്	: ജനറൽ സെക്രട്ടറി, സി പി ഐ (എം). *ലേഖനം കടപ്പാട്: ഫ്രണ്ട്ലൈൻ ഏപ്രിൽ 5, 2013.*
വിജയ് പ്രസാദ്	: ചരിത്രകാരൻ, പത്രപ്രവർത്തകൻ, ഇടതുപക്ഷചിന്തകൻ. *ലേഖനം കടപ്പാട്: ഫ്രണ്ട്ലൈൻ ഏപ്രിൽ 5, 2013.*
വെങ്കിടേഷ് രാമകൃഷ്ണൻ	: അസോസിയേറ്റ് എഡിറ്റർ, ഫ്രണ്ട്ലൈൻ.

	ലേഖനം കടപ്പാട്: ബാങ്ക്വർക്കേഴ്സ് ഫോറം മാർച്ച് 2013.
എൻ ഇ സുധീർ	: പ്രസാധകൻ, എഴുത്തുകാരൻ. *ലേഖനം കടപ്പാട്: കലാകൗമുദി ലക്കം 1958.*
എം കെ ഭദ്രകുമാർ	: ഉസ്ബക്കിസ്ഥാനിലെ മുൻ ഇന്ത്യൻ സ്ഥാനപതി, എഴുത്തുകാരൻ. *ലേഖനം കടപ്പാട്: കലാകൗമുദി ലക്കം 1958*
എ ശ്യാം	: സബ് എഡിറ്റർ, ദേശാഭിമാനി, തിരുവനന്തപുരം. *ലേഖനം കടപ്പാട്: ദേശാഭിമാനി വാരിക മാർച്ച് 24, 2013.*
ജയതിഘോഷ്	: സാമ്പത്തിക ശാസ്ത്രജ്ഞ, ഇടതുപക്ഷചിന്തക, കേംബ്രിഡ്ജ് യൂണിവേഴ്സിറ്റിയിൽ നിന്നും സാമ്പത്തികശാസ്ത്രത്തിൽ ഡോക്ടറേറ്റ്. *ലേഖനം കടപ്പാട്: ഫ്രണ്ട്ലൈൻ ഏപ്രിൽ 5, 2013.*
ഡോ. പി കെ പോക്കർ	: നിരൂപകൻ, ചിന്തകൻ, കോഴിക്കോട് സർവകലാശാല തത്വശാസ്ത്ര വിഭാഗം മേധാവി
പി പി സത്യൻ	: നിരൂപകൻ, പരിഭാഷകൻ. *ലേഖനം കടപ്പാട്: ജനയുഗം വാരാന്ത്യപ്പതിപ്പ് 2013.*
ഡോ. എൻ ആർ ഗ്രാമപ്രകാശ്	: നാടക സൈദ്ധാന്തികനും എഴുത്തുകാരനും.
ഡോ. അനിൽ ചേലമ്പ്ര	: കോഴിക്കോട് സർവകലാശാല മലയാള വിഭാഗം അധ്യാപകൻ.

www.ingramcontent.com/pod-product-compliance
Lightning Source LLC
LaVergne TN
LVHW100807051026
849519LV00006B/1994